പക്ഷികൾ കൂടണയുന്നില്ല

Pakshikal Koodanayunnilla
Novel

Dr. T P Nazar

CHINTHA PUBLISHERS
Thiruvananthapuram

First Edition
December 2023

Second Impression
June 2024

Published
Chintha Publishers, Thiruvananthapuram

Printed at
Print Express, Kochi

Cover Design
Vinod Mangoes

ISBN : 978-81-19131-46-4

CO - 3411 / 6991

₹ 400

Email: chinthapublishers@gmail. com
Website: www. chinthapublishers. com

A version is available at National Libraries
Kolkata, Mumbai, Chennai and Delhi

Distribution
DESHABHIMANI BOOKHOUSE
H O Thiruvananthapuram 695035

Branch
Head Office Kunnukuzhi • Statue Thiruvananthapuram
Saphalyam Complex Thiruvananthapuram • KSRTC Bus Station Ernakulam
Machingal Lane Thrissur • IG Road Kozhikode
Mavoor Road Kozhikode • NGO Union Building Kannur
Central Bus Terminal Complex Thavakkara Kannur

പക്ഷികൾ കൂടണയുന്നില്ല

ഡോ. ടി പി നാസർ

ചിന്ത പബ്ലിഷേഴ്സ്
തിരുവനന്തപുരം-695 035
വില : ₹ 400

ഡോ. ടി പി നാസർ

കോഴിക്കോട് സ്വദേശം. ഇ എൻ ടി സ്പെഷ്യലിസ്റ്റ്. *നമ്മുടെയൊക്കെ ദുരന്തങ്ങൾ, എന്റെ അവസാനത്തെ പത്ത് ദിവസങ്ങൾ, കഥയുടെ ഉടമസ്ഥാവകാശം* എന്നീ ചെറുകഥാസമാഹാരങ്ങളും, *കഥയും കലയും* എന്ന ലേഖന സമാഹാരവും പ്രസിദ്ധീകരിച്ചിട്ടുണ്ട്. ഒരുകാലത്ത് മലയാളത്തിലെ മുഖ്യധാരാ പ്രസിദ്ധീകരണങ്ങളിലും ലിറ്റിൽ മാഗസിനുകളിലും സ്ഥിര സാന്നിദ്ധ്യം. ദീർഘകാല വിദേശവാസം. കഥകൾ തമിഴിലും കന്നടയിലും മൊഴിമാറ്റം ചെയ്യപ്പെട്ടിട്ടുണ്ട്. ഏഷ്യാനെറ്റ് – അറ്റ്ലസ് പുരസ്കാരം. ഡബ്ല്യൂ എം ഒ പുരസ്കാരം.

ഭാര്യ	:	ഡോ. റംല.
മക്കൾ	:	ഗൊദാർദ്, ഫെല്ലിനി
E-mail	:	drtpnazar@yahoo.com

പ്രസാധകക്കുറിപ്പ്

നോവൽ ഘടനയിലും പ്രമേയത്തിലും ഏറെ സവിശേഷതകളുള്ള നോവലാണ് *പക്ഷികൾ കൂടണയുന്നില്ല.* നോവലിനുള്ളിൽ തിരക്കഥ എന്ന രൂപമാണ് ഈ കൃതിക്കുള്ളത്. സിനിമയെടുക്കാൻ ഒത്തുകൂടിയ സുഹൃത്തുക്കൾക്കിടയിലേക്ക് സ്ക്രിപ്റ്റ് ഒരു അന്വേഷണ വിഷയമാകുന്നു. അജ്ഞാതയായ ഒരു സ്ത്രീയിൽനിന്നും പേരും മേൽവിലാസവുമില്ലാതെ ലഭിക്കുന്ന സ്ക്രിപ്റ്റ് ഒരു കുറ്റാന്വേഷണ കഥയുടെ ഉദ്വേഗത്തോടെ ചുരുൾ നിവരുന്നു. രചനാകൗശലംകൊണ്ട് ശ്രദ്ധേയമായ ഈ നോവൽ മനുഷ്യമനസ്സ് എന്ന അപാരതയിൽ ഒളിഞ്ഞുകിടക്കുന്ന തമോഗർത്തങ്ങളെ കാട്ടിത്തരുന്നു.

ചിന്ത പബ്ലിഷേഴ്സ്

Every now and then, Luis Bunuel gazes at the trees and murmers; I am not afriad of death. I am afriad of dying alone in a hotel room, with my bags open and a shooting script on the night table. I must know whose fingers will close my eyes. (The Discreet charm of Luis Bunuel by Carlos Fuenter)

ഏതൊരു വ്യക്തിയിലും അന്തർല്ലീനമായിക്കിടക്കുന്ന അജ്ഞാതമായ അധോലോകത്തിലേക്ക് തുറക്കുന്ന ഒരു ജാലകമാണ് ഈ ഉദ്യമം. ആ അധോലോകത്തിൽ ഒരു കുപ്പക്കൂമ്പാരവും ഒരു അക്ഷയഖനിയും ഒളിഞ്ഞിരിപ്പുണ്ട്.

ആ വ്യക്തി എഴുത്തുകാരൻ തന്നെയായാലോ! കഥകളുടെ ഉടയതമ്പുരാൻ! മാത്രമല്ല ഡോക്ടറും. അയാളെ ഇഴപിരിച്ചങ്ങനെ ഒരു പെറ്റ് സ്കാനിങ്ങിനെന്നപോലെ വിചാരണയ്ക്ക് വിധേയമാക്കുമ്പോൾ മെറ്റാസ്റ്റേയിസിസ് വ്യക്തമാകുമെങ്കിലും പ്രൈമറി അജ്ഞാതമായിരിക്കും. അത് തേടിയുള്ള യാത്രയാണ് ഈ നോവൽ.

ഒരു ഏലസിൽ ആലേഖനം ചെയ്യപ്പെട്ട മന്ത്രംപോലെ മനുഷ്യൻ ഉച്ചരിക്കുന്ന വാക്കുകൾ അതിന്റെ ധ്വനിസാന്ദ്രതയോടെ കഥകളായി പരിണമിക്കുന്നു. എഴുതിയ കഥകൾ സത്യങ്ങളായും എഴുതപ്പെടാതെ പോയ കഥകൾ കടങ്കഥകളായും പ്രപഞ്ചം മുഴുവൻ പ്രതിദ്ധ്വനിക്കുന്ന വചനങ്ങളായി മാറുന്നുവെന്ന് പലപ്പോഴും തോന്നാറുണ്ട്. ചിലപ്പോൾ തോന്നും വാക്കുകൾ വെറും പുറന്തോടുകൾ മാത്രമാണെന്ന്.

കഥ എന്നെയാണോ അതോ ഞാൻ കഥയേയാണോ എഴുതുന്നതെന്ന തോന്നൽ എന്നും എന്നോടൊപ്പമുണ്ടായിരുന്നു. എഴുതിക്കൂട്ടിയ കഥകളിലെല്ലാം അതിന്റെ അനുരണനങ്ങൾ കാണാം. അല്ലെങ്കിലും ഒരാളുടെ ജീവിതത്തേക്കാൾ മനോഹരമായ മറ്റെന്ത് കഥയാണുള്ളത്! സ്വന്തം രക്തംകൊണ്ട് കൈയൊപ്പിടാൻ ഒഴിഞ്ഞ ഒരു താള് ഏതെഴുത്തുകാര

നാണ് ബാക്കി വെക്കാത്തത്!

കാലത്തിന് പുറത്തേക്ക് ചാടാൻ എഴുത്തുകാരന് കഴിയാതെ വരുമ്പോഴാണ് കഥാപാത്രങ്ങളും ജയിൽവാസം അനുഭവിക്കുന്നത്. സൗഹൃദം, പ്രണയം, രതി തുടങ്ങി എല്ലാംതന്നെ കാരാഗൃഹ വാസം വെടിഞ്ഞ് ശരീരത്തിന്റെ പുറത്തേക്ക് ചാടാൻ വെമ്പുന്നവയാണ്. അവയുടെ സ്വാതന്ത്ര്യ പ്രഖ്യാപനമാവും ആ കൃതിയിലുടനീളം പ്രതിഫലിക്കുക. സമൂഹം കല്പിച്ചിട്ടുള്ള അലിഖിത നിയമാവലികളോട് അവയ്ക്ക് പൊരുതേണ്ടതുണ്ട്.

ഒരെഴുത്തുകാരൻ കാലത്തെ അടയാളപ്പെടുത്തുമ്പോൾ അതിന് ഉപോല്ബലകമായി സമശീർഷരായ ചില എഴുത്തുകാരെ പേരെടുത്ത് പറയുകയും മറ്റ് ചിലരെ വല്ലാതെ ചേർത്ത് പിടിച്ചും ഈ നോവലിൽ അവതരിപ്പിച്ചിട്ടുണ്ട്. ഉദാഹരണമായി ബാലചന്ദ്രൻ ചുള്ളിക്കാട്, അഷിത, ടി വി കൊച്ചുബാവ, സ്വാമി തന്മയ. കൂടാതെ ഗുരുസ്ഥാനീയരായ നിത്യ ചൈതന്യയതി, കുഞ്ഞുണ്ണിമാഷ്, ചെറുകാട്, പുനത്തിൽ കുഞ്ഞബ്ദുള്ള, കെ എ കൊടുങ്ങല്ലൂർ.... അങ്ങനെ ഒരു നിര നീണ്ടുപോകുന്നു. നോവലിസ്റ്റിന്റെ തന്നെ വ്യക്തിപരമായ അടുപ്പവും ഗാഢമായ സൗഹൃദബന്ധങ്ങളും അവരെക്കുറിച്ചെഴുതിയിട്ടുള്ള ചില ഓർമ്മക്കുറിപ്പുകളും അതിന് പ്രേരകമായിട്ടുണ്ട്. അവരിൽ പലരും ഇന്ന് ജീവിച്ചിരിപ്പില്ല. ആപേക്ഷികതയുടെ ഒരു ലോകത്ത് മാത്രമേ ജനന മരണങ്ങൾക്ക് അർത്ഥമുള്ളൂ.

മരണം എന്നത് നമ്മുടെ മറവി
ഖനീഭവിച്ചുണ്ടായ ശിലയാണ്
– നെരൂദ

കഥയുടെ ഉടമസ്ഥാവകാശം യഥാർത്ഥത്തിൽ ആർക്കാണ്? ഉത്തരം കഥാപാത്രങ്ങൾക്ക് എന്ന് തന്നെയാവും. തീർച്ച. അപ്പോൾ എഴുത്തുകാരൻ കഥാപാത്രങ്ങളെ ബഹുമാനിക്കേണ്ടതുണ്ട്. കഥാപാത്രങ്ങളാണ് കഥ സൃഷ്ടിച്ചിട്ടുള്ളത്. സാഹിത്യ ചരിത്രം എടുത്ത് നോക്കിയാലറിയാം. കഥാപാത്രങ്ങൾ സ്വതന്ത്രരാണ്. ആ സ്വാതന്ത്ര്യം സമൂഹം എഴുത്തുകാരന് കല്പിച്ചിട്ടുള്ള ശരികളിലൂടെ മാത്രമേ കടന്നുപോകാവൂ എന്ന് ശഠിക്കരുത്. അവർ വിഹരിക്കുന്ന ലോകം നമ്മുടെ അറിവിനും ഭാവനകൾക്കുമപ്പുറമാണ്.

ആ ബഹുമാനം നിലനിർത്തിക്കൊണ്ടുതന്നെ പറയട്ടെ ഈ നോവലിലെ കഥയും കഥാപാത്രങ്ങളും തികച്ചും സാങ്കല്പികം മാത്രമാണ്. ജീവിച്ചിരിക്കുന്നവരോ മരിച്ചവരോ ആയ ആരുമായും ഇവർക്ക് യാതൊരു ബന്ധവുമില്ല. വല്ല സാദൃശ്യവും തോന്നുന്നുവെങ്കിൽ അത് യാദൃച്ഛികം മാത്രമാണ്.

അവരാരും തന്നെ ഈ ഭൂമിയിൽ ഉണ്ടായിരുന്നില്ല. ഒരിക്കലിവിടം സന്ദർശിച്ച് പോയവർ മാത്രം. ഓഷോയുടെ ശവകുടീരത്തിൽ കുറിച്ചിട്ട ആ വരികൾ പോലെ–

Never born
Never died
Only visited
The planet Earth
Between..........

ഒന്ന്

ഒറ്റ ഫ്രെയിമിലൊതുങ്ങണം.

മോണിട്ടറിൽനിന്നും കണ്ണെടുക്കാതെ വിവേക് ആവർത്തിച്ചു.

"യദു, ഓർമ്മയുണ്ടല്ലോ. റിഹേഴ്സലിൽ ചെയ്തപോലെ. ഒറ്റ ടെയ്ക്കിൽ തന്നെ സീൻ മുഴുവനാക്കാം. സമയം വെറുതെ കളയേണ്ടല്ലോ."

യദു അസിസ്റ്റന്റ് ക്യാമറാമേൻ അനീഷിനോട് ആംഗ്യം കാണിച്ചു. അനീഷ് വീണ്ടും അതുതന്നെ പറഞ്ഞു. അസോസിയേറ്റ് ഡയറക്ടർ പ്രവീൺ അതാവർത്തിച്ചു.

"ഈ മൂവിയിലെ ഏറ്റവും പ്രധാനപ്പെട്ട സീനാണ്. നമുക്കത് കലക്കണം. വിവേകിന്റെ സ്വഭാവമറിയാമല്ലോ." പ്രവീൺ ഞങ്ങളോട് പറഞ്ഞു.

"പ്രവീൺ, സെറ്റ് റെഡിയല്ലെ?" വിവേകിന്റെ ശബ്ദം മുഴങ്ങി. "ഗൗതം, അതിഥി റെഡിയല്ലേ?"

മിഥുൻ ചോദിച്ചു. ഉവ്വെന്ന് തലയാട്ടി. പ്രോംപ്റ്ററും അവൻ തന്നെ.

ക്ലാപ്പ്. സീൻ നമ്പർ 93. സ്റ്റാർട്ട് ക്യാമറ. ആക്ഷൻ.

കായൽ ദൃശ്യങ്ങളിൽനിന്നും ക്യാമറ റിസോർട്ടിന്റെ വാതിൽക്കൽ വന്നു നിന്നു. ബാൽക്കണിയിൽനിന്നും അതിഥി എന്റെ പിടി വിടുവിച്ച് മുറിയിലെ അരണ്ട വെളിച്ചത്തിൽ വന്നുനിന്നു കിതച്ചു. മദ്യം നിറഞ്ഞ ഗ്ലാസ് ഇടത്തെ കൈയിൽ വിറകൊണ്ടു. ഒരു ഉന്മാദിനിയെപ്പോലെ അവൾ അലറി:

– "Once you cheated me. You made me fool. you. you! എനിക്കിത് തിരുത്തണം."

പ്രോംപ്റ്റർ ഡയലോഗ് എനിക്കുവേണ്ടി ഉരുവിട്ടു.

"ഞാൻ സമ്മതിക്കുന്നു. Of course. ചെയ്തത് തെറ്റാണ്. അതങ്ങിനത്തെ ഒരു സാഹചര്യമായിരുന്നു. നീയെന്നെ മനസ്സിലാക്ക്....."

അതിഥിയിൽ ഭാവമാറ്റങ്ങൾ. ക്രുദ്ധയായിത്തുടങ്ങുന്നു. മനു, പ്രോംപ്റ്റർ അവളോടായി.

"I dont want to hear anything more."

മദ്യലഹരിയിൽ അവളെന്നെ ശക്തിയായി തള്ളി. മദ്യം മുഴുവൻ ഒറ്റ വലിക്ക് തീർക്കുന്നു. ക്രുദ്ധയാവുന്നു.

പ്രോംപ്റ്റർ ഡയലോഗ് ഉരുവിട്ടു അവളോടായി.

"എഴുതി കൂട്ടിയിട്ടില്ലെ ഒരുപാട് കഥകൾ! യാഥാർത്ഥ്യങ്ങളും ഭാവനാവിലാസങ്ങളുമെല്ലാം കൂടിക്കുഴഞ്ഞ കഥകൾ! അതുപോലെയാണ് ജീവിതമെന്ന് കരുതിയോ?!"

പെട്ടെന്ന് അവൾ ഉന്മാദിനിയായി. എന്നെ ശക്തിയായി തള്ളി. തികച്ചും അപ്രതീക്ഷിതമായിരുന്നു അത്. തള്ളലിന്റെ ശക്തിയിൽ മദ്യഗ്ലാസ് തെറിച്ചു. ചുമരിൽ തലയിടിച്ച് ഞാൻ വീണു. ചുമരിൽ ചോരപ്പാടുകൾ.

മരണ വെപ്രാളങ്ങൾ.

അതിഥി അതറിയുന്നില്ല. എന്റെ നെഞ്ചത്ത് ശക്തിയായി ഇടിക്കുന്നു. പരാക്രമങ്ങൾ....

കണ്ണടച്ച്, ശ്വാസമടക്കി കിടന്നു.

ഇപ്പോൾ കഴുത്തിലെന്തോ മുറുകുന്നുണ്ട്. സ്റ്റെതസ്കോപ്പിന്റെ ട്യൂബാണ്. മുറുക്കം കൂടുന്നു. വേദനിക്കുന്നു.

അവസാനത്തെ പിടച്ചിൽ.

പിന്നെ എന്റെ ചലനമറ്റ ശരീരത്തിൽ തലവെച്ച് പൊട്ടിക്കരയുന്ന അതിഥി.

"യദു, അനീഷ് ക്യാമറ ക്ലോസപ്. രണ്ട് ആംഗിളിൽനിന്നും. ഒന്ന് മിഡ് ഷോട്ട് ആയിക്കോട്ടെ" വിവേകിന്റെ ശബ്ദമുയർന്നു.

എത്ര നേരം അങ്ങനെ കിടന്നു എന്നറിയില്ല. അതിഥിയുടെ മുടിയിഴകളും കണ്ണുനീരും കവിളിൽ ആരോ തടവുന്നതുപോലെ തോന്നിച്ചു.

"ഗൗതം, അതിഥി എണീക്ക്...." പ്രവീൺ തട്ടിയുണർത്തി. സീൻ ഓവർ. കട്ട്.

കണ്ണ് തുറന്നപ്പോൾ ലൈറ്റ് യൂണിറ്റ് ഓഫിലായിരുന്നു.

എല്ലാവരും കൈയടിച്ചു. പ്രവീണും അസിസ്റ്റൻസും വന്ന് ഞങ്ങളെ ചേർത്ത് പിടിച്ചു... "ശരിക്കും കലക്കീട്ടോ!"

"ഈ സിനിമ നിങ്ങളുടെ കരിയറിലെ ഒരു ടേണിംഗ് പോയിന്റായിരിക്കും." മനു പറഞ്ഞു.

ഞങ്ങൾ മോണിട്ടറിൽ സീൻ റിപ്പീറ്റ് ചെയ്ത് കാണുന്ന വിവേകിനടുത്തേക്ക് നീങ്ങി. ഞങ്ങളെ കണ്ടപ്പോൾ അവനെഴുന്നേറ്റ് വന്ന് ഞങ്ങളെ ചേർത്തുപിടിച്ചു. നന്നായിരിക്കുന്നു എന്ന് ആംഗ്യം കാട്ടി.

സമയം രാത്രി പത്തരയായിക്കാണണം.

എല്ലാവരും അന്യോന്യം നോക്കി. യൂണിറ്റ് പാക്ക് ചെയ്യാനുള്ള യാതൊരു ഭാവവുമില്ല.

എല്ലാം സംവിധായകൻ തീരുമാനിക്കണം.

"ഗൗതം, അതിഥി നമുക്കൊരു സീനുകൂടി എടുത്താലോ? നൈറ്റ് സീനാണ്. ഇന്നത്തോടെ തീർത്താൽ നന്ന്. ഹണിമൂൺ റിസോർട്ട് ഒഴിഞ്ഞു കൊടുക്കാം. അതിന്റെ തുടർച്ചയാണ് ഇപ്പോൾ ചെയ്തത്."

എതിർത്ത് പറയാനാവില്ല.

വിവേക് ആ സീൻ വിവരിച്ചു തന്നു. ഒപ്പം പ്രവീണും.

അധികവും ഡയലോഗാണ്. ചുണ്ടുകളുടെ ചലനം ശ്രദ്ധിക്കണം. പ്രോംപ്റ്ററുടെ സഹായമില്ലാതെ പറ്റില്ല. യദു ക്യാമറാ ട്രോളിയിൽ തന്നെ. അനീഷ് ക്രെയിനിലും.

"മിഡ്ഷോട്ട് ആയിരിക്കണം" എല്ലാം ഉറപ്പുവരുത്തി പ്രവീൺ അലറി.

ക്ലാപ്പ്. സീൻ നമ്പർ 92. സ്റ്റാർട്ട് ക്യാമറ. ആക്ഷൻ.

കായലിലേക്ക് തള്ളി നില്ക്കുന്ന റിസോർട്ടിന്റെ അതേ മുറി. ഞങ്ങൾ അതേ വേഷത്തിൽത്തന്നെ.

ഞാൻ ഫ്രിഡ്ജിൽനിന്നും മദ്യം ഗ്ലാസിലേക്ക് പകർത്തി. ഒരു സിപ്പെടുത്ത് അതിഥിയെ നോക്കി. മറ്റൊരു ഗ്ലാസിൽക്കൂടി ഒഴിച്ചു. അതിഥി കണ്ണാടിയിൽ നോക്കി ആഭരണങ്ങൾ അഴിച്ചുമാറ്റുന്നു. മുടി വിടർത്തിയിടുന്നു.

ഞാൻ പിറകിലൂടെ ചെന്ന് അതിഥിയെ ചേർത്തുപിടിച്ചു. പിൻകഴുത്തിൽ ചുംബിച്ചു. അതിഥി വികാരത്തോടെ മുഖം ഉരസി.

"നിന്നെ ഞാനാർക്കും വിട്ടുകൊടുക്കില്ല. എനിക്ക് വേണം. എനിക്ക് വേണം നിന്നെ" ഞാൻ മന്ത്രിച്ചു.

അതിഥി പ്രണയ വിവശയായി.

"വെറുതെ പറയല്ലേ."

"അല്ല. അല്ല. സത്യം."

ഞാൻ മദ്യം വീണ്ടും ഒഴിച്ചു. അവൾക്ക് നീട്ടി.

"വെറുതെ മോഹിപ്പിക്കല്ലെ."

അവൾ പിറുപിറുത്തു. രണ്ടുപേരും മദ്യലഹരിയിലാണ്. ഞാൻ പിടി മുറുക്കി.

"ഇല്ല. ഒരിക്കലുമില്ല."

പെട്ടെന്നവൾ തിരിഞ്ഞു നിന്നു.

"എങ്കിൽ സലിം ഒരു കാര്യം ചെയ്യ്. അവരെ ഉപേക്ഷിക്ക്. എന്നിട്ട് നമുക്കൊന്നിച്ച് കഴിയാം..."

പെട്ടെന്ന് ഉത്തരം മുട്ടി "ഞാൻ..... അത്... അത്..."

"എന്താ?" അവൾ തുറിച്ചു നോക്കുന്നു.

"നമുക്കിങ്ങനെ കഴിയാം."

അതിഥിയിൽ ഭാവമാറ്റങ്ങൾ. എന്റെ നെഞ്ചിൽ വിരലമർത്തി സ്വല്പം ക്രുദ്ധയായി.

"ഈ മനസ്സ് എനിക്ക് വേണം. സലീമിനെ മറ്റൊരാളുടേതായി കാണാൻ എനിക്ക് പറ്റുന്നില്ല. ഒരല്പം സ്വാർത്ഥതയാണെന്ന് കരുതി

ക്കോളൂ....”

ഞാൻ വീണ്ടും മദ്യം ഒഴിച്ച് അതിഥിയെ ചേർത്തുപിടിച്ചു. ലിപ് ലോക്ക്.

“എനിക്ക് രണ്ടുപേരെയും വേണം. പിന്നെ കുട്ടികൾ...”

അതിഥി എന്റെ മാറിൽ തല ചായ്ച്ചു.

“ഈ സ്നേഹം പങ്കുവെക്കാൻ ഞാനാരേയും അനുവദിക്കില്ല.”

എന്റെ പിടി അയഞ്ഞു. വീണ്ടും മദ്യം ഞാനവൾക്കു നേരെ നീട്ടി. അവൾ പറ്റില്ലെന്ന് തലയാട്ടി. ബാൽക്കണിയിലേക്ക് നടന്നു.

ഞാൻ ചിരിച്ചുകൊണ്ട് അവൾക്ക് പിറകെ നടന്നു.

“പ്രണയത്തിന്റെ ഏറ്റവും വലിയ ദുരന്തം അത് വിവാഹത്തിൽ കലാശിക്കുന്നുവെന്നതാണ്.”

അതിഥി ക്രുദ്ധയായി തെല്ല് ഉച്ചത്തിൽ.

“മതി സാഹിത്യം! വീണ്ടുമെന്നെ പറ്റിക്കുകയാണോ?”

ഞാൻ മദ്യലഹരിയിൽ ഒന്നും പറയാനാവാത്ത അവസ്ഥയിലായിരുന്നു.

അതിഥി: എല്ലാം എന്റെ തെറ്റുകളായിരുന്നു. തെറ്റുകൾ (*തെല്ല് നിർത്തി*) യെസ്. റേച്ചലിന് ഒരിക്കലും തെറ്റുപറ്റില്ലെന്ന് അഹങ്കരിച്ചിരുന്നു. (എനിക്ക് നേരെ വിരൽ ചൂണ്ടി) നിന്നെ വിശ്വസിച്ച ആ നിമിഷം! കണ്ടുമുട്ടിയ ആ നിമിഷം! (*മദ്യഗ്ലാസ് കൈയിലെടുത്ത്*) ഇനി എനിക്കത് തിരുത്തണം. തിരുത്തണം.

“ഞാൻ.. ഞാൻ” എന്ന് പിറുപിറുത്ത് ഞാനവൾക്കരികിലേക്ക് നീങ്ങി. പിടി മുറുക്കി.

കട്ട്.

വിവേകിന്റെ ശബ്ദമുയർന്നു.

പ്രവീണും യദുവും കൂട്ടരും ഞങ്ങളോടൊത്ത് വിവേകിന്നരിലേക്ക് നീങ്ങി. മോണിട്ടറിൽനിന്നും തല ഉയർത്താതെ വിവേക് ചോദിച്ചു.

“ക്ഷീണിച്ചോ? കുറച്ച് ലോംഗ് സീൻ ആയതുകൊണ്ടാ... തേങ്ക്സ്”

വാച്ചിലേക്ക് നോക്കി. “പന്ത്രണ്ട് മണിയായി.”

ബോൾഗാട്ടിയിലെ ഷൂട്ടിങ് കഴിഞ്ഞു.

“Ok. Pack up guys.”

–പ്രവീണും മിഥുനും മനുവും കൂവി.

രണ്ട്

ഒരു നടുക്കം പോലെ!

എന്താണിന്നലെ സംഭവിച്ചത്?! കണ്ണടയ്ക്കുമ്പോഴെല്ലാം ആ സീനുകൾ മങ്ങിമറയുന്നു. വീണ്ടും വീണ്ടും. ഒരു വെല്ലുവിളിപോലെ ഈ റോൾ ഏറ്റെടുക്കുമ്പോൾ ഇത്രയൊന്നും പ്രതീക്ഷിച്ചിരുന്നില്ല. ഒരു ഡോക്ടറുടെ വേഷം എന്നേ കരുതിയുള്ളൂ. കഥാപാത്രത്തിന്റെ ഡെപ്ത് ഇപ്പോഴാണറിയുന്നത്.

ഓരോ സീനും തീവണ്ടിയിലെ ബോഗികളെപ്പോലെ കൺമുമ്പിലൂടെ കടന്നുപോകുന്നു. അഭിനയിക്കുകയാണെന്ന തോന്നലേ ഇല്ലായിരുന്നു. നാട്യത്തിലെ സംക്രമണം (Transformation) അത്ര എളുപ്പമല്ല. നടനം ആത്മബോധത്തിന്റെ അടിസ്ഥാനത്തിലാവണം- വിവേക് എപ്പോഴും പറയാറുള്ളതോർത്തു. കഥാപാത്രമായി അടിമുടി മാറുക എന്നത് തന്നെയാണ് ഒരു നടന്റെ പ്രാഥമികമായ കർത്തവ്യം. പക്ഷേ, ഒരു നടൻ തന്റെ ശരീരത്തെ നാട്യസജ്ജമാക്കുക മാത്രമല്ല തന്റെ ശരീരത്തിന്റെ സാദ്ധ്യതകളെയും പരിമിതികളെയും അതിരുകളെയും തിരിച്ചറിയുക കൂടി വേണം. നാട്യകല ശരീരമെന്ന സങ്കല്പത്തിന്റെ പരിധികൾ ഉല്ലംഘിക്കുന്നു എന്ന് ഭരതമുനി *നാട്യശാസ്ത്ര*ത്തിൽ പറയുന്നുണ്ടല്ലോ.

രണ്ട് വർഷത്തോളമായി ഫീൽഡിലുണ്ടെങ്കിലും ഒരു ബ്രെയ്ക്ക് കിട്ടിയത് വിവേകിന്റെ കഴിഞ്ഞ സിനിമയിലാണ് – *യാമങ്ങൾ*. തന്നെ നായകനാക്കി ഒരു റിസ്ക്കെടുക്കാൻ വിവേക് തയ്യാറായപ്പോൾ വിശ്വസിക്കാനായില്ല. ക്യാമറാമേൻ യദുവാണ് വിളിച്ചു പറഞ്ഞത്. "അതേടാ നീയും അതിഥിയും. നിർമ്മാതാവിന് അത്ര ദഹിച്ചിട്ടില്ല. വിവേക് മോഹനൻ വിടുന്ന മട്ടില്ല." യദു തുടർന്നു. "യദുവിന്റെയും ആദ്യ സംരംഭമാണ്. മ്യൂസിക് ഡയറക്ടറും പുതിയ ആളാണ്."

പ്രളയത്തിൽനിന്നും നാട് ഉണർന്ന നേരം. ഞങ്ങളെ ഞെട്ടിച്ചു കൊണ്ട് യാമങ്ങൾ ഒരു മെഗാ ഹിറ്റ്! പാട്ടുകളും ജനങ്ങൾ ഏറ്റെടുത്തു. അഞ്ചരക്കോടി വ്യൂവേഴ്സുമായി യൂട്യൂബിൽ ട്രെൻഡായി! എല്ലാം അവി ശ്വസനീയം! അപ്രതീക്ഷിതം!

നാടുനീളെ സ്വീകരണങ്ങൾ.

സിനിമ ഭാഗ്യ നിർഭാഗ്യങ്ങളുടെ കളിയാണ്. ഒന്നും പറയാനാവില്ല. പ്രവചിക്കാനുമാവില്ല. വീണ്ടും വിവേക് റിസ്ക്കെടുക്കാൻ തയ്യാറാവു മ്പോൾ അതിനോട് നീതി പുലർത്തേണ്ടതുണ്ട്. ആ പ്രതീക്ഷ തെറ്റിക്ക രുത്. വിവേകിന് കൊടുക്കാവുന്ന ഏറ്റവും വലിയ നല്ല സമ്മാനം അത് തന്നെയാണ്.

ഉറക്കം വരാതെ തിരിഞ്ഞും മറിഞ്ഞും കിടന്നുരുണ്ടു. സമയം പോയ തറിഞ്ഞില്ല. ഡോ.സലിം എല്ലാ അർത്ഥത്തിലും തന്നെ വേട്ടയാടുന്നു. മെഡിക്കൽ കോളേജിൽ വെച്ച് ഷൂട്ട് ചെയ്ത സീനുകൾ. ക്യാമ്പസ് ലൈഫ്. കക്കയം പൊലീസ് കോൺസൻട്രേഷൻ ക്യാമ്പ്. അതിഥിയുടെ റേച്ചലുമായുള്ള പ്രേമരംഗങ്ങൾ. സീനുകൾ തൊണ്ണൂറ്റി മൂന്ന് എന്നൊക്കെ കാണിക്കുന്നുണ്ടെങ്കിലും അറുപതോളമേ കഴിഞ്ഞുള്ളൂ. ഇനിയും ബാക്കി യെത്രയോ ചെയ്യാനുണ്ട്.

കണ്ണുകളടഞ്ഞത് എപ്പോഴാണെന്നറിയില്ല. മൊബൈൽ റിംഗ് ശബ്ദം കേട്ടാണുണർന്നത്. പത്തരയായിക്കാണണം. അതിഥിയാണ്.

"എന്താടേ എണീറ്റില്ലേ?"

ഇല്ലെന്ന് മൂളിയപ്പോൾ അവൾ പറഞ്ഞു: "കുഴപ്പമില്ല. ഇന്ന് നമ്മുടെ കോമ്പിനേഷൻ സീനൊന്നുമില്ല. സമയമെടുത്തോ..."

ഫ്രഷായിട്ട് വിളിക്കാമെന്ന് പറഞ്ഞു ഫോൺ കട്ട് ചെയ്തു. വീണ്ടും റിങ് ടോൺ. ഉമ്മച്ചിയാണ്. കൊച്ചിയിലെ ഷൂട്ടിംഗ് കഴിഞ്ഞ് വരാമെന്നേറ്റു.

പുറത്തുപോയി ബ്രേക്ക്ഫാസ്റ്റ് കഴിച്ചു. മിഥുൻ കൂടെയുണ്ട്. ലോണി ലിരുന്ന് ഓരോന്ന് പറഞ്ഞ് സമയം കളയുമ്പോൾ മനു വന്നു.

"എടാ, എനിക്കൊരു സംശയം?" അതിഥിയാണ് തുടക്കമിട്ടത്. പറഞ്ഞു തുടങ്ങിയത് പെട്ടെന്ന് നിർത്തി അവളെന്നെ നോക്കി.

"വിധുവിന്റെ ഇതുവരെയുള്ള സ്ക്രിപ്റ്റുകൾ വെച്ച് നോക്കുമ്പോൾ ആകപ്പാടെ ഒരു കൺഫ്യൂഷൻ. എവിടെയോ ഒരു കല്ലുകടി."

"ഞാനതു പറയാനിരിക്കയായിരുന്നു" മനു തുടർന്നു. "ഇങ്ങനെ എഴുതാൻ മാത്രം അവൻ വളർന്നോ?!"

മിഥുനും കൂടി. "എന്തൊരു ഷാർപ്പാ ഡയലോഗ്സിന്! ഒരു എസ്റ്റാ ബ്ലിഷ്ട് റൈറ്റർ എഴുതിയ പോലുണ്ട്. സീനുകളും നോക്കിയേ...."

"തോന്നായ്കയല്ല. പക്ഷേ, തുടർന്ന് പറയുന്നത് സൂക്ഷിച്ചു വേണം. വിവേകും വിധുവും ഇരുമെയ്യാണെങ്കിലും ഒറ്റക്കരളാണ്. പിന്നെ നമ്മൾ സിനിമയിൽനിന്നും പുറത്താകും."

"എന്താ ഗൗതം ഒന്നും മിണ്ടാത്തത്?"

അതിഥി തുടയിൽ നുള്ളി.

കൈമലർത്തി. ആവോ... മറുപടി ഒന്നും പറഞ്ഞില്ല.

"ഞാനുറങ്ങിയിട്ട് എത്ര ദിവസങ്ങളായെന്നറിയ്യോ ഗൗതമിന്? ഓരോ സീനുകളും യാന്ത്രികമായി ചെയ്യുന്നുവെന്നേയുള്ളൂ. റേച്ചൽ എന്നെ വല്ലാതെ വേട്ടയാടുന്നു."

"അത് ഞങ്ങൾക്ക് മനസ്സിലായി" മിഥുൻ പറഞ്ഞു. "ഗൗതം പറയാൻ മടിക്കുന്നുവെന്നേയുള്ളൂ. ശരിക്കും പരകായപ്രവേശം! നിങ്ങൾ രണ്ട് പേരുടെയും അഭിനയം ശരിക്കും എല്ലാവരേയും ഞെട്ടിച്ചു."

നടനം യഥാർത്ഥത്തിൽ ഒരു പരകായപ്രവേശം തന്നെയാണ്. തല കുലുക്കി.

മനു തുടർന്നു: "ആ സവിശേഷതകളിൽ നിന്ന് പിന്നെ നടനായി കഥാപാത്രങ്ങൾ രൂപപ്പെടുന്നു. സിനിമയുടെ ചരിത്രമെടുത്ത് നോക്കിയാൽ കാണാം. ഇൻഗ്രിഡ് ബർഗ് മാൻ, സിൽവസ്റ്റർ സ്റ്റാലോൺ... എന്തിനാ ഇങ്ങ് മലയാളത്തിൽപ്പോലും മമ്മുക്ക, ലാലേട്ടൻ, ഗോപി, വേണു. ഏറ്റവും പുതിയ ഉദാഹരണം ഇന്ദ്രൻസ്. പണ്ടെല്ലാം അദ്ദേഹത്തെ തിരുകി കയറ്റുകയായിരുന്നെങ്കിൽ ഇന്ന് ഇന്ദ്രൻസിനായി കഥാപാത്രങ്ങൾ രൂപപ്പെടുകയാണ്. അദ്ദേഹമിന്ന് നമ്മുടെ തലമുറയ്ക്ക് ഒരു പാഠപുസ്തകമായി മാറുകയാണ്."

"നമ്മൾ പറഞ്ഞു വന്നതിൽ നിന്ന് വഴിമാറുന്നു" മിഥുൻ ഇടയ്ക്ക് കയറി ഇടങ്കോലിട്ടു.

"നിങ്ങൾ രണ്ടുപേരും ചോദിച്ചാൽ വിവേകും വിധുവും പറയാതിരിക്കില്ല. ഒന്ന് ശ്രമിച്ചുനോക്ക്."

"ഈ തീം എവിടന്ന് കിട്ടി? എന്നു ചോദിച്ചു തുടങ്ങാം അല്ലേ?"

അതിഥി എന്നെ നോക്കി. ഞാൻ തലയാട്ടി. ഉവ്വ്. നാല്പത് വർഷങ്ങൾക്ക് മുമ്പത്തെ ക്യാമ്പസ്. അതും മെഡിക്കൽ കോളേജ്! നക്സലൈറ്റ് ആക്രമണങ്ങൾ. കോൺസൻട്രേഷൻ ക്യാമ്പ്.... വിധുവിന്റെ ഭാവനയിൽ ഇതൊക്കെ ഉരുത്തിരിയുമെന്ന് വിശ്വസിക്കാൻ പ്രയാസമുണ്ട്. പിന്നെ ആ ഡീറ്റെയിൽസ് ശേഖരിക്കാൻ മാത്രം എഫർട്ട് എടുക്കുന്ന സ്വഭാവക്കാരനുമല്ല. ഇത്രയും കാലം ചെയ്തതെല്ലാം വളരെ ഈസിയായ സിനിമകളായിരുന്നു.

ഇന്ന് രാത്രി വിധു എത്തും. വീട്ടിൽ പോയിരിക്കയാണ്. ഒരു കുഞ്ഞ് കൂടെ പിറന്നിരിക്കുന്നു. അതിന്റെ ത്രില്ലിലാണ്. ഇന്ന് കുപ്പികൾ ധാരാളം പൊട്ടും. ആ മൂഡിലാവുമ്പോൾ സത്യാവസ്ഥ അറിയാം. അറിയാതെ പറഞ്ഞുപോകും.

വിധു എത്തിയപ്പോൾ വൈകി. ആകപ്പാടെ ഒരു ഉത്സവാന്തരീക്ഷം. ഷൂട്ടിങ് നേരത്തെ തീർത്ത് എല്ലാവരും ഹോട്ടലിലെത്തി. മിനിഹാളിലായിരുന്നു ആഘോഷം.

വൈറ്റ് ലേബലും ഓൾഡ് മോങ്കും മഗ്ഡോവലും ഗ്ലാസുകളിൽ നിറഞ്ഞു. റമ്മിൽ താല്പര്യമില്ലാത്തവർ ജാക് ഡാനിയേലിലും വൈൽഡ് തുർക്കിയിലേക്കും ഷിവാസ് റേഗലിലേക്കും തിരിഞ്ഞു. വിസ്കിയാടാ

ബെസ്റ്റ്! കിക്ക് പെട്ടെന്നാ. പോടാ. മഗ്ഡോവലിൻ്റടുത്തൊന്നും ഒന്നുമെത്തില്ല.... പലരും പലതും പറയുന്നുണ്ട്. ചിയേഴ്സ്....

വൈൻ ഗ്ലാസുമായി അതിഥി എത്തി. മുമ്പെ ഏല്പിച്ചതാണ്. നോൺ ആൽക്കഹോളിക് റെഡ് വൈൻ. സ്ട്രോബറിയാണ്. മധുരമധികമില്ല.

വിവേകും വിധുവും ഞങ്ങൾക്കരികിൽ വന്നിരുന്നു. യദു എവിടെയെന്ന് ചോദിച്ചു. ഞങ്ങളും കൈമലർത്തി. പ്രവീണും മിഥുനുമൊത്ത് അവൻ നല്ല പൂസ്സാണ്. മനു അകലേക്ക് വിരൽ ചൂണ്ടി.

"നിങ്ങളിപ്പോഴും പച്ചക്കറികളാ, അല്ല്യോ?" വീണ്ടും ഒരു പെഗ്ഗുമായി വിധു കളിയാക്കി. അവനാടുന്നുണ്ട്. നാവ് കുഴയുന്നുണ്ട്.

"പക്ഷേ, നീ ഇന്നലെ ഇവരുടെ അഭിനയം കണ്ടില്ലാലോ? എക്സലന്റ് പെർഫോമൻസ്! അസ്സൽ മുക്കുടിയന്മാരെപ്പോലെ. എല്ലാവരെയും ഞെട്ടിച്ചു കളഞ്ഞു."

വിവേക് അവനെ ഒരു കൈകൊണ്ട് താങ്ങി പറഞ്ഞു.

ഇതൊരു ക്രെഡിറ്റാണ്. സംവിധായകന്റെ നാവിൽനിന്നും അങ്ങിനെ ഒരു കോംപ്ലിമെന്റ് പ്രശംസിക്കാൻ പിശുക്കനാണ് വിവേക് എന്ന് കേട്ടിട്ടുണ്ട്.

ഭക്ഷണം കഴിച്ച് അതിഥി പെട്ടെന്ന് മുറിയിലേക്ക് പോയി. പോകുമ്പോൾ കണ്ണുകൾകൊണ്ട് ആംഗ്യം കാട്ടി... "കാര്യം മറക്കല്ലേ..."

വിധുവിനെ മുറിയിലാക്കാനെന്ന മട്ടിൽ വിവേകിന്റെ കൂടെ കൂടി. ലിഫ്റ്റിലും രണ്ടുപേർക്കും കാലുറയ്ക്കുന്നുണ്ടായിരുന്നില്ല. രണ്ടുപേരും ഒരേ മുറിയിലാണ്. സീൻ ഡിസ്ക്കഷനും മറ്റും അതാണല്ലോ നല്ലത്.

208-ാം മുറിയുടെ വാതിൽ തുറന്ന് വിവേക് പറഞ്ഞു.

"വാ, കുറച്ചുനേരം ഇരുന്നിട്ട് പോകാം. ഗൗതം കുറച്ച് പ്രശ്നങ്ങളുണ്ട്. ഷൂട്ടിംഗ് നീളും."

"എന്തേ?"

"ഐ എം എ കോൺഫ്രൻസ് സെറ്റ് ചെയ്യാനായില്ല. പാലാരിവട്ടത്തെ ഐ എം എ ഹൗസ് വിട്ടുകിട്ടിയിട്ടില്ല. അഡ്വാൻസ് മുഴുവൻ കൊടുക്കാൻ കഴിഞ്ഞില്ല. പ്രൊഡക്ഷൻ കൺട്രോളർ മാനേജരെ അറിയിച്ചിട്ടുണ്ട്. രമേശേട്ടനെ കോൺടാക്റ്റ് ചെയ്യാൻ കഴിഞ്ഞിട്ടില്ല.

"ഒരാഴ്ച?"

"പറയാനാവില്ല. ചിലപ്പോൾ നീളും."

"എങ്കിൽ ഷൂട്ടിംഗ് കോഴിക്കോട്ടേക്ക് മാറ്റിയാലോ? കോളേജ് സീനുകൾ ഇനിയും ബാക്കിയില്ലേ? അതങ്ങ് തീർക്കാം."

"അതൊരു നല്ല ഐഡിയയാണ്" വിധു പറഞ്ഞു.

അവനുറങ്ങിയിട്ടില്ല. ബോധമുണ്ട്. ഇതു തന്നെ നല്ല സമയം.

"വിധു, ഈ സ്ക്രിപ്റ്റിന്റെ ത്രെഡ് എവിടെന്ന് കിട്ടി? സത്യം പറ."

ഞാനവനോട് ചേർന്നിരുന്ന് ചോദിച്ചു.

"അതൊക്കെയുണ്ട്. അതതിന്റെ സമയമാവുമ്പോൾ പറയാം."

"എനിക്കിപ്പം അറിയണം. ഇവിടെ നമ്മളല്ലാതെ മറ്റാരുമില്ലല്ലോ."

“ഗൗതം, നീ പോടെ. അപ്പം തിന്നാൽ മതി. കുഴിയെണ്ണേണ്ട” വിവേകിന്റെ ശബ്ദമുയർന്നു.

“തികച്ചും നമുക്ക് അപരിചിതമായ ഒരു ക്യാൻവാസാണ് ഈ സ്ക്രിപ്റ്റിന്റേത്. എനിക്കുറപ്പാ ഇതിന്റെ പിന്നിലാരോ ഉണ്ട്....”

ഒരു പെഗ്ഗ് കൂടി ഒഴിച്ച് ഞാൻ വിധുവിന് നല്കി.

ഒറ്റയടിക്ക് അത് അകത്താക്കി അവൻ പൊട്ടിച്ചിരിച്ചു.

“അദൃശ്യനായ ആരോ ഒരാൾ! ദൈവത്തിന്റെ സമ്മാനം! എന്നൊക്കെ പറയാറില്ലേ.”

പിന്നെ അവൻ കിടക്കയിലേക്ക് മറിഞ്ഞു.

വിവേക് എന്നോട് പോകാൻ ആംഗ്യം കാണിച്ചു. കോട്ടുവായിട്ടു.

മൂന്ന്

"**കൂ**ടി"ലെത്തിയപ്പോൾ സന്ധ്യയായി. വഴിനീളെ ട്രാഫിക് ബ്ലോക്ക്. ഉമ്മച്ചിയും സഹായിയും മാത്രം. ശാന്ത. ഇരുപത് വർഷത്തോളമായി ഉമ്മച്ചിക്ക് തണലായി നിഴലായി.

വലിയൊരു കാപ്പിവേരിൽ കൊത്തിവെച്ച 'കൂട്' എന്ന അക്ഷരങ്ങളിലൂടെ വിരലോടിച്ച് അതിഥി പറഞ്ഞു. "ഞാനിവിടെ ആദ്യമായാണ് വരുന്നത്. ഒരു റിസോർട്ട് പോലുണ്ടല്ലോ."

പരിചയപ്പെടുത്താനൊരുമ്പെട്ടപ്പോൾ ഉമ്മച്ചി പറഞ്ഞു. "അറിയാം. അതിഥി. *യാമങ്ങളി*ലെ നിന്റെ നായിക." മിഥുൻ ഇടയിൽക്കയറി: "എന്നെ മറന്നില്ലാലോ?" പിന്നെ മനുവിനെ പരിചയപ്പെടുത്തി.

മേശപ്പുറത്ത് പാഷൻ ഫ്രൂട്ട് ജ്യൂസ് നിരന്നു. ഒരു ഗ്ലാസെടുത്ത് അതിഥി എഴുന്നേറ്റു. "ഞാൻ ഈ വീടൊന്നു ചുറ്റി കാണട്ടെ."

ഓപ്പൺ കിച്ചണിലെ മരബെഞ്ചും തൊപ്പിക്കുടയും ഇൻഡോർ ഗാർഡനും അവളിൽ കൗതുകമുണർത്തി. പടികൾ കയറി മുകളിലത്തെ ലൈബ്രറി റൂമിന്റെ ബാൽക്കണിയിലെത്തിയപ്പോൾ ശബ്ദമുയർന്നു: Wow!! അകലെ അറബിക്കടൽ. അഴിമുഖം. എലത്തൂർ പുഴ. അസ്തമയ സൂര്യന്റെ ചിത്രപ്പണികൾ.

"ബെഡ്റൂമിലെ ബാൽക്കണിയും കടലിന്നഭിമുഖമാണ്" മിഥുൻ പറഞ്ഞു.

"എന്തൊരു മനോഹരമായ കാഴ്ചയാണ്!" അതിഥി പറഞ്ഞു. "കഥയും കവിതയുമൊക്കെ താനേ വരും. എന്നിട്ടും നീയെന്താടാ കവിയാകാഞ്ഞു!"

"പണ്ട് പുനത്തിൽ കുഞ്ഞബ്ദുള്ളയും അക്ബർ കക്കട്ടിലും കൊച്ചുബാവയുമൊക്കെ ഇവിടെ വന്നിട്ടുണ്ട്." ഉമ്മച്ചിയുടെ ശബ്ദം കേട്ട് എല്ലാ

വരും തിരിഞ്ഞു നോക്കി. "അന്ന് ഇവനൊന്നും ജനിച്ചിട്ടില്ലെ...."

"ഈസ് ഹി എ റൈറ്റർ?" അതിഥിക്ക് സംശയം.

"പണ്ട് ഇവന്റെ വാപ്പി നല്ലോണം എഴുതുമായിരുന്നു...." എല്ലാവരും തെല്ലൊരത്ഭുതത്തോടെ ഉമ്മച്ചിയെ ശ്രദ്ധിച്ചിരുന്നു.

"പക്ഷേ, ഇവനോർമ്മ വെക്കും മുമ്പെ പുള്ളി പോയി. അതാ, അങ്ങോട്ട്" ആകാശത്തേക്ക് വിരൽ ചൂണ്ടി ഉമ്മച്ചി നെടുവീർപ്പിട്ടു. "ഇവനന്ന് ആറോ ഏഴോ വയസ്സായിക്കാണും."

കൂടുതലൊന്നും ചോദിക്കാൻ ആരും മുതിർന്നില്ല. മനു മനഃപൂർവ്വം വിഷയം മാറ്റി: "വിശക്ക്ണ് ഉമ്മാ...."

മേശപ്പുറത്ത് വിഭവങ്ങൾ നിറഞ്ഞു. കോഴിബിരിയാണി. ബീഫ് ഉലർത്തിയത്. പൊറാട്ട. മീൻ ഇലയിൽ പൊള്ളിച്ചത്....

"ഈ സ്ഥലത്തിന്റെ പേരെന്താ?"

"കോരപ്പുഴ. എലത്തൂർ പുഴയെന്നും വിളിക്കും. വയനാടൻ ചുരങ്ങളിൽ നിന്നൊഴുകി വരുന്ന അകലാപ്പുഴയും, പൂനൂർ പുഴയും കൂടിച്ചേർന്നാണിതുണ്ടായത്. അറബിക്കടലിൽ ലയിക്കുന്നിടമാണ് മുകളിൽനിന്നും കണ്ട അഴിമുഖം." ഉമ്മച്ചി ഒറ്റ ശ്വാസത്തിൽ വിവരിച്ചു.

"ഉമ്മച്ചീടെ ഏദൻതോട്ടം ഇവിടെനിന്നും ഒന്നര കിലോമീറ്റർ അകലെയാണ്" ഞാൻ കളിയാക്കി.

"പോടാ. മാൾ ഓഫ് ഗാർഡൻ. ഒരു ചെറിയ പൂന്തോട്ടം. പ്ലാന്റ് നേഴ്സറി. പത്തിരുപത് കൊല്ലമായി. ജീവിച്ച് പോണ്ടെ, മക്കളെ!" ഉമ്മച്ചി എന്റെ ചെവിക്ക് പിടിച്ചു തിരിച്ചു. "ഇങ്ങനെ ഒരു വഴി പിഴച്ച സന്തതി പോരേ....!"

"എങ്കിലൊരു ദിവസം പോയിക്കാണണമല്ലോ." അതിഥിക്ക് ആകാംക്ഷയായി.

"ചെറുതൊന്നുമല്ല കേട്ടോ" മിഥുൻ പറഞ്ഞു.

"കാക്ടസ്സും സക്കുലൻസും ബോൺസായ് പ്ലാൻസും ബൾബസ് ചെടികളും ഓർക്കിഡ്സും ക്ലൈമ്പേഴ്സും ക്രീപ്പേർസും സ്റ്റേക് പ്ലാന്റ്സും ഡാഫോഡിൽസും ഫ്റൂട്ട് പ്ലേന്റ്സും, കല്ലിൽ കൊളുത്തിവെച്ച ശില്പങ്ങളും അങ്ങനെയങ്ങനെ ചെടികളുടെ ഒരു വലിയ ലോകം... കാണേണ്ടത് തന്നെയാണ്!"

"ഒരു ദിവസം കാണാൻ പോകാം."

വിവേകും വിധുവും കൂടെ ടീമംഗങ്ങളും എത്തിക്കാണും. കോപ്പർ ഫോളിയോലാണ് മുറികൾ കിട്ടിയത്. പെട്ടെന്നുള്ള ബുക്കിങ്ങായതുകൊണ്ട് പലർക്കും പലയിടത്താണ്. മനുവും മിഥുനും പാർക്ക് റെസിഡൻസിയിലാണ്. അവരെ ഇറക്കിയിട്ടു വേണം കോപ്പർ ഫോളിയോയിലേക്ക് പോകാൻ. രാത്രിയിൽ തന്നെ സീനുകൾ ഡിസ്ക്കസ് ചെയ്യേണ്ടതുണ്ട്. വിവേകും പ്രവീണും വിടില്ല. പ്രൊഡക്ഷൻ ഡിസൈനറോടും ആർട്ട് ഡയറക്ടറോടും മുറിയിലെത്താൻ പറഞ്ഞിട്ടുണ്ട്. പ്രൊഡക്ഷൻ കോ-ഓഡിനേറ്റർ നേരത്തെ സ്ഥലത്തെത്തിയിട്ടുണ്ടാവും.

യാത്ര പറയുമ്പോൾ അതിഥി ഉമ്മച്ചിയെ കൈയിലെടുത്ത മട്ടുണ്ട്. ഒഴിവുള്ളപ്പോൾ വരാമെന്ന് പറഞ്ഞ് കാറിൽ കയറി.

കാറിലിരുന്നും അതിഥി വിടുന്ന മട്ടില്ല.

"ഞാനൊരു കാര്യം ശ്രദ്ധിച്ചു. തികച്ചും യാഥാസ്ഥിതികമായ മുസ്ലിം കുടുംബത്തിലെപ്പോലെ ഉമ്മച്ചി, വാപ്പി വിളികൾ. എന്നാൽ മക്കയുടേയോ, മദീനയുടേയോ ഫോട്ടോകളോ *ഖുർആൻ* സൂക്തങ്ങളോ അവിടെ ചുമരിൽ കണ്ടില്ല. പകരം ഡൈനിങ് റൂമിൽ ഡാവിഞ്ചിയുടെ 'ലാസ്റ്റ് സപ്പർ.' ഉമ്മച്ചി തല മറച്ചില്ലെങ്കിലും സാരിയുടെ തലപ്പ് കഴുത്തിലൂടെ വലിച്ചു പിടിച്ചിട്ടുണ്ട്. നിങ്ങളുടെ പേരുകളോ... തഥാഗതൻ, തന്മയി. വാപ്പിയുടെ പേർ സക്കറിയ എന്നല്ലേ പറഞ്ഞത്? അത് മുസ്ലിംസിലും ക്രിസ്ത്യൻസിലുമുണ്ട്. യഥാർത്ഥത്തിൽ നിങ്ങളാരാ?"

"അതിഥി, കീൻ ഒബ്സർവേഷനാണല്ലോ" മിഥുൻ കളിയാക്കി.

"എ മേൻ വിതൗട്ട് റിലീജിയൻ" ഞാൻ പറഞ്ഞു. "സത്യം. മതമില്ലാത്ത മനുഷ്യർ. സ്കൂളിൽ ചേർക്കുമ്പോൾ ഞങ്ങളുടെ മതത്തിന്റെ കോളം അവരൊഴിച്ചിട്ടു. അങ്ങനെ ഞങ്ങൾ മതമില്ലാത്ത മനുഷ്യരായി."

"Wow. Great!" അതിഥി എന്റെ തോളിൽ കൈപ്പത്തിയമർത്തി.

"യുവർ ഡാഡി മസ്റ്റ് ബി എ ഗ്രെയ്റ്റ് പേർസൺ!"

"അന്നൊക്കെ അങ്ങനെ ചെയ്യണമെങ്കിൽ അതൊരു ചലഞ്ച് തന്നെയാണ്."

"നീ മേനോത്തിയല്ലേ" മിഥുൻ കളിയാക്കി. "അതിഥി മേനോൻ!"

"ഉം. പക്ഷേ, ആ വാല് എനിക്ക് വേണ്ട."

"വാപ്പി എങ്ങനാ മരിച്ചത്? അറിയ്യോ? ഇത്രയും ചെറുപ്രായത്തിൽ!" അതിഥി വീണ്ടും.

"ആത്മഹത്യ."

"കാരണം?"

"അറിയില്ല."

"ആത്മഹത്യ അത്ര വലിയ തെറ്റാണെന്നെനിക്ക് തോന്നുന്നില്ല. ജീവിക്കാനുള്ള അവകാശംപോലെ തന്നെയാണ് മരിക്കാനുള്ള അവകാശവും. സ്വച്ഛന്ദമൃത്യു. അനായാസ മരണം. അതിലൊരഭിമാനമുണ്ട്. എല്ലാ മഹായാനങ്ങളും വാനപ്രസ്ഥമാണ്. പരകായ പ്രവേശം. ചരിത്രത്തിൽ സാക്ഷികളൊരു പാട്. വിദുരർ, കുന്തി, ധൃതരാഷ്ട്രർ, ഗാന്ധാരി, ഭീഷ്മർ... പിന്നെയുമെത്ര!"

മനു വാചാലനായി.

വിവേകിന്റെ ഫോൺ. മിഥുൻ കാർ റോഡരുകിൽ നിർത്തി. എല്ലാവരോടും മിണ്ടരുതെന്നാംഗ്യം കാണിച്ചു.

"നമ്മളോടും കൂടി കോപ്പർഫോളിയോലോട്ട് ചെല്ലാൻ പറഞ്ഞു. പ്രവീൺ അവിടെയുണ്ടത്രെ."

മിഥുനും മനുവും അസിസ്റ്റന്റ് ഡയറക്ടേഴ്സാണ്. ഈ സിനിമയിൽ ചെറിയ റോളുകളും ചെയ്യുന്നുണ്ട്. എന്തെങ്കിലും ഡിസ്കസ് ചെയ്യാ

നാവും.

"ങ്ഹാ ഗൗതം. ഇന്നലത്തെ കാര്യമെന്തായി?" അതിഥി ചോദിച്ചു. "സ്ക്രിപ്റ്റിന്റെ? വിധു എന്ത് പറഞ്ഞു?"

"അദൃശ്യനായ ഒരാൾ! ദൈവത്തിന്റെ സമ്മാനം!"

ഞാൻ വിധു പറഞ്ഞത് അഭിനയിച്ച് കാണിച്ചു: പിന്നെയെല്ലാം തുറന്ന് പറയാമെന്ന് സമ്മതിച്ചു. ഏഴാം പെഗ്ഗിൽ ആൾ ബെഡ്ഡിലമർന്നു.

"വിവേകോ?"

"അപ്പം തിന്നാൽ മതി. കുഴിയെണ്ണേണ്ടെന്നും വാണിങ്!"

"അങ്ങനെയാണെങ്കിൽ നമ്മൾ പറഞ്ഞതിൽ ചില സത്യമുണ്ട്."

"ഉണ്ടല്ലോ. ഇന്ന് രാവിലെ കണ്ടപ്പോൾ വിധു പറഞ്ഞു. എല്ലാം കോഴിക്കോടുവെച്ച് വിശദമായി പറയാമെന്ന്. ബട്ട് ഇറ്റ് മസ്റ്റ് ബി കോൺഫിഡൻഷ്യൽ. അതിഥി പോലും അറിയരുതെന്നും പറഞ്ഞു."

"അതെന്താ എനിക്കൊരു അയിത്തം?" അവൾ ചൂടായി.

"യു ആർ ചൈൽഡിഷ്. പിന്നെ പെണ്ണുങ്ങൾക്കൊന്നും ഒളിച്ചുവെക്കാനറിയില്ലെന്നും..."

"എന്നവൻ പറഞ്ഞോ?" അവളെനിക്കുനേരെ കൈയോങ്ങി - "അവനെ ഞാൻ...."

"എനിവേ വെയിറ്റ് ആന്റ് സീ. ഞാനെല്ലാം അപ്പപ്പോൾ പറയാം. നിങ്ങളിൽനിന്ന് മറ്റൊരാൾ അറിയരുത്."

ഞാൻ മൂന്ന് പേരോടുമായി പറഞ്ഞു.

അപ്പോഴേക്കും ഹോട്ടലിലെത്തിയിരുന്നു. യാത്രാക്ഷീണം എല്ലാവരുടേയും മുഖത്തുണ്ട്. കൊച്ചിയിൽനിന്നും കോഴിക്കോട്ടേക്കെത്തണ്ടേ? അതും പകൽ!

വിവേക് മനുവിനോടും മിഥുനിനോടുമായി പറഞ്ഞു: "നാളെ മൊത്തം ക്യാമ്പസ് സീനുകളാണ്. വാർഡിലും വരാന്തയിലും ഗാർഡനിലും ലക്ചർ ഹാളിലുമായി. വൈസ് പ്രിൻസിപ്പൽ പ്രതാപൻ സാറിനോട് അനുവാദം വാങ്ങാൻ പറഞ്ഞു. അദ്ദേഹം ക്യാമ്പസിന്റെ റുട്ടീൻ വർക്കിന് തടസ്സമുണ്ടാക്കാത്ത വിധത്തിൽ ഷൂട്ട് ചെയ്തോളാൻ പറഞ്ഞു. ശ്രദ്ധിക്കുക. കുറച്ച് ക്രൗഡും വേണം. കൂടുതലും ഗൗതമും അതിഥിയും കൂട്ടുകാരുമായുള്ള കോമ്പിനേഷൻ സീനുകളാണ്. പ്രവീൺ, ഫ്രൻസിന് ഒരു റിഹേഴ്സൽ നല്ലതാണ്.

ആർട്ട് ഡിസൈനർക്ക് വലുതായൊന്നും ചെയ്യാനില്ല. ഗവൺമെന്റ് മെഡിക്കൽ കോളേജായതുകൊണ്ട് വൈറ്റ് വാഷ് ഒക്കെ ചെയ്തിട്ട് വർഷങ്ങളായി. ആ പഴയ ക്യാമ്പസ് അങ്ങനെതന്നെ കിട്ടും. അന്ന് ചെയ്തപോലെ പുതുതായി പണി കഴിച്ച ഭാഗങ്ങൾ ഒഴിവാക്കണം. 1974-80 കാലഘട്ടമാണ്. മറക്കരുത്...."

"പക്ഷേ, ഒരു കുഴപ്പമുണ്ട്." പ്രവീൺ പറഞ്ഞു. "ലൈബ്രറി റിനോവേഷൻ കഴിഞ്ഞതാ. മാത്രമല്ല കമ്പ്യൂട്ടറുകളും."

"അന്ന് കമ്പ്യൂട്ടറൊന്നും വന്നില്ലാലോ."

"ഉവ്വ്. അതൊരു പ്രശ്നമാണ്. ലൈബ്രറി കവാടം എടുത്തിട്ട് പിന്നെ എന്തെങ്കിലും പഴയ വായനശാലയിലോ മറ്റോ ചിത്രീകരിക്കാം. ക്യൂബിക്കിൾസ് സീനുകൾ ഏതെങ്കിലും ഇന്റർനെറ്റ് കഫേകളിൽ നിന്നുമെടുക്കാം. മെഡിക്കൽ പുസ്തകങ്ങൾ കുറച്ച് ശേഖരിക്കേണ്ടി വരും."

"അത് ഞാനെന്റെ സുഹൃത്ത് ഡോ. ആഷിഖിനോട് പറഞ്ഞ് ശരിയാക്കാം" വിധു പറഞ്ഞു. "ആഷിഖ് മിംസിലെ ഫിസിഷ്യനാണ്."

"ഓ, നിന്റെ മെഡിക്കൽ എഡ്വൈസർ! ആശുപത്രി സീനുകളെല്ലാം ഇവൻ ഡോ. ആഷിഖിനോട് ഡിസ്കസ് ചെയ്തിട്ടാണ് എഴുതുന്നത്."

അതിഥി എന്നെ നോക്കി കണ്ണിറുക്കി.

"ഓകെ ഗൈസ്. ഗുഡ്നൈറ്റ്. എല്ലാവരും നാളത്തേക്ക് ഒരുങ്ങിക്കോ...."

മുറിയിലേക്ക് പോകുമ്പോൾ അതിഥി പറഞ്ഞു: "അപ്പോൾ അതാണ് കാര്യം. കള്ളനെ പിടികിട്ടിയല്ലോ!"

ഞാനവളുടെ ചെവിക്ക് പിടിച്ചു. "പോടി... ന്യൂജെൻ ഡോക്ടർമാർക്കെങ്ങനെ നാല്പത്തി രണ്ട് വർഷങ്ങൾക്ക് മുമ്പത്തെ ക്യാമ്പസ് അറിയ്യ്യാ?"

അമളി മനസ്സിലാക്കിയ അവൾ ഓടിപ്പോയി.

നാല്

ഷൂട്ടിങ് പതിവുപോലെ നടന്നു. വലിയ പ്രശ്നമൊന്നും ഉണ്ടായില്ല. ചില സീനുകൾ റീട്ടേക്ക് വേണ്ടിവന്നു. പ്രത്യേകിച്ചും അതിഥിയുടെ കന്യാസ്ത്രീ ചേഷ്ടകൾ. വിവേകിനത്ര ദഹിച്ച മട്ടില്ല. കന്യാസ്ത്രീകളുമൊത്ത് ഹോംവർക്ക് ചെയ്യാൻ പറഞ്ഞതാണ്. റിഹേഴ്സലിൽ ചെയ്തപോലെയല്ലല്ലോ ഇപ്പോൾ എന്നൊക്കെ തട്ടിക്കയറുന്നുണ്ടായിരുന്നു.

കോളേജിന്റെ പടിഞ്ഞാറെ ഗേറ്റിന്നപ്പുറത്തായിരുന്നു കാരവൻ നിർത്തിയത്. മേക്കപ്പ് ചെയ്ത് പെട്ടെന്നുതന്നെ ക്യാമ്പസിലേക്ക് കടക്കാൻ എളുപ്പമായിരുന്നു. അവിടെ മതിലുള്ളതുകൊണ്ട് പുറത്തുള്ളവർക്ക് കാണാനുമാവില്ല.

കന്യാസ്ത്രീ വേഷത്തിൽ അതിഥിയുടെ വരവായിരുന്നു രസം. കോസ്റ്റ്യൂം ഡിസൈനർ സമീറ മെയ്ക്കോവർ നന്നായി ചെയ്തിട്ടുണ്ട്. അതിഥിയുടെ മറ്റൊരു മുഖം. പലപ്പോഴും ഒരു കന്യാസ്ത്രീയുടെ ഗൗരവത്തോടെയുള്ള അഭിനയം. മുമ്പ് ചെയ്തപോലല്ല. മിഥുനും മനുവും പിന്നെ കൂട്ടുകാരായി വന്ന വിദ്യാർത്ഥികളുടെ സഹകരണവുംകൊണ്ട് നാലഞ്ച് സീനുകൾ എടുക്കാൻ കഴിഞ്ഞു.

സെറ്റിൽവെച്ച് വിധുവിനെ ഒറ്റയ്ക്ക് കിട്ടിയപ്പോൾ ഞാൻ ഇന്നലത്തെ കാര്യം സൂചിപ്പിച്ചു. മറക്കരുതെന്ന് പറഞ്ഞപ്പോൾ വിവേകിനോടുകൂടി ചോദിച്ചിട്ട് എല്ലാം വിശദീകരിക്കാമെന്ന് വാക്ക് തന്നു.

രാത്രി ഷൂട്ടിങ് ഇല്ലാത്തതുകൊണ്ട് അതിഥിയും മുങ്ങി. തപ്സിയും അമിതാബ് ബച്ചനും തകർത്തഭിനയിച്ച *ബദ്‌ല* കാണാൻ പോയി. ക്രൗണിലാണ്. അത് നന്നായി.

“ഗൗതം, നിന്നോടെല്ലാം തുറന്ന് പറയുന്നതിൽ തെറ്റില്ല” വിധു പറഞ്ഞു. നമ്മളിപ്പോൾ ഒരു കുടുംബം പോലെയാണല്ലോ. മാത്രമല്ല നീയും

അതറിയണം."

"സിനിമ എന്നത് ഒരു ടീം വർക്കാണ്. അവിടെ രഹസ്യങ്ങൾക്ക് പ്രസക്തിയില്ല" വിവേക് പറഞ്ഞു. "അതിഥി അറിഞ്ഞാലും കുഴപ്പമില്ല. മറ്റ് ക്രൂസ് മെമ്പേഴ്സ് അറിയാതെ കോൺഫിഡൻഷ്യലായി വെക്കണം."

വിധു ആ കഥ പറഞ്ഞു.

"ഇപ്പോഴും അവനത് വിശ്വസിക്കാനാവുന്നില്ല. അമ്മയുടെ മൂത്ത ചേച്ചി ദേവകി ടീച്ചറാണത്രെ അവന് ആ സ്ക്രിപ്റ്റ് നല്കിയത്. അവർ തൃപ്പൂണിത്തുറയിൽ ഒരു സ്കൂളിൽ മലയാളം ടീച്ചറായിരുന്നു. റിട്ടയേഡായിട്ട് ഇരുപത് വർഷങ്ങളോളമായി.

പഴയ ടി ടി സി. ഇപ്പോൾ ആ കോഴ്സ് തന്നെ ഉണ്ടോന്ന് സംശയം.

അവരെ അതേല്പിച്ചത് ഒരു റിട്ടയേഡ് നഴ്സിംഗ് സൂപ്രണ്ടാണത്രെ. എലിസബത്തെന്നോ മറ്റോ പേരുള്ള ഒരു തെക്കൻ ഹൈറേഞ്ചുകാരി. അവർ മകളോടൊപ്പം ദേവകി ടീച്ചറുടെ അയൽപ്പക്കത്തെ ഒരു വാടക വീട്ടിൽ കുറച്ചുകാലം ഉണ്ടായിരുന്നു. ദേവകി ടീച്ചർ മലയാളം അദ്ധ്യാപികയായതുകൊണ്ടാകാം അത് കൊടുത്തത്. പക്ഷേ, ടീച്ചർ അതിതുവരെ തുറന്നു നോക്കിയിട്ടില്ല.

കുടലിൽ ക്യാൻസർ ബാധിച്ച് ചികിത്സയ്ക്കായാണവർ അവിടെ എത്തിയത്. അത്യാസന്നനിലയിലായിരുന്ന എലിസബത്ത് പിന്നീട് മരിച്ചപ്പോൾ മക്കൾ സ്ഥലംമാറ്റം വാങ്ങി തെക്കെങ്ങോട്ടോ പോയി. എലിസബത്തിനെ ഇതേല്പിച്ചത് ഒരു ലേഡി ഡോക്ടറാണത്രെ. അവർ ഏതോ കൊലക്കേസ് പ്രതിയായിരുന്നെന്നും, പണ്ട് ജോലി ചെയ്തിരുന്നിടത്തു നിന്നും പരിചയപ്പെട്ടതാണെന്നും പറഞ്ഞത് ദേവകി ടീച്ചറോർക്കുന്നു. പിന്നീടവരെക്കുറിച്ച് യാതൊരു വിവരവുമില്ലത്രേ! ഇരുപത് വർഷങ്ങളോളമായിട്ടും ഈ സ്ക്രിപ്റ്റിന് അവകാശികളാരുമില്ല. എഴുതിയതാരാണെന്ന് ആർക്കും ഒരു പിടിയുമില്ല. കാലപ്പഴക്കംകൊണ്ട് പല പേജുകളും കീറിപ്പോയിട്ടുണ്ട്. വാലൻമൂട്ട തിന്നതു വേറെയും.

തന്റെ മകൻ സിനിമയ്ക്ക് കഥയെഴുതുന്നവനാണെന്നു കേട്ടല്ലോ എന്ന് പറഞ്ഞാണ് മൂത്തമ്മ ഇത് അമ്മയ്ക്ക് കൊടുത്തത്. ഞാനും വിവേകും പറ്റാവുന്ന സ്ഥലങ്ങളിലൊക്കെ പോയി അന്വേഷിച്ചു. ആർക്കും ആരെപ്പറ്റിയും ഒന്നും അറിഞ്ഞുകൂടാ. ഇരുപത് വർഷങ്ങളോളമായില്ലെ! ചിലപ്പോൾ അതിലുമപ്പുറം! അതുകൊണ്ടാണ് ഇങ്ങനെയൊരു റിസ്ക്ക് എടുത്തത്. ഇനിയാരും അവകാശം പറഞ്ഞ് വരാനിടയില്ല. ഈ സ്ക്രിപ്റ്റ് ഞങ്ങളെയും അമ്പരപ്പിച്ചു."

വിധു പെട്ടിയിൽനിന്നും അത് എടുത്തുകൊണ്ടുവന്നു. കെട്ടുപഴകിയ ഒരു കെട്ട് കടലാസുകൾ. പേജുകൾ പലതും മങ്ങിയിരിക്കുന്നു. പിഞ്ഞിപ്പോയിരിക്കുന്നു.

പക്ഷികൾ കൂടണയുന്നില്ല.

എഴുത്തുകാരിയുടെ പേരില്ല. മറിച്ച് നോക്കിയപ്പോൾ രണ്ടാമത്തെ പേജിൽ മുൻകൂർ ജാമ്യമെന്നോണം ഒരു കുറിപ്പു കണ്ടു. ജീവിച്ചിരിക്കു

ന്നവരോ മരിച്ചവരോ ആയ ആരുമായും ഇതിലെ കഥാപാത്രങ്ങൾക്ക് യാതൊരു ബന്ധവുമില്ല. ഇതിലെ കഥയും കഥാപാത്രങ്ങളും തികച്ചും സാങ്കല്പികം മാത്രമാണ്......

"നിനക്കിത് വായിക്കാൻ തരാം. പക്ഷേ, രണ്ടുദിവസംകൊണ്ട് മട ക്കിത്തരണം.

ഞങ്ങൾ ഇതിൽ കുറേ മാറ്റങ്ങൾ വരുത്തിയിട്ടുണ്ട്. കൂട്ടിച്ചേർത്തി ട്ടുണ്ട്. നായകന്റെ പേര് മാറ്റിയിട്ടുണ്ട്. കുറെ സീനുകൾ ഒഴിവാക്കിയി ട്ടുണ്ട്.

ക്യാമ്പസിലെ ചില കാര്യങ്ങൾ ഡോ. ആഷിഖിനോട് ഡിസ്ക്കസ് ചെയ്തിരുന്നു. അവൻ അമ്പത്തിരണ്ടാം ബാച്ചാണത്രെ. 2014 ലോ മറ്റോ പുറത്തിറങ്ങിയ എം.ഡി കഴിഞ്ഞതുതന്നെ കഴിഞ്ഞ വർഷവും. നമ്മുടെ കഥ നടക്കുന്നത് 1974–80 കാലയളവിലല്ലെ. അതുകൊണ്ട് വലിയ ഗുണം ചെയ്തില്ല."

പഠിപ്പിച്ച അദ്ധ്യാപകരായിരിക്കണം ആ കാലഘട്ടത്തിൽ അവിടെ ഉണ്ടായിരിക്കുക. ആഷിഖ് ഒരാളെ പരിചയപ്പെടുത്തി തന്നു. ഡോ. രാ ധാകൃഷ്ണൻ. 1974 ബാച്ചിലെ. രാത്രി പത്ത് മണിക്കാണ് അപ്പോയ്ൻമെന്റ് തന്നതുതന്നെ. അപ്പോഴും വീട്ടിൽ രോഗികൾ നിരന്നിരിക്കുന്നു. പുള്ളിക്ക് സിനിമ തന്നെ ചതുർത്ഥിയാണ്. പഠിച്ചിരുന്ന കാലത്തല്ലാതെ പിന്നെ ഒരു സിനിമപോലും കണ്ടിട്ടില്ലാത്രേ. പഴയ കാലമെല്ലാം ഒരു മങ്ങിയ ഓർമ്മ യാണെന്നും ഓർത്തെടുക്കാൻ പ്രയാസമാണെന്നും പറഞ്ഞു. ആ തിര ക്കിൽനിന്നും ഞങ്ങളെ ഒഴിവാക്കിയതാവും.

വിവേകിന് അത്ര ഇഷ്ടപ്പെട്ടില്ല. "ഈ പ്രായത്തിലും ഈ അസ മയം വരെ ഇവരൊക്കെ പ്രാക്ടീസ് ചെയ്യുന്നതുകൊണ്ടാവണം ന്യൂജൻ ഡോക്ടർമാരെല്ലാം കോർപ്പറേറ്റ് ബന്ദികളാവുന്നത്! വെറുതെയല്ല. മതി. നമുക്ക് ആ സ്ക്രിപ്റ്റ് വെച്ചുതന്നെ ഫോളോ ചെയ്യാം."

"നോക്കൂ ഗൗതം പറഞ്ഞതോർമ്മയുണ്ടല്ലോ. രണ്ടുദിവസംകൊണ്ട് തിരിച്ചു തരണം. പിന്നെ ഫോട്ടോകോപ്പി എടുക്കുകയുമരുത്."

"അതിഥി അറിഞ്ഞാൽ കുഴപ്പമില്ല. മറ്റാരും വേണ്ട." വിവേക് വീണ്ടും പറഞ്ഞു.

തലകുലുക്കി ഞാൻ അതുമായി മുറിയിലേക്ക് നീങ്ങി. പാതിരാത്രി ആയതുകൊണ്ട് വരാന്തയിൽ ആരുമില്ല.

മുറിയിൽ വാർഡ്റോബിലെ ലോക്കറിൽ ഞാനത് ഭദ്രമായി വെച്ചു. പെട്ടെന്ന് ആരെങ്കിലും കയറി വന്നാൽ കാണാനിട വരരുതല്ലോ.

ഷവറിൽനിന്നും മഴപോലെ പെയ്യുന്ന വെള്ളത്തുള്ളികൾ.... അറി ഞ്ഞതേയില്ല. എന്റെ മനസ്സ് മുഴുവനും ആ ലോക്കറിലായിരുന്നു.

അജ്ഞാതനായ ആ എഴുത്തുകാരനെ അല്ലെങ്കിൽ എഴുത്തുകാ രിയെ മനസ്സാ വണങ്ങി ഞാൻ ആ സ്ക്രിപ്റ്റ് കൈയിലെടുത്തു.

പെട്ടെന്ന് ഇന്റർകോം ശബ്ദിച്ചു.

"അതിഥിയാണ്."

"ഒരു സർപ്രൈസുണ്ട്. വാ...."

അവൾ പെട്ടെന്ന് എത്തി. ഡിന്നർ വരുന്ന വഴിക്ക് ആദാമിന്റെ ചായ ക്കടയിൽനിന്ന് കഴിച്ചത്രെ. *ബദ്‌ല* ഉഗ്രൻ എന്നും. തപ്സി അവളുടെ ഫേവ റെയിറ്റ് ഹീറോയിനാണ്.

ഞാൻ വിധു പറഞ്ഞ കഥ വീണ്ടും ആവർത്തിച്ചു.

"അവിശ്വസനീയം!" അവൾ പിറുപിറുത്തു.

"നീ വായിക്ക്.... ഞാൻ കേൾക്കാം. എന്റെ മലയാളം അത്ര നല്ല തല്ല."

അവൾ തലകുലുക്കി. വായിച്ചു തുടങ്ങി.

"പക്ഷികൾ കൂടണയുന്നില്ല."

പക്ഷികൾ കൂടണയുന്നില്ല
തിരക്കഥ

ഈ സിനിമയുടെ കഥയും കഥാപാത്രങ്ങളും തികച്ചും സാങ്കല്പികം മാത്രമാണ്. ജീവിച്ചിരിക്കുന്നവരോ മരിച്ചവരോ ആയ ആരുമായും ഇതിലെ കഥാപാത്രങ്ങൾക്ക് യാതൊരു ബന്ധവുമില്ല. അങ്ങനെ തോന്നുന്നുവെങ്കിൽ അത് യാദൃച്ഛികം മാത്രമാണ്.

All characters appearing in this film are fictitious. Any resemblance to real person living or dead is purely coincidental.

സീൻ 1

സ്ക്രീനിൽ നിറഞ്ഞു നില്ക്കുന്ന വിധത്തിൽ റെഡ്ക്രോസ് ചിഹ്നത്തിന്റെയും ചുറ്റിവളഞ്ഞിരിക്കുന്ന സർപ്പങ്ങളുടെയും ക്ലോസപ്പ്.

പിന്നെ അകന്നകന്നു പോകുകയായി. ഒടുവിൽ ഏതോ ഒരു വിദേശ നിർമ്മിത കാറിന്റെ ഫ്രണ്ട് ഗ്ലാസിൽ ഇടത് ഭാഗത്തായി പതിച്ച സ്റ്റിക്കർ.

ഇപ്പോൾ സ്ക്രീനിൽ മുഴുവൻ അത്തരത്തിലുള്ള ഒരുപാട് കാറുകളുടെ ദൃശ്യമാണ്. ഏതോ ഒരു വലിയ ബിൽഡിങ്ങിന്റെ കോമ്പൗണ്ടിനകത്ത്. എല്ലാറ്റിലും മേൽപ്പറഞ്ഞ ഡോക്ടേഴ്സ് സ്റ്റിക്കറുണ്ട്.

ബിൽഡിങ്ങിന്റെ മുൻവശത്തായി ഒരു വലിയ ബാനർ.

ഇന്ത്യൻ മെഡിക്കൽ അസോസിയേഷൻ സംസ്ഥാന സമ്മേളനം.

1999 ഡിസംബർ 17, 18, 19

കൊച്ചി ഐ എം എ ഹൗസിൽ.

താഴെ ഇംഗ്ലീഷിലുമുണ്ട്.

സീൻ 2

ബിൽഡിങ്ങിന് മുൻവശത്തായി ഒരാൾക്കൂട്ടം. ചിലരെന്തോ കൂട്ടം കൂട്ടമായി ചർച്ച ചെയ്യുന്നു. മറ്റ് ചിലർ അങ്ങോട്ടുമിങ്ങോട്ടും ധൃതിയിൽ കടന്നുപോകുന്നു. ചിലർ കാറിന്നടുത്തേക്ക്. എല്ലാവരും ഭംഗിയായി വസ്ത്രധാരണം ചെയ്തിരിക്കുന്നു. ചിലർ സ്യൂട്ടുകളിൽ. ഭൂരിപക്ഷം പേരും ടൈ ധരിച്ചിട്ടുണ്ട്. അവരുടെ കൈകളിലെല്ലാം സമ്മേളനത്തിന്റെ ബ്രോഷറുണ്ട്.

ഇപ്പോൾ ദൃശ്യമാകുന്നത് ഒരു സമ്മേളനത്തിന്റെ നിർവ്വാഹക സമിതിയുടെ ചുറ്റുവട്ടങ്ങളാണ്.

ഓരോ വാതിലുകൾക്കും മുകളിലായി ബോർഡുകൾ

ORGANISING SECRETARY
EXECUTIVE COMMITTEE
TREASURER
ACCOMMODATION/FOOD
SCIENTIFIC SESSION

സീൻ 3

DELEGATES REGISTRATION എന്ന് കുറിച്ചുവെച്ചിരിക്കുന്ന മുറിയിൽ നാലഞ്ച് ഡോക്ടർമാർ കത്തുകൾ വായിക്കുന്നു. എന്തൊക്കെയോ പേപ്പറിൽ കുറിക്കുന്നു. കുറച്ചുപേർ കമ്പ്യൂട്ടറിന് മുന്നിൽ.

കൂട്ടത്തിൽ ഒരു ഡോക്ടർ ഒരു എയർമെയിൽ കൈയിലെടുത്ത് നീട്ടി വിളിച്ച് കൂവുന്നു:

"ഹലോ ഡോ. സക്കറിയ. ഒരു പേഴ്സണൽ ലെറ്റർ ഉണ്ട്."

ഡോ. സക്കറിയ *(45–നോടടുത്ത പ്രായം. ജരാനരകൾ അവിടവിടെ)* ഇരുന്നിടത്തുനിന്നും എഴുന്നേറ്റ് കത്ത് വാങ്ങിക്കുന്നു. സംശയത്തോടെ തിരിച്ചും മറിച്ചും നോക്കുന്നു. പിന്നെ പൊട്ടിച്ച് വായിക്കുന്നു. ഒരു സ്ത്രീയുടെ മനോഹരമായ കൈപ്പട.

Dr. RACHEL B VARGHESE
2811 JOHN WEST ROAD
2005 DULLAS. TEXAS - 75228
U S A

പ്രിയപ്പെട്ട സക്കറിയ

ഞാൻ വരുന്നു. എനിക്കുവേണ്ടി ഒരു റൂം കരുതിവെക്കുക.

Demand draft and Registration form enclosed.

റേച്ചൽ

ഡോ. സക്കറിയയുടെ മുഖത്ത് റിയാക്ഷൻസ്. വിശ്വാസം വരാതെ വീണ്ടും വായിക്കുന്നു. കത്തിന്റെ കൂടെ ഡി ഡിയും രജിസ്ട്രേഷൻ ഫോമും ഉണ്ട്. അത് കണ്ട് ഒരു ഡോക്ടർ:

ഡെലിഗേറ്റാ? സ്റ്റേറ്റ്സിൽ നിന്നാണല്ലോ! ഇതെന്താ നിന്റെ പേരിൽ?

ഡോ. സക്കറിയ: *(ചമ്മലോടെ)* എന്റെ പഴയൊരു ക്ലാസ്മേറ്റ്.

ഡോക്ടർ രജിസ്ട്രേഷൻ ഫോമും ഡി ഡിയുമെടുക്കുന്നു.

ഡോക്ടർ : അമേരിക്കൻ കക്ഷിയല്ലെ. സ്വല്പം ലക്ഷ്വറി തന്നെ ആയിക്കോട്ടെ. ബോൾഗാട്ടി പാലസോ, താജോ? ഒരേ

റേറ്റാണ്.

സക്കറിയ : ആളൊരു കവയിത്രി കൂടിയാണ്.

ഡോക്ടർ : എങ്കിൽ ബോൾഗാട്ടിയിലെ ഹണിമൂൺ കോട്ടേജാവും നല്ലത്. നഗരത്തിൽ നിന്നകന്ന് കായലോരത്ത് കവി മനസ്സുണർന്നോളും.

സക്കറിയ മന്ദഹസിക്കുന്നു. പേര് കുറിച്ചെടുത്ത സ്ലിപ്പുമായി ഡോക്ടർ മുറിക്ക് പുറത്തേക്ക്.

സക്കറിയ ഒരു നീണ്ട ലിസ്റ്റെടുത്ത് അതിൽ ഡോ. റേച്ചൽ ബി വർഗീസ് എന്നെഴുതി ചേർക്കുന്നു. പിന്നെ കത്തെടുത്ത് വീണ്ടും വായിക്കുന്നു.

അതേ സീനിന്റെ തുടർച്ച. ഓർമ്മകളുടെ ഒരു സ്വീക്വൻസ്.

1. കോഴിക്കോട് മെഡിക്കൽ കോളേജ് ക്യാമ്പസ് – വിദ്യാർത്ഥികളുടെ കൂട്ടം. സക്കറിയയും റേച്ചലും ആ കൂട്ടത്തിലുണ്ട്.
2. കവിത വായിക്കുന്ന കന്യാസത്രീ – റേച്ചൽ സ്റ്റേജിൽ.
3. കന്യാസ്ത്രീയായ റേച്ചലും സക്കറിയയും ഒന്നിച്ച് നടക്കുന്ന ചില ദൃശ്യങ്ങൾ.
4. രണ്ടുപേരും പുസ്തകങ്ങൾ കൈമാറുന്ന സന്ദർഭങ്ങൾ.
5. റെയിൽവേ സ്റ്റേഷനിൽ റേച്ചൽ സക്കറിയയോട് യാത്ര പറയുന്ന ദൃശ്യം.

സീൻ 4

വീണ്ടും അതേ ദൃശ്യം. പകൽ സമയം. ഡോക്ടർമാർ അങ്ങോട്ടുമിങ്ങോട്ടു പരക്കംപായുന്നു. എന്തൊക്കെയോ കുറിച്ചുകൊണ്ടിരിക്കുന്നു. കൂട്ടത്തിൽ ഡോ. സക്കറിയ. കണ്ണടയുണ്ട്. ഫോൺ ബെല്ലടിക്കുന്നു. സക്കറിയ എടുക്കുന്നു.

ഹലോ! *(അങ്ങേ തലയ്ക്കൽ നിന്ന് ശബ്ദം)*

സക്കറിയ : ഹലോ!

റിസീവറിൽ നിന്ന് ശബ്ദം : ഹലോ, ഞാനാണ് റേച്ചൽ.

സക്കറിയ : ഹലോ, ആര്? കേൾക്കുന്നില്ലല്ലോ. ക്ലിയറല്ല.

ശബ്ദം *(ഉച്ചത്തിൽ)* : ഞാനാണ് റേച്ചൽ. ഡോ. റേച്ചൽ ബി വർഗീസ്.

സക്കറിയയുടെ എക്സ്പ്രഷൻസ്: റേച്ചലോ?

ശബ്ദം : ഞാൻ ടെക്സാസിൽ നിന്നാണ്. I will be there on the day after tomorrow.

സക്കറിയ : എവിടെ?

ശബ്ദം : ബോംബേല് early morning ന് എത്തും. വൈകീട്ടവിടെ

നെടുമ്പാശ്ശേരീല്. ഇന്ത്യൻ എയർലൈൻസ് കണക്ഷന്.

സക്കറിയ : ഹലോ! ഹലോ! Then how are you?

ശബ്ദം : Will you please wait for me there in the airport?

സക്കറിയ : ഒ കെ ഫ്ളൈറ്റ് നമ്പർ?

ശബ്ദം : ഐ സി 692. നാലേ മുപ്പതിനെത്തും. പിന്നെന്താ വിശേഷം?

സക്കറിയ : വന്നിട്ട് പറയാം.

(രണ്ടുപേരും ഒന്നും മിണ്ടുന്നില്ല)

ശബ്ദം : ബൈ

സക്കറിയ : ബൈ.

ഡോ.സക്കറിയ ആ ഷോക്കിൽനിന്നും വിമുക്തനല്ല എന്ന് വ്യക്തം.

ഡോക്ടർ സുഹൃത്ത്: ആരാ? ആ അമേരിക്കൻ കക്ഷിയാണോ?

സക്കറിയ അതെയെന്ന് തലയാട്ടി. സിഗററ്റെടുത്ത് കത്തിച്ച് പുറത്തേക്ക്.

സീൻ 5

മറ്റൊരു ദിവസം.

വൈകുന്നേരം അഞ്ച് മണിയോടടുത്ത നേരം.

നെടുമ്പാശ്ശേരി എയർപോർട്ട് കാർ പാർക്കിംഗ് ഏരിയ. ഫിയറ്റ് കാർ പാർക്ക് ചെയ്ത് വരുന്ന ഡോ. സക്കറിയ. ഒരു എക്സിക്യൂട്ടീവ് സ്റ്റൈൽ വേഷധാരണം. നേരെ ARRIVAL ലക്ഷ്യമാക്കി നടക്കുന്നു.

എയർപോർട്ടിൽനിന്നും ആളുകളിറങ്ങുന്നു. ഏതോ ഫ്ളൈറ്റ് എത്തിയിട്ടുണ്ടെന്ന് വ്യക്തം. പുറത്തേക്ക് വരുന്നവരുടെ കൂട്ടത്തിൽ ഡോ. റേച്ചൽ. നാല്പത്തി അഞ്ചിനോടടുത്ത പ്രായം. അത്ര തോന്നിക്കില്ല. മേക്കപ്പുണ്ട്. സാരി. കൈയിലൊരു വിദേശ നിർമ്മിത സൂട്ട്കേസ്. അവരുടെ കണ്ണുകൾ ഡോ. സക്കറിയയെ തിരയുന്നു. രണ്ടുപേരും നേർക്കുനേർ. ഒരു നിമിഷം കണ്ണുകളിടയുന്നു.

റേച്ചൽ : *(കൈവീശി)* ഹായ് സക്കറിയ!

സക്കറിയ : *(അത്ഭുതത്തോടെ)* റേച്ചൽ!

രണ്ടുപേരും എന്ത് പറയണമെന്നറിയാതെ അന്യോന്യം നോക്കി നിൽക്കുന്നു. പിന്നെ പരിസരബോധം വീണ്ടുകിട്ടി ഹസ്തദാനം ചെയ്യുന്നു. പിന്നെ ചുറ്റുവട്ടവും നോക്കുന്നു.

സക്കറിയ : ഹസ്ബന്റ് എവിടെ?

റേച്ചൽ : ഇല്ല. ഒറ്റയ്ക്കാണ്. പുള്ളിക്ക് പുള്ളീടേതായ തിരക്കുകൾ. പിന്നെ നമ്മുടെ കോൺഫ്രൻസല്ലെ. ബോറടിക്കും."

സക്കറിയ ചിരിക്കുന്നു. സൂട്ട്കേസ് വാങ്ങി കാറിന് നേരെ നീങ്ങുന്നു. റേച്ചൽ സക്കറിയയെ പിന്തുടരുന്നു. ആപാദചൂഢം നോക്കുന്നു. ആകപ്പാടെ ഒരു പ്രൗഢതയുണ്ടവർക്ക്, ആ വേഷത്തിലും പെരുമാറ്റത്തിലുമെല്ലാം.

സക്കറിയ : *(ഡിക്കിയിൽ ബാഗുകൾ വെച്ച് തിരിഞ്ഞുനിന്ന്)* എക്കോമഡേഷൻ ബോൾഗാട്ടി പാലസിലാണ്. ബുദ്ധിമുട്ടാവ്വോ? ഒറ്റയ്ക്ക്?

റേച്ചൽ : *(അതേ മട്ടിൽ തിരിച്ചടിച്ച്)* ഒറ്റയ്ക്കോ? അതിന് സക്കറിയയില്ലെ കൂടെ?

സക്കറിയ പകച്ച് നില്ക്കുന്നു. ഞെട്ടലോടെ. വീണ്ടും.

റേച്ചൽ : എന്തേ ഫാമിലിയുണ്ടോ കൂടെ?

സക്കറിയ ഇല്ലെന്ന് തലയാട്ടുന്നു. പിന്നെ ഡോർ തുറന്നുകൊടുത്ത് കാറിൽ കയറാൻ ആംഗ്യം കാട്ടുന്നു.

തുടർച്ച–

രണ്ടുപേരും കാറിനുള്ളിൽ. യാത്രയിൽ.

റേച്ചൽ : ഞാൻ കരുതി എന്നെ മറന്നുകാണുമെന്ന്.

സക്കറിയ : ഏയ്!

റേച്ചൽ : പക്ഷേ, എനിക്ക് മറക്കാനാവില്ലല്ലോ.
(കുറച്ചുനേരം മൗനം)

സക്കറിയ : യാത്രയൊക്കെ എങ്ങനെ?

റേച്ചൽ : ഹോ, ഹൊറിബിൾ! ബോംബെയിൽ പുലർച്ചെയെത്തി. Flight kept the correct time. അവിടെയാണ് ദുരിതം. ഇമിഗ്രേഷനും കസ്റ്റംസ് ക്ലിയറൻസും അവിടെത്തന്നെ.

(പിന്നെ നിർത്തി) നമ്മുടെ നാടിന് ഇപ്പോഴും ഒരു മാറ്റവുമില്ല. ആളുകളേ മാറിയിട്ടുള്ളൂ.

സക്കറിയ : റേച്ചലിനൊരു മാറ്റവുമില്ല.

റേച്ചൽ : പക്ഷേ, സക്കറിയ ഒരുപാട് മാറിപ്പോയി. ഒരുപാടൊരുപാട്.

സീൻ 6

ബോട്ടിൽ ഇരിക്കുന്ന സക്കറിയയും റേച്ചലും. റേച്ചൽ പുറംകാഴ്ചകൾ ശരിക്കും ആസ്വദിക്കുന്നുണ്ട്. സക്കറിയയുടെ ശ്രദ്ധ റേച്ചലിലാണ്.

ദൂരെനിന്നും കാണുന്ന ബോൾഗാട്ടി പാലസ് എന്ന ബോർഡ്. കരയ്ക്കടുക്കുന്ന ബോട്ട്. സക്കറിയ ഇറങ്ങുന്നു. ബാഗുകൾ കരയിൽ വെച്ച് റേച്ചലിന് നേരെ കൈനീട്ടുന്നു.

രണ്ടുപേരും പാലസിന്റെ റിസപ്ഷൻ കൗണ്ടറിൽ. റേച്ചൽ രജിസ്ട്രറിൽ ഒപ്പിടുന്നു. ഹോട്ടൽ ബോയി വന്ന് താക്കോലെടുത്ത് ബാഗുകളുമായി പുറത്തേക്ക് നടക്കുന്നു. റേച്ചലും സക്കറിയയും അയാളെ പിന്തുട

രുന്നു.

കായലിലേക്ക് തള്ളി നിൽക്കുന്ന ഹണിമൂൺ കോട്ടേജ്. അകത്ത് കയറി താക്കോൽ മേശപ്പുറത്തുവെച്ച് എല്ലാം ശരിയല്ലേ എന്നുറപ്പ് വരുത്തി സക്കറിയയോടും റേച്ചലിനോടും യാത്ര പറഞ്ഞ് ഹോട്ടൽ ബോയി പോകുന്നു.

റേച്ചൽ കായലിലേക്ക് തള്ളിനില്ക്കുന്ന ബാൽക്കണിയിലേക്ക് കടക്കുന്നു. അഴികളിൽ കൈകളൂന്നി കായലിലേക്ക് നോക്കി നില്ക്കുന്നു.

സക്കറിയ അടുത്തുവന്ന് റേച്ചലിന്നരികിൽ നിൽക്കുന്നു.

റേച്ചൽ : ഹൗ നൈസ് ഇറ്റീസ്!

സക്കറിയ : പതിനേഴാം നൂറ്റാണ്ടിൽ ഡച്ചുകാർ പണിതതാണീ കൊട്ടാരം. പഴയ Pepper Jungle -മുളകുകാട്. പിന്നീട് ബ്രിട്ടീഷ് റസിഡൻസി ആസ്ഥാനമായി. ഇപ്പോൾ നമ്മുടെ ടൂറിസ്റ്റ് വകുപ്പിന്റെ കീഴിലും. (നിർത്തി, റേച്ചലിനെ നോക്കി) പുതുതായി കുറച്ച് ഹണിമൂൺ കോട്ടേജുകൾ പണിതതൊഴിച്ചാൽ അവർ വലിയ കുഴപ്പമൊന്നും ഉണ്ടാക്കീട്ടില്ല. എല്ലാം പഴയപോലെ തന്നെ.

റേച്ചൽ : *(അത്ഭുതത്തോടെ)* ഹണിമൂൺ കോട്ടേജ്!

സക്കറിയ : ഉം. പ്രണയിതാക്കൾക്കും നവ ദമ്പതികൾക്കും മാത്രമായി ഭൂമിയിൽ ഒരു സ്വർഗ്ഗം. സർക്കാർ ചെലവിൽ.

റേച്ചൽ : ഏതായാലും സക്കറിയയുടെ സെലക്ഷൻ കൊള്ളാം.

(തിരിഞ്ഞുനിന്ന് സക്കറിയയുടെ ഷർട്ടിന്റെ ചുളിവുകൾ നേരെയാക്കുന്നു. സക്കറിയ റേച്ചലിന്റെ തോളിൽ കൈവെക്കുന്നു)

സക്കറിയ : കത്ത് കിട്ടിയപ്പോൾ വിശ്വസിക്കാൻ കഴിഞ്ഞില്ല. ഒട്ടും പ്രതീക്ഷിച്ചതല്ല.

റേച്ചൽ : നാം പ്രതീക്ഷിക്കുന്നതുപോലെയാണോ എല്ലാം? *(സക്കറിയയെ നോക്കി ചിരിക്കുന്നു)*

സക്കറിയ : എക്കമഡേഷൻ എവിടെ വേണമെന്ന് ചോദിച്ചപ്പോൾ ഞാൻ സെക്രട്ടറിയോട് പറഞ്ഞു. ആളൊരു കവയിത്രിയാണെന്ന്. പിന്നെ ഫോറിൻ ഡെലിഗേറ്റല്ലെ. അല്പം നൊസ്റ്റാൾജിക് എഫക്ട് തരുന്ന സ്ഥലമാവട്ടെയെന്ന് കരുതി.

റേച്ചൽ : പഴയ ഓർമ്മകളിലേക്ക് ഊളിയിടാൻ.... അല്ലെ?

(*സക്കറിയ തല കുലുക്കുന്നു. ശരിയെന്ന മട്ടിൽ. മൗനം)*

സക്കറിയ : ഞാൻ പോട്ടെ. ഒരുപാട് പണിയുണ്ട്. അവരെന്നെ കാത്തിരിക്കും. നാളെ കോൺഫ്രൻസ് തുടങ്ങുകയല്ലെ.

റേച്ചൽ : ഓ... ഒരു സക്കറിയ ഇല്ലെങ്കിലും കോൺഫ്രൻസ് നടക്കും.

സക്കറിയ : റേച്ചലിന് യാത്രാക്ഷീണം കാണും. ഒന്നു മയങ്ങി ഫ്രഷാവ്. അപ്പോഴേക്കും ഞാനെത്തും.

റേച്ചൽ : *(കൈകൾ ചേർത്തുപിടിച്ച്)* തീർച്ച?
സക്കറിയ : തീർച്ച.
(സക്കറിയ വാതിൽ തുറന്ന് പുറത്തേക്ക്)

സീൻ 7

രാത്രി

മുറിക്കുള്ളിൽ റേച്ചൽ. വാതിൽ ലോക്ക് ചെയ്യുന്നു. സൂട്ട്കേസ് തുറക്കുന്നു.

വസ്ത്രങ്ങൾ പുറത്തെടുത്തിടുന്നു. ഒരു നിശാവസ്ത്രമെടുത്ത് മാറ്റി വെക്കുന്നു. അടിവസ്ത്രങ്ങളും. പിന്നെ എന്തോ തിരയുന്നപോലെ. സൂട്ട്കേസിന്നടിയിൽ ഒരു സ്റ്റെതസ്കോപ്പ്. കുറച്ചുനേരം നോക്കിനിന്ന് അതിന്മേൽ പുറത്തേക്കെടുത്ത വസ്ത്രങ്ങളിടുന്നു. ഒരു നെടുവീർപ്പ്. എന്തൊക്കെയോ കണക്കുകൂട്ടലുകളുണ്ടെന്ന് വ്യക്തം. സൂട്ട്കേസ് അടയ്ക്കുന്നു.

വസ്ത്രങ്ങളഴിക്കുന്നു.

തുടർച്ച–

ബാത്റൂമിൽനിന്നും നിശാവസ്ത്രങ്ങളിൽ റേച്ചൽ പുറത്തേക്ക് വരുന്നു.

ബാൽക്കണിയിൽനിന്ന് തല തോർത്തുന്നു. പുറത്ത് കായലിൽ ബോട്ടുകളുടെ ശബ്ദം.

കുറച്ചുനേരം നോക്കിനില്ക്കുന്നു. പിന്നെ തിരിച്ചുവന്ന് കിടക്കയിൽ മലർന്ന് കിടക്കുന്നു.

ഫ്ളാഷ് ബാക്ക്
(FLASH BACK)

ഇരുപത്തഞ്ച് വർഷങ്ങൾക്ക് മുമ്പ്.

സീൻ 8

മെഡിക്കൽ കോളേജ് വരാന്ത. പകൽ സമയം.

ചുമരിൽ INTERVIEW എന്ന് Arrow Mark ഉള്ള ബോർഡ് കാണാം.

കുട്ടികൾ കൂട്ടംകൂടി നില്ക്കുന്നു. മാതാപിതാക്കളുമുണ്ട്. പലതരം വേഷക്കാർ. അക്കാലത്തെ ഫാഷൻ.

ആൺകുട്ടികൾ : ബെൽബോട്ടം പേന്റ്സ്, നീണ്ട കോളറുള്ള ഷർട്ട് *(ആന ച്ചെവി പോലെ)*

പെൺകുട്ടികൾ: സാരി. അക്കാലത്ത് സാരി നിർബ്ബന്ധമാണ്. ചുരിദാർ ഇല്ല.

കൂട്ടത്തിൽ മൂന്ന് കന്യാസ്ത്രീകളുണ്ട്. അവരിൽ ഒരു കന്യാസ്ത്രീ സർട്ടിഫിക്കറ്റുകളുടെ ഒരു ഫയൽ മാറോടടുക്കിപ്പിടിച്ചിരിക്കുന്നു. മറ്റ് രണ്ടു പേർ പ്രായം ചെന്നവരാണ്. ഓഫീസ് മുറിക്ക് മുമ്പിൽ കുട്ടികൾ. കൂട്ടത്തിൽ ഒരു കന്യാസ്ത്രീ ഒരു പേപ്പറെടുത്ത് – MBBS Admission Intimation Letter - ഓഫീസിലിരിക്കുന്ന ആൾക്കുനേരെ നീട്ടുന്നു. അയാൾ സെലക്ഷൻ ലിസ്റ്റെടുത്ത് Rev.Sr.Rachel എന്ന പേരിന് നേരെ അടയാളപ്പെടുത്തി ഒരു തുണ്ട് കടലാസിൽ നമ്പർ കുറിച്ച് കൊടുക്കുന്നു.

അയാൾ : പുറത്തുപോയി നിന്നോളൂ. നമ്പർ വിളിക്കുമ്പോൾ കടന്നാൽ മതി.

അവർ നില്ക്കുന്നിടത്ത് എതിരായി സക്കറിയ *(അത്ര ഫാഷനിലല്ല. അലങ്കോലപ്പെട്ട വേഷം)* കൈയിൽ ഒരു ഫയലുണ്ട് കൂടെ പ്രായം ചെന്ന ഒരാളുണ്ട്. തലേക്കെട്ട്. താടി. കുട. പേടിച്ചപോലുണ്ട്.

ആ പ്രകൃതം കണ്ടിട്ടായിരിക്കണം കുറച്ച് മെഡിക്കൽ വിദ്യാർത്ഥികൾ *(വൈറ്റ് ഓവർ കോട്ട്, സ്റ്റെതസ്കോപ്പ്, കൈയിൽ പുസ്തകം)* സക്കറിയക്കരികിലേക്ക് വരുന്നു. സിസ്റ്റർ റേച്ചൽ അത് ശ്രദ്ധിക്കുന്നു.

സിസ്റ്ററുടെ കാഴ്ചപ്പാടിൽ–

മെഡിക്കൽ
വിദ്യാർത്ഥികൾ: എന്താടാ ഇള്ത്ത്ണ്? എന്താ നിന്റെ പേര്?
സക്കറിയ *(പേടിച്ച് വിറച്ച്)* സ–ക്ക–റി–യ.

മറ്റൊരു
വിദ്യാർത്ഥി : ചക്കരിയ ഏത് കോളേജീന്നാ?

സക്കറിയ : ഫാറൂഖ് കോളേജ്.

മറ്റൊരു
വിദ്യാർത്ഥി : *(സക്കറിയയുടെ തോളിലമർത്തി)* അതേയ് കൃതാവൊക്കെ അരയിഞ്ച് മതി. മീശയൊക്കെയങ്ങ് വടിച്ചേര്....

ഒരു വിദ്യാർത്ഥി: *(പിതാവിനോടായി)* അസ്സലാമു അലൈക്കും.

പിതാവ് : വ അലൈക്കും സലാം.

ഒരു വിദ്യാർത്ഥി: അതേയ് ബാപ്പാ. മോനെയല്പം ഫോമിലൊക്കെ വിട്. ഇത് മെഡിക്കൽ കോളേജാ. നാളത്തെ ടാക്കിട്ടർമാരാവേണ്ടവരാ....

ഒരു വിദ്യാർത്ഥി: *(സക്കറിയയുടെ ഫയൽ വാങ്ങി സർട്ടിഫിക്കറ്റുകൾ മറിച്ചു നോക്കുന്നു)* ഡാ. ഡാ. ഡാ നോക്കടാ. ഇയാളാള് മോശല്യാലോ! കഥയ്ക്കൊക്കെ കൊറേ സർട്ടിഫിക്കറ്റ് കിട്ടിയിട്ടുണ്ടല്ലോ!

മറ്റൊരു
വിദ്യാർത്ഥി : *(പേരു നോക്കി. എന്തോ കണ്ടുപിടിച്ച പോലെ)* താനാ

ണല്ലെ ആ സക്കറിയ! അടുത്തിടെ ദേശാഭിമാനീല് ഒരു കഥയുണ്ടായിരുന്നല്ലോ. എന്താ അതിന്റെ പേര്?

(കന്യാസ്ത്രീകൾ അത് ശ്രദ്ധിക്കുന്നു. റേച്ചൽ പ്രത്യേകിച്ചും. കൗതുകത്തോടെ അത് നോക്കി നിൽക്കുന്നു)

സക്കറിയ : *(വിക്കി വിക്കി)* ഒഴുക്കിൽ ഒരില.

വിദ്യാർത്ഥി : എവിടാ നാട്?

സക്കറിയ : വടകര

ഒരു വിദ്യാർത്ഥി: *(പിന്നിൽനിന്നും)* ഇപ്പോ വിട്ടേക്ക്. ബാക്കി ക്ലാസ് തുടങ്ങീട്ട് മതി.

(അവർ പിരിഞ്ഞു പോകുന്നു. തിരിഞ്ഞുനിന്ന് കന്യാസ്ത്രീകളെ കണ്ടപ്പോൾ കളിയാക്കി)

ഈശോ മിശിഹായ്ക്ക് സ്തുതിയായിരിക്കട്ടെ!

കന്യാസ്ത്രീകൾ: ഇപ്പോഴും എപ്പോഴും സ്തുതിയായിരിക്കട്ടെ.

സീൻ 9

ANATOMY HALL എന്ന ബോർഡ്.
ANATOMY CLASS ROOM.

ശവശരീരങ്ങൾ. തലങ്ങും വിലങ്ങുമായി വിദ്യാർത്ഥികൾ. എല്ലാവരും വൈറ്റ് ഓവർകോട്ട് ധരിച്ചിട്ടുണ്ട്. ചിലർ Scalpels ഉം Forceps ഉം കൊണ്ട് ശവശരീരം കീറിമുറിക്കുന്ന തിരക്കിലാണ്. മറ്റ് ചിലർ നോക്കി നിൽക്കുന്നു. ചിലയിടത്ത് ട്യൂട്ടർമാർ പഠിപ്പിച്ച് കൊടുക്കുന്നു.

പ്രൊഫസറെന്ന് തോന്നിക്കുന്ന ഒരാൾ പ്ലാറ്റ്ഫോമിലുണ്ട്. മറ്റൊരു ലേഡി ഡോക്ടർ അരികെ. അവരെന്തോ സംസാരിച്ചുകൊണ്ടിരിക്കുന്നു.

ഒരു ശവത്തിന്റെ കൈ (Arm) യിൽ ഡിസ്കഷൻ ചെയ്തുകൊണ്ടിരിക്കുന്നു സക്കറിയയും കൂട്ടുകാരും. സിസ്റ്റർ റേച്ചലും കൂടെയുണ്ട്. എല്ലാവർക്കും നെയിം ബാഡ്ജുണ്ട്.

1. സക്കറിയ പി പി
2. സുധീർ കെ
3. റവ. സിസ്റ്റർ റേച്ചൽ
4. രവീന്ദ്രൻ പി ആർ
5. സേതുമാധവൻ എസ്
6. സജ്ന പി എം

ഒരു വിദ്യാർത്ഥി പുസ്തകം തുറന്നുപിടിച്ച് വായിക്കുന്നു. മറ്റുള്ളവർ അത് ശ്രദ്ധിക്കുന്നു. സിസ്റ്റർ റേച്ചലിന്റെ ശ്രദ്ധ സക്കറിയയിലാണ്. *(വളരെ മാറിപ്പോയിരിക്കുന്നു സക്കറിയ. ഇപ്പോൾ ഭംഗിയായി ഡ്രസ് ചെയ്തിട്ടുണ്ട്)*

സക്കറിയ : *(ഒരു വിദ്യാർത്ഥിയോടായി)* ഹോസ്റ്റലിൽ ചെന്നാലുള്ള കാര്യമാലോചിക്കുമ്പോൾ – വയ്യ. പോവാൻ തോന്ന്ണി

ല്ല്യ.

സേതുമാധവൻ: ഇന്നിനി എന്തൊക്കെയാണാവോ? മേല് വേദനിച്ചിട്ട് വയ്യ.

രവീന്ദ്രൻ : മെഡിക്കൽ സർബത്ത് കുടിച്ച് സക്കറിയ ഇന്നലെ ഛർദ്ദിച്ചുവല്ലെ?

സക്കറിയ : *(തലയാട്ടി)* ഹോ! സഹിച്ചൂടാ.

സജ്ന : മെഡിക്കൽ സർബ്ബത്തോ? എന്താദ്?

രവീന്ദ്രൻ : മുളകും, മല്ലീം, ഇഞ്ചീം, പഞ്ചസാരേം എല്ലാം കൂടെ ചേർത്ത ഒരു വെള്ളം.

(സിസ്റ്റർ റേച്ചലും സജ്നയും ചിരിക്കുന്നു)

സേതു : *(അവരെ നോക്കി)* നിങ്ങക്ക് റാഗിംഗൊന്നും ഇല്ലേ?

സജ്ന : പിന്നല്ലാതെ! ഇതാ, ഇത് കണ്ടോ? *(കൈയിലെ പാട് കാണിച്ച്)* ഇന്നലെ ഒരുത്തീടെ സാരി തേച്ചത് ശരിയാവാഞ്ഞിട്ട് കിട്ടിയതാ....

സക്കറിയ : അലക്കലും തേക്കലും ഷൂ പോളിഷ് ചെയ്യലും മറ്റും സഹിക്കാം. ഇടയ്ക്ക് വല്ലാതെ വൾഗറാവ്ണ്.....

(എതിർ വശത്ത് നിൽക്കുന്ന ആൺകുട്ടികൾ ശ്! എന്ന ആംഗ്യംകൊണ്ട് തുടർന്ന് പറയുന്നത് വിലക്കുന്നു)

ട്യൂട്ടർ : ഉം. What is the matter?

(ഒന്നുമില്ലെന്ന് വിദ്യാർത്ഥികൾ തലയാട്ടുന്നു)

സജ്ന : *(ശബ്ദം താഴ്ത്തി)* ഇതാരപ്പാ! ക്ലിന്റ് ഈസ്റ്റ് വുഡ്ഡോ! *(എല്ലാവരും ചിരിയിൽ പങ്കുചേരുന്നു)*

സീൻ 10

ലേഡീസ് ഹോസ്റ്റൽ.

സമയം – വൈകുന്നേരം അഞ്ച് മണി.

സിസ്റ്ററും മറ്റൊരു പെൺകുട്ടിയും തോട്ടത്തിൽ എന്തോ സംസാരിച്ച് നില്ക്കുന്നു. ഗെയിറ്റിന്നരികിൽ പ്രത്യക്ഷപ്പെടുന്ന സക്കറിയ. വിളറിയ മുഖം. പേന്റ്സും ടീഷർട്ടും. കൈയിലൊരു കവറുണ്ട്.

സക്കറിയയെ കണ്ടയുടനെ സിസ്റ്റർ അങ്ങോട്ട് നീങ്ങുന്നു. സക്കറിയ മടിച്ചാണെങ്കിലും ഉള്ളിലേക്ക് കടക്കുന്നു.

റേച്ചൽ : ഉം. എന്താ ഇങ്ങോട്ടൊക്കെ?

സക്കറിയ : സിസ്റ്ററെന്നെയൊന്ന് സഹായിക്കണം.

റേച്ചൽ : എന്തേ?

സക്കറിയ : ഫൈനലിയറിലെ എ കെ ആമിനയെ ഒന്നുവിളിച്ച് തരാമോ? ഈ കത്തൊന്ന് കൊടുക്കാനാ. സീനിയേഴ്സ് തന്നതാ. ഇപ്പോൾ തന്നെ മറുപടിയും വാങ്ങണം.

(കുറച്ച് സീനിയർ ഗേൾസ് അവർക്കരികിലേക്ക് വരുന്നു. സിസ്റ്ററുടെ

കൈയിൽനിന്നും കത്ത് വാങ്ങി നോക്കുന്നു)

ഒരു സീനിയർ
വിദ്യാർത്ഥിനി : ഇത് ആമിനക്ക്യാ-

മറ്റൊരു
വിദ്യാർത്ഥിനി : ആരാ തന്നത്?

സക്കറിയ : പേരറീല്ല. സീനിയേഴ്സാ.....

ഒരു വിദ്യാർത്ഥിനി: ശ്രീനിവാസനാവും. അല്ലെങ്കിൽ ജോസഫ്.

മറ്റൊരു
വിദ്യാർത്ഥിനി : (കത്ത് വാങ്ങി പോർട്ടിക്കോയിലേക്ക് നോക്കി വിളിച്ച് കൂവുന്നു) ആമിനേ ഇതാ ഒരു കത്തുണ്ട്.

(അവർ സക്കറിയയെ ചെറിയ തോതിൽ റാഗ് ചെയ്യുന്നു. സിസ്റ്റർ സഹതാപത്തോടെ നോക്കുന്നു)

ഒരു വിദ്യാർത്ഥിനി: കത്തെഴുതിയതാരാ? താനോ, അതോ *(സക്കറിയ അതെയെന്ന് തലയാട്ടുന്നു)*

മറ്റൊരു
വിദ്യാർത്ഥിനി : അപ്പോൾ താനാള് മോശല്ല്യാലോ.... എന്താ പേര്?

സക്കറിയ : സക്കറിയ. സീനിയേഴ്സ് പറഞ്ഞിട്ടാ.....

റേച്ചൽ : (ഇടയ്ക്ക് കയറി) സക്കറിയ കഥകളും മറ്റും എഴുതാറുണ്ട്.

ഒരു വിദ്യാർത്ഥിനി: അപ്പോ പ്രേമലേഖനം കലക്കീട്ടുണ്ടാവ്വല്ലോ! ഒന്നുറക്കെ വായിച്ചെ?

(ആമിനയും കൂട്ടുകാരികളും കടന്നുവരുന്നു)

ആമിന : സക്കറിയയല്ലെ?
(പിന്നെ കൂട്ടുകാരികളോടായി) ആളൊരു കേമനാട്ടോ! ഇക്കഴിഞ്ഞ ദേശാഭിമാനീല് ഒരു കഥയുണ്ട്. പേര് മറന്നു.

സക്കറിയ : കവചങ്ങൾ തേടി.

ആമിന : ഭാവിയിലെ മറ്റൊരു വൈക്കം മുഹമ്മദ് ബഷീർ!

(എല്ലാവരും കൂടെ ഹുറേ! പാടുന്നു. കൈ കൊട്ടുന്നു. സക്കറിയ ചമ്മലോടെ അവർക്കിടയിൽ)

ആമിന : മറുപടി ഇന്നുതന്നെ വേണോ?

സക്കറിയ : ഇല്ലെങ്കിൽ അവരെന്നെ ശരിയാക്കും. കത്ത് തന്നില്ലെന്ന് കരുതും.

ഒരു വിദ്യാർത്ഥിനി: ഒരു കുറിപ്പെങ്കിലും കൊടുത്തു വിട് ആമിനേ. ഇല്ലെങ്കിലാ പാവം ഇപ്പോ മൂത്രമൊഴിക്കും.....

(എല്ലാവരും കൂടെ ആർത്ത് ചിരിക്കുന്നു. കത്തിന്റെ പിന്നിൽ എന്തോ കുറിച്ച് അതേ കവറിലാക്കി ആമിന സക്കറിയായ്ക്ക് നല്കുന്നു. സക്കറിയ ഭവ്യതയോടെ യാത്ര പറഞ്ഞ് ഗേറ്റിലേക്ക്)

ഒരു വിദ്യാർത്ഥിനി: *(പിന്നിൽനിന്നും കൈകൊട്ടി)* ഒന്ന് നിന്നാട്ടെ സാറെ!

(സക്കറിയ പെട്ടെന്ന് നില്ക്കുന്നു. തിരിഞ്ഞ് നോക്കുന്നു)

വിദ്യാർത്ഥിനി : *(ഉച്ചത്തിൽ)* ഇനിയെന്നാ ഇങ്ങോട്ട്?

(ഒന്നും പറയാനാവാതെ പരുങ്ങുന്ന സക്കറിയ. വിദ്യാർത്ഥിനികൾ കൂവുന്നു. സക്കറിയ വീണ്ടും ഗേറ്റിലേക്ക്......)

സിസ്റ്റർ റേച്ചലിന്റെ കാഴ്ചപ്പാടിൽ.

സീൻ 11

BIOCHEMISTRY LABORATORY

ലേബിൽ പരീക്ഷണങ്ങൾ ചെയ്തുകൊണ്ടിരിക്കുന്ന വിദ്യാർത്ഥികൾ സക്കറിയ, റേച്ചൽ, കൂട്ടുകാർ. ട്യൂട്ടർമാർ അങ്ങിങ്ങ് വിദ്യാർത്ഥികളെ നിരീക്ഷിച്ച് നടക്കുന്നുണ്ട്.

സക്കറിയയും സിസ്റ്റർ റേച്ചലും ഒരു ഭാഗത്ത് എന്തോ Experiments ചെയ്തുകൊണ്ടിരിക്കുന്നതിനിടയിൽ.

റേച്ചൽ : സക്കറിയയുടെ കഥകൾ ചിലതൊക്കെ വായിച്ചിട്ടുണ്ട്.

സക്കറിയ : ഉവ്വോ?

റേച്ചൽ : കഴിഞ്ഞ സോണലിന് കഥയ്ക്ക് പ്രൈസ് കിട്ടിയിരുന്നില്ലേ?

(സക്കറിയ അതെയെന്ന് തലയാട്ടുന്നു)

റേച്ചൽ : ഈയാഴ്ചത്തെ മലയാളനാട്ടില് സച്ചിദാനന്ദന്റെ ഒരു കവിതയുണ്ട്. സക്കറിയ വായിക്കണം.

സക്കറിയ : *(അത്ഭുതത്തോടെ)* സിസ്റ്റർ കവിതയൊക്കെ വായിക്കാറുണ്ടോ?

റേച്ചൽ : *(ചിരിച്ചുകൊണ്ട്)* ഇടയ്ക്കോരോന്ന് കുത്തിക്കുറിക്കാറുണ്ട്. കഴിഞ്ഞ യൂണിവേഴ്സിറ്റി ഇന്റർസോണിൽ കവിതയ്ക്ക് രണ്ടാം സമ്മാനമുണ്ടായിരുന്നു.

സക്കറിയ : *(അത്ഭുതത്തോടെ)* അന്ന് – തൃശൂരിൽ? തിരക്കായതുകൊണ്ട് ഒന്നും ഓർമ്മയില്ല.

റേച്ചൽ : ഞാനോർക്ക്ണ്ണ്ട്. സക്കറിയയുടെ പിറകെയാണ് ഞാനും കേറീത്. ഒന്നാം സമ്മാനക്കാര് വന്നില്ല.

(ഒരു ട്യൂട്ടർ അടുത്തുവന്ന് രണ്ടുപേരെയും തറപ്പിച്ചു നോക്കുന്നു. പ്രത്യേകിച്ചും സക്കറിയയെ. സക്കറിയ പരിഭ്രമിച്ച് experiments തുടരുന്നു)

സീൻ 12

തുടർച്ച. BIOCHEMISTRY LAB

പുറത്തു കടക്കുന്ന വിദ്യാർത്ഥികൾക്കൊപ്പം റേച്ചലും സക്കറിയയും.

സക്കറിയ : റാഗിംഗായതുകൊണ്ട് ഒരാഴ്ചപ്പതിപ്പും വായിക്കാൻ

കിട്ടണില്ല്യ.

റേച്ചൽ : അതെന്താ?

സക്കറിയ : റീഡിംഗ് റൂമിൽ കേറാൻ സീനിയേഴ്സ് അനുവദിക്കില്ല.

റേച്ചൽ : ഈ റാഗിംഗ് എത്ര കാലംണ്ടാവും?

സക്കറിയ : ഇനിയൊരാഴ്ച കൂടിയേയുള്ളൂ.

റേച്ചൽ : വേണമെങ്കിൽ ഞാൻ കൊണ്ടുവരാം. മോഷ്ടിക്കണം. റീഡീംഗ് റൂമിൽ നിന്ന്. കുറച്ചു നേരത്തേക്കല്ലെ. സാര ല്ല്യാലെ... കർത്താവ് പൊറുക്കും, ല്ലെ?

സക്കറിയ : സച്ചിദാനന്ദന്റെ *ആസന്ന മരണ ചിന്തകൾ* വായിച്ചി ട്ടുണ്ടോ?

റേച്ചൽ : ഉവ്വ്. ഇതതു പോലെയല്ല. നല്ല കവിതയാണ്. സച്ചിദാ നന്ദന്റെ മാറ്റം നോക്കണേ!

സക്കറിയ : ഞാൻ കരുതിയത് നിങ്ങൾ കന്യാസ്ത്രീകൾക്ക് സാഹി ത്യവും കലയുമൊക്കെ പഥ്യമാണെന്നാണ്.

റേച്ചൽ : മഠത്തിൽ ഇപ്പോഴും കാര്യം തഥൈവ. തെരേസാസി ലാണ് പഠിച്ചത്. അവിടെ നല്ലൊരു ലൈബ്രറിയുണ്ട്.

സക്കറിയ : കവിതകൾ?

റേച്ചൽ : *കുങ്കുമ*ത്തിലും *മനോരമ*യിലും വന്നിട്ടുണ്ട്. കോളേജിൽ ഹൃദയകുമാരി ടീച്ചറുണ്ടായിരുന്നു.

സക്കറിയ : സിസ്റ്റർ മേരി ബനീഞ്ഞക്കൊരു പിൻഗാമി.

റേച്ചൽ : ടീച്ചറും കൂട്ടുകാരികളും അത് പറഞ്ഞ് കളിയാക്കും.

(ഒരു പെൺകുട്ടി ഇടയിൽ കയറി സിസ്റ്ററോടെന്തോ ചോദിക്കുന്നു. സിസ്റ്റർ കൈയിലിരിക്കുന്ന നോട്ട്ബുക്കിൽ ഒന്നെടുത്ത് കൊടുത്ത് കൂട്ട ത്തിൽ പോകുന്നു)

സീൻ 13

മെഡിക്കൽ കോളേജ് ക്യാമ്പസ്.

പകൽ സമയം.

PHYSIOLOGY LABORATORY

കുട്ടികൾ ടെസ്റ്റുകൾ ചെയ്തുകൊണ്ട് നില്ക്കുന്നു. പരിചയമില്ലാ യ്മയുടെ തപ്പിത്തടയൽ എല്ലാവരിലുമുണ്ട്.

സക്കറിയ, റേച്ചൽ, കൂട്ടുകാർ, ട്യൂട്ടർമാർ. ഒരു ട്യൂട്ടർ പ്ലാറ്റ്ഫോമിൽ കയറി: ഹായ് ഫ്രണ്ട്സ്. *(കൈ കൊട്ടുന്നു)*

First of all we can start from Blood grouping and Rh Typing. Hope you know the importance of this test. Now you can collect the blood samples from your friends ring finger and do it.

മറ്റൊരു ട്യൂട്ടർ ഒരു വിദ്യാർത്ഥിയുടെ വിരലിൽ കുത്തി ചെയ്ത് കാണി ക്കുന്നു.

സക്കറിയയുടെയും റേച്ചലിന്റെയും ടേബിൾ. Reagents bottles നിരത്തി വെച്ചിരിക്കുന്നു. പിന്നെ white colour tiles ഉം.

സക്കറിയ സിസ്റ്റർ റേച്ചലിനോട് വിരൽ നീട്ടാൻ ആംഗ്യം കാണിക്കുന്നു. പേടിച്ചാണെങ്കിലും റേച്ചൽ ഇടതുകൈയിലെ Ring finger കാണിക്കുന്നു. സക്കറിയ നീഡിൽ എടുത്ത് ഇടതുകൈകൊണ്ട് സിസ്റ്ററുടെ വിരൽത്തുമ്പ് പിടിക്കുന്നു പെട്ടെന്ന് സിസ്റ്റർ കൈ പിൻവലിക്കുന്നു.

റേച്ചൽ : വേണ്ട. ഞാനാദ്യം ചെയ്യാം.

സക്കറിയ : ഉം. അതെന്താ സിസ്റ്റർക്ക് പേടിയാണോ?

(സിസ്റ്റർ അതെയെന്ന് തലയാട്ടുന്നു. സക്കറിയ ഇടതു വിരൽ നീട്ടിക്കൊടുക്കുന്നു. സിസ്റ്റർ വിരൽ പിടിക്കുന്നു)

സക്കറിയ : മറ്റുള്ളോരെ വേദനിപ്പിക്കാൻ ഇഷ്ടാല്ലെ?

റേച്ചൽ : ഈശോയെ! ഇന്നേവരെ ഒരു ഉറുമ്പിനെപ്പോലും നോവിച്ചിട്ടില്ല ഞാൻ!

സക്കറിയ : ഏയ്. ഞാൻ വെറുതെ പറഞ്ഞതാണ്. വെറുതെ.

(സിസ്റ്റർ മടിച്ചിട്ടാണെങ്കിലും വിരലിൽ കുത്തുന്നു. വിരൽ ഞെക്കി രക്തം പുറത്തു വരുന്നു. നോക്കിനില്ക്കെ പെട്ടെന്ന് സിസ്റ്റർ തലചുറ്റി താഴെ വീഴുന്നു. സക്കറിയ സിസ്റ്ററെ താങ്ങി നിർത്താൻ ശ്രമിക്കുന്നു.

നിലത്തുവീണ് കിടക്കുന്ന സിസ്റ്റർക്ക് ചുറ്റും വിദ്യാർത്ഥികളും സ്റ്റാഫും. സക്കറിയ സിസ്റ്റർക്കരികെ ഇരിക്കുന്നു. ഏതോ ഒരു വിദ്യാർത്ഥി ഒരു പാത്രത്തിൽ കൊണ്ടുവന്ന വെള്ളം സിസ്റ്ററുടെ മുഖത്ത് തളിക്കുന്നു. സിസ്റ്റർ പതുക്കെ കണ്ണ് തുറക്കുന്നു. ചുറ്റുവട്ടവും നോക്കുന്നു. എഴുന്നേറ്റിരിക്കുന്നു.

ഒരു ട്യൂട്ടർ : അപ്പോൾ അതുശരി. ഇത്രയേയുള്ളുവല്ലെ ആൾ!

(എല്ലാവരും ചിരിക്കുന്നു. പിരിഞ്ഞു പോകുന്നു)

സീൻ 14

കോളേജ് പോർട്ടിക്കോ

പകൽ സമയം.

മേശപ്പുറത്തായി കുറേ ട്രോഫികൾ. കുറേ ശില്പങ്ങൾ. സമ്മാനിതരായവരുടേതാണ്.

ഒരു ബാനർ.

WELCOME TO INTERMEDICAL YOUTH FESTIVAL WINNER-1975

ഒരു കറുത്ത ബോർഡിലായി സമ്മാനിതരുടെ പേരുകൾ.

LITERARY SECTION

MALAYALAM SHORT STORY - ZAKKARIYA P P - II PRIZE

MALAYALAM ESSAY - ZAKKARIYA P P - I PRIZE

MALAYALAM POETRY - REV. SR. RACHEL - II PRIZE

പിന്നെ മറ്റ് ചിലരുടെ പേരുകളും. പല ഇനങ്ങളിലായി.

കോളേജ് പോർട്ടിക്കോവിലേക്ക് കടക്കുന്ന സക്കറിയ. പലരും അഭിനന്ദിക്കുന്നുണ്ട്. എന്തിനെന്നറിയാതെ സക്കറിയ മിഴിച്ച് നോക്കുന്നു.

സക്കറിയ : ഊതാതെടോ!

(പുറത്തേക്ക് പോകുന്ന ഒരു അദ്ധ്യാപകൻ സക്കറിയയെ അഭിനന്ദിക്കുന്നു): കൺഗ്രാജുലേഷൻസ്!

സക്കറിയ : താങ്ക് യു സാർ.

(പിന്നെ കൂട്ടുകാരോടായി. മനസ്സിലായില്ല. എന്താ സംഭവം?)

ഒരു കൂട്ടുകാരൻ : അപ്പോ താനറിഞ്ഞില്ലേ?

(ഇല്ലെന്ന് തലയാട്ടുന്നു) തനിക്കും സിസ്റ്റർക്കും പട്ടർക്കും ഇന്റർ മെഡിക്കലിന് സമ്മാനമുണ്ട്.

(സക്കറിയ സന്തോഷത്തോടെ സമ്മാനങ്ങൾ വെച്ചിരിക്കുന്നിടത്തേക്ക് നീങ്ങുന്നു. ശില്പങ്ങൾ തൊട്ടുനോക്കുന്നു.

പിറകിൽ റേച്ചൽ കടന്നുവരുന്നു. പലരും അഭിനന്ദിക്കുന്നുണ്ട്. സക്കറിയ ശില്പം റേച്ചലിന് നേരെ നീട്ടുന്നു. സിസ്റ്ററും കൂട്ടുകാരികളും അത് തിരിച്ചും മറിച്ചും നോക്കുന്നു)

റേച്ചൽ : നമ്മളിതൊന്നും അറിഞ്ഞതേയില്ലല്ലോ?

സക്കറിയ : സമ്മാനമുണ്ടെന്നറിഞ്ഞിരുന്നെങ്കിൽ തിരുവനന്തപുരത്ത് പോകാമായിരുന്നു.

റേച്ചൽ : കൺഗ്രാറ്റ്സ്! അതിനത് ഫങ്ഷന്റെ അവസാന ദിവസമല്ലെ അറിയുള്ളൂ. പിന്നെങ്ങനാ....?

(എല്ലാവരും ക്ലാസ് മുറിയിലേക്ക്. അവരെ എതിരേൽക്കുന്നത് കൈയടികളാണ്)

സീൻ 15

പകൽ സമയം.

ANATOMY HALL ന് മുന്നിലെ നോട്ടീസ് ബോർഡിൽ നോക്കിക്കൊണ്ട് വിദ്യാർത്ഥി കൂട്ടം. കൂട്ടത്തിൽ സക്കറിയയുമുണ്ട്. സിസ്റ്ററും കൂട്ടുകാരികളും കുറച്ചകലെയായി.

കൂട്ടത്തിൽനിന്നും സക്കറിയ റേച്ചലിന്റെയടുത്തേക്ക്.

റേച്ചൽ : എത്രയുണ്ട്?

സക്കറിയ : മഹാമോശാ. ആരോടും പറയാൻ കൊള്ളില്ല.

റേച്ചൽ : കണ്ടു. കഥയെഴുതി നടന്നാൽ പോരാ. കുറച്ചൊക്കെ പഠിക്കണം.

സക്കറിയ : ഓ, അത്രയൊക്കെ മതി. നാട്ടുകാർക്ക് വേണ്ടിയല്ലെ. അവരത് സഹിച്ചോളും.

ഒരു വിദ്യാർത്ഥിനി: അതെന്താ?

റേച്ചൽ : ലിറ്ററേച്ചറിന് പോയവനെ പിടിച്ച് മെഡിസിന് ചേർത്താൽപ്പിന്നെ?

മറ്റൊരു
വിദ്യാർത്ഥിനി : അപ്പോ ഒട്ടും ഷ്ടല്യാണ്ട് വന്നതാ?
സക്കറിയ : *(അതെയെന്ന് തലയാട്ടി)* യ്ക്ക് വയ്യ. ഈ കീറലും മുറിക്കലും ശവത്തിന്റെ നാറ്റവും മടുത്തു.
റേച്ചൽ : ഇപ്പോത്തന്നെ മടുത്താൽ പിന്നെ അഞ്ചുകൊല്ലം എങ്ങനാ സഹിക്ക്യാ!
ഒരു വിദ്യാർത്ഥിനി: സഹിക്കാതെ വഴിയില്ലല്ലോ മോനേ.....
(അവർ നടക്കുന്നു. യാത്ര പറഞ്ഞു പിരിയുന്നു)

സീൻ 16

സക്കറിയയും റേച്ചലും ലൈബ്രറിയിൽ
പകൽ സമയം.
സക്കറിയ: സെൻട്രൽ ലൈബ്രറിയിൽ കുറേ റഫറൻസ് ഗ്രന്ഥങ്ങളേയുള്ളൂ. പുതിയ പുസ്തകങ്ങൾക്ക് ദേശപോഷിണി വായനശാലയിൽതന്നെ പോണം. ഗോവിന്ദപുരത്ത്.
റേച്ചൽ : അതിനെന്താ പൊക്കൂടെ?
സക്കറിയ : അതിനേ കുറച്ച് ചെലവുണ്ട്. ബസിന് പോണ്ടേ?
റേച്ചൽ : എന്താ കാശില്ലെ?
സക്കറിയ : സ്കോളർഷിപ്പുകൊണ്ടാ അരിഷ്ടിച്ച് കഴിയണേ! പിന്നെവിടുന്നാ പോക്കറ്റുമണി?
റേച്ചൽ : ദിവസവും വൈകീട്ട് കോളേജ് ബസ് ടൗണിലേക്ക് പോണുണ്ടല്ലോ. അതിന് പോയാൽ അരയിടത്തുപാലത്തോ അല്ലെങ്കിൽ പൊറ്റമ്മലോ ഇറങ്ങി കുറച്ച് നടന്നാൽ പോരേ?
സക്കറിയ : പിന്നെ തിരിച്ച് ബസ്സിന് വരാനാ പാട്. എത്ര കാത്തുനിൽക്കണം!
റേച്ചൽ : തിരിച്ചുള്ള ബസ് ചാർജ്ജ് ഞാൻ തരാം. പുതിയ പുസ്തകങ്ങൾ കൊണ്ടു തന്നാൽ മതി.
സക്കറിയ : *(ചിരിച്ചുകൊണ്ട്)* എന്നാൽ ശരി. കോൺട്രാക്ട് ഇന്നുതന്നെ പ്രാബല്യത്തിലാക്കാം.
(റേച്ചലും ചിരിയിൽ പങ്കുചേരുന്നു. കുറച്ചു കുട്ടികൾ കടന്നുവരുന്നു)
വിദ്യാർത്ഥിനികൾ: *(സിസ്റ്ററോടായി)* ഈശോ മിശിഹായ്ക്ക് സ്തുതിയായിരിക്കട്ടെ.
റേച്ചൽ : ഇപ്പോഴും എപ്പോഴും സ്തുതിയായിരിക്കട്ടെ.
വിദ്യാർത്ഥിനികൾ: എന്താ രണ്ടുപേരുംകൂടെ ഒരു ഗൂഢാലോചന?
റേച്ചൽ : ഏയ്. ഒന്നുമില്ല. ചില പുസ്തകങ്ങളെക്കുറിച്ച് പറയ്യ്യായിരുന്നു.

(കുറച്ചു ദൂരത്തുനിന്നും ഒരു വിദ്യാർത്ഥി സക്കറിയയോടായി).
എടാ, ഉത്തരായനം ഇറങ്ങീട്ടുണ്ട്. സംഗത്തില്. നാളെ മാറ്റിനിക്ക് പോയാലോ?

റേച്ചൽ : അരവിന്ദന്റെയല്ലെ. നന്നാവും. ഫസ്റ്റ് മൂവിയാ....

ഒരുവിദ്യാർത്ഥിനി: സിസ്റ്ററും വരുന്നോ?

(സിസ്റ്റർ ഇല്ലെന്ന് തലയാട്ടുന്നു)

മറ്റൊരു
വിദ്യാർത്ഥി : അതെന്താ കന്യാസ്ത്രീകൾക്ക് സിനിമ പാടില്ലെന്നുണ്ടോ?

റേച്ചൽ : അങ്ങനൊന്നൂല്ല. നിങ്ങൾ പോയി കഥ പറഞ്ഞു തന്നാൽ മതി.

സക്കറിയ : സിനിമ കണ്ട് മഠം വിലക്ക് കൽപ്പിച്ചാലോ, അല്ലെ? (റേച്ചൽ ഇഷ്ടപ്പെടാത്ത മട്ടിൽ സക്കറിയയെ നോക്കുന്നു)

ആ വിദ്യാർത്ഥി: ശരി. നാളത്തെ കാര്യം മറക്കേണ്ട. ഞങ്ങള് പോണു.

(അവർ പോകുന്നു)

സക്കറിയ : *(സിസ്റ്ററോടായി)* ഓ, പറഞ്ഞത് ഇഷ്ടപ്പെട്ടില്ലെങ്കിൽ തിരിച്ചെടുത്തു.

റേച്ചൽ : എന്ത്?

സക്കറിയ : മഠത്തെക്കുറിച്ച് പറഞ്ഞത്.

റേച്ചൽ : സക്കറിയായ്ക്ക് എന്നോടെന്തും പറയാനുള്ള സ്വാതന്ത്ര്യമുണ്ട്. പക്ഷേ, ആൾക്കൂട്ടത്തിൽ വെച്ചാവേണ്ട എന്നേ ഞാനർത്ഥമാക്കിയുള്ളൂ. ആ ബഹുമാനം കളയേണ്ടെന്ന് കരുതി.

സക്കറിയ : ബഹുമാനമോ? ആർക്ക്? ഇന്ന് വത്തിക്കാനിൽ മാർപ്പാപ്പ പോലും ചോദ്യം ചെയ്യപ്പെട്ടിരിക്കയാണ്.

റേച്ചൽ : ഞാനില്ല തർക്കിക്കാൻ (എഴുന്നേറ്റ് ഒരു രൂപയെടുത്ത് കൊടുത്തു). പറഞ്ഞ കാര്യം മറക്കേണ്ട. നാളെ പുസ്തകം കൊണ്ടുവരണം.

(യാത്ര പറഞ്ഞ് പോകുന്നു)

സീൻ 17

വൈകുന്നേരം.

ചർച്ചിലേക്ക് മറ്റ് വിദ്യാർത്ഥിനികൾ (ക്രിസ്തീയ)ക്കൊപ്പം നടന്നു നീങ്ങുന്ന സിസ്റ്റർ. എതിരെ വരുന്ന സക്കറിയയും കൂട്ടുകാരും. റേച്ചൽ അവരുടെയടുത്തേക്ക്. കൂട്ടുകാരികൾ മാറിനില്ക്കുന്നു.

സക്കറിയ : *(പുസ്തകങ്ങൾ നീട്ടി)* ഇതാ മൂന്നെണ്ണംണ്ട്.....

സിസ്റ്റർ റേച്ചൽ: *(അവ വാങ്ങി മറിച്ചു നോക്കുന്നു)*

1. ജൂലിയസ് ഫൂച്ചിക്കിന്റെ *കൊലമരത്തിൽ നിന്നുള്ള കുറിപ്പുകൾ.*

2. ചെഗുവേരയുടെ *ബൊളീവിയൻ ഡയറി.*
3. ഫിഡൽ കാസ്ട്രോയുടെ *ചരിത്രം എന്നെ കുറ്റക്കാരനല്ലെന്ന് വിധിക്കും.*

റേച്ചൽ : കണക്കായിപ്പോയി. ഇതുംകൊണ്ട് പള്ളിയിലേക്ക് പ്രാർത്ഥിക്കാൻ ചെന്നാലേ നല്ല പുകിലാവും!

സക്കറിയ : അതിന് നിങ്ങടെ പള്ളിക്കാർ അക്ഷര വൈരികളല്ലെ! അവർക്കെന്ത് മനസ്സിലാവാനാ!!

റേച്ചൽ : *(പുസ്തകങ്ങൾ തിരിച്ചുനൽകി)* അത്ര കളിയാക്കുകയൊന്നും വേണ്ട. വേദ പുസ്തകത്തേക്കാൾ മികച്ച മറ്റെന്തുണ്ട്?

ഒരു വിദ്യാർത്ഥി: നിങ്ങടെ വർഗ്ഗക്കാർക്ക് അങ്ങനെയേ തോന്നൂ.

റേച്ചൽ : *ബൈബിൾ* വായിച്ചിട്ടുണ്ടോ?

സക്കറിയ : *ബൈബിളും ഖുർആനും ഭഗവദ്ഗീത*യുമൊക്കെ വായിച്ചിട്ടുണ്ട്. *(ആലോചിച്ച്)* ശരിയാണ്. *ബൈബിൾ* മികച്ച ഒരു കഥാപുസ്തകം തന്നെ. പ്രത്യേകിച്ചും പഴയനിയമം. വായിക്കാൻ രസമുണ്ട്.

ഒരു വിദ്യാർത്ഥി: നിങ്ങടെ വൈദികരോട് ഇനിയല്പം ഇതൊക്കെ വായിക്കാൻ പറ.

റേച്ചൽ : വിപ്ലവത്തിന്റെ ബാലപാഠങ്ങൾ യഥാർത്ഥത്തിൽ തുടങ്ങുന്നത് ക്രിസ്തുവിൽ നിന്നാണ്. നിങ്ങൾ നോക്കിയിട്ടുണ്ടോ? അഞ്ചപ്പംകൊണ്ട് അയ്യായിരം പേരെ സംതൃപ്തരാക്കാനുള്ള ആ മനഃസ്ഥിതി.

(കൂട്ടുകാരികൾ പിന്നിൽനിന്നും വിളിക്കുന്നതോടെ നിർത്തുന്നു)

ഒരു കൂട്ടുകാരി : സിസ്റ്റർ വരുന്നുണ്ടോ? ഞങ്ങള് പോവ്വാ. വൈകും.

റേച്ചൽ : *(പുസ്തകങ്ങൾ തിരിച്ചുനൽകി)* രാത്രി ലൈബ്രറിയിലുണ്ടാവും. അങ്ങോട്ട് കൊണ്ടുവരോ? സോറി.

(റേച്ചൽ തിരിഞ്ഞോടുന്നു. കൂട്ടുകാരികളുടെയടുത്തേക്ക്. സക്കറിയയും കൂട്ടുകാരും അത് നോക്കി നിൽക്കുന്നു. പിന്നെ നടക്കുന്നു)

ഒരു കൂട്ടുകാരൻ: ഈ സിസ്റ്ററൊരു വല്ലാത്ത സാധനം തന്നെ! എങ്ങനെ കന്യാസ്ത്രീയായി?! ആ കൂട്ടത്തിലൊന്നും പെടേണ്ടവരല്ല ഇവർ.

(സക്കറിയ തല കുലുക്കുന്നു. ആ കോംപ്ലിമെന്റ് സക്കറിയയിൽ ചലനമുണ്ടാക്കുന്നുണ്ട്)

സക്കറിയ : ഇത്തരം ജനുസ്സുകൾ വളരെ അപൂർവ്വമായേ പിറക്കൂ.....

കൂട്ടുകാരൻ : കവയിത്രി. വാഗ്മി. പിന്നെ എല്ലാവരുമായും നല്ല കൂട്ടും.

സക്കറിയ : ശരിയാ.

കൂട്ടുകാരൻ : *(തമാശ സ്വരത്തിൽ)* സിസ്റ്റർക്ക് തന്നോടെന്തോ ഒരു ഇതുണ്ട്.

സക്കറിയ : എന്തോന്നുണ്ട്? സാഹിത്യത്തിലുള്ള താല്പര്യം

കൊണ്ടാവും.... ഒരു ഫ്രന്റ്ഷിപ്പ്.
കൂട്ടുകാരൻ : പോടാ. കണ്ണടച്ച് പാല് കുടിക്കേണ്ട. ഞങ്ങൾക്കൊക്കെ മനസ്സിലാവും. പൊട്ടന്മാരൊന്നുമല്ല ഞങ്ങള്.
സക്കറിയ : *(സ്വല്പം ചൂടായി)* നിങ്ങളുദ്ദേശിക്കുന്ന മാതിരിയൊന്നുമില്ല.
കൂട്ടുകാരൻ : ഏതായാലും മനുഷ്യസ്ത്രീയല്ലേ?!
സക്കറിയ : പോടാ. ഒരു ഹെൽത്തി റിലേഷൻഷിപ്പ്. നിനക്കൊന്നും ചിന്തിക്കാൻ പറ്റൂലേ?
കൂട്ടുകാരൻ : ഹോ, പിന്നേയ്! ഓസ്കാർ വൈൽഡിന്റെ ഒരു കഥാപാത്രം പറയുന്നില്ലേ – In between men and women there is no friendship, there is love, there is passion, there is enmity.
സക്കറിയ : *(ചൂടായി)* മതി. നിർത്ത്.

സീൻ 18

കോളേജ് ക്യാമ്പസ്

പകൽ സമയം.

സിസ്റ്ററും കൂട്ടുകാരികളും കോളേജ് പോർട്ടിക്കോവിൽ. എതിരെ വരുന്ന സക്കറിയയും കൂട്ടുകാരും. കൂട്ടത്തിൽ ഒരു അപരിചിതനുമുണ്ട്.

സക്കറിയ : *(കൈകൊട്ടി)* ഹലോ!

(സിസ്റ്ററും കൂട്ടുകാരികളും നില്ക്കുന്നു. കൂട്ടത്തിലുള്ള അപരിചിതനെ ചൂണ്ടി) ഇദ്ദേഹത്തെ അറിയുമോ?

(അപരിചിതൻ. മുണ്ടും ഷർട്ടും. ആകപ്പാടെ അലങ്കോലപ്പെട്ട വേഷം. ചീകാത്ത തലമുടി. സിസ്റ്റർക്ക് നേരെ കൈ കൂപ്പുന്നു. സിസ്റ്റർ സംശയത്തോടെ അപരിചിതനെ തുറിച്ചു നോക്കുന്നു)

സക്കറിയ : *(ചില ആംഗ്യങ്ങളോടെ തൊണ്ടയനക്കി).* ഹരിനാമകീർത്തനവും കിളിപ്പാട്ടും ഏതാഴ്ചപ്പതിപ്പിലാണ് പ്രസിദ്ധീകരിച്ചത്! എന്റെ ഖരാക്ഷരങ്ങളെ കവിതയാക്കാനെനിക്കാവുന്നില്ല. അതാണെന്റെ പരിമിതി. എനിക്കത് മറികടക്കേണ്ടതുണ്ട്. ....
റേച്ചൽ : *(അത്ഭുതത്തോടെ. ആരാധനയോടെ)* ബാലചന്ദ്രൻ ചുള്ളിക്കാട്!

(സക്കറിയ അതേയെന്ന് തലയാട്ടുന്നു. ബാലചന്ദ്രനിൽ ഒരു ചെറു പുഞ്ചിരി)

സക്കറിയ : ഇത് സിസ്റ്റർ റേച്ചൽ. ഞാൻ പറഞ്ഞിരുന്നില്ലേ?

(ബാലചന്ദ്രൻ ഓർക്കുന്നുവെന്ന മട്ടിൽ തലയാട്ടുന്നു)

ബാലചന്ദ്രൻ : ചില കവിതകൾ വായിച്ചിട്ടുണ്ട്. *(നിർത്തി)* ജീവിതത്തോട് ഇത്ര സീരിയസാകേണ്ടതുണ്ടോ?

റേച്ചൽ : എന്നെ സംബന്ധിച്ചിടത്തോളം കവിത ഒരു ചിന്തയാണ്. അവബോധമാണ്. ദൈവവും മനുഷ്യനുമായുള്ള അഭിമുഖം.

സക്കറിയ : ഒരു കന്യാസ്ത്രീക്ക് അതിലപ്പുറം ചിന്തിക്കാൻ പറ്റില്ല.

ബാലചന്ദ്രൻ : ശിരോവസ്ത്രം ശിരസ്സിനൊരു ഭാരമാകരുത്. *(എല്ലാവരും ചിരിക്കുന്നു)*

സക്കറിയ : ങ്ഹാ. പിന്നേയ്. ഇന്ന് സന്ധ്യയ്ക്ക് നമുക്കൊന്ന് കൂടിയാലോ? ബാലനെക്കൊണ്ട് കവിത ചൊല്ലിക്കാം.

റേച്ചൽ : എവിടെ?

സക്കറിയ : ക്യാമ്പസിലെ ആൽമരച്ചുവട്ടിൽ. തികച്ചും അനൗപചാരികം.

(റേച്ചലും കൂട്ടുകാരികളും തല കുലുക്കുന്നു. പോകുന്നു)

സീൻ 19

തുടർച്ച.

സന്ധ്യാ സമയം.

ക്യാമ്പസിലെ ആൽമരച്ചുവട്ടിൽ ഒരു കൂട്ടം വിദ്യാർത്ഥി– വിദ്യാർത്ഥിനികൾ.

ബാലചന്ദ്രൻ ചുള്ളിക്കാട് കവിത ചൊല്ലുന്നു.

'വെള്ളിയാഴ്ച' എന്ന കവിത.

"മറിയമേ....

കൂട്ടത്തിൽ സക്കറിയയും റേച്ചലുമുണ്ട്.

സീൻ 20

സക്കറിയയും കൂട്ടുകാരും കോളേജ് ക്യാമ്പസിൽ. രണ്ടുമൂന്ന് സീനിയർ വിദ്യാർത്ഥികൾ അവരുടെയടുത്തേക്ക്. കോളേജ് യൂണിയൻ ഭാരവാഹികളാണ്.

ഒരു വിദ്യാർത്ഥി : ഞാൻ സതീഷ് ചന്ദ്രൻ. ഫൈൻ ആർട്സ് സെക്രട്ടറി.

സക്കറിയ : ഹലോ! *(ഹസ്തദാനം ചെയ്യുന്നു)*

സതീഷ് : സക്കറിയയെക്കൊണ്ട് ഒരു കാര്യമുണ്ട്.

സക്കറിയ : എന്താ?

സതീഷ് : Annual day ഈ 28 നാണ്. നിങ്ങളൊരു നാടകം അവതരിപ്പിക്കണം. നമ്മുടെ പതിവ് രീതികളിൽ നിന്നൊക്കെ വ്യത്യസ്തമായ ഒന്ന്.

കൂട്ടുകാരൻ : ശരിയാ. മെഡിക്കൽ വിദ്യാർത്ഥികൾക്ക് കലയും സാഹിത്യവുമൊക്കെ അന്യമാണെന്ന് ഒരു ധാരണയുണ്ട്. അത് മാറ്റണം.

സക്കറിയ : തീർച്ചയായും.
സതീശ് : പെട്ടെന്നാവണം.
സക്കറിയ : ശരിയാക്കാം. കൂട്ടുകാരുമായി ഒന്ന് ഡിസ്കസ് ചെയ്തോട്ടെ.

(അവർ പോകുന്നു)

കൂട്ടുകാരൻ : ഇത് നല്ലൊരവസരമാണ്. കളയരുത്.
മറ്റൊരു കൂട്ടുകാരൻ : ഇവിടുത്തെ പതിവ് നാടകരീതികളിൽ നിന്ന് വ്യത്യസ്തമായതെന്തെങ്കിലും അവതരിപ്പിക്കണം.
സക്കറിയ : ഒരു ചലനമുണ്ടാക്കാൻ കഴിയണം.

(സിസ്റ്റർ റേച്ചലും കൂട്ടുകാരികളും അവരുടെ അരികിലേക്ക് വരുന്നു)

റേച്ചൽ : എന്താ എല്ലാവരും കൂടെ ഒരു ഗൂഢാലോചന?
ഒരു കൂട്ടുകാരൻ: ഈ കോളേജിനെ എങ്ങനെ ബോംബുവെച്ച് തകർക്കണമെന്നാലോചിക്കുകയായിരുന്നു.
റേച്ചൽ : വ! നല്ല കാര്യം.
സക്കറിയ : അതേയ് ഞങ്ങൾക്ക് നല്ലൊരു നാടകം കണ്ടുപിടിച്ചു താ. Annual day യ്ക്ക് അവതരിപ്പിക്കാനാ.
റേച്ചൽ : *(എല്ലാവരേയും നോക്കി)* ആര്? നിങ്ങളൊക്കെയോ?
കൂട്ടുകാരൻ : എന്തേയ് പിടിച്ചില്ലെന്നുണ്ടോ?
റേച്ചൽ : ചോദിച്ചെന്നേയുള്ളൂ. സക്കറിയയുള്ളപ്പോൾ പിന്നെന്തിനാ അന്വേഷിക്കണ്?
സക്കറിയ : ഏയ്. എനിക്ക് നാടക രചനയൊന്നും ശരിയാവില്ല. എന്റെ മാധ്യമം കഥയാണ്.
ഒരു കൂട്ടുകാരൻ: കാവാലത്തിന്റേയോ ശങ്കരപ്പിള്ളയുടേയോ നാടകങ്ങൾ നോക്കിയാലോ?
ഒരു വിദ്യാർത്ഥിനി: ക്യാമ്പസിനൊരു പുതുമയായിരിക്കും.
കൂട്ടുകാരൻ : കൂവാനും നല്ലോണം ആളുണ്ടാവും.
സക്കറിയ : അങ്ങനെത്തന്നെയാ മാറ്റങ്ങളുണ്ടാവുക. കുറച്ച് കൂവലൊക്കെ സഹിക്കേണ്ടി വരും.
റേച്ചൽ : മാതൃഭൂമി വിഷുപ്പതിപ്പിലെ നാടകങ്ങൾ ശ്രദ്ധിച്ചിട്ടുണ്ടോ? ഒരു പുതുമയില്ലേ?
സക്കറിയ : ശരിയാ.
റേച്ചൽ : കഴിഞ്ഞ വിഷുപ്പതിപ്പിൽ സക്കറിയയുടെ കഥയ്ക്കൊപ്പം പ്രൈസ് കിട്ടിയ ഒരു ഏകാങ്കമുണ്ട്. – നോഹയുടെ പെട്ടകം. അരമണിക്കൂറേ വരൂ. എല്ലാവർക്കും ഇഷ്ടപ്പെടുകയും ചെയ്യും.
ഒരു വിദ്യാർത്ഥി: ഈ സിസ്റ്ററുടെ നാവിൻതുമ്പത്ത് ബൈബിളും നോഹയുമൊക്കെത്തന്നേ വരൂ.

(എല്ലാവരും ചിരിക്കുന്നു)

സക്കറിയ : പുതുമയൊക്കെയുണ്ട്. പക്ഷേ, അത് പോരാ. കാവാലത്തിന്റെ *അവനവൻ കടമ്പയോ* അല്ലെങ്കിൽ ശങ്കരപ്പിള്ളയുടെ ഭരതവാക്യമോ ഒന്ന് പരീക്ഷിച്ചാലോ? *(സിസ്റ്ററെ നോക്കി)* എന്താ സിസ്റ്ററുടെ അഭിപ്രായം?

റേച്ചൽ : ശ്രമിച്ചുനോക്ക്. അതൊരനുഭവം തന്നെയായിരിക്കും.

ഒരു വിദ്യാർത്ഥി: *അവനവൻ കടമ്പ.* നമ്മുടെ ക്യാമ്പസിന് അത്രയങ്ങ് ദഹിക്കൂലാ....

സക്കറിയ : എങ്കിൽ *ഭരതവാക്യ*മാവാം. *(എല്ലാവരും സമ്മതിക്കുന്നു)* പക്ഷേ, അതിനൊരു കൊഴപ്പംണ്ട്. ഒരു സ്ത്രീ കഥാപാത്രമുണ്ട്.

കൂട്ടുകാരൻ : അതിനാളെ കിട്ടാനാ പാട്.

ഒരു വിദ്യാർത്ഥിനി: പണ്ടത്തെപ്പോലെ നിങ്ങൾ തന്നെ സ്ത്രീ വേഷം കെട്ടിക്കോ!

(എല്ലാവരും ചിരിക്കുന്നു)

റേച്ചൽ : (ആലോചിച്ച്) അതിനൊരു വഴിയുണ്ട്. ഞാൻ നോക്കട്ടെ.

ഒരു വിദ്യാർത്ഥി : *(അത്ഭുതത്തോടെ)* സിസ്റ്ററോ!

റേച്ചൽ : ഞാനല്ല. മറ്റൊരാളെ നോക്കട്ടെ. പിന്നെപ്പറയാം.

സക്കറിയ : സിസ്റ്ററൊന്ന് കാര്യമായിട്ട് ശ്രമിക്കണം. അധികം ഡയലോഗില്ലാത്ത കഥാപാത്രമാണ്. *(സിസ്റ്റർ റേച്ചൽ ശരിയെന്ന് തല കുലുക്കുന്നു. എല്ലാവരും പിൻവാങ്ങുന്നു)*

സീൻ 21

വൈകുന്നേരം.

ക്യാമ്പസിലെ ഒരു മുറി. നാടക റിഹേഴ്സൽ. നിർദ്ദേശം കൊടുക്കുന്ന സക്കറിയ. സിസ്റ്റർ റേച്ചലും കൂട്ടുകാരികളും കാണികളായി ഒരു ഭാഗത്ത്.

ഇടയ്ക്ക് സക്കറിയ സിസ്റ്ററോട് ശരിയല്ലെ എന്ന് ആംഗ്യംകൊണ്ട് ചോദിക്കുന്നു. നടിക്ക് ആംഗ്യാഭിനയം കാണിച്ചുകൊടുക്കുന്ന സക്കറിയ. നടിയെ തൊടുന്നതും മറ്റും ഇഷ്ടപ്പെടാത്ത മട്ടിൽ സിസ്റ്റർ.

സീൻ 22

രാത്രി

സ്റ്റേജിൽ നാടകം അരങ്ങേറുന്നു.

ജി ശങ്കരപ്പിള്ളയുടെ *ഭരതവാക്യ*ത്തിലെ ചില ഭാഗങ്ങൾ.

സദസ്സിൽ സിസ്റ്ററും കൂട്ടുകാരികളുമുണ്ട്. കുട്ടികൾ കൂവുന്നുണ്ട്.

ഡയലോഗൊന്നും വ്യക്തമല്ല.

തുടർച്ച–

ഡ്രസ്സിംഗ് മുറിയിൽ വേഷം മാറ്റിക്കൊണ്ടിരിക്കുന്ന വിദ്യാർത്ഥികൾ. പ്രതീക്ഷിച്ച പ്രതികരണം ലഭിക്കാതെ വിഷണ്ണനായിരിക്കുന്ന സക്കറിയ.

സക്കറിയ : അത് വേണ്ടായിരുന്നു....

ഒരു വിദ്യാർത്ഥി: *(മുഖത്തെ ചായം തുടയ്ക്കുന്നതിനിടയിൽ)* ഞാൻ അപ്പഴേ വിചാരിച്ചതാ. ഇവന്മാർക്ക് ഇതൊന്നും ദഹിക്കത്തില്ലെന്നേ.....

മറ്റൊരു വിദ്യാർത്ഥി : എന്നാലും ഇതല്പം കൂടിപ്പോയി. ഡയലോഗൊന്നും ആരും കേട്ടിട്ടുണ്ടാവില്ല.

മറ്റൊരു വിദ്യാർത്ഥി : ഏതായാലും മുഴുവൻ അവതരിപ്പിച്ചത് നന്നായി. പകുതിയിലെങ്ങാനും നിർത്തിയിരുന്നെങ്കിൽ പിന്നെ ക്യാമ്പസ്സിൽ തലയുയർത്തി നടക്കാനാവില്ല.

(മുറിക്ക് പുറത്ത് വാതിൽക്കലിൽ റേച്ചലും കൂട്ടുകാരിയും)

റേച്ചൽ : ഹലോ!

(എല്ലാവരും വാതിൽക്കലേക്ക് നോക്കുന്നു)

റേച്ചൽ : *(ആംഗ്യത്തോടെ)* അകത്ത് കടന്നോട്ടെ?

(മുറിക്കുള്ളിലേക്ക് കടന്ന്) ഏയ്, ഇങ്ങിനെയായാലോ? ഇത്ര സങ്കടപ്പെടാനെന്തിരിക്കുന്നു? നിങ്ങൾ നന്നായി ചെയ്തിട്ടുണ്ടല്ലൊ.

ഒരു വിദ്യാർത്ഥി : ഇവന്മാരെ നന്നാക്കാൻ നോക്കുന്ന നമ്മെ വേണം പറയാൻ!

റേച്ചൽ : അങ്ങിനെ പറയാതെ. എല്ലാ മാറ്റങ്ങളും തുടങ്ങുന്നത് എതിർപ്പിൽ നിന്ന് തന്നെയാണ്.

ഒരു കൂട്ടുകാരി : അന്ന് സിസ്റ്റർ പറഞ്ഞതാ ശരി. നോഹായുടെ പെട്ടകം അവതരിപ്പിച്ചാൽ മതിയായിരുന്നു. കുറച്ചുകൂടി കോംപ്രമൈസ് ചെയ്യുന്ന–

റേച്ചൽ : ഇത് മുന്നിൽ കണ്ടുകൊണ്ട് തന്നെയാണ് ഞാനന്നങ്ങിനെ സജസ്റ്റ് ചെയ്തത്. പെട്ടെന്നൊരു മാറ്റം അസാദ്ധ്യമല്ലെ.

സക്കറിയ : ആ മാറ്റം പ്രതീക്ഷിക്കുന്ന കുറച്ച് പേരെങ്കിലും ഇവിടെയുണ്ട്.

ഒരു കൂട്ടുകാരി : ഇല്ലെന്ന് പറഞ്ഞില്ലല്ലോ....

സിസ്റ്റർ : ബാക്കി പരിപാടികൾ കാണണ്ടെ! വരുന്നില്ലെ?

ഒരു വിദ്യാർത്ഥി: നിങ്ങൾ പോയ്ക്കോ. ഞങ്ങള് വന്നോളാം.... *(അവർ പോകുന്നതും നോക്കി സക്കറിയയും കൂട്ടുകാരും)*

ഒരു വിദ്യാർത്ഥി: *(സക്കറിയയെ ആശ്വസിപ്പിച്ച്)* സാരമില്ല. നമ്മൾ നന്നായി ചെയ്തിട്ടുണ്ട്. അതു മതി.

മറ്റൊരു
വിദ്യാർത്ഥി : ഒക്കെ ശര്യായിക്കോളും.

സീൻ 23

ഹോസ്റ്റൽ മുറിയിൽ ജനലഴികളിലൂടെ പുറത്തേക്ക് നോക്കി നിൽക്കുന്ന സക്കറിയയുടെ കൂട്ടുകാർ. പകൽ സമയം.

(1) ഒരു വിദ്യാർത്ഥി: ഡായ്! ഇതാരാ പോണതെന്നു നോക്കിക്കേ?!
(2) മറ്റൊരു
വിദ്യാർത്ഥി : ങ്ഹാ, ഇരുപത്തെട്ടിലെ ശോശാമ്മയല്ലെ?
(3) മറ്റൊരു
വിദ്യാർത്ഥി : ഹേയ്. അല്ലല്ല. കേഷ്വാലിറ്റിയിലെ എത്സമ്മ!
വിദ്യാർത്ഥി (1) : കൂടെ സൗമ്യയുമുണ്ടല്ലോ. നമ്മുടെ 32–26–32.
വിദ്യാർത്ഥി (2) : മതിയാക്കെടോ. വെറുതെ അണ്ണാക്കിലെ വെള്ളം വറ്റിക്കേണ്ട. എല്ലാം ആർ.പിയാ

(കസേരയിൽ ഇരുന്ന് എന്തോ കുത്തിക്കുറിക്കുന്ന സക്കറിയ അവരെ നോക്കുന്നു. മന്ദഹസിക്കുന്നു)

സക്കറിയ : ആർ.പി. യോ? മനസ്സിലായില്ല.
ഒരു വിദ്യാർത്ഥി: *(തിരിഞ്ഞു നിന്ന്)* നിനക്കിതൊന്നും പറഞ്ഞിട്ടില്ല മോനേ.....
സക്കറിയ : *(ജിജ്ഞാസയോടെ)* ആർ.പി എന്ന് പറഞ്ഞാൽ?
വിദ്യാർത്ഥി : രജിസ്ട്രേഡ് പോസ്റ്റ്. മനസ്സിലായോ?
സക്കറിയ : അത് മനസ്സിലായി.
വിദ്യാർത്ഥി (2) : അതേയ്. വിവാഹം നിശ്ചയിച്ചു കഴിഞ്ഞ നേഴ്സ്. വിലാസക്കാരന് മാത്രമേ കൈപ്പറ്റാനാവൂ.... *(പൊട്ടിച്ചിരിക്കുന്ന സക്കറിയ)*
സക്കറിയ : നിങ്ങടെയോരോ കണ്ടുപിടുത്തം....!

സീൻ 24

ലൈബ്രറി. പകൽ സമയം.

ഒരു ക്യൂബിളിക്കിലിരിക്കുന്ന സക്കറിയ. ഒരു മെഡിക്കൽ പുസ്തകം തുറന്ന് പിടിച്ചിരിക്കുന്നു. ഒരു കൊച്ചുനോട്ടുബുക്കിൽ എന്തൊക്കെയോ കുറിക്കുന്നുണ്ട്.

എങ്കിലും ശ്രദ്ധ അതിലല്ലെന്ന് വ്യക്തം. ഇടയ്ക്കിടെ ഒരു വശത്തേക്ക് തിരിഞ്ഞു നോക്കുന്നു.

ലൈബ്രറിയിലേക്ക് പ്രവേശിക്കുന്ന സിസ്റ്റർ റേച്ചൽ. കൈയിൽ പുസ്തകങ്ങൾ. മാറോടടുക്കിപ്പിടിച്ചിരിക്കുന്നു. റേച്ചൽ വരുന്നത് സക്കറിയ കാണുന്നുണ്ട്. റേച്ചൽ സക്കറിയയുടെ ക്യൂബിക്കിളിലെത്തുന്നു.

മേശപ്പുറത്ത് വെച്ചിരിക്കുന്ന പുസ്തകങ്ങള് മറിച്ച് നോക്കുന്നതിനിടയിൽ ചെ ഗുവേരയുടെ *ബൊളീവിയൻ ഡയറി* ശ്രദ്ധയിൽപ്പെടുന്നു. പുറംചട്ടയിലേക്ക് തുറിച്ചുനോക്കുന്നു.

സക്കറിയ : ഉം. എന്താ?

റേച്ചൽ : ഞാൻ കരുതി വിപ്ലവകാരികൾ വേദപുസ്തകങ്ങളും വായിച്ച് തുടങ്ങിയെന്ന്.

സക്കറിയ : *(താല്പര്യത്തോടെ)* അതെന്താ?

(റേച്ചൽ പുസ്തകം കൈയിലെടുത്ത് സക്കറിയയ്ക്ക് അഭിമുഖമായി മേശമേൽ ചാരിനിന്ന് പുറംചട്ടമേൽ വിരലോടിക്കുന്നു)

റേച്ചൽ : ക്രിസ്തുവിനെപ്പോലിരിക്കുന്നു.

സക്കറിയ : ശരിയാ. എനിക്കും തോന്നായ്കയല്ല.

റേച്ചൽ : ചെ ഒരു ഡോക്ടറായിരുന്നില്ലെ?

സക്കറിയ : അതെ. അദ്ദേഹത്തിന്റെ ജീവചരിത്രം മെഡിക്കൽ വിദ്യാർത്ഥികൾക്ക് പാഠപുസ്തകമാക്കണം.

റേച്ചൽ : അത് നിങ്ങൾ അധികാരത്തിൽ കേറീട്ട് മതി. ഇപ്പോൾ *(മെഡിക്കൽ പുസ്തകത്തിൽ വിരലൂന്നി)* ഇതൊക്കെ പഠിക്ക്......

സീൻ 25

പകൽ സമയം.

ക്യാമ്പസിലെ ഒരു മരച്ചുവട്.

സക്കറിയയും റേച്ചലും കൂട്ടുകാരും.

റേച്ചൽ : ജീവിതത്തോട് തീർത്തും പ്രൊഫഷണലായ ഒരു സമീപനമാണ് നിങ്ങളുടേത്.

സക്കറിയ : മനസ്സിലായില്ല.

റേച്ചൽ : മറ്റൊരർത്ഥത്തിൽ പറഞ്ഞാൽ വളരെ വളരെ കാൽക്കുലൈറ്റഡ്.....

(എല്ലാവരുടെയും ശ്രദ്ധ സിസ്റ്റർ റേച്ചലിലാണ്)

അഞ്ചുവർഷം മരണ പഠിത്തം. ഹൗസ് സർജൻസി സമയത്ത് കുറച്ച് ജി.പി, പിന്നെ എൻട്രൻസ്, പ്രവേശനം തരപ്പെട്ടാൽ നഗരത്തിലെ പണച്ചാക്കിന്റെ സുന്ദരിയായ മകൾ, കാർ. ബംഗ്ലാവ്, തിരക്കിട്ട ജീവിതം. അങ്ങിനങ്ങിനെ.....

സക്കറിയ : എല്ലാറ്റിലും കുറച്ച് എക്സപ്ഷൻസ് കാണും.

റേച്ചൽ : ഇല്ലെന്ന് പറഞ്ഞില്ലല്ലോ. പക്ഷേ, ആ കൂട്ടത്തിലൊന്നും ഞാൻ നിങ്ങളെ പെടുത്തിയിട്ടില്ല.

സക്കറിയ : ഇതൊക്കെ സിസ്റ്ററുടെ വെറും തോന്നലാണ്. നിങ്ങളുടെ വർഗ്ഗത്തിന്റെ. ഒരു കന്യാസ്ത്രീക്ക് ജീവിതത്തെക്കുറിച്ചൊന്നുമറിഞ്ഞുകൂടാ.

റേച്ചൽ : അതേയ്. ഈ കുപ്പായത്തിനുള്ളിലെ റേച്ചൽ നിങ്ങളെപ്പോലെയൊരാൾ മാത്രം. അവളെല്ലാം കാണുന്നുണ്ട്. അറിയുന്നുണ്ട്.

(പൊട്ടിച്ചിരിക്കുന്ന സിസ്റ്റർ റേച്ചലും കൂട്ടുകാരികളും. ജാള്യതയോടെ സക്കറിയയും കൂട്ടുകാരും)

സീൻ 26

പകൽ സമയം. ക്യാമ്പസ്.

കാന്റീൻ ലക്ഷ്യമാക്കി നടക്കുന്ന സക്കറിയയും കൂട്ടുകാരും. ഹോസ്പിറ്റലിൽനിന്നും വരുന്ന വഴി. ഓവർകോട്ട്. സ്റ്റെതസ്കോപ്പ്. പുസ്തകങ്ങൾ. റേച്ചലുമുണ്ട്.

അവരുടെ അരികിലൂടെ ഒരു പൊലീസ് ജീപ്പ് ഹോസ്റ്റൽ ലക്ഷ്യമാക്കി പായുന്നു.

വിദ്യാർത്ഥികളുടെ ശ്രദ്ധ പൊലീസിലാണ്. പലരും അവരെ പിന്തുടർന്ന് ഓടുന്നു.

സജ്ന : എന്താ, എന്തുപറ്റി?

സക്കറിയ : ങ്ഹാ. എന്താന്നറിയില്ല.

കൂടെയുള്ളവർ : *(ജിജ്ഞാസയോടെ)* എന്താ, എന്താ?

സക്കറിയ : *(സേതുവിന്റെ കൈ പിടിച്ച്)* ഞങ്ങൾ പോയി നോക്കിയിട്ടുവരാം.

(മെൻസ് ഹോസ്റ്റലിന്റെ മുന്നിൽ ഒരാൾക്കൂട്ടം. സക്കറിയ കൂട്ടത്തിൽ ഒരു വിദ്യാർത്ഥിയോട് എന്താ പ്രശ്നമെന്ന് ആരായുന്നു)

വിദ്യാർത്ഥി : ഫൈനലിയറിലെ സിറിയക് മാത്യു ആത്മഹത്യ ചെയ്തു.

(സക്കറിയ ആൾക്കൂട്ടത്തിന്നിടയിൽ ഏന്തി വലിച്ചു നോക്കുന്നു. ഹോസ്റ്റൽ വരാന്തയിൽ പ്രിൻസിപ്പലും വാർഡനും മറ്റും പോലീസിനോട് സംസാരിക്കുന്നത് കാണാം)

സീൻ 27

തുടർച്ച.

കാന്റീനിലേക്ക് പ്രവേശിക്കുന്ന സക്കറിയയും കൂട്ടുകാരും. അവരുടെ കണ്ണുകൾ കൂട്ടുകാരെ തേടുന്നുണ്ട്. കൈ വീശുന്ന സിസ്റ്റർ റേച്ചൽ അവരുടെ കണ്ണിൽപ്പെടുന്നു.

മേശയ്ക്കു ചുറ്റും കൂട്ടുകാർ. അവർ ചായ കുടിച്ചു തുടങ്ങിയിരിക്കുന്നു. രണ്ട് സീറ്റുകൾ ഒഴിവാക്കി വെച്ചിട്ടുണ്ട്.

ഇരുന്ന ഉടനെ ചായ കുടിക്കുന്ന സക്കറിയ. അസ്വസ്ഥനാണ്. റേച്ചൽ അവനെ ശ്രദ്ധിക്കുന്നുണ്ട്.

സേതു : ഫൈനലിയറിലെ സിറിയക് മാത്യു ആത്മഹത്യ ചെയ്തു.

സജ്ന : ഏത് സിറിയക്. ആ മെലിഞ്ഞ, കട്ടി മീശയുള്ള.

സക്കറിയ : അല്ല. ആ ക്രോണിക് അഡീഷണൽ.

രവീന്ദ്രൻ : കഷ്ടം! ഈ വർഷം ഇത് നാലാമത്തേതാണ്.

സക്കറിയ : ഭീരുക്കൾ!

സേതു : അത് ഭീരുത്വമല്ല. ജീവിതത്തോടുള്ള പകരംവീട്ടലാണ്.

സക്കറിയ : പകരംവീട്ടൽ മരണമല്ല.

റേച്ചൽ : തർക്കം വിട്! സ്വന്തം ഹൃദയം തുറന്ന് കാണിക്കാൻ പറ്റിയ ഒരാളും ഈ ഭൂമുഖത്ത് ഇല്ലാതായിത്തീരുമ്പോഴാണ് ഒരാൾ സ്വയം നശിക്കാൻ തീരുമാനിക്കുന്നത്.

സജ്ന : അതാണ് ആത്മഹത്യയുടെ മനഃശാസ്ത്രം.

റേച്ചൽ : *(സക്കറിയയെ നോക്കി)* അപ്പോൾ പ്രതിക്കൂട്ടിലിരിക്കുന്നത് നമ്മളൊക്കെത്തന്നെയല്ലേ?! *(ഉച്ചത്തിൽ)* അല്ലെ?!

സീൻ 28

പകൽ സമയം. ഹോസ്റ്റൽ മുറി.

പഴയകാല റേഡിയോ (മർഫി)യിൽനിന്നും സംഗീതം. ഒരു സർദാർജി വിദ്യാർത്ഥി സിഗററ്റെടുത്ത് പുകയില കളഞ്ഞ് കഞ്ചാവ് നിറച്ച് മറ്റ് വിദ്യാർത്ഥികൾക്ക് കൊടുക്കുന്നു.

അഞ്ചാറ് കുട്ടികളുണ്ട്. ചിലർ കത്തിച്ച് വലിക്കുന്നു. മറ്റ് ചിലർ ശ്രദ്ധിക്കുന്നു. ചിലർ *FILM FAIR, ILLUSTRATED WEEKLY* തുടങ്ങിയ വാരികകളിലെ നടികളുടെ ചിത്രങ്ങൾ നോക്കി രസിക്കുന്നു. കൂട്ടത്തിൽ തെല്ലു മാറി സക്കറിയ അതെല്ലാം ശ്രദ്ധിച്ചു നിൽക്കുന്നു.

വാതിലിൽ മുട്ടുകേട്ട് സർദാർജി ഞെട്ടുന്നു. കഞ്ചാവും സിഗററ്റുകളും ഒളിപ്പിക്കാൻ ശ്രമിക്കുന്നു.

സർദാർജി : കോൻ ഹേ?

(പിന്നെയും ശബ്ദം മാത്രം. മറുപടിയില്ല)

ഒരു വിദ്യാർത്ഥി: ആരാത്?

(മറ്റൊരു വിദ്യാർത്ഥി വാതിൽ പതുക്കെ തുറന്ന് ആരാണെന്ന് നോക്കുന്നു. വാതിൽക്കൽ നിന്ന് ആ വിദ്യാർത്ഥി സക്കറിയയെ വിളിക്കുന്നു. സക്കറിയ പുറത്തേക്ക് പോകുന്നു. വാതിലടയുന്നു)

കൂട്ടുകാരൻ : അതു ശരി. അപ്പോൾ താനും തുടങ്ങിയോ ഇതൊക്കെ?

സക്കറിയ : ഏതൊക്കെ?

കൂട്ടുകാരൻ : ലഹരി.

സക്കറിയ : ഞാനവരെ വാച്ച് ചെയ്യുകയായിരുന്നു. അല്ലാതെ വലിച്ചിട്ടൊന്നുമില്ല.

കൂട്ടുകാരൻ : പാവങ്ങൾ!

സക്കറിയ : ചിലപ്പോൾ എല്ലാം മറക്കാനാവും അവരങ്ങിനെ ചെയ്യുന്നത്.

കൂട്ടുകാരൻ : സ്വർഗ്ഗത്തിലേക്കൊരു ഷോർട്ട്കട്ട്.

(അവർ നടന്ന് മറ്റൊരു മുറിക്ക് മുൻവശം നിൽക്കുന്നു. സക്കറിയ മുറി തുറക്കുന്നു. മുറിക്കൊരു അടുക്കും ചിട്ടയുമൊക്കെയുണ്ട്. ചെ ഗുവേരയും കാസ്ട്രോയും ഒന്നിച്ച് നില്ക്കുന്ന ഒരു ഫോട്ടോ, നെരൂദയുടെ കവിതകൾ, ചുമരിൽ ചില പെയിന്റിങ്ങുകൾ, മേശമേൽ കുറേ മാഗസീനുകൾ – പ്രസക്തി, പ്രേരണ, കോമ്രേഡ്, ദേശാഭിമാനി, മാതൃഭൂമി.

കൂട്ടുകാരൻ കട്ടിലിൽ കയറി ചാരിയിരിക്കുന്നു. സക്കറിയ മേശയ്ക്ക് മുകളിൽ എല്ലാം അടുക്കിവെക്കുന്നു)

കൂട്ടുകാരൻ : ഇത് നിർത്തിക്കാൻ നമ്മളെന്തെങ്കിലും ചെയ്യണ്ടേ?

സക്കറിയ : വേണം. ഇല്ലെങ്കിൽ നമ്മുടെ കൂട്ടുകാർ മുകുന്ദന്റെ കഥാപാത്രങ്ങളെപ്പോലെയാവും.

കൂട്ടുകാരൻ : ആദ്യം അതിന്റെ സോഴ്സ് തടയണം. സാധനം കിട്ടാതാവുമ്പോൾ പിന്നെ താല്പര്യവും കുറഞ്ഞോളും.

സക്കറിയ : *(ജനലഴികളിലൂടെ ചൂണ്ടിക്കാണിച്ച്)* അതാ, ആ പെട്ടിക്കടയില്ലെ. അവിടെയാണതിന്റെ സെന്റർ.

കൂട്ടുകാരൻ : നമ്മൾ നേരിട്ട് ഇടപെടരുത്. അപ്പോൾ കാര്യം വഷളാവും.

സക്കറിയ : നാളെ കമ്മിറ്റിയിൽ പറയാം. ആർ.ഇ.സിയിൽ നിന്ന് മുരളിയും പോളും, ചാലിയും മറ്റും വരുന്നുണ്ട്. അവർ കൈകാര്യം ചെയ്തോളും.

കൂട്ടുകാരൻ : ശരിയാ. അതാ നല്ലത്.

സീൻ 29

രാത്രി സമയം.

പെട്ടിക്കടയിലേക്ക് ഒരു സംഘം വിദ്യാർത്ഥികൾ. ചിലർ ലുങ്കിയിലും മറ്റ് ചിലർ പാന്റ്സിലും.

ഒരാൾ : സംഭവം ഉണ്ടോ?

കടക്കാരൻ : എത്ര വേണം?

മറ്റൊരാൾ : അഞ്ചാറ് സിഗററ്റിനുള്ളത് വേണം.

കടക്കാരൻ : നല്ല സംഖ്യയാവൂലോ.

ഒരാൾ : എത്ര?

കടക്കാരൻ : ഇരുനൂറ് രൂപ.

ഒരാൾ : *(പണം നീട്ടി)* എന്നാ എടുക്ക്.

(കടക്കാരൻ ആ പെട്ടിക്കടയ്ക്കുള്ളിലേക്ക് കയറുന്നു. വിദ്യാർത്ഥികൾ കട വളയുന്നു. ഒരാൾ വാതിൽ ചവിട്ടി അകത്തുകടന്ന് കടക്കാരന്റെ വായ പൊത്തിപ്പിടിക്കുന്നു. ഒരു ചെറിയ മൽപ്പിടുത്തം. മറ്റ്

വിദ്യാർത്ഥികളും കയറി കഞ്ചാവിന്റെ ടിന്നുകൾ നശിപ്പിക്കുന്നു)

ഒരു വിദ്യാർത്ഥി: ഇനി മേലാലിത് ഇവിടെ കൊണ്ടുവന്ന് വിറ്റാൽ–

കടക്കാരൻ : ഇല്ല സാറേ. ഇനി ചെയ്യത്തില്ല.

മറ്റൊരാൾ : പിന്നെ കട തന്നെ കത്തിച്ചു കളയും. സൂക്ഷിച്ചോ!

കടക്കാരൻ : ഇല്ല സാറേ. ഇല്ല. നാലാളെ പോറ്റണ്ടതാ. കഞ്ഞി മുട്ടിക്കരുത്.

മറ്റൊരാൾ : അതോർമ്മയുണ്ടായാൽ മതി.

ഒരാൾ : ഇത് പുറത്താരും അറിയരുത്.

മറ്റൊരാൾ : പോലീസ് പിടിച്ചെന്ന് പറഞ്ഞാൽ മതി. കേട്ടോ!

(കടക്കാരൻ തലയാട്ടുന്നു. വിദ്യാർത്ഥികൾ തിരിച്ചുപോകുന്നു)

സീൻ 30

പകൽ സമയം. ക്യാമ്പസ്.

ഒരു കൂട്ടം വിദ്യാർത്ഥികൾ LITERARY CLUB എന്ന ബോർഡിന് താഴെ. മുറിയിലായി. പുസ്തകങ്ങൾ അടുക്കി വെച്ചിരിക്കുന്ന അലമാരകൾ. സക്കറിയയും റേച്ചലും മറ്റ് വിദ്യാർത്ഥികളും. അവർ നേർക്കുനേരെ ഇരുന്ന് എന്തോ ചർച്ച ചെയ്യുകയാണ്.

റേച്ചൽ : ചൈനയിലേയോ ബൊളീവിയയിലേയോ ക്യൂബയിലേയോ ഒരന്തരീക്ഷമല്ല ഇവിടെയുള്ളത്. ഒറ്റപ്പെട്ട സംഭവങ്ങൾ ഒരു ചലനവും സൃഷ്ടിക്കാൻ പോകുന്നില്ല.

സേതു : ഒറ്റപ്പെട്ട സംഭവങ്ങൾ അതെത്ര തന്നെ ചെറുതായാലും അടിച്ചമർത്തപ്പെട്ട ദരിദ്ര വിഭാഗങ്ങളിൽ പ്രതീക്ഷയുണർത്തുണ്ട്.

സുധീർ : മാത്രമല്ല. ജന്മി–മുതലാളിമാർക്കും ഭരണകൂടത്തിനും അത് വൻ ഭീഷണിയായി മാറുന്നുണ്ട്. അത്രതന്നെ ഞങ്ങളുദ്ദേശിക്കുന്നുള്ളൂ.

സക്കറിയ : നീതിവിരുദ്ധമായ ഏതൊരു കാര്യത്തിന്നെതിരെയും പ്രതികരിക്കുകയെന്നത് ഒരു മനുഷ്യന്റെ കടമയാണ്.

റേച്ചൽ : ജനങ്ങളുടെ പ്രതീക്ഷകളെ ഉണർത്തുകയാവണം രാഷ്ട്രീയ ബോധവല്ക്കരണത്തിന്റെ ആദ്യപടി. അത് സഫലീകരിക്കാൻ കഴിയാതെ വന്നതാണ് ഇവിടത്തെ കോൺഗ്രസ്സുകാരുടെയും കമ്യൂണിസ്റ്റുകാരുടെയും പരാജയം.

സേതു : പഴഞ്ചൻ നേതൃത്വത്തിന്റെ ജീർണ്ണ സ്വഭാവത്തിൽ നിന്നും എല്ലാ പാർട്ടികളും മോചനം നേടേണ്ടതുണ്ട്.

ഒരു വിദ്യാർത്ഥിനി: *(ഇപ്പോൾ കയറി)* ഇതൊക്കെ എത്ര കാലമായി നാം പറയുന്നു?

റേച്ചൽ : ഞാനുദ്ദേശിക്കുന്നത് സ്വാതന്ത്ര്യസമര പ്രസ്ഥാനം

പോലെ ഒന്നാണ്.

സുധീർ : സ്വാതന്ത്ര്യ സമര പ്രസ്ഥാനം വിപുലമായ ബഹുജന പിന്തുണയുള്ള ഒന്നായിരുന്നു. പിൽക്കാലത്ത് അത്തരമൊന്നുമുണ്ടായിട്ടില്ല. ചെറിയ ചെറിയ പ്രതിരോധ സംഘങ്ങൾക്ക് ഇന്നേറെ പ്രസക്തിയുണ്ട്. വലുപ്പ ചെറുപ്പമല്ല പ്രശ്നം. ഗൗരവവും ലക്ഷ്യബോധവുമാണ്.

റേച്ചൽ : ഉത്കണ്ഠ, പ്രതിഷേധം, കലാപം – കേൾക്കാൻ നല്ല സുഖമുണ്ട്.

സക്കറിയ : ഭരണകൂടത്തെ ഒന്ന് ഞെട്ടിക്കാനെങ്കിലും നാമെന്തെങ്കിലും ചെയ്തേ പറ്റൂ.

ഒരു വിദ്യാർത്ഥിനി: ഉത്തരേന്ത്യയിലെ നിരക്ഷരരുടെ പ്രതികരണശേഷി പോലും നമ്മുടെ മലയളികൾക്കില്ല. എല്ലാവരും കാഴ്ചക്കാർ മാത്രമാണ്. ഇവിടെയാരും ഞെട്ടാനും പോണില്ല. ഒന്നും കാണിക്കാനും പോണില്ല.

റേച്ചൽ : വേഗത്തിന്റെ ഈ ലോകത്ത് മാത്സര്യത്തിന്റെ അടിമകളാണ് എല്ലാവരും അപ്പോൾ....

സക്കറിയ : പറഞ്ഞുകൊണ്ട് വരുന്നതെന്തെന്നറിയാം.

റേച്ചൽ : *(എഴുന്നേറ്റ് പുസ്തകം മേശപ്പുറത്തിടിച്ചു)* മാർക്സിസംപോലും വർഗ്ഗ സമരത്തെ കൈവെടിഞ്ഞു. വോട്ട് ബാങ്കിൽ വിശ്വസിക്കുന്ന ഇക്കാലത്ത് എന്ത് റിവോൾട്ടാണ് നടക്കുക? *(എല്ലാവരും എഴുന്നേൽക്കുന്നു. പോകുന്നു)*

സീൻ 31

രാത്രി.

ലേഡീസ് ഹോസ്റ്റലിൽ സിസ്റ്റർ റേച്ചലും ആനി എന്ന കൂട്ടുകാരിയും ഒരു മുറിയിൽ. ആനി സുന്ദരിയാണ്. ബോബ് ചെയ്ത മുടി. രണ്ടുപേരും ഹൗസ്കോട്ട് ധരിച്ചിരിക്കുന്നു. റേച്ചൽ ശിരോവസ്ത്രം കൂടെ ധരിച്ചിട്ടുണ്ട്. രണ്ടുപേരും കട്ടിലിൽ ചുമര് ചാരിയിരിക്കുന്നു. റേച്ചലിന്റെ കൈയിൽ സുഗതകുമാരിയുടെ ഒരു കവിതാ സമാഹാരം.

ആനി : *(ചിരിച്ചുകൊണ്ട്)* പുരുഷനുമൊത്ത് നടക്കുമ്പോഴേ സ്ത്രീ പൂർണ്ണയാവുന്നുള്ളൂ.

റേച്ചൽ : ഉം. പിന്നെ!

ആനി : സിസ്റ്റർക്കതൊന്നും മനസ്സിലാവില്ല.

റേച്ചൽ : അതെന്താ. ഞാൻ പെണ്ണല്ലേ?!

ആനി : പക്ഷേ, വ്യത്യാസമുണ്ടല്ലോ. നിങ്ങളെപ്പോലെ എല്ലാം കടിച്ചമർത്തി നടക്കാൻ ഞങ്ങളെ കിട്ടില്ല.

റേച്ചൽ : എന്നാര് പറഞ്ഞു?

ആനി : LOVE=SEX+RELATIONSHIP

റേച്ചൽ : മാംസനിബദ്ധം രാഗം എന്ന കവിഭാഷ്യവുമുണ്ടല്ലോ!

ആനി : *(നെടുവീർപ്പിട്ട്)* സാമിന്റെ കൂടെ കിടന്നപ്പോഴാണ് ഞാനത് മനസ്സിലാക്കിയത്. ജീവിതത്തിലതേവരെ അനുഭവപ്പെട്ടിട്ടില്ലാത്ത ഒരനുഭൂതി. ശരീരത്തിന്നൊരർത്ഥം കൈവന്നതുപോലെ. നോക്കൂ ആ അനുഭൂതിയല്ലെ സാമിനോടുള്ള സ്നേഹം നിലനിർത്തുന്നത്.

റേച്ചൽ : *(ആനിയെ കൗതുകത്തോടെ നോക്കി)* എന്തോ, എനിക്കറിഞ്ഞു കൂടാ....

ആനി : ഉവ്വ്. ഉവ്വ്. അല്ലെങ്കിൽ പിന്നെ -
(പറഞ്ഞുകൊണ്ട് വന്നത് നിർത്തി)

റേച്ചൽ : മതി. നിർത്ത്.

(ചെറിയ ഇടവേള. രണ്ടുപേരും മിണ്ടുന്നില്ല. ആനി കൈ നീട്ടി മേശപ്പുറത്തിരിക്കുന്ന വാരിക എടുക്കുന്നു. അതിൽ സക്കറിയയുടെ കഥയുള്ള പേജ്. ഫോട്ടോയുമുണ്ട്. അതിൽ കുറച്ചുനേരം നോക്കി നിന്ന് പിന്നെ റേച്ചലിനെ നോക്കുന്നു)

ആനി : സിസ്റ്റർ ഞാനൊരു കാര്യം ചോദിച്ചാൽ സിസ്റ്റർ സത്യം പറയ്യോ?

റേച്ചൽ : ഉം. എന്താ?

ആനി : കുട്ടികൾ ഓരോന്ന് പറയ്ണു....

റേച്ചൽ : എന്താച്ചാൽ തെളിയിച്ചു പറ.

ആനി : *(മടിച്ചു മടിച്ച്)* സിസ്റ്റർക്ക് ഇയാളെ *(സക്കറിയയുടെ ഫോട്ടോ ചൂണ്ടി)* ഇഷ്ടാണോ?

റേച്ചൽ : ഇഷ്ടാണല്ലോ. എന്തേയ്?

ആനി : ഇഷ്ടംന്ന് വെച്ചാൽ-

റേച്ചൽ : ഇഷ്ടം തന്നെ.

ആനി : എങ്ങിനത്തെ ഇഷ്ടം?

റേച്ചൽ : *(നിസ്സംഗയായി)* എനിക്ക് തന്നെ ഇഷ്ടാണല്ലോ. അതേപോലെ തന്നെ.

ആനി : അതിൽപ്പരം?

റേച്ചൽ : *(ആനിയുടെ പുറത്ത് സ്നേഹത്തോടെ തട്ടി)* ഏയ് ഒന്നുമില്ല. കർത്താവിന് നിരക്കാത്തത് ഒന്നും പറയരുത് കുട്ടീ. *(നിർത്തി ആലോചിച്ച്)* ഒരു കവിതയെഴുത്തുകാരിയും കഥാകൃത്തും തമ്മിലുള്ള ഇന്റലക്ച്വൽ റിലേഷൻഷിപ്പ്. ഒരാണും പെണ്ണും തമ്മിലുള്ള ഹെൽത്തി റിലേഷൻഷിപ്പ്. അതിൽ കവിഞ്ഞ ഒന്നുമില്ല.

ആനി : *(ക്ഷമാപണ സ്വരത്തിൽ. കൈകൾ കൂട്ടപ്പിടിച്ച്)* സോറി സിസ്റ്റർ. സോറി. എന്നോടൊന്നും തോന്നരുത്. എനിക്കറിയാലോ സിസ്റ്ററെ നല്ലോണം.

സീൻ 32

അടിയന്തരാവസ്ഥ. 1975 ജൂൺ 26. വ്യാഴം. ചില ദൃശ്യങ്ങൾ.

1. എല്ലാറ്റിലും ഇന്ദിരാഗാന്ധിയുടെ തൊഴുത് നില്ക്കുന്ന വലിയ ചിത്രങ്ങൾ.
2. ഇന്ത്യയ്ക്ക് നവയുഗപ്പിറവി - എന്ന തലക്കെട്ടിൽ പത്ര പ്രസ്താവനകളുടെ ചില കട്ടിംഗുകൾ.
3. *ദേശാഭിമാനി* പത്രത്തിന്റെ ഒരു കോപ്പി. മുഖപ്രസംഗ കോളം ശൂന്യമാക്കിയിട്ടിരിക്കുന്നു.
4. ചില പത്രങ്ങൾ മദ്ധ്യത്തിലായി - "ജയപ്രകാശ് നാരായണൻ, മൊറാർജി ദേശായ്, എ.കെ.ജി, വാജ്പേയി, ജോർജ്ജ് ഫെർണാണ്ടസ്, ചന്ദ്രശേഖർ എന്നിവർ അറസ്റ്റിൽ" എന്ന ചെറിയ തലവാചകം.
5. INDIAN HERALD - EMERGENCY DECLARED. J P, Morarji, Advani, Asok Mehta, Vajpayee arrested.
6. *THE HINDU* - PRESIDENT PROCLAIMS NATONAL EMERGENCY Security of India threatened by Internal disturbances. Preventive arrests. Press censorship imposed.
7. *THE TIMES OF INDIA* - STATE OF EMERGENCY
8. THE TRIBUNE - PRESIDENT DECLARES EMERGENCY.
9. റേഡിയോയിൽ ഇന്ദിരാഗാന്ധിയുടെ പ്രസ്താവനകൾ. തുടർന്ന് സിതാറിന്റെ ശബ്ദം മാത്രം.
10. ചുമരിൽ പോസ്റ്ററുകൾ.

എ) ചെയർമാൻ മാവോ സിന്ദാബാദ്.
ബി) അധികാരം തോക്കിൻ കുഴലിലൂടെ.
സി) നക്സൽബാരിയുടെ മാർഗ്ഗം നമ്മുടെ മാർഗ്ഗം.
ഡി) ചിരിക്കുന്നവർ ഭയങ്കരമായ വാർത്തകൾ കേൾക്കാനിരിക്കുന്നതേയുള്ളൂ.

സീൻ 33

ഹോസ്റ്റൽ മുറി. പകൽ സമയം.

കുറച്ചുപേർ സക്കറിയയെ ശ്രദ്ധിക്കുന്നു.

സക്കറിയ : ക്യാമ്പസ് എന്നത് പുറത്തെ ലോകത്തിന്റെ ഒരു മിനിയേച്ചർ രൂപമാണ്. പുറംലോകത്തിന്റെ വേദനയും സംഘർഷങ്ങളും ക്യാമ്പസിലേക്കും പടർന്ന് കയറും. അതിൽ നിന്നെല്ലാം മുഖം തിരിച്ചു നില്ക്കുകയെന്നത് മരണത്തേക്കാൾ ഭയാനകമാണ്.

എല്ലാവരുടേയും രാഷ്ട്രീയപരമായ കാഴ്ചപ്പാടുകൾ ഒന്നാകണമെന്നില്ല. വ്യക്തിയും അയാളിൽ നിറഞ്ഞുനില്ക്കുന്ന വ്യക്തിത്വം എന്ന

സത്തയും സാമൂഹ്യഘടനയും അതിന്റെ രൂപീകരണവുമെല്ലാം രാഷ്ട്രീയപരമാണ്. ഇതിൽനിന്നും ഒരു വ്യക്തിക്കോ ക്യാമ്പസിനോ മാറിനില്ക്കാനാവില്ല. രാഷ്ട്രീയമെന്നത് ജീവകോശങ്ങളിൽ അലിഞ്ഞു ചേർന്ന പ്രാണവായുവാണ്....

(ശബ്ദം നേർത്ത് നേർത്ത് ഇല്ലാതാവുന്നു)

സീൻ 34

പകൽ സമയം.

ആശുപത്രിയിൽനിന്നും പുറത്തേക്ക് വരുന്ന സക്കറിയയും റേച്ചലും കൂട്ടുകാരും.

സക്കറിയയെ കണ്ടയുടനെ ആശുപത്രി ഗേറ്റിന്നരികിൽ നിന്ന ഒരാൾ കൈവീശുന്നു.

(യുവാവ്. കണ്ണട വെച്ച് താടിയുണ്ട്. തോളിൽ തുണിസഞ്ചി)

(സക്കറിയ റേച്ചലിനോടും കൂട്ടുകാരോടും ഇപ്പോൾ വരാമെന്ന് പറഞ്ഞ് അയാൾക്കരികിലേക്ക് പോകുന്നു. സിസ്റ്ററുടെ കാഴ്ചയിൽ അവർ തമ്മിലുള്ള കുശലം. അത് സ്വകാര്യമാണ്)

അയാൾ : ഇന്നലെ നമ്മുടെ ഒരു സഖാവ് ചേളാരിയിൽവെച്ച് ഡി. വൈ.എസ്.പിയെ കൊന്നു.

സക്കറിയ : *(ആകാംക്ഷയോടെ)* എങ്ങിനെ?

അയാൾ : നമ്മുടെ പിടിക്കപ്പെട്ട രണ്ടുമൂന്ന് സഖാക്കളെയും കൊണ്ട് പോലീസ് ജീപ്പിൽ കോഴിക്കോട്ടേക്ക് വരികയായിരുന്നു. ചേളാരിയിലെത്തിയപ്പോൾ നമ്മുടെ സഖാവ് കൈയാമംകൊണ്ട് മുന്നിലിരുന്ന DYSP- യുടെ കഴുത്തിൽ ചുറ്റിപ്പിടിച്ചു. മറ്റുള്ളോർ പെട്രോൾ ടിൻ തട്ടി വീഴ്ത്തി തീ കൊടുത്തു. സഖാവും DYSP- യും തൽക്ഷണം വെന്തു മരിച്ചു. ബാക്കിയുള്ളവർ രക്ഷപ്പെട്ടിട്ടുണ്ട് *(പിന്നെ സ്വരം താഴ്ത്തി)* അവർ യൂണിവേഴ്സിറ്റിയിൽ സഖാവ് ഉമ്മറിന്റെ മുറിയിലാണ്. പോലീസവിടെ എത്താതിരിക്കില്ല. *(സ്വകാര്യമായി)* അവരെ കുറച്ച് ദിവസത്തേക്ക് നിങ്ങടെ ഹോസ്റ്റലിൽ പാർപ്പിക്കാനാവ്വോ? ആരും അറിയരുത്.

സക്കറിയ : *(സംശയിച്ച്)* ശ്രമിക്കാം. പക്ഷേ, അത്ര സെയ്ഫല്ല.

സീൻ 35

രാത്രി. ഹോസ്റ്റൽ മുറി.

സിസ്റ്റർ റേച്ചൽ ഒരു സൈക്ലോസ്റ്റൈൽ കോപ്പി വായിച്ചുകൊണ്ടിരിക്കുന്നു. സക്കറിയയുടേതാണ്.

സ്വാതന്ത്ര്യത്തിന്റെ പരിപ്രേക്ഷ്യം.

പി പി സക്കറിയ

സ്വാതന്ത്ര്യ സമരത്തിലൂടെ ഇന്ത്യൻ ജനത നേടിയെടുത്ത മൗലികാവകാശങ്ങൾക്ക് വിലക്ക് കല്പിച്ചുകൊണ്ട് പ്രഖ്യാപിക്കപ്പെട്ട ഈ അടിയന്തരാവസ്ഥ ചെറുക്കപ്പെടണം.

ഒരു വ്യക്തി. ഉത്തരവാദപ്പെട്ട ഒരു വ്യക്തി ജനങ്ങൾക്കുമേൽ അപ്രതീക്ഷിതമായി അടിയന്തരാവസ്ഥ അടിച്ചേല്പിച്ചപ്പോൾ എന്ത് ചെയ്യണമെന്ന് ഇവിടുത്തെ കമ്യൂണിസ്റ്റുകാർക്കുപോലും ഒരുരൂപവുമില്ലാതെ പോയി. അത് നാം തിരിച്ചറിയേണ്ടതുണ്ട്. അവരുടെ പിഴവിൽ നിന്ന് നാം മുന്നോട്ട് പോകേണ്ടതുണ്ട്.

സംഘടിത സമരങ്ങൾകൊണ്ട് അടിയന്തരാവസ്ഥ പിൻവലിച്ചേക്കില്ലായിരിക്കും. പക്ഷേ, നാം നമ്മുടെ പ്രതിഷേധം പ്രകടിപ്പിച്ചേ പറ്റൂ. ലക്ഷ്യബോധവും പ്രതികരണ ശേഷിയും അവസ്ഥകളോട് കലാപം ചെയ്യാനുള്ള കഴിവും പുതു തലമുറയിൽ വളർത്തിയെടുക്കേണ്ടിയിരിക്കുന്നു.

എന്തുകൊണ്ട് യുവാക്കൾ? എന്നതിന്റെ ഉത്തമോദാഹരണമായിരിക്കണം നമ്മുടെ പാർട്ടി ലൈൻ. സ്വാതന്ത്ര്യം നമ്മുടെ ജന്മാവകാശമാണ് എന്ന ബോധവും സംഘടനാ ശക്തിയുള്ള ഒരു ജനതയുടെ സാന്നിദ്ധ്യവുമാണ് ഇതിനാവശ്യം....

(വാതിലിൽ മുട്ട് കേൾക്കുമ്പോൾ സിസ്റ്റർ ധൃതിപ്പെട്ട് സൈക്ലോസ്റ്റൈൽ കോപ്പി തലയണയുടെ അടിയിൽ ഒളിപ്പിക്കുന്നു. പിന്നെ വാതിലിന് നേരെ)

സീൻ 36

സന്ധ്യ

കോളേജ് ക്യാന്റീൻ.

റേച്ചൽ : എനിക്ക് നിങ്ങളോട് യോജിക്കാൻ കഴിയുന്നില്ല. ഒരുതരം അന്ധമായ എടുത്തുചാടലാണ് നിങ്ങളുടേത്.

സുധീർ : ലക്ഷ്യം മാർഗ്ഗത്തെ സാധൂകരിക്കുന്നു.

റേച്ചൽ : അതെല്ലാ വിപ്ലവകാരികളും പറയാറുണ്ട്. പക്ഷേ, നിങ്ങളുടെ ലക്ഷ്യങ്ങൾ വെറും സ്വപ്നങ്ങളാണ്. യാഥാർത്ഥ്യത്തെ അഭിമുഖീകരിക്കാനുള്ള ഭയംകൊണ്ട് നിങ്ങൾ നെയ്തെടുക്കുന്ന സ്വപ്നങ്ങൾ.

സുധീർ : നിങ്ങൾക്കത് മനസ്സിലാവില്ല. നമ്മുടെ രണ്ട് കൂട്ടരുടെയും ലോകങ്ങൾ രണ്ടാണ്.

റേച്ചൽ : സ്വതന്ത്രരാവാനാണ് നാം പ്രസ്ഥാനങ്ങൾ കെട്ടിപ്പടുക്കുന്നത്. എന്നാൽ പ്രസ്ഥാനങ്ങളിലാകട്ടെ സ്വാതന്ത്ര്യമെന്നത് കൂട്ടിലകപ്പെട്ട കിളിയെപ്പോലെയാണ്. അതിനുള്ളിൽ സ്വാതന്ത്ര്യം വെട്ടിച്ചുരുക്കപ്പെടുന്നു. സങ്കുചിത

മനസ്സുകൾ പെരുകുന്നു. ഓരോ വ്യക്തിയും അവനവന്റെ സ്വാതന്ത്ര്യം ബലി കഴിക്കുന്നു. *(റേച്ചൽ ഒരു പ്രസംഗത്തിന്റെ മൂഡിലാണ്. ചോദിക്കുന്നു)* ശരിയല്ലെ? അല്ലെ?

സക്കറിയ : അപ്പോൾ സിസ്റ്ററുടെ കാര്യമോ? നിങ്ങളുടെ സഭ എന്ത് സ്വാതന്ത്ര്യമാണ് നിങ്ങൾക്കനുവദിച്ച് തന്നിട്ടുള്ളത്?

റേച്ചൽ : *(പുഞ്ചിരിയോടെ)* അല്ലെന്ന് പറഞ്ഞില്ലല്ലോ. എന്ന് അവരുടെ പിടി മുറുകുന്നുവെന്ന് തോന്നുന്നുവോ അന്ന് ഞാനും വിട പറയും...

(സക്കറിയയും കൂട്ടുകാരും ഒരു ഷോക്കിലെന്നവണ്ണം അവരെ നോക്കുന്നു)

റേച്ചൽ : *(പൊട്ടിച്ചിരിച്ചുകൊണ്ട്)* നമ്മുടെ നാട്ടിൽ വിപ്ലവമെന്നത് നല്ലൊരു ജോലിയോ, പദവിയോ, വിവാഹമോ കിട്ടുന്നതുവരെ യുവാക്കളുടെ മനസ്സിൽ എരിഞ്ഞുകത്തുന്ന ഒരു തീയാണ്. അപ്പോൾ കുഞ്ഞുണ്ണി മാഷ് പറഞ്ഞപോലെ ഇവിടെ പടിക്കൽ സമരം മാത്രമേ നടക്കൂ. വിപ്ലവം നടക്കില്ല.

സീൻ 37

രാത്രി. ഒരു ലോഡ്ജ് മുറി.

സഖാവ് കെ.സി: സമൂഹത്തിന്റെ മനഃസാക്ഷി സൂക്ഷിപ്പുകാരെന്നും സ്വാതന്ത്ര്യത്തിന്റെ കാവൽ ഭടന്മാരെന്നും നാം കരുതുന്ന എഴുത്തുകാരും ബുദ്ധിജീവികളും നിശ്ശബ്ദരാവുകയോ സ്വാതന്ത്ര്യ ധ്വംസനത്തെ പിന്തുണയ്ക്കുകയോ ചെയ്യുന്നതാണ് ഇന്ന് നാം കാണുന്നത്. സക്കറിയയെപ്പോലുള്ളവർ ഇതിനെതിരെ പ്രതികരിക്കണം. നിങ്ങൾ യുവ എഴുത്തുകാർ തയ്യാറാവണം. രാജാവ് നഗ്നനാണെന്ന് വിളിച്ചു കൂവാനെങ്കിലും നിങ്ങൾക്ക് കഴിയണം.

(തുടർന്ന് സക്കറിയയോടായി): സഖാവ് എം.എസ് കുറച്ച് പുസ്തകങ്ങൾ തന്നിട്ടുണ്ട്. അത് മുഴുവൻ വിറ്റ് കുറച്ച് ഫണ്ട് സംഘടിപ്പിക്കണം.

(സക്കറിയ പുസ്തകക്കെട്ട് തുറന്നു നോക്കുന്നു. മേരി ടെയിലറുടെ 'ഇന്ത്യൻ ജയിലറകളിൽ അഞ്ച് വർഷങ്ങൾ' പത്തിരുപത് കോപ്പികളിൽ ഒന്നെടുത്ത് തിരിച്ചും മറിച്ചും നോക്കി തല കുലുക്കുന്നു)

സീൻ 38

അതേ ലോഡ്ജ് മുറി. രാത്രി.

ആവേശത്തോടെ സംസാരിച്ചു കൊണ്ടിരിക്കുന്ന ഒരു സഖാവ്. കേൾവിക്കാരുടെ കൂട്ടത്തിൽ സക്കറിയ, സുധീർ, സേതു തുടങ്ങി കുറേ പേർ.

സഖാവ് : ചാരു മജുംദാർ ലൈൻ പറയുന്നതുപോലെ ജന്മിത്തരത്തിന്നെതിരായിട്ടല്ല, സാമ്രാജ്യത്തിന്നെതിരായിട്ടാണ് മുഖ്യ സമരം നടത്തേണ്ടത്. അതിന്റെ പ്രായോഗിക രൂപമെന്ന നിലയ്ക്ക് പോലീസ് സ്റ്റേഷൻ ആക്രമണമാണ് നാം ആസൂത്രണം ചെയ്തിരിക്കുന്നത്. അത് ഭരണകൂടത്തെ ഞെട്ടിക്കും.

ഈ അടിയന്തരാവസ്ഥ സാഹചര്യത്തിൽ ഭരണകൂടത്തിന്നെതിരായ ഏതൊരു സമരവും കൂടുതൽ പ്രാധാന്യമായിത്തീരുന്നത് നമ്മുടെ നിലപാടിന്റെ സാധൂകരണമായി കണക്കാക്കിയാൽ മതി *(നിർത്തി)* ഇനിയൊരു പാളിച്ചകൊണ്ടും നമ്മുടെ പ്രസ്ഥാനം തളർന്നുകൂടാ. അറുപത്തെട്ടിലെ പുൽപ്പള്ളി, തലശ്ശേരി ആക്രമണത്തിലെ പിഴവുകൾ നാം തിരിച്ചറിയേണ്ടതുണ്ട്. കിസാൻ തൊമ്മനും സഖാവ് ഗോപാലനും സംഭവിച്ചത് ഇനി ആവർത്തിച്ചുകൂടാ. നമ്മുടെ ഓരോ നീക്കവും വളരെ സൂക്ഷിച്ചാവണം.

സീൻ 39

രാത്രി.

രഹസ്യമായി നാടൻ ആയുധങ്ങളുണ്ടാക്കുന്ന ഒരു സങ്കേതം.

സക്കറിയയും കൂട്ടരും അവിടെ. എല്ലാവരുടെയും മുഖത്ത് പരിഭ്രമത്തിന്റെ നിഴൽ. പണിയിൽ ഏർപ്പെട്ടുകൊണ്ടിരിക്കുന്ന ഒരാൾ. സഹായിയായി മറ്റൊരാൾ.

ഒരാൾ : 200–250 രൂപ കൊടുത്താൽ ആറുണ്ടകളുള്ള ഒരു റിവോൾവർ സംഘടിപ്പിച്ച് തരാം.

സക്കറിയ : അത്ര വലിയ തുക ബുദ്ധിമുട്ടാണ്.

അയാൾ
വീണ്ടും : എങ്കിൽപ്പിന്നെ നാടൻ ബോംബാകും. അതുതന്നെ രണ്ട് തരമുണ്ട് *(നിർത്തി)* കരിങ്കൽ ക്വാറികളും മറ്റും ഉപയോഗിക്കുന്ന ജലാറ്റിനും ഡിറ്റോണേറ്ററും ചേർന്നത്. അത് പൊട്ടണമെങ്കിൽ ഫ്യൂസ് വയർ കത്തിച്ചെറിയണം. മറ്റൊന്ന് പൊട്ടാഷും മനയോലയും കൂട്ടിച്ചേർത്തുണ്ടാക്കുന്നത്. അതെറിഞ്ഞാൽ എളുപ്പം പൊട്ടും. പക്ഷേ, സൂക്ഷിച്ച് കൈകാര്യം ചെയ്യണം.

കൂട്ടുകാരൻ : എങ്കിൽ അതാകാം.
(അവർ മുൻകൂറായി പണം നീട്ടുന്നു)
അയാൾ : നാളെ വൈകിട്ട് പോന്നോ. എല്ലാം റെഡിയായിരിക്കും.
(സക്കറിയയും കൂട്ടരും പോകുന്നു)

സീൻ 40

രാത്രി: ഹോസ്റ്റൽ മുറി.

സക്കറിയയും കൂട്ടുകാരും. ഓരോരുത്തരുടേയും കൈയിൽ സൈക്ലോസ്റ്റൈൽ ചെയ്ത ഒരു നോട്ടീസിന്റെ കോപ്പികൾ. അതിൽ റൂട്ട്മാപ്പും മറ്റും. അവരെന്തൊക്കെയോ അന്യോന്യം ചർച്ച ചെയ്യുന്നുണ്ട്. അവരാരെയോ കാത്തിരിക്കുകയാണെന്ന് വ്യക്തം.

പെട്ടെന്ന് മുട്ടുകേട്ട് സക്കറിയ വാതിൽ തുറക്കുന്നു. പ്രതീക്ഷിച്ചിരുന്ന ആൾ എന്നതിലുള്ള സന്തോഷം ആ മുഖത്ത് കാണാം.

സക്കറിയ : *(മറ്റുള്ളവരോടായി)* സഖാവ് കെ.സി.

(എല്ലാവരും ഒതുങ്ങിയിരുന്നത് കെ സിക്ക് ഇരിക്കാനുള്ള സ്ഥലം നൽകുന്നു. സക്കറിയ വാതിൽ കുറ്റിയിടുന്നു)

സഖാവ് കെ.സി: ഇനി കാര്യത്തിലേക്ക് കടക്കാം. എല്ലാം സഖാവ് സോമൻ പറഞ്ഞു കാണുമല്ലോ.

(എല്ലാവരും തലയാട്ടുന്നു)

കറന്റും ഫോണുമൊന്നുമില്ലാത്ത സ്റ്റേഷനാണത്. രാത്രി പതിനൊന്നാകുമ്പോഴേക്കും പെട്രോമാക്സ് തിയേറ്ററിൽ ഫസ്റ്റ് ഷോ മാത്രമേ കാണൂ. ഷോ കഴിഞ്ഞ് പത്തുമണിയാകുമ്പോഴേക്ക് ടൗണെല്ലാം വിജനമാകും.

(വെള്ളം കുടിച്ച്, ബീഡി പുകച്ച് വീണ്ടും)

നേരത്തെയെത്തുന്നവർ ഫസ്റ്റ്ഷോയ്ക്ക് കേറിക്കോണം. വൈകിയെത്തുന്നവർ വെറുതെ അവിടവിടെ കറങ്ങി നടക്കരുത്. അത് സംശയത്തിനിട വരുത്തും. സ്റ്റേഷന്റെ പിൻഭാഗത്ത് ഒരു കുന്നിൻ ചെരുവാണ്. ഇടയ്ക്ക് റബ്ബർതോട്ടവും പാറക്കെട്ടുകളും. എല്ലാവരും പന്ത്രണ്ട് മണിയോടെ അവിടെയെത്തണം. പിന്നെയെല്ലാം സഖാവ് സോമൻ പറഞ്ഞപോലെ......

(എല്ലാവരും പുറത്തേക്ക്. കൂട്ടമായല്ല. വെവ്വേറെയായി)

സീൻ 41

പകൽ സമയം. ലോഡ്ജ് മുറി.

കുറേ സഖാക്കൾ ഒത്തുകൂടിയിരിക്കുന്നു. അവർ ആക്ഷൻ പ്ലാൻ ചെയ്യുകയാണ്.

സഖാവ് : *(താടിയുണ്ട്. അത് തടവി ശബ്ദം കുറച്ച്)* അമ്പലവയൽ ഭാഗത്തുനിന്ന് പുറപ്പെട്ട് നിലമ്പൂരിൽ എത്തിച്ചേ

രുന്ന ഒരു മലമ്പാതയുണ്ട്. ആ കാട്ടുവഴികളിലൊരിടത്ത് സംഘടിക്കുകയാവും ഉത്തമം. വളരെ ദുർഘടം പിടിച്ച് ഒരു വഴിയാണത്. കാപ്പി കള്ളക്കടത്തിനായി നാട്ടുകാർ ആ വഴി ഉപയോഗിക്കാറുണ്ട്. കുത്തനെ പാറക്കെട്ടുകൾ നിറഞ്ഞ മലഞ്ചെരിവാണത് *(നിർത്തി, ഒരു മേപ്പ് കാണിച്ച്)* മീൻമുട്ടി, പോത്തുകല്ല് വഴി ചുങ്കത്തറയിലെത്താം. ചാലിയാർ പുഴയുടെ ഉത്ഭവസ്ഥാനമെന്ന് കരുതുന്ന ഒരരുവി കാണാം. ആ അരുവിയുടെ ഓരം ചേർന്ന് നടന്നാൽ മതി. നിറയെ പുൽക്കാടുകളാണ്. *(ശബ്ദം കുറച്ച്)* നിലമ്പൂരിലെ പോലീസ് ക്യാമ്പ് തകർത്തിരിക്കണം.....

(ശബ്ദം നേർത്തു നേർത്ത് വരുന്നു)

സീൻ 42

ലോഡ്ജ് മുറി. രാത്രി.

പഴയ രംഗത്തിലെ ആൾക്കാരിൽ ചിലരില്ല. സക്കറിയ, സുധീർ തുടങ്ങിയവരെ കാണാം.

സ. സോമൻ : വടകരയിൽ നിന്നുള്ള നമ്മുടെ സഖാക്കളെല്ലാം അറസ്റ്റും ചെയ്യപ്പെട്ടിരിക്കുന്നു. പലരും ജയിലറയ്ക്കുള്ളിൽ ഭീകരമായ മർദ്ദനം നേരിട്ടുകൊണ്ടിരിക്കയാണ്. വയനാട്ടിലും സ്ഥിതി വ്യത്യസ്തമല്ല. താടി വളർത്തി സഞ്ചി തൂക്കിയ ആരെക്കണ്ടാലും അന്വേഷണമാണ് വായിക്കുന്നവരെ മുഴുവൻ പോലീസ് നിരീക്ഷിച്ചുകൊണ്ടിരിക്കുന്നു. പലരും നിയമവിരുദ്ധമായ തടവിലാണ്. *(കുറച്ചുനേരം നിർത്തി)* എഞ്ചിനീയറിംഗ് കോളേജും, മെഡിക്കൽ കോളേജും കേന്ദ്രമാക്കി നക്സൽ സംഘം പ്രവർത്തിക്കുന്നുണ്ടെന്ന് പോലീസിന് സംശയമുണ്ട്. നിങ്ങൾ ഒളിവിൽ പോകുന്നതാണ് നല്ലത്. അടിയന്തരാവസ്ഥ ചിലപ്പോൾ കുറേ നാളത്തേക്ക് നിലനിന്നേക്കാം. ഉടൻ അണ്ടർ ഗ്രൗണ്ട് പാർട്ടി കെട്ടിപ്പടുക്കണമെന്നാണ് പോളിറ്റ് ബ്യൂറോയുടെ നിർദ്ദേശം.

(ശബ്ദം നേർത്ത് നേർത്ത് ഇല്ലാതാകുന്നു)

സീൻ 43

ഒരു പോലീസ് ക്യാമ്പിന്റെ വിവിധ ദൃശ്യങ്ങൾ.

എ) പൊട്ടിച്ചിരിച്ചുകൊണ്ട് കുറേ പോലീസുകാർ.

ചായ, സിഗററ്റ് മുതലായവ മേശപ്പുറത്ത്. ചിലർ ഒരു യുദ്ധം കഴി

ഞ്ഞപോലെ വിയർത്തു കുളിച്ചിരിക്കുന്നു.

ബി) ക്ലോസ്ഡ് സർക്യൂട്ട് ടി.വിയിൽ പോലീസ് മർദ്ദനം ആസ്വദിച്ചുകൊണ്ട് മേലധികാരികൾ.

സി) ലാന്റ്‌ലൈനിൽ സംസാരിക്കുന്ന പോലീസ് ഓഫീസർമാർ. ചിലർ അടുത്ത മുറിയിലേക്ക് പോകുന്നു.

ഡി) പോലീസ് ക്യാമ്പിലെ മർദ്ദന മുറകൾ – ഗരുഡൻതൂക്കം, കാവടി യാട്ടം, ഉരുട്ടൽ, സാങ്കല്പിക കസേര.

ഇ) അർദ്ധനഗ്നരായ തടവു പുള്ളികൾ. താടിയും മീശയുമുള്ളവർ. അല്ലാത്തവരായും ചിലർ. പട്ടിണികൊണ്ട് വിവശരായവർ. മർദ്ദന ത്തിന്റെ അടയാളങ്ങൾ അവരിൽ കാണാം. സക്കറിയയും സുധീറും ആ കൂട്ടത്തിലുണ്ട്.

സീൻ 44

പകൽ സമയം.

ആശുപത്രി വാർഡിൽ ഒരു രോഗിക്ക് ഇരുവശവുമായി കൂട്ടംകൂടി യിരിക്കുന്ന മെഡിക്കൽ വിദ്യാർത്ഥികൾ. ഒരു വിദ്യാർത്ഥി രോഗിയെ പരി ശോധിക്കുകയാണ്. കൂടെയുള്ളവർ അത് ശ്രദ്ധിക്കുന്നു.

റേച്ചൽ : *(രവിയോടായി)* സക്കറിയയെക്കുറിച്ച് വല്ലതും?

രവീന്ദ്രൻ : അറിയില്ല. ഇന്നലെ രാത്രി ഹരീന്ദ്രനെ പോലീസ് പിടി ച്ചുകൊണ്ടുപോയി.

റേച്ചൽ : ഏത് ഹരി?

രവീന്ദ്രൻ : സക്കറിയയുടെ ഫ്രന്റില്ലെ? ആ കവിയുടെ മകൻ –ഫൈ നലിയറിലെ.

റേച്ചൽ : ഹരീന്ദ്രനാഥനോ?! *(ഞെട്ടലോടെ)*

രവീന്ദ്രൻ : പിന്നെ സുധീറിനെയും.

റേച്ചൽ : അപ്പോൾ സക്കറിയ?

രവീന്ദ്രൻ : മിക്കവാറും പിടിക്കപ്പെട്ടിട്ടുണ്ടാവും. അല്ലാതെ സുധീ റിനെയും ഹരിയെയും തിരഞ്ഞ് പോലീസ് വരില്ല. ഷുവർ.

(ഞെട്ടലും പരിഭ്രമവും സിസ്റ്റർ റേച്ചലിന്റെ മുഖത്ത് നിഴലിക്കു ന്നുണ്ട്. എങ്കിലും ഒന്നുമില്ല എന്ന് വരുത്തിത്തീർക്കാൻ ശ്രമിക്കുകയാ ണവർ)

സീൻ 45

സന്ധ്യാസമയം. ലേഡീസ് ഹോസ്റ്റൽ.

ഫോൺ റൂമിൽനിന്നും ഒരു പെൺകുട്ടി പുറത്തുവന്നു. "സിസ്റ്ററിന് ഒരു ഫോണുണ്ട്" എന്ന് ഉച്ചത്തിൽ വിളിച്ചു കൂവുന്നു.

(ടെറസിൽ വായിച്ചുകൊണ്ടിരിക്കുന്ന റേച്ചൽ. കൂട്ടുകാരികളുമുണ്ട്. വാതിലിൽ പിടിച്ച് മറ്റൊരു പെൺകുട്ടി താഴത്തെ ശബ്ദത്തിന്റെ തുടർച്ച യെന്നോണം വീണ്ടും ആവർത്തിക്കുന്നു)

ആ പെൺകുട്ടി: സിസ്റ്റർ. സിസ്റ്റർക്കൊരു ഫോണുണ്ട്. മെൻസ് ഹോസ്റ്റ ലിൽ നിന്നാണ്. അർജന്റാണെന്ന് പറഞ്ഞു.

(റേച്ചൽ പുസ്തകം താഴെ വെച്ചോടുന്നു. ഫോൺ അറ്റൻഡ് ചെയ്യുന്നു)

ശബ്ദം : സിസ്റ്റർ ഇത് ഞാനാണ് രവീന്ദ്രൻ. ഹരി തിരി ച്ചെത്തിയിട്ടുണ്ട്.

റേച്ചൽ : എപ്പോൾ?

ശബ്ദം : ഇതാ ഇപ്പോൾ. സുധീറിനെ പൊലീസ് വിട്ടിട്ടില്ല. സക്ക റിയ കസ്റ്റഡിയിലുണ്ടത്രെ.

റേച്ചൽ : ഹരി കണ്ടുവോ?

ശബ്ദം : ഉവ്വ്. പോലീസിന്റെ അടിയേറ്റ് വല്ലാതായിരിക്കുന്നുവ ത്രെ.

(കുറച്ചുനേരം രണ്ടുപേരും മിണ്ടുന്നില്ല)

റേച്ചൽ : സക്കറിയയോട് സംസാരിച്ചോ ഹരി?

ശബ്ദം : ഉവ്വ്. സിസ്റ്ററോട് ചില കാര്യങ്ങൾ പറയാനേൽപ്പിച്ചിട്ടു ണ്ട്.

റേച്ചൽ : എന്ത്?

ശബ്ദം : ഹരി നാളെ സിസ്റ്ററെ വന്നു കാണും. അപ്പോൾ എല്ലാം അറിയാം. ഫോണിലൂടെ പറയാൻ പറ്റുന്ന കാര്യങ്ങളല്ല.

സീൻ 46

പകൽ സമയം.

കോളേജിലെ വരാന്തയിൽ ഏണിപ്പടികൾക്ക് താഴെയായി ഹരിയും സിസ്റ്റർ റേച്ചലും. വിഷാദവും പേടിയും നിഴലിച്ച മുഖങ്ങൾ. മീശയില്ല ഹരിക്ക്.

റേച്ചൽ : എന്നിട്ട്?

ഹരി : എന്ത് പറയാൻ? എല്ലാം ഏറ്റുവാങ്ങുകയല്ലാതെ നിവൃ ത്തിയില്ലല്ലോ.

റേച്ചൽ : സക്കറിയ എന്ത് പറഞ്ഞു?

ഹരി : മാപ്പു സാക്ഷിയായാൽ വിട്ടേക്കാമെന്ന് പറഞ്ഞു പൊലീ സ്. പക്ഷേ, സക്കറിയ അതിന് തയ്യാറല്ല.

റേച്ചൽ : ഛെ! ഒറ്റുകാരനോ? അതിലും ഭേദം മരണമാണ്.

(ഹരി തലകുനിച്ച് നിൽക്കുന്നു. പറഞ്ഞു പോയല്ലോ എന്ന കുറ്റ ബോധത്താൽ)

റേച്ചൽ : പിന്നെ എന്തിനാണ് കാണണമെന്ന് പറഞ്ഞത്?

(ഹരി കൈയിലെ പൊതിയിൽനിന്നും കുറച്ച് പുസ്തകങ്ങൾ പുറ

ത്തെടുക്കുന്നു. ആരെങ്കിലും ശ്രദ്ധിക്കുന്നുണ്ടോ എന്ന് നോക്കുന്നു. പിന്നെ കുറേ പേപ്പർ കട്ടിംഗുകൾ, ലഘുലേഖകൾ, പ്രേരണ, പ്രസക്തി, കോമ്രേഡ്, യെനാൻ എന്നിവയുടെ കോപ്പികൾ. റേച്ചൽ പൊതി ഏറ്റുവാങ്ങുന്നു)

ഹരി : ഇതെല്ലാം സിസ്റ്ററുടെ കൈയിൽ ഏല്പിക്കാൻ പറഞ്ഞു. അവന്റെ മുറിയിൽനിന്നും എടുത്തതാണ്. ഇല്ലെങ്കിൽ ആ പാവം റൂംമേറ്റ് കുടുങ്ങും. സ്വകാര്യമാണ് മറ്റുള്ളവർ അറിയരുത്.

റേച്ചൽ : ഏയ്.

ഹരി : സിസ്റ്ററെ ആരും സംശയിക്കില്ലല്ലോ. മാത്രമല്ല അവിടെയെല്ലാം സുരക്ഷിതവുമായിരിക്കും എന്നാണവൻ പറഞ്ഞത്.

റേച്ചൽ : സുധീർ എന്ത് പറയുന്നു?

ഹരി : രണ്ടുപേരും സഹിക്കാവുന്നതിലും അധികം അനുഭവിച്ചിട്ടുണ്ട്. സുധീർ വല്ലാണ്ടിരിക്ക്ണു.... *(രണ്ടുപേർക്കുമിടയിൽ മൗനം. റേച്ചൽ നെടുവീർപ്പിടുന്നു)*

റേച്ചൽ : ഇനിയെന്നാ ക്ലാസിലേക്ക്?

ഹരി : വരാം. മനസ്സൊന്ന് ശരിയാവട്ടെ.

സീൻ 47

മാസങ്ങൾക്കുശേഷം.....

(അടിയന്തരാവസ്ഥ പിൻവലിക്കപ്പെട്ട ശേഷമുള്ള ക്യാമ്പസ്. ജയിൽ വിമുക്തനായ സക്കറിയ. വല്ലാതെ ക്ഷീണിച്ചിട്ടുണ്ട്. തടവ് സൃഷ്ടിച്ച അവശത ആ മുഖത്ത് കാണാം)

റേച്ചലും സക്കറിയയും ക്യാമ്പസിൽ.

പകൽ സമയം.

റേച്ചൽ : അമിതമായ വിശ്വാസമായിരുന്നു നിങ്ങളെ ഭരിച്ചിരുന്നത്. ആക്ഷന്റെ വിജയ സാധ്യതയെക്കുറിച്ചോ അതിന്റെ രാഷ്ട്രീയ പ്രത്യാഘാതങ്ങളെക്കുറിച്ചോ നിങ്ങളൊരിക്കലും ബോധവാന്മാരായിരുന്നില്ല.

സക്കറിയ : അങ്ങിനെ പറഞ്ഞുകൂടാ. എല്ലാം വ്യക്തമായി തന്നെയായിരുന്നു ആസൂത്രണം ചെയ്തിരുന്നത്.

റേച്ചൽ : എന്നിട്ട്?

സക്കറിയ : *(നടന്നുകൊണ്ട്)* പോലീസുകാരെ കൊല്ലരുതെന്നു മാത്രമല്ല, കഴിയുന്നതും അവരെ ഉപദ്രവിക്കാതെ കീഴടങ്ങാൻ നിർബന്ധിച്ച് റൈഫിളുകൾ തട്ടിക്കൊണ്ടുപോകാനാണ് ഉദ്ദേശിച്ചിരുന്നത്. *(നിർത്തി)* പോലീസുകാരധികവും ദരിദ്ര കുടുംബങ്ങളിൽ നിന്നായതുകൊണ്ട് അവരെ ഉപദ്രവിക്കരുതെന്ന നയപരമായ തീരുമാനം

സംസ്ഥാന കമ്മിറ്റിയിൽ വിശദമായി ചർച്ച ചെയ്ത് തീരുമാനിച്ചതായിരുന്നു. *(വീണ്ടും നിർത്തി, പതറി)* പിന്നെ അറിഞ്ഞുകൂടാ. എന്തൊക്കെയോ സംഭവിച്ചു. സംഭവിച്ചു. *(പിറുപിറുക്കുന്നു)*

സീൻ 48

പകൽ സമയം. കോളേജ് ക്യാമ്പസ്.

കോറിഡോറിൽ തൂൺ ചാരി നില്ക്കുന്ന സക്കറിയ. ഒറ്റയ്ക്കാണ്. കുട്ടികൾ അവിടവിടെ കൂട്ടംകൂടി നില്ക്കുന്നു.

കോളേജിലേക്ക് കടന്നുവരുന്ന സിസ്റ്റർ റേച്ചൽ. കൈയിൽ *മാതൃഭൂമി* ആഴ്ചപ്പതിപ്പും ചില ഒഫീഷ്യൽ സ്ലിപ്പുകളും.

റേച്ചൽ : *(സക്കറിയയുടെ അടുത്തേക്ക്)* എന്താ ഇവിടെ?

(സക്കറിയ ഒന്നുമില്ലെന്ന് തലയാട്ടുന്നു. ആകെയൊരു വിഷാദഭാവം)

റേച്ചൽ : *(മാതൃഭൂമി നീട്ടി)* കണ്ടത് നന്നായി. ഇതാ സക്കറിയയുടെ ആ കഥ വന്നിട്ടുണ്ട് – മുഖം തേടുന്ന മനുഷ്യർ.

(സക്കറിയയിൽ അതൊരു പ്രതികരണവും സൃഷ്ടിക്കുന്നില്ല)

റേച്ചൽ : ഈ കഥ അയച്ചിട്ട് കുറേ ആയില്ലേ? *(സക്കറിയ തലയാട്ടുന്നു)*

റേച്ചൽ : ഉം. എന്തുപറ്റി?

(മറുപടി ചിരി മാത്രം)

റേച്ചൽ : വാ. എനിക്കൊന്ന് ഓഫീസ് വരെ പോണം. ഫീസടയ്ക്കണം.

(രണ്ടുപേരും ഓഫീസിലേക്ക് നടക്കുന്നു)

സീൻ 49

തുടർച്ച.

ഓഫീസ് നിറയെ വിദ്യാർത്ഥികൾ.

സിസ്റ്റർ റേച്ചലും സക്കറിയയും കുറച്ച് മാറി നില്ക്കുന്നു.

റേച്ചൽ : എന്താ തനിക്ക് പറ്റീത്?

സക്കറിയ : ഒന്നൂല്ല.

റേച്ചൽ : സ്കോളർഷിപ്പൊക്കെ എക്കൗണ്ടിൽ വരുന്നില്ലെ? മുടങ്ങിയിട്ടില്ലല്ലോ?

സക്കറിയ : ഇല്ല.

റേച്ചൽ : ഞാൻ വിചാരിച്ചു. കേസോണ്ട് മുടങ്ങിയോന്ന്. ഹോസ്റ്റൽ ഫീസോ.

സക്കറിയ : അത് കുമാരപ്പിള്ള കമ്മീഷണിൽ അഡ്ജസ്റ്റായിക്കോളും.

റേച്ചൽ : പിന്നെന്താ പ്രശ്നം? ഒന്ന് ഉഷാറാവ്!

(സക്കറിയയിൽ പ്രതികരണമില്ല)

റേച്ചൽ : *(സ്വരമുയർത്തി)* സ്വയം തന്നോടുതന്നെ ചോദിക്ക്. ചെയ്യുന്നത് ശരിയോ തെറ്റോ എന്ന്.

(കുട്ടികൾ ശ്രദ്ധിക്കുന്നുവെന്നായപ്പോൾ അവർ സംഭാഷണം നിർത്തുന്നു.)

സീൻ 50

പകൽ സമയം.

റേച്ചലും സക്കറിയയും ക്യാമ്പസിനുള്ളിൽ നടക്കുന്നു. സിസ്റ്ററുടെ കൈയിൽ മെഡിക്കൽ ഗ്രന്ഥങ്ങളും സക്കറിയയുടെ കൈയിൽ വാരികകളും.

ഒരു തൂൺ ചാരി സക്കറിയ നില്ക്കുന്നു. എതിരെ സിസ്റ്റർ റേച്ചൽ.

റേച്ചൽ : *(ചിരിച്ചുകൊണ്ട്)* താനാരെയെങ്കിലും ഒന്ന് പ്രേമിക്ക്. അപ്പോൾ കുറേ ആശ്വാസമുണ്ടാകും. എല്ലാം താനേ മറന്നുകൊള്ളും.

(സക്കറിയ മന്ദഹസിക്കുന്നു)

റേച്ചൽ : മനസ്സ് കലുഷമാവുമ്പോൾ പ്രേമം നല്ലൊരു ഔഷധമാണ്.

സക്കറിയ : *(അതൊരു തമാശയായെടുത്ത്)* ഇനി അതിന്റെ കുറവേയുള്ളൂ.

റേച്ചൽ : ഉം. അതെന്താ. തനിക്കതൊന്നും പാടില്ലെ? പഴയൊരു നഷ്ടപ്രണയത്തിന്റെ ബാക്കി പത്രമുണ്ടല്ലോ?

സക്കറിയ : *(അത് പ്രതികരണമുണ്ടാക്കുന്നുണ്ട്. ഒരാലോചനയിലെന്നപോലെ നടന്നുകൊണ്ട്)* ഉവ്വ്. പ്രീഡിഗ്രിക്ക് രണ്ടു വർഷം. ഒരു പതിനാറുകാരന് സ്ത്രീത്വം കൗതുകമുണർത്തുന്ന കാലം. അവളുടെ ആകാരം, ചലനം, നോട്ടം, ശബ്ദം, ചിരി – എല്ലാമെല്ലാം പ്രലോഭനങ്ങളായി മാറുന്നു *(നിർത്തി)* പേര് സബിത. പഠിക്കാൻ മിടുക്കി. പാട്ടുകാരി. മൂന്ന് വരിയായിട്ട ബഞ്ചുകളിൽ ഇടത്തെ വരിയിൽ ഇടത്തെ അറ്റത്ത്. ഡസ്കിൽ കൈകളൂന്നി അന്യോന്യം നോക്കിയിരിക്കുക ഒരു പതിവായിരുന്നു.

റേച്ചൽ : കൗമാര ചാപല്യങ്ങൾ..

സക്കറിയ : ഒരിക്കൽ സുവോളജി ട്യൂട്ടർ അത് കൈയോടെ പിടിച്ചു. ക്ലാസിൽ പാട്ടായി. കഥാകൃത്തും പാട്ടുകാരിയും തമ്മിലുള്ള പ്ലേറ്റോണിക് ലൗ പിന്നെ സീരിയസ്സായി. ലൈബ്രറി ഹാളിലെ ക്യൂബിക്കിളിലും ചവോക്ക് മരങ്ങളുടെ തണലിലും അത് വളർന്നു.

റേച്ചൽ : *(ആകാംക്ഷയോടെ)* പിന്നെ?

സക്കറിയ : കോഴ്സ് തീരാറായപ്പോൾ രണ്ടുപേരും രണ്ടുവഴിക്ക് പിരിഞ്ഞു. ഞാൻ ഇവിടെയെത്തി. സബിത പ്രീഡിഗ്രി തോറ്റു.

റേച്ചൽ : ഉം. എന്തുപറ്റി?

സക്കറിയ : അതാണെനിക്കും അറിഞ്ഞു കൂടാത്തത്. പിരിയുമ്പോൾ അവളൊരു കാര്യം പറഞ്ഞു. സക്കറിയായ്ക്ക് ഒരിക്കലും റൊമാന്റിക്കാവാൻ പറ്റില്ലെന്ന്.

റേച്ചൽ : *(ചിരിച്ചുകൊണ്ട്)* അതവൾ മാത്രം തീരുമാനിച്ചാൽ പോരല്ലോ!

സക്കറിയ : പക്ഷേ, സ്നേഹം പിടിച്ചുപറ്റാവുന്ന ഒന്നല്ലല്ലോ.

റേച്ചൽ : അതാണ് ഞാനും പറഞ്ഞുകൊണ്ടുവരുന്നത്. സക്കറിയയെ അകമഴിഞ്ഞ് സ്നേഹിക്കുന്ന ഒരാളിവിടെയുണ്ടെങ്കിൽ–

(സക്കറിയ ആരെന്ന ചോദ്യഭാവത്തിൽ റേച്ചലിനെ നോക്കുന്നു)

റേച്ചൽ : *(പൊട്ടിച്ചിരിച്ചുകൊണ്ട്)* പേടിക്കണ്ട. ഞാനല്ല. ആളിവിടെത്തന്നെയുണ്ട്. തനിക്കും നന്നായറിയാം. തേഡ് ഇയറിലെ അമ്പിളി. യൂണിവേഴ്സിറ്റി ബാഡ്മിന്റൺ പ്ലെയർ.

(സക്കറിയ അത്ഭുതത്തോടെ റേച്ചലിനെ നോക്കുന്നു)

റേച്ചൽ : യെസ്. അവൾ ശരിക്കും തന്നെ വല്ലാതെ സ്നേഹിക്കുന്നുണ്ട്.....

സീൻ 51

വൈകുന്നേരം. കോളേജ് ക്യാമ്പസ്.

ഗ്രൗണ്ടിൽനിന്നും കളി കഴിഞ്ഞുവരുന്ന വിദ്യാർത്ഥിനികൾ. മേച്ച് ജയിച്ച് വരുന്ന ആഹ്ലാദമുണ്ടവർക്ക്. റേച്ചലും അമ്പിളിയും *(സ്കർട്ടും ടീഷർട്ടും, കൈയിൽ ബാറ്റ്)* കൂട്ടത്തിൽ നിന്ന് അല്പം വിട്ടുമാറി നടക്കുന്നു. എതിരെ ധൃതിയിൽ കടന്നുവരുന്ന സക്കറിയയെ കാണുന്നു.

റേച്ചൽ : ഹലോ! എന്താ ഇത്ര ധൃതിയിൽ!!

(സക്കറിയ ശബ്ദം കേട്ട ഭാഗത്തേക്ക് നോക്കുന്നു)

സക്കറിയ : ഏയ് ഒന്നുമില്ല. *(നില്ക്കുന്നു)*

റേച്ചൽ : *(കൂട്ടുകാരിയെ ചൂണ്ടി)* ഇതാണ് അമ്പിളി.

സക്കറിയ : ഹായ് *(അഭിവാദനം ചെയ്യുന്നു)*

റേച്ചൽ : *(അമ്പിളിയോട്)* ഇയാളെ അറിയാലോ, അല്ലെ?

(അമ്പിളി തലയാട്ടുന്നു)

സക്കറിയ : കൺഗ്രാറ്റ്സ്. പ്രൊവിഡൻസിനെ തോല്പിച്ചു അല്ലേ? ഫൈനലിലാരാ?

റേച്ചൽ : *(കൗതുകത്തോടെ അവരുടെ സംഭാഷണം ശ്രദ്ധിച്ച്)*

അപ്പോൾ ഇതൊക്കെ ശ്രദ്ധിക്കാറുണ്ട്, ല്ലെ?

സക്കറിയ : പിന്നല്ലാതെ!

റേച്ചൽ : *(കളിയാക്കി)* പ്രത്യേകിച്ചും ഇഷ്ടപ്പെട്ടവർ കളിക്കുമ്പോൾ, ല്ലെ?

(അമ്പിളി നാണിച്ച് തല താഴ്ത്തുന്നു)

സക്കറിയ : *(റേച്ചലിനോട് കണ്ണുകൊണ്ട് അരുതെന്ന് കാണിച്ച്)* ഏത് അങ്ങനൊന്നുമില്ല.

റേച്ചൽ : ശരി. നേരമില്ല. പോട്ടെ.

സീൻ 52

വൈകുന്നേരം ഹോസ്പിറ്റൽ.

വാർഡിൽ ഒരു രോഗിയെ പരിശോധിക്കുന്ന സക്കറിയ. കൂട്ടുകാരുമുണ്ട്. എല്ലാവരുടെ കൈകളിൽ സ്റ്റെതസ്കോപ്പ്, ബുക്കുകൾ, നീ ഹേമർ (Knee Hammer)

പുറത്തു നിന്നൊരു വിദ്യാർത്ഥി ധൃതിയിൽ കടന്നുവന്ന് സക്കറിയയോടും കൂട്ടുകാരോടുമായി വിളിച്ചുകൂവുന്നു: "ഇന്റർസോൺ ബാഡ്മിന്റണിൽ നമ്മൾ ജയിച്ചു. സ്ട്രെയിറ്റ് സെറ്റിൽ!"

അതേ വിദ്യാർത്ഥി: *(സക്കറിയയോടായി)* തന്റെ അമ്പിളി എമർജൻസി ഒ.പി.യിലുണ്ട്. കാലിലെ എല്ലൊടിഞ്ഞു.

(സക്കറിയ കാര്യമാക്കുന്നില്ല)

വീണ്ടും : ഡായ്. തമാശ പറഞ്ഞതല്ല. സത്യം. പോയി നോക്ക്!

(സക്കറിയ കൂട്ടുകാരോട് യാത്ര പറഞ്ഞ് ഓടുന്നു)

സീൻ 53

വൈകുന്നേരം. മെഡിക്കൽ കോളേജ് ഹോസ്പിറ്റൽ.

EMERGENCY എന്ന ബോർഡിന് താഴെ മുറിയിൽ കുറേ ഡോക്ടർമാർ. സൈഡ്റൂമിലും പരിസരത്തുമായി വിദ്യാർത്ഥികൂട്ടം. കൂട്ടത്തിൽ കോളേജ് ജേഴ്സിയണിഞ്ഞ കളിക്കാരികളുമുണ്ട്, ബാറ്റുമേന്തി.

ആകാംക്ഷയോടെ കടന്നുവരുന്ന സക്കറിയ. ഒരു കളിക്കാരിയോട് അമ്പിളിയെവിടെ എന്ന് ആരായുന്നു. അവൾ സൈഡ് റൂമിലേക്ക് വിരൽ ചൂണ്ടുന്നു.

സക്കറിയ അങ്ങോട്ട് നീങ്ങുന്നു. കുട്ടികൾ വഴിമാറി കൊടുക്കുന്നു.

സീൻ 54

തുടർച്ച. മുറിയിൽ പ്രവേശിക്കുന്ന സക്കറിയ. കട്ടിലിൽ ചാരിക്കിടക്കുന്ന അമ്പിളി. ഒരു കാലിൽ പ്ലാസ്റ്റർ ഓഫ് പാരീസ് (POP) ഇട്ടിട്ടുണ്ട്.

അരികെയിരിക്കുന്ന സിസ്റ്റർ റേച്ചൽ. കൂട്ടുകാരികളുമുണ്ട്.

റേച്ചൽ : നല്ലയാളാ. ഞാൻ കരുതി കളിസ്ഥലത്തുണ്ടാകുമെന്നാണ്....

സക്കറിയ : *(കിതച്ച്)* നാളെ എക്സാമാ... അതുകൊണ്ടാ വരാതിരുന്നത്.

റേച്ചൽ : എന്താ പേടിച്ചുപോയോ?

സക്കറിയ : *(അതെയെന്ന് തലയാട്ടി)* എന്തുപറ്റി?

റേച്ചൽ : സെക്കന്റ് ആൻഡ് തേഡ് മെറ്റാ ടാർസൽ ഫ്രാക്ചർ. കളിക്കുന്നതിനിടയിൽ കാൽ മടങ്ങി വീണതാണ്. ഇനി ആറാഴ്ച ബെഡ് റെസ്റ്റ്.

(അമ്പിളിയിൽ സക്കറിയയെ കണ്ട സന്തോഷമുണ്ട്)

റേച്ചൽ : ഉം. എന്താ പറ്റില്ലെന്നുണ്ടോ?

അമ്പിളി : ങ്ഹാ, പിന്നെ!

സക്കറിയ : നല്ല വേദനയുണ്ടോ?

(അമ്പിളി അതെയെന്ന് തലയാട്ടുന്നു. കൂട്ടുകാരികൾ ഓരോരുത്തരായി സ്ഥലം വിടാൻ തുടങ്ങുന്നു)

സക്കറിയ : കുടിക്കാനെന്തെങ്കിലും കൊണ്ടുവരണോ?

റേച്ചൽ : കുറച്ചു കഴിഞ്ഞാൽ ഹോസ്റ്റലിലേക്ക് പോവ്വല്ലേ. ഇനിയിപ്പോ വേണോ?

സക്കറിയ : *(ചിരിച്ചുകൊണ്ട്)* ഞാൻ സിസ്റ്ററുടെ കാര്യമല്ല ചോദിച്ചത്. അമ്പിളിക്ക് വേണോന്ന്....

റേച്ചൽ : *(ഉടനെ തിരിച്ചടിച്ച്)* അവൾക്ക് വേണ്ടതേ സക്കറിയയെയാണ്. താനിവിടെ കുറച്ചു നേരം ഇരിക്ക്! ഞങ്ങളിപ്പോ വരാം.

(സിസ്റ്റർ മുറിക്ക് പുറത്തേക്ക്, അന്യോന്യം നോക്കിയിരിക്കുന്ന സക്കറിയയും അമ്പിളിയും)

സീൻ 55

പകൽ സമയം.

റേച്ചലും സക്കറിയയും ഒന്നിച്ച് നടക്കുന്നു. ലേഡീസ് ഹോസ്റ്റൽ ഗേറ്റ് കടന്ന് ഗസ്റ്റ് റൂമിലേക്ക് കടക്കുന്നു. മുറികളിൽ നിന്ന് ജനലിലൂടെ പെൺകുട്ടികൾ അത് കാണുന്നുണ്ട്.

റേച്ചൽ : *(സക്കറിയയോട്)* അവിടിരിക്ക്. ഞാനിപ്പോ വിളിച്ചുകൊണ്ടുവരാം.

(സക്കറിയ അവിടെയിരിക്കുന്ന പത്രങ്ങളും വാരികകളും മറിച്ചു നോക്കുന്നു. പ്ലാസ്റ്റർ ഓഫ് പാരീസ് ഇട്ടിരിക്കുന്ന കാലും വലിച്ച് കടന്നുവരുന്ന അമ്പിളിയും റേച്ചലും. റേച്ചൽ ഒരു താങ്ങായി സപ്പോർട്ട് ചെയ്യുന്നുണ്ട്. കസേരയിലിരിക്കുന്നു. സക്കറിയയും അമ്പിളിയും അന്യോന്യം

സ്നേഹപൂർവ്വം നോക്കുന്നു)

സക്കറിയ : ഇപ്പോഴെങ്ങിനെയുണ്ട്?

അമ്പിളി : കുഴപ്പമില്ല. ന്നാലും ഇത്തിരി വേദനയുണ്ട്.

സക്കറിയ : അതൊരു രസല്ലെ! ച്ചിരി വേദനണ്ടാവ്വാ.....

റേച്ചൽ : *(ഇടയിൽക്കയറി)* അല്ലെങ്കിൽത്തന്നെ മാസത്തിൽ അഞ്ചാറ് ദിവസം മരണവേദന സഹിക്കണോരാ ഞങ്ങ ള്. ഇനീപ്പം അതിന്റെ കൂടെ. അല്ലെ അമ്പിളി?

(എല്ലാവരും ചിരിക്കുന്നു)

ഞാമ്പോണ്. നിങ്ങൾ സൊറച്ചിരുന്നോ! അര മണിക്കൂർ കഴിഞ്ഞിട്ട് വരാം.

(രണ്ടുപേരും തലയാട്ടുന്നു. റേച്ചൽ മുറിയിലേക്ക് പോകുന്നു)

സക്കറിയ : എന്നാ പ്ലാസ്റ്ററ് വെട്ടാ? അഞ്ചാഴ്ച കഴിഞ്ഞില്ലേ?

അമ്പിളി : ഓ, ബോറടിച്ചിട്ട് വയ്യാ. ഇനിയൊരാഴ്ചകൂടി ഈ ഇരി പ്പിരിക്കണം.

സക്കറിയ : സാരല്ല്യ.

അമ്പിളി : കൊടുത്തയച്ച പുസ്തകങ്ങളൊക്കെ വായിച്ചു തീർത്തു. ഇനി വല്ലതുമുണ്ടോ?

സക്കറിയ : സെൻട്രൽ ലൈബ്രറിയിൽ തപ്പണം. കൊടുത്തയക്കാം.

അമ്പിളി : എന്തിനാ കൊടുത്തയക്കുന്നത്? കൊണ്ടുവന്നു തന്നു കൂടെ? ഒറ്റയ്ക്ക്.

(സക്കറിയ ഉത്തരം മുട്ടിയപോലെ തുറിച്ചുനോക്കുന്നു)

അമ്പിളി : ഒറ്റയ്ക്കിങ്ങോട്ട് വരാൻ, പേടിയാ?

സക്കറിയ : ഏയ്.

അമ്പിളി : പിന്നെ? *(നിർത്തി)* എന്തിനാ ഓരോരുത്തരെക്കൊണ്ട് ഓരോന്ന് പറേപ്പിക്കണേ. സിസ്റ്ററില്ലാണ്ട് വന്നൂടെ?

സക്കറിയ : *(തെല്ലുച്ചത്തിൽ)* അമ്പിളി!

അമ്പിളി : *(വിട്ടുകൊടുക്കാതെ)* എനിക്കൊരു കുഴപ്പോല്യ. പക്ഷേ, മറ്റുള്ളോര് ഓരോന്ന് പറേണത് കേക്കുമ്പോ വെഷമാ വ്വാ.

സക്കറിയ : എന്താ അമ്പിളിക്കെന്നെ വിശ്വാസമില്ലെ?

അമ്പിളി : വിശ്വാസമാണ്. നൂറുവട്ടം. പക്ഷേ–

(റേച്ചൽ കടന്നുവരുന്നു. രണ്ടുപേരും സംസാരം നിർത്തുന്നു. അസ്വസ്ഥ ഭാവങ്ങൾ. റേച്ചൽ അത് ശ്രദ്ധിക്കുന്നുണ്ട്)

റേച്ചൽ : എന്താ രണ്ടുപേരും പെണങ്ങ്യോ? അല്ലെങ്കിലും സക്ക റിയ ഇങ്ങിനെയാ. ചെറിയൊരു കാര്യം മതി *(സക്കറി യയോടായി)* വാ, പോകാം. നേരമിരുട്ടി. വിസിറ്റേഴ്സ് ടൈം കഴിഞ്ഞു.

(സക്കറിയയും റേച്ചലും അമ്പിളിയോട് യാത്ര പറഞ്ഞ് പോകുന്നു. അവർ പോകുന്നതും നോക്കി അമ്പിളി മേശമേൽ ചാരിനില്ക്കുന്നു.

എതിരെ വരുന്ന ചില വിദ്യാർത്ഥിനികൾ അർത്ഥംവെച്ച് ചിരിച്ചുകൊണ്ട് കടന്നുപോകുന്നു. അമ്പിളിയിൽ അത് വിഷമമുണ്ടാക്കുന്നുണ്ട്.)

സീൻ 56

പകൽ സമയം. ക്യാമ്പസ്.

സക്കറിയയും റേച്ചലും കോളേജ് വരാന്തയിൽ. കൂടെ കൂട്ടുകാരുമുണ്ട്.

റേച്ചൽ : അതൊരു നല്ല തീരുമാനമാണ്. അമ്പിളിയെന്നോട് പറഞ്ഞു.

സക്കറിയ : അവരെന്നോട് പറഞ്ഞത് സെക്രട്ടറി സ്ഥാനത്തേക്ക് നിൽക്കാനാണ്.

കൂട്ടുകാരൻ : അതായിരുന്നു നല്ലത്. സെക്രട്ടറി സ്ഥാനത്തേക്ക് നല്ലൊരു കാൻഡിഡേറ്റില്ല.

റേച്ചൽ : അത് വേണ്ട. സക്കറിയയ്ക്ക് പറ്റിയ പണി ഇത് തന്നാ. മാഗസീൻ എഡിറ്ററായി എന്തെങ്കിലുമൊക്കെ ചെയ്യാൻ കഴിയും.

സക്കറിയ : ശരിയാ *(തല കുലുക്കുന്നു)* പക്ഷേ, ജയിക്കണ്ടേ?

കൂട്ടുകാരൻ : പൂ പോലെ ജയിക്കും. ഫ്രാൻസിസിന് സാഹിത്യത്തെക്കുറിച്ച് എന്തറിയാം?

റേച്ചൽ : ജയിക്കും. തീർച്ച. പെൺകുട്ടികളുടെ മുഴുവൻ വോട്ടും ഇതാ ഉറപ്പ് തരുന്നു.

കൂട്ടുകാർ : ശരി. പോകാം. കുറേ കാര്യങ്ങൾ ചെയ്യാനുണ്ട്. നാളെയാ നോമിനേഷന്റെ ലാസ്റ്റ് ഡേറ്റ്.

(റേച്ചലിനോട് യാത്ര പറഞ്ഞ് പോകുന്നു)

സീൻ 57

കോളേജ് ക്യാമ്പസ്. വൈകുന്നേരം.

എ) ക്ലാസ് കഴിഞ്ഞ് വരുന്ന വിദ്യാർത്ഥികളോട് വോട്ട് ചോദിക്കുന്ന സക്കറിയ. മറ്റ് സ്ഥാനാർത്ഥികളും കൂടെയുണ്ട്.

ബി) ക്യാന്റീനിൽ വോട്ട് ചോദിക്കുന്ന ദൃശ്യങ്ങൾ.

സി) ഹോസ്പിറ്റലിൽ, ഹോസ്റ്റലിൽ വോട്ട് ചോദിക്കുന്ന ദൃശ്യങ്ങൾ.

സീൻ 58

ക്യാമ്പസ്. വൈകുന്നേരം.

സന്തോഷത്തോടെ ഹസ്തദാനം ചെയ്ത് തുള്ളിച്ചാടി കൂട്ടുകാർക്കിടയിൽ സക്കറിയ. സുധീറുമുണ്ട്. എതിരെ റേച്ചലും കൂട്ടുകാരികളും.

റേച്ചൽ : കൺഗ്രാറ്റ്സ്.
രവീന്ദ്രൻ : 816-ൽ 772-ഉം സക്കറിയയ്ക്കാ കിട്ടിയത്!
സക്കറിയ : ഇത്ര വല്യ മാർജ്ജിൻ പ്രതീക്ഷിച്ചില്ല.
റേച്ചൽ : ഞാൻ പറഞ്ഞില്ലേ!
സക്കറിയ : സിസ്റ്റർ വർക്ക് ചെയ്തതുകൊണ്ടാ ഇത്ര കിട്ടീത്.
കൂട്ടുകാരി : പാർട്ടി വേണം. വെറുതെ പറഞ്ഞതുകൊണ്ടായില്ല.
സക്കറിയ : അമ്പിളിയോട് പറയണം.
റേച്ചൽ : അവൾക്ക് നാളെ ഇന്റേണൽ അസസ്മെന്റാ. ഭയങ്കര പഠിത്താ-
കൂട്ടുകാരൻ : അതു കഴിഞ്ഞ് നമുക്കാഘോഷിച്ചു കളയാം.

സീൻ 59

പകൽ സമയം. ക്യാമ്പസ്.

അമ്പിളിയും സക്കറിയയും വരാന്തയിൽ. അമ്പിളി നല്ല പരിഭവത്തിലാണ്.

സക്കറിയ : നീയെന്താ എപ്പോ നോക്കിയാലും മുഖം വീർപ്പിച്ചിരിക്കുന്നത്?

(അമ്പിളി തല കുനിച്ച് നിൽക്കുന്നു. മറുപടിയില്ല)

സക്കറിയ വീണ്ടും: എന്താച്ചാൽ പറ.
(മൗനം) എന്നാലേ ഞാൻ പോവ്വാ. എനിക്ക് വേറെ പണീണ്ട്.

(സക്കറിയ പോകാനൊരുമ്പെടുന്നു)

അമ്പിളി : നോക്ക്. ഒന്ന് ഫോൺ ചെയ്തെങ്കിലും പറയാമായിരുന്നു.
സക്കറിയ : എന്ത്?
അമ്പിളി : ജയിച്ച വിവരം.
സക്കറിയ : ഞാൻ കൊറേ ഫോൺ ചെയ്ത് നോക്ക്യതാ. അവിടെ എപ്പോഴും എൻഗേജ്ഡ് അല്ലേ. സിസ്റ്ററ് പറഞ്ഞില്ലെ?
അമ്പിളി : സിസ്റ്ററ്... സിസ്റ്ററ്.... സിസ്റ്ററ്.... മതി!

(സക്കറിയായ്ക്ക് ചിരി വരുന്നുണ്ട്)

സക്കറിയ : നീയെന്താ ചെറിയ കുട്ടികളെപ്പോലെ! നമ്മള് തമ്മില് ഇങ്ങിനത്തെ ഫോർമാലിറ്റീസ് വേണോ?!
അമ്പിളി : എന്നാലും എന്നോട് പറയാമായിരുന്നു.
സക്കറിയ : *(അമ്പിളിയുടെ ചെവിക്ക് പിടിച്ച്)* നിനക്ക് രണ്ടടി കിട്ടാത്ത കുഴപ്പാണ്ട്....
അമ്പിളി : *(നാണത്തോടെ)* നോക്ക്. ആരെങ്കിലും കാണും!
സക്കറിയ : *(കൈയെടുക്കാതെ)* കണ്ടോട്ടെ. ഇതെന്റെ സ്വത്തല്ലേ!
അമ്പിളി : അയ്യടാ. പറഞ്ഞ് സുഖിപ്പിക്കാതെ! എന്നിട്ടായിങ്ങനെ....

സക്കറിയ : *(കൈവിട്ട്)* എങ്ങിനെ?
അമ്പിളി : എപ്പോ നോക്ക്യാലും.... *(പറഞ്ഞുകൊണ്ട് വരുന്നത് നിർത്തുന്നു)*
സക്കറിയ : എന്തേ നിർത്തിക്കളഞ്ഞത്? പറ. ഇപ്പോൾ സിസ്റ്ററാ നിന്റെ ശത്രു അല്ലെ?
അമ്പിളി : ശ്ശ്യോ! അങ്ങനല്ല.
സക്കറിയ : സിസ്റ്ററെ നിനക്കറിയാഞ്ഞിട്ടാ....
അമ്പിളി : ഹൊ പിന്നെ!
സക്കറിയ : *(തലയ്ക്ക് മേടാൻ കൈയോങ്ങി)* നിന്റെ ഇത്തിരി വട്ടത്തിന് അതൊന്നും മനസ്സിലാവില്ല മോളേ....
അമ്പിളി : മതി മതി. നിർത്ത്!

സീൻ 60

പകൽ സമയം. ഒരു മീറ്റിംഗ് ഹാൾ.

കോളേജ് യൂണിയൻ ഭാരവാഹികളുടെ മീറ്റിംഗ്. പ്രിൻസിപ്പൽ, സ്റ്റാഫ് എഡ്വൈസർ, പ്രൊഫസർമാർ, ചെയർമാനും കൂട്ടരും. കൂട്ടത്തിൽ സുധീറും. അവരെന്തോ കാര്യമായ ചർച്ചയിലാണ്. കോളേജ് Annual Day യുമായി ബന്ധപ്പെട്ട കാര്യങ്ങൾ.

സക്കറിയ : *(പ്രിൻസിപ്പലിനെയും മറ്റുള്ളവരെയും നോക്കി)* ഞാനൊരു സജഷൻ വെയ്ക്കട്ടെ? മെഡിക്കൽ ഫീൽഡുമായി തന്നെ ബന്ധമുള്ള ആൾ.

(എല്ലാവരുടേയും മുഖത്ത് തെളിച്ചം)

സക്കറിയ : *(വീണ്ടും)* നമുക്ക് ഡോ.പുനത്തിൽ കുഞ്ഞബ്ദുള്ളയെ വിളിച്ചാലോ? ഡോക്ടറുമാണ്. സാഹിത്യകാരനുമാണ്. എല്ലാം ഒത്തു കിട്ടിയില്ലെ!
സുധീർ : സക്കറിയ വിചാരിച്ചാൽ നടക്കും.

(എല്ലാവരിലും നല്ല പ്രതികരണമുണ്ടാക്കുന്നുണ്ട്. ചായ കുടിച്ച് പിരിയുന്നു)

സീൻ 61

MEDICAL COLLEGE ANNUAL DAY
1978

വലിയ ബാനർ. സ്റ്റേജിൽ ചെയർമാനും സെക്രട്ടറിയും പ്രിൻസിപ്പൽ തുടങ്ങി ചിലർ.

പുനത്തിൽ കുഞ്ഞബ്ദുള്ള പ്രസംഗിക്കുന്ന ദൃശ്യം സദസ്സിന്റെ പിൻഭാഗത്തായി സക്കറിയയും കൂട്ടുകാരും. പ്രസംഗം അകലത്തിലായി–

"ഇവിടെ ആര് ജീവിക്കണമെന്നും വേണ്ടെന്നും തീരുമാനിക്കേണ്ട

വർ നമ്മൾ ഡോക്ടർമാരാണ്. നിങ്ങളെന്തുകൊണ്ടും പേടിക്കേണ്ടതില്ല. ആർക്കും ഒരു ചുക്കും നമ്മെ ചെയ്യാനാവില്ല...."

(ശബ്ദം നേർത്തു നേർത്ത്)

"ജീവിതത്തിൽ നമ്മെ നിലനിർത്തുന്നതെന്താണ്? ഓർമ്മകൾ. ഓർമ്മകൾ. വർഷങ്ങൾ കഴിഞ്ഞ് കുഞ്ഞുങ്ങളും പേരക്കുട്ടികളുമൊക്കെയായി കാലം പിന്നിടുമ്പോൾ നാം തിരിഞ്ഞു നോക്കും. അപ്പോൾ നാം കാണുന്നതെന്താണ്? പഴയ കുസൃതിത്തരങ്ങൾ, പഴയ പ്രേമങ്ങൾ, ചെയ്തുപോയ വിഡ്ഢിത്തരങ്ങൾ. അവസാനം ഒന്നും നേടിയിട്ടില്ലെന്നുറപ്പ് വരുത്തുന്നു. അതുകൊണ്ട് നിങ്ങൾ ജീവിതം പാഴാക്കരുത്. എത്രത്തോളം ആസ്വദിക്കാനാവുമോ അത്രത്തോളം ആസ്വദിക്കണം. നിങ്ങൾ റാഗിംഗ് തുടരണം. ബസ്സിന് കല്ലെറിയണം. ക്ലാസ് കട്ട് ചെയ്യണം. പെൺകുട്ടികളുടെ പിന്നാലെ നടന്ന് കമന്റടിക്കണം... കൂവണം.....

സീൻ 62

പകൽ സമയം. ക്യാമ്പസ്.

സക്കറിയയും റേച്ചലും ലൈബ്രറിക്ക് സമീപം.

സക്കറിയ : ഇതാ കോപ്പി. പ്രസ്സിൽനിന്നും വരുന്ന വഴിയാ.

(സിസ്റ്റർ താൽപ്പര്യത്തോടെ മാഗസീൻ മറിച്ചുനോക്കുന്നു. CALICUT MEDICAL COLLEGE STUDENTS MAGAZINE 1978)

റേച്ചൽ : നന്നായിരിക്കുന്നു! ലേഔട്ടും മറ്റും. ഇപ്പോഴും വിപ്ലവത്തിന്റെ തീക്കനൽ കെട്ടടങ്ങിയിട്ടില്ല, അല്ലെ?

സക്കറിയ : പരിഹസിക്കാതെ....

(ലൈബ്രറിയിൽനിന്നും വരുന്ന കൂട്ടുകാർ. ഒരാൾ അവരുടെയടുത്തേക്ക് വന്ന് മാഗസീൻ വാങ്ങി മറിച്ചുനോക്കുന്നു.

കൂട്ടുകാരൻ : An explosive one! കൺഗ്രാറ്റ്സ്! ഞങ്ങൾക്കെന്നു കിട്ടും?

സക്കറിയ : മറ്റന്നാൾ വിതരണം തുടങ്ങും.

കൂട്ടുകാർ : ഒ.കെ ബൈ.

സക്കറിയ : ഇത് സിസ്റ്റർക്കാ. ആദ്യത്തെ കോപ്പി.

(സിസ്റ്റർ വാങ്ങിക്കുന്നു. മുഖത്തെ ഭാവങ്ങൾ. മറിച്ചുനോക്കുന്നു. ഇടയിൽ ഒരു പേജിൽ റേച്ചലിന്റെ കവിത – ഇതൊക്കെയാണ് സീതയുടെ വിശേഷങ്ങൾ – ഫോട്ടോ സഹിതം. താല്പര്യപൂർവ്വം വായിക്കുന്നു. അവസാന പേജിലെ സക്കറിയയുടെ കുറിപ്പുകൾ വായിക്കുന്നു)

റേച്ചൽ : *(മൗനഗതം)* എക്സലന്റ്! ശരിക്കും നന്നായിട്ടുണ്ട്. *(രണ്ടുപേരും പുറത്തേക്ക് നടക്കുന്നു)*

സീൻ 63

പകൽ സമയം. ആശുപത്രി വാർഡ്.

ഒരു രോഗിക്കരികിൽ അമ്പിളി. കൂട്ടുകാരുമുണ്ട്. സക്കറിയ കടന്നു വരുന്നു.

അമ്പിളി ഗൗനിക്കുന്നില്ല. സക്കറിയയ്ക്ക് ചിരി വരുന്നുണ്ട്.

സക്കറിയ : *(അഭിവാദനം ചെയ്യുന്ന നഴ്സിങ് സ്റ്റാഫിനോടായി)* ഗുഡ് മോണിംഗ് സിസ്റ്റർ!

(അമ്പിളി മൈൻഡ് ചെയ്യാതെ മറ്റൊരു രോഗിയുടെ അടുത്തേക്ക് പോകുന്നു. സക്കറിയ പിന്നാലെ)

സക്കറിയ : ഹും. എന്താത്ര ഗൗരവം? എന്തുപറ്റി?

(മറുപടിയില്ല)

സക്കറിയ : *(വീണ്ടും)* പറയെടോ!

(അമ്പിളി സക്കറിയയെ തറപ്പിച്ച് നോക്കുന്നു)

സക്കറിയ : നീ മാഗസീൻ കണ്ടില്ലേ? എങ്ങനുണ്ട്?

അമ്പിളി : *(ദേഷ്യത്തിൽ)* അതിന് ഞാൻ കണ്ടിട്ടുവേണ്ടെ?!

സക്കറിയ : അതെന്താ സിസ്റ്ററ് തന്നില്ലെ?

(മറുപടിയില്ല. കൂട്ടുകാരി അവരുടെ അരികിലേക്ക് വരുന്നു)

കൂട്ടുകാരി : *(സക്കറിയയോടായി)* മാഗസീൻ അടിപൊളി. നന്നായിട്ടുണ്ട്.

സക്കറിയ : താങ്ക്സ് കൂട്ടുകാരിക്കെന്താ ഇത്ര ഗൗരവം?

കൂട്ടുകാരി : ങ്ഹാ. എനിക്കെങ്ങനെ അറിയാം? ഇന്നലെ രാത്രി മുതൽ ഇതാ കണ്ടീഷൻ....

(സക്കറിയ ചിരിക്കുന്നു)

കൂട്ടുകാരി : എന്താ നിങ്ങള് തമ്മിൽ പിണങ്ങിയോ?

സക്കറിയ : കുശുമ്പ്.. കുശുമ്പ്! അടി കിട്ടാത്തതിന്റെ കുഴപ്പാ.

അമ്പിളി : *(അവരുടെ അരികിലേക്ക് നീങ്ങി)* വാ, അടിക്കാൻ!

സക്കറിയ : താൻ വാടോ. റൗണ്ട്സ് ഒക്കെ കഴിഞ്ഞില്ലെ? നെക്സ്റ്റ് സെഷൻ എപ്പോഴാ? *(ചുറ്റും നോക്കി)* ഒരു കാപ്പി കുടിച്ച് വരാം. അപ്പോൾ ഒക്കെ ശര്യായിക്കോളും.

അമ്പിളി : അതിന് വേറെ ആളെ നോക്ക്!

സക്കറിയ : *(പോകാനൊരുങ്ങുന്നു)* എങ്കിൽ വേറെ ആളെ നോക്കാം. സിസ്റ്റർ ഫ്രീ ആയിട്ടുണ്ടാവ്വോ?

അമ്പിളി : *(ഉടനെ)* അയ്യട!

(പിന്നെ ഒന്നിച്ച് പോകുന്നു. നടക്കുന്നതിനിടയിൽ)

ഞാനൊരു കാര്യം ചോദിച്ചോട്ടെ. ആരോടാ കൂടുതലിഷ്ടം? എന്നോടോ അതോ സിസ്റ്ററോടോ?

സക്കറിയ : അത് വേ. ഇതു വേ.

അമ്പിളി : എന്നാലും.

സക്കറിയ : എന്തോന്ന് എന്നാലും! നമ്മളടുത്തതുതന്നെ സിസ്റ്ററ് കാരണമല്ലെ. അത് മറന്നു പോയോ.

(അമ്പിളിയിൽ ചമ്മലുണ്ട്. മറുപടിയില്ല)

സക്കറിയ : അങ്ങനൊന്നും ചിന്തിക്കരുത്.

(സിസ്റ്റർ റേച്ചൽ എതിരെ നടന്നു വരുന്നു)

സക്കറിയ : *(റേച്ചലിനോടായി)* ഈശോ മിശിഹായ്ക്ക് സ്തുതിയായിരിക്കട്ടെ!

റേച്ചൽ : ഇപ്പോഴും എപ്പോഴും സ്തുതിയായിരിക്കട്ടെ. എന്താ രണ്ടുപേരും കൂടെ? ക്ലാസ്സില്ലെ?

അമ്പിളി : ഇല്ല.

റേച്ചൽ : *(സക്കറിയയോടായി)* എങ്ങനുണ്ട് പഠിത്തം? ഇങ്ങിനെ പ്രേമിച്ച് നടന്നാൽ മതിയോ?

സക്കറിയ : *(ചിരിക്കുന്നു. ചമ്മലുണ്ട്)* അങ്ങനെ പോണു. *(സിസ്റ്റർ യാത്ര പറഞ്ഞ് പോകുന്നു)*

അമ്പിളി : ഇപ്പാർക്കാ കുശുമ്പ്? നമ്മൾ ഒന്നിച്ച് നടക്ക്ണത് കണ്ടിട്ടുള്ള കുശുമ്പാ–

സക്കറിയ : അങ്ങനൊന്നും പറയരുത്.

അമ്പിളി : സക്കറിയ ഒരു പാവമാ. ഈ വർഗ്ഗത്തിനെ ശരിക്ക് മനസ്സിലാകാഞ്ഞിട്ടാ.

(സക്കറിയയ്ക്ക് അത് ഇഷ്ടപ്പെടുന്നില്ല. മുഖഭാവങ്ങൾ)

സക്കറിയ : അത് വിട് (നിർത്തി) നീയെന്നാ വീട്ടിൽ പോണത്.

അമ്പിളി : ഇന്റേണൽ അസസ്മെന്റ് വ്യാഴാഴ്ച തീരും. എന്നിട്ട്... *(പിന്നെ ആലോചിച്ച്)* രാധേടെ കൂടെ തിരുന്നാവായയ്ക്ക് പോയാലോന്ന് ഒരാലോചന. അവളുടെ വീട്ടിൽ തങ്ങി പിറ്റേദിവസം വിട്ടാലോ. കുറേയായി ക്ഷണിക്ക്ണ്.

സക്കറിയ : പോയ്ക്കോ. *(ചിരിച്ചുകൊണ്ട്)* നിളേല് മുങ്ങി ഒന്ന് തൊഴുതാൽ എല്ലാ പാപങ്ങളും അലിഞ്ഞ് പൊക്കോളും.

(അമ്പിളി സ്നേഹത്തോടെ തല്ലാനോങ്ങുന്നു)

സീൻ 64

പകൽ സമയം. ക്യാമ്പസ്.

പോർട്ടിക്കോവിൽ വിദ്യാർത്ഥിക്കൂട്ടം.

ആശുപത്രിയിൽനിന്നും വരുന്ന സക്കറിയയും കൂട്ടുകാരും. വെള്ളക്കോട്ടും പുസ്തകങ്ങളും സ്റ്റെതസ്കോപ്പും പതിവുപോലെ.

പ്രിൻസിപ്പലിന്റെ മുറിക്ക് മുന്നിലായി റേച്ചൽ. കൂട്ടുകാരികൾ.

ആകപ്പാടെ ഒരു മരണവാർത്തയുടെ അന്തരീക്ഷം. സക്കറിയയും കൂട്ടുകാരും കാര്യമെന്തന്നന്വേഷിക്കുന്നു. വ്യക്തമായ മറുപടിയില്ല. റേച്ചലിനെ കണ്ട സക്കറിയ അങ്ങോട്ട് നീങ്ങുന്നു.

സക്കറിയ : എന്താ? എന്താ?

റേച്ചൽ : എന്തെങ്കിലും അറിഞ്ഞോ? നമ്മുടെ അമ്പിളിയും രാധയും *(പറഞ്ഞ് നിർത്തുന്നു)*

സക്കറിയ : അമ്പിളി? *(അമ്പരപ്പോടെ)* അമ്പിളിക്കെന്തു പറ്റി? ഇന്നലെ തിരുനാവായയ്ക്ക് പോയതല്ലെ രാധാമണി ക്കൊപ്പം?

(റേച്ചൽ പതർച്ചയോടെ ഉവ്വെന്ന് തലയാട്ടുന്നു)

ഒരു വിദ്യാർത്ഥിനി: അവര് പുഴേല് മുങ്ങി മരിച്ചൂത്രെ!!

(സക്കറിയയിലെ ഭാവമാറ്റങ്ങൾ)

മറ്റൊരു
വിദ്യാർത്ഥിനി : പ്രിൻസിപ്പലിന് ഫോൺ വന്നതാ. അദ്ദേഹമാണ് ഇപ്പോ ഹോസ്റ്റലിലേക്ക് വിളിച്ചു പറഞ്ഞത്.

റേച്ചൽ : *(പതർച്ചയോടെ)* ഉറപ്പില്ല. ബോഡി കിട്ടാതെങ്ങനാ പറ യ്യാ....

വിദ്യാർത്ഥിനി : പുലർച്ചെ മുങ്ങിക്കുളിക്കാൻ പോയതാണത്രെ.

മറ്റൊരു
വിദ്യാർത്ഥിനി : ഇപ്പോൾ നല്ല ഒഴുക്കുള്ള സമയാ... കാല് വഴുതീട്ടുണ്ടാ വും. ബോഡി കിട്ടാനും പാടാവും.

(സക്കറിയയ്ക്ക് സഹിക്കാനാവുന്നില്ല. കൂട്ടത്തിൽനിന്നും കുറച്ച് മാറി നില്ക്കുന്നു. കോണിപ്പടികൾക്ക് ചുവട്ടിലായി. റേച്ചൽ സക്കറിയക്കരികി ലേക്ക്.

പെട്ടെന്ന് പിന്നിൽനിന്നും വിദ്യാർത്ഥിനികളുടെ കൂട്ടക്കരച്ചിൽ. സക്ക റിയ അങ്ങോട്ട് നോക്കുന്നു. സിസ്റ്ററും തിരിഞ്ഞു നോക്കുന്നു)

ഒരു വിദ്യാർത്ഥിനി: *(ഓടി വന്ന് കിതപ്പോടെ)* ബോഡി കിട്ടീന്ന്. അമ്പിളീ ടേത് തൃശൂർക്ക് വീട്ടിലേക്ക് കൊണ്ടുപോയത്രെ!

(സക്കറിയ സഹിക്കാനാവാതെ ചുമര് ചാരി നില്ക്കുന്നു. റേച്ചൽ അരികിലേക്ക്)

റേച്ചൽ : സക്കറിയ....

(റേച്ചലിന്റെ കണ്ണുകൾ കലങ്ങിയിട്ടുണ്ട്. നിറഞ്ഞിട്ടുണ്ട്. പെട്ടെന്ന് സക്കറിയ സിസ്റ്റർ റേച്ചലിന്റെ മേലേക്ക് ചായുന്നു)

സക്കറിയ : എനിക്ക് സഹിക്കാനാവ്ണ്ല്യ....

(സിസ്റ്ററുടെ തോളിൽ തല ചായ്ച്ച് സക്കറിയ. മറ്റ് കുട്ടികൾ അത് ശ്രദ്ധിക്കുന്നുണ്ട്. അത് മനസ്സിലാക്കിയ സിസ്റ്റർ പരിസരബോധത്തോടെ പതുക്കെ സക്കറിയയെ പിടിച്ചുമാറ്റുന്നു. കോണിപ്പടികളിൽ ഇരുത്തുന്നു. പൊട്ടിപ്പൊട്ടി കരയുന്ന സക്കറിയ.)

സീൻ 65

പകൽ സമയം.

ഹോസ്റ്റൽ മുറിയിൽ അടച്ചു പൂട്ടിയിരിക്കുന്ന സക്കറിയ. രണ്ട് കൂട്ടുകാരുമുണ്ട്.

വാതിലിൽ കൊട്ടുന്ന ശബ്ദം. കൂട്ടുകാരൻ വാതിൽ തുറക്കുന്നു.

ഫോൺ ബോയി: *(സക്കറിയയോടായി)* സാറിന് ഫോണുണ്ട്.

(കൂട്ടുകാരൻ സക്കറിയയെയുംകൊണ്ട് ഫോൺ റൂമിലേക്ക്)

ശബ്ദം : *(സിസ്റ്റർ റേച്ചലിന്റേതാണ്)* ഹലോ!

സക്കറിയ : ഇല്ല. ഞാനില്ല. പറ്റില്ല്യ.

ശബ്ദം : സാരമില്ല. വരേണ്ട.

സക്കറിയ : *(തേങ്ങൽ)* ഉം.

ശബ്ദം : തിരിച്ചു വരുമ്പോൾ രാത്രി വൈകും. നാളെ കാണാം. *(സക്കറിയ ഫോൺ ക്രാഡിലിൽ വെയ്ക്കുന്നു)*

കൂട്ടുകാരൻ : കോളേജ് ബസ് ഏർപ്പാട് ചെയ്തിട്ടുണ്ട്. രണ്ടുമണിക്ക് വിടും.

സക്കറിയ : *(മുറിയിലേക്ക് പോകുന്ന പോക്കിൽ)* നിങ്ങള് പൊക്കോ. ഞാനില്ല. എനിക്ക് വയ്യ.

ഒരു കൂട്ടുകാരൻ: എന്നാലും–

സക്കറിയ : എനിക്കവളെ ഈ നിലയിൽ കാണാനാവില്ല.

കൂട്ടുകാർ : ഓകെ. ഓകെ. അതാ നല്ലത്.

(മുറിയിലേക്ക് കടക്കുന്ന സക്കറിയ. തിരിച്ചുപോകുന്ന കൂട്ടുകാർ)

സീൻ 66

പകൽ സമയം.

ലൈബ്രറി ക്യൂബിക്കിളിൽ സക്കറിയ. സിസ്റ്റർ തിരഞ്ഞു പിടിച്ചുവരുന്നു.

റേച്ചൽ : സക്കറിയ, എന്താത്? വാർഡിലും ക്ലാസിലുമൊന്നും പോവാറില്ലെന്ന് കേട്ടു.

(സക്കറിയ തല കുനിച്ചിരിക്കുന്നു. മറുപടിയില്ല)

റേച്ചൽ : ഇങ്ങിനെ ആയാലോ അല്ലെങ്കിൽത്തന്നെ ഒരു കൊല്ലം കളഞ്ഞതാ. ഇനീം–

സക്കറിയ : മടുത്തു. എനിക്കെല്ലാം മടുത്തു. ഞാൻ പോവ്വാ. കോഴ്സ് നിർത്തി പോവ്വാ....

റേച്ചൽ : *(ഷോക്കിലെന്നപോലെ)* അങ്ങനൊന്നും ചിന്തിക്കരുത്. സാരല്ല്യ. എല്ലാം സഹിക്കണം. കർത്താവ് അതിനുള്ള കരുത്ത് നമുക്ക് തന്നിട്ടുണ്ട്.

സക്കറിയ : പുസ്തകം തുറന്നാലും കണ്ണടച്ചാലും ഒക്കെ ആ മുഖം തന്നെ വരവാ. എനിക്ക് പറ്റണില്ല്യ.

(രണ്ടുപേരുടെയും കണ്ണുകൾ നനയുന്നുണ്ട്)

റേച്ചൽ : മരിച്ചവരാരും തിരിച്ചു വരില്ലല്ലോ. നമുക്കവർക്കുവേണ്ടി പ്രാർത്ഥിക്കാനേ കഴിയൂ.

സക്കറിയ : എല്ലാറ്റിനും സിസ്റ്ററാ കാരണം! അമ്പിളിയെ പരിചയപ്പെടുത്തിയതും അടുപ്പിച്ചതുമെല്ലാം.... ഒന്നും വേണ്ടായിരുന്നു.

റേച്ചൽ : സ്നേഹം ഒരിക്കലും അടിച്ചേൽപ്പിക്കാൻ പറ്റില്ല. അതങ്ങിനെ സംഭവിക്കുന്നതാണ്. ഞാനതിന് ഒരു നിമിത്തമായെന്നു മാത്രം.

സക്കറിയ : ഞാൻ കുറ്റപ്പെടുത്തുകയല്ല.

റേച്ചൽ : സക്കറിയയുടെ ഇപ്പോഴത്തെ മാനസികാവസ്ഥ എനിക്ക് മനസ്സിലാവും. എല്ലാം കേൾക്കാൻ ഞാൻ തയ്യാറാണ്.

(സക്കറിയയുടെ തോളിൽ കൈവെച്ച് തുടരുന്നു.....)

റേച്ചൽ : ഒക്കെ മറക്കാൻ ശ്രമിക്കൂ. ജീവിതമങ്ങിനെയാണ്. തട്ടിയും മുട്ടിയും തടഞ്ഞും വീണും ഒക്കെ അതങ്ങ് കടന്നുപോകും. സാരല്ല്യ. *(നെടുവീർപ്പിട്ട് നിർത്തി)*

റേച്ചൽ : ഇനിയെങ്ങിനെയെങ്കിലും കോഴ്സ് പൂർത്തിയാക്കി നാട് വിടാ.... ഇത് ഫൈനലിയറാ. മാസങ്ങളേയുള്ളൂ. മറക്കേണ്ട. സർജറിയും മെഡിസിനും ഗൈനക്കും അത്ര എളുപ്പമൊന്നുമല്ല. അഡീഷണൽ അടിച്ചാലേ കൊല്ലങ്ങളാ പോവ്വാ....

സക്കറിയ : അതോർക്കുമ്പോൾ ആകപ്പാടെ പേടിയാവുന്നു. വയ്യ.

റേച്ചൽ : ഒന്ന് ശ്രദ്ധിച്ചാൽ മതി. പിന്നെ ഒക്കെ എളുപ്പാ...

സക്കറിയ : സിസ്റ്ററും കൂടി ഒന്ന് സഹായിച്ചാൽ....

റേച്ചൽ : അതൊന്നും പേടിക്കേണ്ട. ഇവിടുള്ളിടത്തോളംകാലം ഞാനുണ്ടാവും. ഹൗസ് സർജൻസി തീരാൻ ഇനി മാസങ്ങളേയുള്ളൂ.

സക്കറിയ : അതുവരെയെങ്കിൽ അതുവരെ! തീർച്ച.

റേച്ചൽ : *(കൈകൊടുത്ത്)* തീർച്ച.

സീൻ 67

സക്കറിയയുടെയും സിസ്റ്റർ റേച്ചലിന്റെയും വിവിധ ദൃശ്യങ്ങൾ.

എ) പകൽ സമയം രോഗികൾക്കരികിൽ – വാർഡിൽ

ബി) ലൈബ്രറിയിലെ ക്യൂബിക്കിളിൽ – വൈകുന്നേരം

സി) കാന്റീനിൽ

ഡി) ഹൗസ് സർജൻസി ക്വാർട്ടേഴ്സിലെ റേച്ചലിന്റെ മുറി. സക്കറിയ

യുടെ ചെവിക്ക് പിടിക്കുന്ന രംഗം.

എല്ലാ ദൃശ്യങ്ങളിലും സക്കറിയയുടെ കൈവശം പുസ്തകങ്ങളും സ്റ്റെതസ്കോപ്പുമുണ്ട്.

റേച്ചൽ പഠിപ്പിച്ച് കൊടുക്കുകയാണ്.

സീൻ 68

പകൽ സമയം. ആശുപത്രി വാർഡ്.

SURGERY EXAMINATION GOING ON എന്ന ബാനറിന് താഴെ ബെഞ്ചിൽ മറ്റ് കുട്ടികളോടൊപ്പം തന്റെ ഊഴവും കാത്തിരിക്കുന്ന സക്കറിയ. സുധീറുമുണ്ട്. എല്ലാവരും വെള്ളക്കോട്ടിൽ. കൈകളിൽ സ്റ്റെതസ്കോപ്പ്, നീ ഹേമർ....

ഹോസ്പിറ്റലിൽനിന്നും പുറത്തേക്ക് വരുന്ന സക്കറിയ. മുഖത്ത് സന്തോഷമുണ്ട്.

എതിരെ തിരക്കിട്ട് നടന്നുവരുന്ന റേച്ചൽ. സക്കറിയയുടെ സന്തോഷത്തോടെയുള്ള ആംഗ്യപ്രകടനം.

സക്കറിയ : ഹാവൂ! ഒരുവിധം കടന്നുകിട്ടി! രക്ഷപ്പെട്ടു!

റേച്ചൽ : കൺഗ്രാറ്റ്സ്! സക്കറിയ ജയിക്കുമെന്ന് എനിക്കുറപ്പായിരുന്നു.

സക്കറിയ : അപ്പോൾ ബുദ്ധിമുട്ടിയതൊക്കെ വെറുതെ. *(ആ രണ്ടു പേരും ചിരിക്കുന്നു)*

റേച്ചൽ : ഇപ്പോഴും ദൈവത്തിൽ വിശ്വാസമില്ല, അല്ലേ?

സക്കറിയ : അയാളെ അയാളുടെ പാട്ടിന് വിട്. നമുക്കൊരു ചായ കുടിച്ചാലെന്താ?

റേച്ചൽ : *(നടന്നുകൊണ്ട്)* എന്നാ വീട്ടീപ്പോണ്?
ഹൗസ് സർജൻസി തുടങ്ങാൻ രണ്ട് മൂന്നാഴ്ച കഴിയും.

സക്കറിയ : ഇനിയാരെ കാണാനാ? ഉമ്മ പോയതിൽപ്പിന്നെ അങ്ങോട്ട് കേറീട്ടില്ല.....

(രണ്ടുപേരും ക്യാന്റീനിൽ ചായ കുടിക്കുന്ന ദൃശ്യങ്ങൾ)

റേച്ചൽ : ഇനി സക്കറിയ എന്തെങ്കിലുമൊക്കെ എഴുതണം. ആ കഴിവ് നഷ്ടപ്പെടുത്തേണ്ട.

സക്കറിയ : ഉവ്വ്. തീർച്ചയായും.

റേച്ചൽ : കുഞ്ഞുണ്ണി മാഷെ പോയിക്കാണണം. ആശ്രമത്തിലുണ്ടാവും.

സക്കറിയ : കണ്ടിട്ട് കുറേ ആയി. സിസ്റ്ററും വരോ?

റേച്ചൽ : പറ്റുംന്ന് തോന്ന്ണ് ല്യ. നിയോ നേറ്റലിലാ പോസ്റ്റിംഗ്. മേഡം വിടില്ല.

സക്കറിയ : വൈകീട്ട് പോകാം. ഹാഫ്ഡേ മുങ്ങാം.

റേച്ചൽ : എം ബി ബി എസ് പോലല്ല പി ജി പഠിക്കാൻ ഒരുപാടുണ്ട്. പ്രത്യേകിച്ചും പീഡിയാട്രിക്സ്.
സക്കറിയ : ഹോ. പിന്നെ!
റേച്ചൽ : സാറന്മാരെ സോപ്പിടാതെ കാര്യം നടക്കില്ല. എന്നെ വിട്. സക്കറിയ പൊക്കോ.....
സക്കറിയ : മാഷ് സിസ്റ്ററെ ചോദിക്കും
റേച്ചൽ : ഞാൻ പിന്നെ വന്ന് കണ്ടോളാം എന്ന് പറയൂ.

സീൻ 69

പകൽ സമയം. ഹൗസ് സർജൻ ക്വാർട്ടേഴ്സിലെ റീഡിങ് റൂം.

റേച്ചൽ ഏതോ ആഴ്ചപ്പതിപ്പിന്റെ വായനയിൽ മുഴുകിയിരിക്കുന്നു. എതിരെ സക്കറിയ.

സക്കറിയ : ഞാൻ ചോദിച്ചതിന് മറുപടിയൊന്നും തന്നില്ല....
റേച്ചൽ : *(തലയുയർത്തി)* എന്ത്?
സക്കറിയ : റേച്ചലിന് ഒരു വിവാഹ ജീവിതത്തെക്കുറിച്ചാലോചിച്ചു കൂടെ?
റേച്ചൽ : സക്കറിയ എന്താണെന്നെ വിളിച്ചത്!?
സക്കറിയ : എന്താ അങ്ങിനെ വിളിച്ചൂടെ?
റേച്ചൽ : വിളിക്കാം. പക്ഷേ, മറ്റുള്ളവരുടെയിടയിൽ വെച്ച് വേണ്ട.
സക്കറിയ : എനിക്ക് മറുപടി കിട്ടിയില്ല.
റേച്ചൽ : ഞാൻ പറഞ്ഞതല്ലേ സക്കറിയ. ഒക്കെ പറയാൻ എളുപ്പമാണ്.
സക്കറിയ : ഞാൻ മദർ സുപ്പീരിയറുമായി സംസാരിക്കാം.
റേച്ചൽ : *(ഞെട്ടലോടെ)* നോക്ക്. വേണ്ട വേണ്ട *(പിന്നെ നിർത്തി, വീണ്ടും)* ഈ സ്നേഹം എന്നൊക്കെ പറയുന്നത്. തികച്ചും ആപേക്ഷികമാണ്. നിശിതമായ ഏതാനും പദാവലികളുടെ, ചേഷ്ടകളുടെ ചട്ടക്കൂട്ടങ്ങൾക്കപ്പുറം അതിന് യാതൊരു നിലനിൽപ്പുമില്ല.....
സക്കറിയ : *(ദേഷ്യത്തിൽ)* എനിക്ക് കേൾക്കേണ്ട ഈ വേദാന്തമൊന്നും. കവി ഭാഷ്യം വേണ്ട.

(റേച്ചൽ പൊട്ടിച്ചിരിക്കുന്നു. സക്കറിയയുടെ പ്രതികരണം റേച്ചലിന് ഒരു തമാശയാണ് അനുഭവപ്പെടുന്നത്. അത് ആ മുഖത്ത് പ്രതിഫലിക്കുന്നുണ്ട്)

റേച്ചൽ : ഈ മാരീഡ് ലൈഫ് എന്നൊക്കെ പറയുന്നത് മഹാ ബോറാണ്. അതൊന്നും നമുക്ക് പറഞ്ഞിട്ടുള്ളതല്ല.

(സക്കറിയ ക്രുദ്ധനാവുന്നു. കൈവിരലുകൾക്കിടയിൽ കിടന്ന് പത്രത്താളുകൾ ഞെരിയുന്നു)

സക്കറിയ : ഞാൻ.... ഞാൻ....

റേച്ചൽ : ആ ടോപിക് വിട്. നമുക്ക് മറ്റെന്തെങ്കിലും സംസാരിക്കാം.

(മേശമേൽ ശക്തിയോടെ ഇടിച്ച് പത്രം വലിച്ചെറിഞ്ഞ് പുറത്തേക്ക് പോകുന്ന സക്കറിയ)

സീൻ 70

സന്ധ്യാ സമയം. ക്യാമ്പസ്.

മരം ചാരി നില്ക്കുന്ന സക്കറിയയും റേച്ചലും.

സക്കറിയ : ഒരുപാട്, ഒരുപാടാലോചിച്ചിട്ടാണ് ഇങ്ങിനെയൊരു തീരുമാനമെടുത്തത്.

(റേച്ചൽ സക്കറിയയെ നോക്കിനില്ക്കുന്നു)

സക്കറിയ : ഇനി മറ്റൊരാളെക്കുറിച്ച് എനിക്ക് ഓർക്കാൻ കൂടി വയ്യ.... വയ്യ...

റേച്ചൽ : ഞാനെന്താ പറയ്വാ... *(നിസ്സഹായയായി)*

സക്കറിയ : ഒരു തീരുമാനമെടുക്കണം. റേച്ചൽ ആരെയാണ് പേടിക്കുന്നത്?

റേച്ചൽ : അനാവശ്യമായ ഭയം ഒന്നിനോടും പാടില്ലെന്നാണ് എന്നെ പഠിപ്പിച്ചിരിക്കുന്നത്. അതേ സഭയെ ഞാനെന്തിന് പേടിക്കണം?!

സക്കറിയ : അത് വെറുതെ പറയുന്നതാണ്. വീട്, മഠം, സമൂഹം - പിന്നെ.... തന്നെത്തന്നെ...

റേച്ചൽ : *(നടന്നുകൊണ്ട്)* പലരും കരുതുന്നതുപോലെ കാണാൻ കൊള്ളാത്തതുകൊണ്ടോ, വീട്ടിൽ സാമ്പത്തിക ശേഷിയില്ലാത്തതുകൊണ്ടോ, വീട്ടുകാരാൽ നേർച്ച ചെയ്യപ്പെട്ടതുകൊണ്ടോ മഠത്തിൽ ചേർന്നതല്ല ഞാൻ *(നിർത്തി)* എനിക്കെന്റേതായ ഒരു രീതിയുണ്ടായിരുന്നു. എന്റേതായ ഒരു വഴി. അത് ഞാൻ സ്വയം തെരഞ്ഞെടുത്തു. *(സക്കറിയയുടെ നേരെ തിരിഞ്ഞ്)* ആദ്യം ഞാൻ തെരഞ്ഞെടുത്തത് കവിതയുടെ ലോകമായിരുന്നു. വീട്ടിലെ അന്തരീക്ഷം മഹാബോറായിരുന്നു. പിന്നെ ഏകാന്തതയുടെ സൗന്ദര്യം എന്തെന്ന് ഞാനറിഞ്ഞു. അത് ഞാൻ വല്ലാതെ ഇഷ്ടപ്പെട്ടു. ആ അന്തരീക്ഷം കോൺവെന്റിലെ ലഭിക്കൂ....

അമ്മച്ചിയുടെ കണ്ണീരിനേയും ചാച്ചയുടെ എതിർപ്പിനെയും അവഗണിച്ച് പതിനാറാം വയസ്സിൽ മഠത്തിന്റെ പടി ചവിട്ടുമ്പോൾ കൂട്ടുണ്ടായിരുന്നത് അകന്ന ഒരു ബന്ധു മാത്രമായിരുന്നു- ഫാദർ കുര്യാക്കോസ്.

(കുറച്ച് നേരത്തെ നിശ്ശബ്ദമായ ഇടവേള. സക്കറിയയും റേച്ചലും അന്യോന്യം നോക്കുകയല്ലാതെ ഒന്നും മിണ്ടുന്നില്ല)

സക്കറിയ : ജീവിതം ഒരു നിയോഗമാണ്. അതിനെ മറികടക്കാൻ ആർക്കുമാവില്ല.

റേച്ചൽ : ഉവ്വ്. എന്റെ നിയോഗം ഇതായിരിക്കാം.

സക്കറിയ : അന്നത്തെ പതിനാറുകാരി റേച്ചലാണോ ഇന്ന്? അന്ന് ജീവിതം ഒരു കളിക്കോപ്പ് മാത്രമായിരുന്നു. ഇന്നോ മനോഹരമായ ഒരു കവിതയും. അതാസ്വദിക്കാതെ പോകുന്നത് വങ്കത്തമാണ്.

റേച്ചൽ : പലർക്കും പല രീതികളുണ്ട്. എനിക്ക് – *(പറഞ്ഞുകൊണ്ടുവരുന്നത് നിർത്തി)*

സക്കറിയ : മതി. രണ്ടിലൊരു ഉത്തരം മതി. പറ്റുമോ, ഇല്ലയോ?

റേച്ചൽ : *(എടുത്തടിച്ചപോലെ)* എനിക്കാലോചിക്കാൻ ഇത്തിരി സമയം താ–

സീൻ 71

രാത്രി.

ഹൗസ് സർജൻസി ക്വാർട്ടേഴ്സിൽ. മുറിയിൽ ലൈറ്റണച്ച് കിടക്കുന്ന സിസ്റ്റർ റേച്ചൽ.

(അല്ലെങ്കിൽ ലേഡീസ് ഹോസ്റ്റലിലുമാവാം. രണ്ടിടത്തും ബിരുദാനന്തര വിദ്യാർത്ഥിനികൾ താമസിച്ചിരുന്നു)

കണ്ണടച്ച് കിടക്കുന്നുണ്ടെങ്കിലും ഉറക്കം വരുന്നില്ലെന്ന് വ്യക്തം. തിരിഞ്ഞും മറിഞ്ഞും കിടക്കുന്നു. അസ്വസ്ഥമാണ് ആ മനസ്സ്.

ചില ശബ്ദങ്ങൾ സിസ്റ്റർ റേച്ചലിനെ വേട്ടയാടുന്നു.

എ) പുരുഷനുമൊത്ത് നടക്കുമ്പോഴേ സ്ത്രീ പൂർണ്ണയാവുന്നുള്ളൂ – *(ആനിയുടെ ശബ്ദം)*

ബി) ഇഷ്ടമുള്ള പുരുഷന് കീഴടങ്ങുന്നത് സ്നേഹമാണ്! *(മറ്റൊരു കൂട്ടുകാരിയുടെ ശബ്ദം)*

സി) ഞാനൊരു കാര്യം ചോദിച്ചാൽ സിസ്റ്റർ സത്യം പറയ്യോ? സിസ്റ്റർക്ക് ഇയാളെ ഇഷ്ടമാണോ? *(ആനിയുടെ ശബ്ദം)*

ഡി) കവിതയെഴുതാനറിയുന്നവർക്ക് പ്രേമിക്കാനും കഴിയും *(സക്കറിയയുടെ ശബ്ദം)*

ഇ) റേച്ചലിനൊരു വിവാഹജീവിതത്തെക്കുറിച്ചാലോചിച്ചുകൂടെ? *(സക്കറിയയുടെ ശബ്ദം)*

എഫ്) മറ്റൊരാളെക്കുറിച്ച് എനിക്കിനി ആലോചിക്കാനേ വയ്യ... *(സക്കറിയയുടെ ശബ്ദം)*

സക്കറിയയുടെ വിവിധ ഭാവങ്ങൾ. റേച്ചലിന്റെ മനസ്സിൽ തെളിയുന്ന ദൃശ്യങ്ങൾ.

ദൃശ്യം 1

ലൈബ്രറിയിലെ ക്യൂബിക്കിൾ. രാത്രി സമയം. പുസ്തകം തുറന്ന് പിടിച്ച് കസേരയിലിരിക്കുന്ന സക്കറിയ. എതിരെ മേശമേൽ ചാരി റേച്ചൽ അഭിമുഖം. മാറോടടുക്കിപ്പിടിച്ചിരിക്കുന്ന പുസ്തകങ്ങൾ. എന്തോ പറഞ്ഞ് പൊട്ടിച്ചിരിക്കുന്നതിനിടയിൽ പെട്ടെന്ന് എഴുന്നേല്ക്കുന്ന സക്കറിയ. ഇപ്പോൾ രണ്ടുപേർക്കുമിടയിൽ വളരെ കുറച്ച് വിടവേയുള്ളൂ. സക്കറിയ യുടെ നിശ്വാസം സിസ്റ്റർ റേച്ചലിന്റെ കവിളിൽ പതിക്കുന്നുണ്ട്. സിസ്റ്റർ അതിഷ്ടപ്പെടുന്നുണ്ടെങ്കിലും പെട്ടെന്ന് മുന്നോട്ട് നീങ്ങുന്നു. സക്കറിയ കൈ നീട്ടി സിസ്റ്ററുടെ മൂക്കിൽ പിടിച്ചമർത്തുന്നു. റേച്ചൽ കൈ തട്ടിയ കറ്റി കുറച്ച് വേഗത്തിൽ നടക്കുന്നു. കിതയ്ക്കുന്നുണ്ട്.

ദൃശ്യം 2

രാത്രി സമയം. ക്യാമ്പസ്.

കോളേജ് പോർട്ടിക്കോവിൽനിന്നും കുട്ടികൾ പിരിഞ്ഞുപോകുന്നു. റേച്ചലും സക്കറിയയും പുറത്തേക്ക്. ലൈബ്രറിയിൽനിന്നും വരികയാ ണെന്ന് വ്യക്തം. ലേഡീസ് ഹോസ്റ്റലിനെ ലക്ഷ്യമാക്കിയുള്ള നടത്തം.

പെട്ടെന്ന് സമീപത്തുള്ള കോളേജ് ഗാർഡനിൽനിന്നും ഏതോ ഒരു ഇഴജന്തു അവർക്ക് നേരെ ചാടുന്നു. പേടിച്ചരണ്ട റേച്ചൽ സക്കറിയയുടെ മേലേക്ക് ചായുന്നു. സക്കറിയയുടെ കൈത്തണ്ട മുറുക്കിപ്പിടിക്കുന്നു. ഒരു നിമിഷം. പെട്ടെന്ന് ബോധമുണരുന്ന സിസ്റ്റർ കൈവിടുന്നു. കുറ്റബോധ ത്തോടെ ചുറ്റും നോക്കി ആരും കണ്ടില്ലെന്നുറപ്പ് വരുത്തി പിറുപിറുക്കു ന്നു. സോറി... സോറി... റേച്ചൽ കിതയ്ക്കുന്നുണ്ട്.

ദൃശ്യം 3

പകൽ സമയം. ക്യാമ്പസ്.

പ്രിൻസിപ്പലിന്റെ മുറിക്ക് മുന്നിലായി വിദ്യാർത്ഥിക്കൂട്ടം. കുറച്ചുമാറി കോണിപ്പടിക്ക് ചുവട്ടിലായി സക്കറിയ.

അമ്പിളിയുടെ മരണവാർത്താ രംഗം. ആവർത്തനം. അരികിൽ റേച്ചൽ. അവരുടെ കണ്ണുകൾ നിറഞ്ഞിട്ടുണ്ട്. പെട്ടെന്ന് പൊട്ടിക്കരഞ്ഞ് സക്കറിയ റേച്ചലിന്റെ തോളിലേക്ക് ചായുന്നു. പിറുപിറുക്കുന്നു. സഹി ക്കാനാവ്ണില്യ.....

റേച്ചൽ പതുക്കെ സക്കറിയയെ പിടിച്ച് മാറ്റുന്നു. കോണിപ്പടികളി ലിരുത്തുന്നു. ആശ്വസിപ്പിക്കുന്നു.

ദൃശ്യങ്ങൾക്കവസാനം സിസ്റ്റർ റേച്ചൽ എഴുന്നേല്ക്കുന്നു. ലൈറ്റി ടുന്നു.

റേച്ചലിന്റെ ദേഹമാകെ വിയർത്തിട്ടുണ്ട്. വിറയ്ക്കുന്നുണ്ട്. മൺ കൂജയിൽനിന്നും വെള്ളമെടുത്ത് കുടിച്ച് കട്ടിലിൽ വന്നിരിക്കുന്നു. പിന്നെ വേദപുസ്തകമെടുത്ത് കസേരയിലിരിക്കുന്നു. വായിച്ച് തുടങ്ങുന്നു.

സീൻ 72

പുലർകാലം. ഞായറാഴ്ച.

ചർച്ചിൽനിന്നും പ്രാർത്ഥന കഴിഞ്ഞ് പുറത്തുവരുന്ന സിസ്റ്റർ റേച്ചലും മദറും മറ്റ് അന്തേവാസിനികളും *(കന്യാസ്ത്രീകൾ)*

മദറും *(വളരെ പ്രായം തോന്നിക്കുന്നു. കണ്ണടയുണ്ട്)* സിസ്റ്റർ റേച്ചലും നടന്ന് മഠത്തിന്റെ പൂന്തോട്ടത്തിലെത്തുന്നു.

മദർ : മോളേ, നിന്നെ ഞാനെന്തിനാണ് വിളിപ്പിച്ചതെന്ന റിയ്യോ?

(റേച്ചൽ തലയാട്ടുന്നു. മുഖത്ത് പരിഭ്രമമുണ്ട്)

മദർ : *(വീണ്ടും)* വെറുതെ ആൾക്കാരെക്കൊണ്ട് ഓരോന്ന് പറേപ്പിക്കരുത്. നമ്മൾ കർത്താവിന്റെ ദാസികൾ, വളരെ സൂക്ഷിച്ചുവേണം പെരുമാറാൻ...

(സിസ്റ്റർ റേച്ചൽ തലകുനിച്ചു നിൽക്കുന്നു. ചെരുപ്പുകൾ ധരിച്ച കാലു കൊണ്ട് നിലത്ത് കോറുന്നു)

മദർ : എല്ലാം ഞാനറിയുന്നുണ്ട്. എന്താണവന്റെ പേര്? സക്ക റിയ എന്നല്ലെ? നക്സലൈറ്റ്. കഥാകൃത്ത്. മുസ്ലിം. ഒരി ക്കൽ നിന്റെ കൂട്ടുകാരീടെ കൂടെ ഇവിടെ വന്നില്ലെ....?

(റേച്ചൽ പരിഭ്രമത്തോടെ. എങ്കിലും ധൈര്യം സംഭരിച്ച്)

റേച്ചൽ : എനിക്ക്... എനിക്ക്....

മദർ : കവിത പോലല്ല മോളെ ജീവിതം. സൂക്ഷിച്ചില്ലെങ്കിൽ–

റേച്ചൽ : (പെട്ടെന്ന് പ്രതികരിച്ച്) വഴി തെറ്റിയ ഒരു കുഞ്ഞാടി നെയെങ്കിലും തിരിച്ചുകൊണ്ടു വരാൻ കഴിഞ്ഞാൽ അതിൽപ്പരം പുണ്യം മറ്റെന്തുണ്ട് മദർ?!

മദർ : *(റേച്ചലിന്റെ കൈയിൽ പിടിച്ച്)* വാ, അകത്തുപോയി സംസാരിക്കാം. അതാ നല്ലത്.

(രണ്ടുപേരും മഠത്തിലേക്ക് പ്രവേശിക്കുന്നു. മദറിന്റെ മുറിയിൽ കട ന്നയുടനെ മദർ വാതിലിന്റെ കുറ്റിയിടുന്നു)

മദർ : റേച്ചൽ നീ കുറച്ചുദിവസം അവിടെനിന്നും മാറി നില്ക്ക്. അപ്പോൾ ഒക്കെ ശര്യാവും.

റേച്ചൽ : ഇല്ല മദർ. ഇല്ല.

(റേച്ചൽ നിയന്ത്രണം വിട്ടു തുടങ്ങുന്നു. കണ്ണുകൾ നിറയുന്നു. ചുണ്ടു കൾ വിറയ്ക്കുന്നു)

മദർ : എങ്കിൽ പോട്ടയ്ക്ക് ധ്യാനത്തിന് പോ. കർത്താവിനോട് ഒക്കെ ഏറ്റ് പറയ്. മനസ്സിന് കുറച്ച് സമാധാനം കിട്ടും....

റേച്ചൽ : എന്നോട് പൊറുക്കൂ മദർ. എനിക്കൊന്നിനും പറ്റുന്നി ല്ല. കർത്താവിന്റെ മുന്നിൽ കുമ്പിടുമ്പോഴും എന്റെ മനസ്സ് നിറയെ സക്കറിയയാണ്. ക്രൂശിതനായ സക്ക റിയ.

(റേച്ചൽ മദറിന്റെ നെഞ്ചിലേക്ക് ചായുന്നു. പൊട്ടിപ്പൊട്ടി കരയുന്നു. റേച്ചലിനെ പുറത്തു തട്ടി ആശ്വസിപ്പിക്കുന്ന മദർ)

സീൻ 73

പകൽ സമയം.

കോഴിക്കോട് റെയിൽവേ സ്റ്റേഷൻ.

ഏതോ ട്രെയിൻ കാത്തിരിക്കുന്ന, ഒരുങ്ങിയിരിക്കുന്ന ജനങ്ങൾ. റേച്ചലും സക്കറിയയും ഒരു ബെഞ്ചിലിരിക്കുന്നു. കൂടെ വേറെ രണ്ട് കന്യാസ്ത്രീകൾ കൂടിയുണ്ട്, സ്വല്പം മാറി.

റേച്ചൽ : എല്ലാ നടപടികളും കഴിയുമ്പോഴേക്ക് മാസങ്ങൾ പിടിയ്ക്കും. റോമിൽനിന്നും തിരുസഭയുടെ പെർമിഷൻ കിട്ടിയാലേ ഇവിടെ മഠത്തിനെന്തെങ്കിലും ചെയ്യാനൊക്കൂ. എല്ലാം കാത്തിരുന്ന് കാണാം....

സക്കറിയ : മദ്രാസിൽ എത്തിയാൽ എന്നെ വിളിക്കോ?

റേച്ചൽ : എപ്പോഴും പറ്റിയെന്ന് വരില്ല. മിഷ്യൻ ഹോസ്പിറ്റലല്ലെ. മഠത്തിൽനിന്നും ഹോസ്പിറ്റലിൽനിന്നും എത്ര ആളുകളുടെ കണ്ണുവെട്ടിച്ചു വേണം! ഒക്കെ പാടാണ്.

(സ്പീക്കറിലൂടെ വണ്ടിയെക്കുറിച്ചുള്ള അനൗൺസ്മെന്റ്)

Your attention please! The Mangalore Madras Mail will be arriving on platform No.2 shortly *(തുടർന്ന് മലയാളത്തിലും)*

യാത്രക്കാരുടെ ശ്രദ്ധയ്ക്ക്: മംഗലാപുരത്തുനിന്നും മദ്രാസിലേക്ക് പോകുന്ന നമ്പർ രണ്ട് മദ്രാസ് മെയിൽ അല്പസമയത്തിനുള്ളിൽ പ്ലാറ്റ്ഫോം രണ്ടിൽ എത്തിച്ചേരുന്നതാണ്.

റേച്ചൽ : ട്രെയിൻ ഇപ്പോഴെത്തും.

(മറ്റ് കന്യാസ്ത്രീകൾ എഴുന്നേല്ക്കുന്നു. കൂടെ സക്കറിയയും റേച്ചലും. റേച്ചൽ എയർബാഗ് തോളിലിടുന്നു. വലിയ സ്യൂട്ട്കേസ് സക്കറിയ എടുക്കുന്നു)

സക്കറിയ : Then. How can we keep in touch?

(ആ ചോദ്യത്തിന് മറുപടി പറയാനാവാതെ റേച്ചൽ പരുങ്ങുന്നു)

റേച്ചൽ : *(ആലോചിച്ച്)* ഒക്കെ ഞാനവിടെ എത്തിയിട്ടറിയിക്കാം.

(സ്റ്റേഷനിൽ വന്നു നിൽക്കുന്ന ട്രെയിൻ. തിക്കും തിരക്കും. സക്കറിയ സിസ്റ്റർ റേച്ചലിൽനിന്നും ടിക്കറ്റ് വാങ്ങി ടിക്കറ്റ് എക്സാമിനറോട് സംസാരിക്കുന്നു. റേച്ചൽ ട്രെയിൻ കയറുന്നു. കൂട്ടുകാരോട് യാത്ര പറയുന്നു.

സക്കറിയയിൽ ഭാവമാറ്റങ്ങൾ. സ്യൂട്ട്കേസ് കൈമാറുന്നതിനിടയിൽ സക്കറിയ മനഃപൂർവ്വം സിസ്റ്ററുടെ കൈയമർത്തുന്നു)

റേച്ചൽ : *(കൈവിടാതെ)* വിഷമിക്കാതെ. എല്ലാം ശരിയാവും. എല്ലാം ശരിയാവും.

(ട്രെയിൻ നീങ്ങിത്തുടങ്ങുന്നു. കൈ വീശി യാത്ര പറയുന്ന കന്യാസ്ത്രീകളും സക്കറിയയും)

FLASH BACK OVER

സീൻ 74

രാത്രി. ബോൾഗാട്ടി പാലസിലെ റേച്ചലിന്റെ മുറി.

കോളിംഗ് ബെല്ലിന്റെ ശബ്ദം. വീണ്ടും... വീണ്ടും....

ഡോ.റേച്ചൽ : ഞെട്ടിയുണരുന്നു. *(തിരുവസ്ത്രം ഉപേക്ഷിച്ച)* വാതിൽ തുറക്കുന്നു. ഡോ. സക്കറിയ അകത്തേക്ക് പ്രവേശിക്കുന്നു. ഇപ്പോൾ കൈവശം സൂട്ട്കേസുണ്ട്.

അതൊരു ഭാഗത്തുവെച്ച് കട്ടിലിൽ ഇരിക്കുന്നു. റേച്ചലിൽ ഉറക്കിന്റെ ആലസ്യം.

സക്കറിയ : എന്തേ, ഞാൻ വരില്ലെന്ന് കരുതിയോ?

(റേച്ചൽ അതെയെന്ന് തലയാട്ടുന്നു. സക്കറിയ റേച്ചലിന്റെ കൈ ചേർത്തുപിടിച്ച് അടുപ്പിക്കുന്നു. റേച്ചൽ സക്കറിയയോട് ചേർന്ന് ഇരിക്കുന്നു. ചിലതരം സ്നേഹപ്രകടനങ്ങൾ)

സക്കറിയ : എന്തേയ്?

റേച്ചൽ : ഏയ് ഒന്നുമില്ല.

(മലർന്ന് കിടക്കുന്ന റേച്ചലിനോട് ചേർന്നുകിടന്ന് ആ മുഖത്ത് സ്നേഹപൂർവ്വം തടവുന്ന സക്കറിയ)

സക്കറിയ : പിന്നെ എപ്പോഴോ റേച്ചലൊരു കവിതയെഴുതി. ഏകദേശം അഞ്ചാറ് വർഷങ്ങൾക്ക് മുമ്പ്- അഭയം തേടി- *മാതൃഭൂമി*യിൽ.

റേച്ചൽ : ഉവ്വ്. അത് സക്കറിയയെക്കുറിച്ചായിരുന്നു.

സക്കറിയ : എനിക്ക് മനസ്സിലായി. ഉടനെ ഒരു കത്തിടണമെന്ന് തോന്നി. പിന്നെ പഴയ ഓർമ്മകളൊന്നും ഉണർത്തേണ്ട എന്ന് കരുതി.

റേച്ചൽ : ദൈവത്തിന്റെ മരണം ആഘോഷിച്ചവൻ പള്ളികളിൽ കയറിയിറങ്ങുന്നതൊരു കടങ്കഥയൊന്നുമല്ലല്ലോ.

സക്കറിയ : പരിഹസിക്കുകയാണോ?

റേച്ചൽ : അല്ല. ഞാൻ കർത്താവിൽനിന്നും തിരിഞ്ഞോടിയപ്പോൾ സക്കറിയ ആത്മീയതയിൽ അഭയം തേടി. രണ്ടും ഒന്നുതന്നെ. വിശ്വാസ സംഹിതകളുടെ തകർച്ച.....

സക്കറിയ : *(എഴുന്നേറ്റ്)* മതി. വേദാന്തം! വയറ് കരിഞ്ഞു തുടങ്ങി. എന്തെങ്കിലും കഴിക്കേണ്ടേ?

(റേച്ചൽ ആ കിടപ്പിൽ തന്നെ. വീണ്ടും റേച്ചലിനെ നോക്കി)

റേച്ചലിന് വിശക്കുന്നില്ലേ? മണി പതിനൊന്നായി. റൂം സർവ്വീസിലോട്ട് വിളിക്കട്ടെ?

റേച്ചൽ : വേണ്ട നമുക്ക് റെസ്റ്റാറന്റിൽ പോയി കഴിക്കാം. പുറം കാഴ്ചകൾ കണ്ട്. ഒരു രസല്ലെ!

(രണ്ടുപേരും വാതിൽ പൂട്ടി പുറത്തേക്ക്)

(റെസ്റ്റാറന്റിന്റെ ഓപ്പൺ എയർ സെക്ഷനിൽ രണ്ടുപേരും ഭക്ഷണം കഴിക്കുന്നു. സക്കറിയയുടെ ശ്രദ്ധ ഭക്ഷണത്തിലാണ്. റേച്ചലിന്റേതാകട്ടെ സക്കറിയയിലേക്കും. പിന്നെ കായലിലേക്കും....)

സീൻ 75

വൗച്ചറിൽ ഒപ്പിടുന്ന സക്കറിയ കൈകഴുകി! രണ്ടുപേരും കായൽക്കരയിലേക്ക് നീങ്ങുന്നു.

നേരിയ വെളിച്ചം മാത്രം.

കായൽക്കരയിലെ തിണ്ടിന്മേൽ രണ്ടുപേരും കയറിയിരിക്കുന്നു. റേച്ചൽ തൂൺ ചാരി നിൽക്കുന്നു. അകലെ ഇരുട്ടിൽ കൊച്ചി നഗരം. മിന്നാമിനുങ്ങുകൾ പോലെ വെളിച്ചം.

റേച്ചൽ : *(അതുനോക്കി)* പണ്ട് സക്കറിയ എഴുതിയ കഥയിലെ ഒരു വരിയില്ലെ? .... രാത്രി നേരത്ത് അറബിക്കടലിന്റെ റാണി സുന്ദരിയാണ്. അവൾ വിവസ്ത്രയാവുന്നു. ആഭരണങ്ങൾ മാത്രം ധരിക്കുന്നു- അതാണോർമ്മ വരുന്നത്.

സക്കറിയ : ഒന്നും മറന്നിട്ടില്ല, അല്ലെ? പാലുണ്ണി എന്ന കഥയിൽ.

റേച്ചൽ : അതൊരു നല്ല കഥയായിരുന്നു. ക്രാഫ്റ്റിലും പ്രമേയത്തിലുമെല്ലാം ഒരു പുതുമ.

(സക്കറിയ തലയാട്ടുന്നു. എന്തോ ഓർത്ത്)

സക്കറിയ : ഓർക്കുമ്പോൾ എല്ലാം ഒരു തമാശയായി തോന്നുന്നു.

റേച്ചൽ : ഉം. എന്തേ?

സക്കറിയ : കടപ്പാടുകൾ. ബാധ്യതകൾ. പ്രാരാബ്ധങ്ങൾ. അവസാനം പ്രലോഭനങ്ങളുടെ നടുവിൽ ഞാനൊന്നുമല്ലാതായി *(നിർത്തി)* അന്ന് രണ്ട് വഴികളേ മുന്നിലുണ്ടായിരുന്നുള്ളൂ. ഒന്നുകിൽ ആത്മഹത്യ. അല്ലെങ്കിൽ ചതി.

(റേച്ചൽ സക്കറിയയെത്തന്നെ തുറിച്ചുനോക്കുന്നു)

സക്കറിയ : *(തുടരുന്നു)* പിന്നെ സ്വപ്നങ്ങൾ. മനസ്സിൽ ഇടതൂർന്നു കിടക്കുന്ന വലിയ കെട്ടിടങ്ങൾ. Xray Plant, Operation Theatre, Air Conditioned Consulting room, well equipped Labour room, Laboratory, Ultra Sound Scanning..... എല്ലാം പ്രലോഭനങ്ങളായി മാറി.

റേച്ചൽ : അപ്പോൾ വന്ന വഴികളെല്ലാം മറന്നു, അല്ലെ?

സക്കറിയ : അവസാനം നഷ്ടപ്പെട്ടത് എനിക്ക് എന്നെത്തന്നെയായിരുന്നു.... അറിയാഞ്ഞിട്ടല്ല. പിന്നെ എല്ലാം ഒരുതരം അഡ്ജസ്റ്റ്മെന്റുകൾ *(റേച്ചലിനെ നോക്കി)* റേച്ചലിനെ ഞാൻ പറ്റിച്ചു എന്ന് തോന്നുന്നുണ്ടോ?

റേച്ചൽ : ഇത്തരമൊരു ജീവിതം ഞാനൊരിക്കലും ആഗ്രഹിച്ചതല്ല. ഭർത്താവ്, കുട്ടികൾ, കുടുംബം – എല്ലാറ്റിനോടും ഒരുതരം അറപ്പും വെറുപ്പുമായിരുന്നു പണ്ടെനിക്ക്. *(നിർത്തി)* സക്കറിയയാണ് എന്നെ മോഹിപ്പിച്ചത്. ഓരോന്ന് പറഞ്ഞ്, സ്വപ്നങ്ങൾ തന്ന്... അല്ലെങ്കിൽ കർത്താവിന്റെ മണവാട്ടിയായി ഞാനിന്നും തുടർന്നേനെ....

സക്കറിയ : *(കുറ്റബോധത്തോടെ)* അത്.... *(പറഞ്ഞുകൊണ്ട് വന്നത് നിർത്തി)*

റേച്ചൽ : *(ഗദ്ഗദത്തോടെ)* അവസാനം സക്കറിയയും കൈയൊഴിഞ്ഞപ്പോൾ ഞാൻ പിടിച്ചു നിന്നത് എന്തിനായിരുന്നുവെന്നോ, എന്നെങ്കിലുമൊരിക്കൽ സക്കറിയയെ കണ്ടുമുട്ടുവാൻ കഴിയുമെന്ന് എനിക്കറിയാമായിരുന്നു. എന്നെങ്കിലുമൊരിക്കൽ കാണാൻ. ഒന്നു കാണാൻ മാത്രം *(വിതുമ്പുന്നു)*

സക്കറിയ : *(റേച്ചലിനെ നെഞ്ചോട് ചേർത്ത് പിടിക്കുന്നു)* ഇത്തരമൊരു കൂടിച്ചേരൽ ഞാൻ സ്വപ്നത്തിൽ പോലും കണ്ടിരുന്നില്ല.

റേച്ചൽ : അത് നിങ്ങൾ പുരുഷന്മാരുടെ കഴിവാണ്. എല്ലാം മറക്കാൻ കഴിയുക. പക്ഷേ, സ്ത്രീയുടെ സ്ഥിതി അങ്ങനെയല്ല. ആദ്യ പ്രണയം അവളെ മരണം വരെ വേട്ടയാടിക്കൊണ്ടിരിക്കും.

സക്കറിയ : റേച്ചലിനുള്ളിൽ ഇപ്പോഴും ആ പഴയ കവയിത്രി ജീവിച്ചിരിപ്പുണ്ടല്ലെ?!

(റേച്ചൽ മന്ദഹസിക്കുകയല്ലാതെ മറുപടിയൊന്നും പറയുന്നില്ല)

സക്കറിയ : ഭർത്താവ്, കുട്ടികൾ?

റേച്ചൽ : ബാബു വർഗീസ് ഡൗ ജോൺസിൽ എക്സിക്യൂട്ടീവ് പോസ്റ്റിലാണ്. കുട്ടികൾ ഒരാണും പെണ്ണും *(നിർത്തി. നെടുവീർപ്പിട്ട്)* ബാബുവെന്നെ വല്ലാതെ സ്നേഹിക്കുന്നു. അതാണെനിക്ക് സഹിക്കാൻ കഴിയാത്തത്. ഒരുതരം ഭ്രാന്തമായ സ്നേഹം! എന്തൊരു ഭാരമാണതിന്!

സക്കറിയ : എല്ലാ സ്നേഹങ്ങളും ഒരു തരത്തിൽ ഭയങ്കര ഭാരമാണ്. മഹാബോറ്!

റേച്ചൽ : റിയലി?

സക്കറിയ : അതിനുശേഷം റേച്ചൽ പിന്നെയൊന്നും എഴുതിയതേയില്ലല്ലോ.

റേച്ചൽ : കവിത എന്നെയാണോ അതോ ഞാൻ കവിതയേയാണോ വെടിഞ്ഞതെന്നറിഞ്ഞു കൂടാ.

സക്കറിയ : കവിത നുണ പറയുന്ന പെണ്ണിന്റെ മനസ്സിലെ സത്യമാണെന്ന് ഒരിക്കൽ റേച്ചൽ എഴുതിയതോർക്കുന്നു. പ്രണയം വേട്ടയ്ക്കിരയാവുന്ന പെണ്ണിന്റെ ദീനരോദനമായും *(നിർത്തി)* റേച്ചൽ കവിതയെഴുത്ത് നിർത്തിയത് കഷ്ടമായി. അവസാനം കവിതയല്ലാതെ മറ്റെന്താ കൂടെ വരിക?

(തല കുനിച്ചിരിക്കുന്ന റേച്ചൽ)

റേച്ചൽ : അറിയില്ല. എനിക്കറിയില്ല. എല്ലാം നഷ്ടമായി.... *(മുഖം പൊത്തി നെടുവീർപ്പിടുന്ന റേച്ചൽ. ചേർത്ത് പിടിക്കുന്ന സക്കറിയ)*

സീൻ 76

രാത്രി. റിസോർട്ടിൽ.

റേച്ചലും സക്കറിയയും ബെഡ്ഡിൽ. സക്കറിയയുടെ മാറിൽ തലചായ്ച്ച്. മുറിയിൽ സംഗീതമുണ്ട്. ഒരു ശാരീരിക ബന്ധം കഴിഞ്ഞ മട്ടുണ്ട്. രണ്ടുപേരും വിയർത്തിരിക്കുന്നു. നേരിയ കിതപ്പ്.

റേച്ചൽ : നമ്മുടെ ഒരാഗ്രഹവും ബാക്കിയാവരുത് *(വിരലുകൾ സക്കറിയയുടെ മാറിലെ രോമങ്ങളിൽ കുടുക്കി)* ഇങ്ങിനെ നമ്മളങ്ങു മരിച്ചാലോ?

സക്കറിയ : എന്താ മരിക്കാൻ ഇത്ര ഇഷ്ടാണോ?

റേച്ചൽ : ഉം.

സക്കറിയ : ഏത്! ഇതൊരു രസല്ലെ! ഇങ്ങിനെ അപ്രതീക്ഷിതമായി. പെട്ടെന്നോരോന്ന് സംഭവിച്ച്, അതാസ്വദിച്ച് ജീവിക്കുക! ഇപ്പോഴാണ് എനിക്ക് ജീവിതത്തോട് ആർത്തി തോന്നുന്നത്.

റേച്ചൽ : എനിക്ക് നേരെ മറിച്ചാ. മടുത്തു. എല്ലാം മടുത്തു. കുടുംബം. ബന്ധങ്ങൾ. കവിത– എല്ലാം.

സക്കറിയ : ഒക്കെ വെറുതെ തോന്ന്വാണ്. സ്നേഹത്തിന് മുന്നിൽ ആരാണ് കീഴടങ്ങാത്തത്?!

(റേച്ചൽ സക്കറിയയെ നോക്കിയിരിക്കുന്നു. സക്കറിയയുടെ കണ്ണുകൾ അടഞ്ഞു തുടങ്ങുന്നു....)

സക്കറിയ : ഉറക്കം വര്ണു *(പില്ലോസ് നേരെ വെച്ച്)* നാളെ നേരത്തെ എഴുന്നേൽക്കണ്ടേ–

(റേച്ചൽ എഴുന്നേറ്റിരുന്ന് മുടി ഒതുക്കുന്നു. പുതപ്പ് മാറ്റി. ഹൗസ്കോട്ട്

നേരെയാക്കി ബാത്ത്റൂമിലേക്ക്. തിരിച്ചുവന്ന് കട്ടിലിൽ കിടക്കുന്നു. ഉറങ്ങുന്ന സക്കറിയയെ സഹതാപപൂർവ്വം നോക്കുന്നു. ലൈറ്റ് ഓഫ് ചെയ്യുന്നു.)

ഒരു സ്വപ്ന ദൃശ്യം.

സക്കറിയ ഉറങ്ങുന്നു. റേച്ചൽ സൂട്ട്കേസ് തുറന്ന് സ്റ്റെതസ്കോപ്പ് പരതുന്നു. എടുക്കുന്നു. ഉറങ്ങുന്ന സക്കറിയയുടെ നെറ്റിയിൽ മുത്തം നല്കി ഒരു നിമിഷം കാത്തുനിന്ന്, ധൃതിപിടിച്ച് സ്റ്റെതസ്കോപ്പിന്റെ ട്യൂബ് കഴുത്തിലൂടെ വലിച്ചു ചുറ്റി ശക്തിയായി മുറുക്കുന്നു. പിടയുന്ന സക്കറിയ. കണ്ണുകൾ പുറത്തേക്ക് തള്ളി, മരണപ്പിടച്ചിലിൽ. പെട്ടെന്ന് ഞെട്ടിയുണരുന്ന റേച്ചൽ. ആകെ വിയർത്തിട്ടുണ്ട്. കിതയ്ക്കുന്നു. കിടക്കയ്ക്കരികിൽ നിന്ന് ഗ്ലാസ് വെള്ളമെടുത്ത് കുടിച്ച് ലൈറ്റ് ഓഫ് ചെയ്യുന്നു. കിടക്കുന്നു.

സക്കറിയ ഉറക്കത്തിലാണ്. ഒന്നും അറിയുന്നതേയില്ല.

സീൻ 77

സമ്മേളന നഗരി. സമയം രാവിലെ.

ഐ.എം.എ സംസ്ഥാന സമ്മേളനം 1999 എന്ന വലിയ ബാനർ.

ഹാളിനു പുറത്തായി വരാന്തയിൽ

1. DELEGATES REGISTRATION
2. SCIENTIFIC SESSION
3. ACCOMMODATION
4. FOOD
5. SIGHT SEEING

എന്നിങ്ങനെ ബോർഡുകൾവെച്ച മേശകളും, അവയ്ക്കരികിൽ കുറച്ച് കസേരകളും കാണാം.

ഡോ. സക്കറിയ: ഭംഗിയായ വസ്ത്രധാരണം. ടൈ കെട്ടിയിട്ടുണ്ട്. ബാഡ്ജുമുണ്ട്. ഡെലിഗേറ്റ്സ് രജിസ്ട്രേഷൻ എന്ന ബോർഡുള്ള മേശയ്ക്കരികിൽ ഒരു കസേരയിലിരിക്കുന്നു. നെയിം ബാഡ്ജിൽ പേരുകൾ കുറിച്ച് നല്കുന്നു. കുറേ പേരുണ്ട്. അവരെ സഹായിക്കുകയാണെന്ന് വ്യക്തം.

ഡോ.റേച്ചൽ: വൃത്തിയായ വസ്ത്രധാരണം. സാരി. മാറിൽ നെയിം ബാഡ്ജുണ്ട്. കൈയിൽ ഫയൽ. അതിൽ നിന്ന് കുറേ ഫോട്ടോകോപ്പികളെടുത്ത് സയന്റിഫിക് സെഷനിലെ ഡോക്ടർക്ക് നല്കുന്നു. അവർ തമ്മിൽ ചർച്ചയിലാണ്.

ഹാളിന് പുറത്തായി മരുന്ന് കമ്പനികളുടെ പവലിയൻ കാണാം. എല്ലായിടത്തും ആൾക്കൂട്ടമുണ്ട്. സ്പീക്കറിലൂടെ പ്രാസംഗികരുടെ ശബ്ദം. ഒന്നുകഴിഞ്ഞ് മറ്റൊന്ന്. മലയാളത്തിലും ഇംഗ്ലീഷിലുമായി.

സീൻ 78

സമ്മേളന നഗരി. തുടർച്ച.

ഡോക്ടർമാരുടെ കൂട്ടം. പുറത്ത് സ്പീക്കറിലൂടെ ശബ്ദം. "ആരോഗ്യ പരിപാലന രംഗത്ത് കേരളം കൈവരിച്ചിട്ടുള്ള ഈ നേട്ടങ്ങൾ മനസ്സിലാക്കി വേണം നിങ്ങൾ ഡോക്ടർമാർ പ്രവർത്തിക്കേണ്ടത്- എന്നോർമ്മിപ്പിച്ചുകൊണ്ട് ഞാൻ ഈ സമ്മേളനം ഉദ്ഘാടനം ചെയ്യുന്നു."

സ്റ്റേജ്, സദസ്സ് ദൃശ്യങ്ങൾ.

ഡോ. റേച്ചൽ ആരോടോ സംസാരിച്ചുകൊണ്ട് നില്ക്കുന്നു- വരാന്തയിൽ നില്ക്കുന്ന സക്കറിയയുടെ കാഴ്ചപ്പാടിൽ. സക്കറിയ അങ്ങോട്ട് നീങ്ങുന്നു. പലരും ഹസ്തദാനം ചെയ്യുന്നുണ്ട്. ഇടയ്ക്ക് ചിലർ കുശലാന്വേഷണങ്ങൾ.

സക്കറിയ അവരുടെ അരികിലേക്ക്. റേച്ചൽ സംസാരിച്ച് നില്ക്കുന്ന ഡോക്ടറോട് - ഇത് ഡോ. സക്കറിയ. ലേഡി ഡോക്ടർ അറിയാമെന്ന് തലയാട്ടുന്നു.

ലേഡി ഡോക്ടർ: കാലിക്കറ്റിൽ പതിനെട്ടാം ബാച്ചല്ലെ? ഞാൻ പതിനാറ്. ഒരു കൊല്ലം മാഗസീൻ എഡിറ്ററായിരുന്നില്ലെ?

(സക്കറിയ ഉവ്വെന്ന് തലയാട്ടുന്നു)

ലേഡി ഡോക്ടർ: ഇപ്പോഴെവിടെ?

സക്കറിയ : ഇവിടെ വൈറ്റിലയിൽ.

ലേഡി ഡോക്ടർ: എന്തിലെങ്കിലും സ്പെഷ്യലൈസ്?

സക്കറിയ : ഉവ്വ്. ഇ.എൻ.ടി.

(റേച്ചലിനോടായി. അതേയ് സയന്റിഫിക് സെഷൻ നാളെ രാവിലെ പത്ത് മണിക്കാ. സീരിയൽ നമ്പർ നാലാണ്. മറക്കേണ്ട)

ലേഡി ഡോക്ടർ: എന്താ പേപ്പറവതരിപ്പിക്കുന്നുണ്ടോ?

(റേച്ചൽ അതെയെന്ന് തലയാട്ടുന്നു. പിന്നെ രണ്ടുപേരും യാത്ര പറഞ്ഞ് പിരിയുന്നു)

സമ്മേളന നഗരി. ഉച്ചഭക്ഷണം കഴിച്ചുകൊണ്ടിരിക്കുന്ന റേച്ചൽ. സക്കറിയ അരികിലേക്ക്.

സക്കറിയ : റേച്ചലിനെ ഞാനെവിടെയൊക്കെ തിരക്കി.

റേച്ചൽ : ഉം. എന്തേ?

സക്കറിയ : ഇന്നാകപ്പാടെ ടൈറ്റ് ഷെഡ്യൂളാണ്. ടിൽ ഫൈവോ ക്ലോക്ക്. അതുവരെ നാം കണ്ടെന്ന് വരില്ല.

റേച്ചൽ : അത് പറ്റില്ല. എനിക്ക് ബോറടിക്കും.

സക്കറിയ : അതുവരെ ക്ഷമിക്ക്. നമ്മുടെ ബാച്ച്മേറ്റ്സ് ആരെയെങ്കിലുമൊക്കെ കാണും. അവിടെയെവിടെയെങ്കിലും. അപ്പോൾ സമയം പോയിക്കോളും.

റേച്ചൽ : എനിക്ക് വയ്യ. എനിക്കാരേയും കാണേണ്ട.

സക്കറിയ : അല്ലടാ. പറയുന്നത് കേൾക്ക്. ഒരു നിവൃത്തിയും ഇല്ലാഞ്ഞിട്ടാണ്. ഇന്നത്തെ ഒരു ദിവസത്തേക്ക് എല്ലായിടത്തും കണ്ണെത്തണം.

റേച്ചൽ : *(കളിയാക്കുന്ന മട്ടിൽ)* ഓ, പിന്നേയ്!

സക്കറിയ : *(ധൃതിയിൽ)* അപ്പോൾ അഞ്ചിന് കാണാം. കോൺഫ്രസൻസ് ഹാളിന്റെ മെയിൻ ഗേറ്റിനടുത്ത്. *(ധൃതിയിൽ ഓടിമറയുന്ന സക്കറിയ)*

സീൻ 79

തുടർച്ച.

സമ്മേളന നഗരി. പകൽ സമയം.

ചില ദൃശ്യങ്ങൾ.

1. ഡെലിഗേറ്റ്സ് രജിസ്ട്രേഷൻ എന്ന ബോഡിന് താഴെ എന്തൊക്കെയോ കുത്തിക്കുറിച്ചു കൊണ്ടിരിക്കുന്ന സക്കറിയ. മറ്റ് ചില ഡോക്ടർമാർ. രജിസ്റ്റർ ചെയ്യാനെത്തുന്ന ഡോക്ടർമാരുടെ കൂട്ടം. ബാഡ്ജുകളും ബ്രോഷറുകളും കൈമാറുന്ന തിരക്ക്.

2. മറ്റൊരു ദൃശ്യം. സ്റ്റേജിന് പിന്നിലും സൈഡിലുമായി നില്ക്കുന്ന ഡോക്ടർമാർക്കിടയിൽ അവരുമായി എന്തോ ചർച്ച ചെയ്തുകൊണ്ടിരിക്കുന്ന സക്കറിയ. പേപ്പറുകൾ കൈമാറുന്നു.

3. മറ്റൊരു ദൃശ്യം.

'ഹലോ സക്കറിയ'

കൈ വീശി വിഷ് ചെയ്തു കടന്നുവരുന്ന ഒരു ഡോക്ടർ. കസേരയിൽ നിന്ന് പെട്ടെന്നെഴുന്നേറ്റ് അത്ഭുതത്തോടെ സക്കറിയ: "ഹലോ രവി!"

രണ്ടുപേരും ആലിംഗനത്തിൽ.

സക്കറിയ : വാട്ട് എ സർപ്രൈസ്! എത്ര വർഷമായി കണ്ടിട്ട്?

രവി : ഇങ്ങനെയൊക്കെയല്ലെ കാണാൻ പറ്റൂ.

സക്കറിയ : പിന്നെന്തുണ്ട് വിശേഷം? എവിടാ പ്രക്ടീസ്?

രവി : മൂന്നാറിൽ. ടാറ്റാ എസ്റ്റേറ്റിൽ.

സക്കറിയ : അപ്പോൾ ഗവൺമെന്റ് സർവ്വീസ് വിട്ടോ?

രവി : ഏയ് വിട്ടിട്ടൊന്നുമില്ല. കൊല്ലത്തേതോ ഓണം കേറാമൂലയിലായിരുന്നു പോസ്റ്റിംഗ്. ലീവെടുത്തു.

സക്കറിയ : വൈഫ്?

രവി : ഇപ്പോൾ ഡിസ്ട്രിക്റ്റ് ഹോസ്പിറ്റലിൽ. വന്നിട്ടില്ല.

സക്കറിയ : പിന്നെ മറ്റെന്തുണ്ട് വിശേഷം?

രവി : ഓ, അങ്ങിനെ പോണു. ങ്ഹാ, പിന്നെയാരെയെങ്കിലും കണ്ടോ?

സക്കറിയ : *(സന്തോഷത്തോടെ)* സിസ്റ്റർ റേച്ചൽ വന്നിട്ടുണ്ട്.

സ്റ്റേറ്റ്സിൽ നിന്ന്.

രവി : *(അത്ഭുതത്തോടെ)* അമേരിക്കയിൽ നിന്നോ? നമ്മുടെ ആ പഴയ കക്ഷി? യുവർ... *(ചുറ്റുവട്ടവും നോക്കി പറഞ്ഞുകൊണ്ട് വന്നത് നിർത്തുന്നു)*

സക്കറിയ : ഉം. ഇപ്പോൾ പഴയ സിസ്റ്ററല്ല. ഡോ.റേച്ചൽ.ബി.വർഗീസ്. ഇവിടെ എവിടെയെങ്കിലും കാണും...

രവി : *(ചുറ്റുവട്ടവും നോക്കി)* ഞാൻ കണ്ടുപിടിച്ചോളാം.

സക്കറിയ : കുറച്ച് തിരക്കുണ്ട്. നമുക്ക് പിന്നെ കാണാം. *(രവിയോട് യാത്ര പറഞ്ഞ് പോകുന്നു)*

സീൻ 80

സമ്മേളന നഗരി. സന്ധ്യാസമയം.

ഒരു മൂലയിൽ അക്ഷമമായി കാത്തിരിക്കുന്ന റേച്ചൽ. ഇടയ്ക്കിടെ വാച്ചിലേക്ക് നോക്കുന്നു.

സക്കറിയ തിരക്കിട്ട് കടന്നുവരുന്നു. റേച്ചലിനെ കണ്ടപ്പോൾ കൈവീശി.

സക്കറിയ : സോറി. ഒരു നിവൃത്തിയുമില്ലാഞ്ഞിട്ടാണ്. നിന്ന് ബോറടിച്ചോ?

റേച്ചൽ : പിന്നല്ലാതെ! ഈ കാത്തിരിപ്പെന്ന് പറയുന്നത് തന്നെ മഹാ ബോറല്ലെ!

സക്കറിയ : തലയൂരാൻ ഒരു പഴുതുമില്ലായിരുന്നു.

റേച്ചൽ : വാ, പോവാം.

(ഇപ്പോൾ സമ്മേളന നഗരിയിൽ തിരക്കില്ല. ആളുകൾ ഒഴിഞ്ഞു തുടങ്ങിയിരിക്കുന്നു രണ്ടുപേരും റോഡ്സൈഡിൽ പാർക്ക് ചെയ്തിരിക്കുന്ന കാറിന്നരികിലേക്ക്)

സക്കറിയ : റിഫ്രഷ്മെന്റ് വല്ലതും കഴിച്ചോ?

റേച്ചൽ : ഇല്ല. പുറത്തുനിന്നാകാം.

(കാർ ഡ്രൈവ് ചെയ്യുന്ന സക്കറിയ. റേച്ചലുമുണ്ട്. ഒരു ഓപ്പൺ എയർ റെസ്റ്റോറന്റിന് സമീപം നിർത്തുന്നു. രണ്ടുപേരും ഒരു മേശയ്ക്കിരുവശവും)

സക്കറിയ : രാത്രി നല്ല വെറൈറ്റി എന്റർടെയിൻമെന്റ്സുണ്ട്. കലാഭവന്റെ മിമിക്രി പരേഡും. കാണണോ?

റേച്ചൽ : ഏയ് വേണ്ട. ഇവിടെ അല്ലാതെ തന്നെ നമ്മളൊക്കെ നല്ല മിമിക്രിക്കാരല്ലെ! പിന്നെന്തിനാ മറ്റൊന്ന്?

(സക്കറിയ ആ തമാശ ആസ്വദിക്കുന്നുണ്ട്)

റേച്ചൽ : *(തുടരുന്നു)* ഈയിടെയായി എന്താന്നറിയില്ല. കല, സാഹിത്യം എന്നൊക്കെ കേൾക്കുന്നതു തന്നെ വെറുപ്പാണ്.

സക്കറിയ : ഉം. എന്തുപറ്റി?

റേച്ചൽ : മുഴുവനായിട്ട് ഒരു ബുക്ക് വായിക്കാനോ, ഒരു സിനിമ കാണാനോ ഉള്ള ക്ഷമയില്ല.

സക്കറിയ : ശരിയാ. ഇപ്പോ ഒരു കഥയെഴുതാന്നൊക്കെ പറഞ്ഞാൽ ഭയങ്കര പാടാ. എഴുതാനിരുന്നാൽ മുന്നിൽ നിറഞ്ഞ ശൂന്യത. അത് വന്നങ്ങ് വിഴുങ്ങും. പിന്നെ അക്ഷരങ്ങളും കഥയുമൊക്കെ അങ്ങന്യമാവും.

റേച്ചൽ : ഞാൻ കരുതിയത് സക്കറിയ ഇപ്പോൾ വളരെ പ്രശസ്തനായ ഒരെഴുത്തുകാരനായി മാറിക്കഴിഞ്ഞിരിക്കുമെന്നാണ്.

സക്കറിയ : ഒരു ശാപമാണെന്റെ ജീവിതം (സിഗററ്റിന് തീ കൊളുത്തി) എല്ലാം ഞാൻ തന്നെ നഷ്ടപ്പെടുത്തി. പണയപ്പെടുത്തി.

റേച്ചൽ : എഴുതണം. ഇനിയുമെഴുതണം. സക്കറിയയിലിപ്പോഴും ആ കഥാകൃത്ത് ജീവിച്ചിരിപ്പുണ്ട്, ആ സിദ്ധി വിശേഷം ഒരു വരദാനമാണ്. അത് കളഞ്ഞു കുളിക്കരുത്.

സക്കറിയ : പറ്റുമെന്ന് തോന്നുന്നില്ല. ഇപ്പോഴായിട്ട് ഒരു കത്തെഴുതാൻപോലും പറ്റ്ണില്ല്യ. Creative Spark എന്ന് പറയുന്നത്.... It is something else.

(രണ്ടുപേരും നടക്കുന്നു. വിരലുകൾ കോർത്ത് പിടിച്ചിരിക്കുന്നു)

റേച്ചൽ : ഇങ്ങിനെ നടക്കാൻ ഒരു രസാ, അല്ലെ?

(സക്കറിയ വിരലുകൾ കൂടുതൽ മുറുക്കിപ്പിടിക്കുന്നു)

സക്കറിയ : പണ്ട് അമ്പിളിയെ കാണാൻ നമ്മളൊന്നിച്ച് പോയതോർമ്മയുണ്ടോ?

റേച്ചൽ : ഉവ്വ്. അന്ന് അമ്പിളി പിണങ്ങിയോ?

സക്കറിയ : ഉവ്വ്. ഇനിയങ്ങിനെ വരരുതെന്ന് താക്കീതും.

റേച്ചൽ : ഞാനത് പ്രതീക്ഷിച്ചു. ഇപ്പോൾ അതൊക്കെ ഓർക്കാൻ ഒരു രസാല്ലെ?

സീൻ 81

സക്കറിയയും റേച്ചലും കായൽക്കരയിൽ. ഇരുട്ട് പടർന്ന് തുടങ്ങുന്നു. അങ്ങിങ്ങ് വെളിച്ചം.

സക്കറിയ : തിരിഞ്ഞു നോക്കുമ്പോൾ വല്ലാത്ത കുറ്റബോധം തോന്നുന്നു.

റേച്ചൽ : ഉം. എന്തിന്?

സക്കറിയ : ജീവിതം ഒരു വലിയ നുണയായിരുന്നു എന്ന തോന്നൽ.

റേച്ചൽ : അതെല്ലാവർക്കുമുള്ളതാണ്. നമ്മൾ വിചാരിക്കുന്ന മാതിരിയൊന്നുമല്ലല്ലോ കഥയും കവിതയുമൊക്കെ

വരാറ്. അതേപോലെതന്നെ ജീവിതവും.

സക്കറിയ : *(നെടുവീർപ്പിട്ട്)* ഒരുപാടൊരുപാട് തെറ്റിദ്ധരിക്കപ്പെട്ടതാണെന്റെ ജീവിതം *(നടന്നുകൊണ്ട്).* വധശിക്ഷയ്ക്ക് വിധിക്കപ്പെട്ട തടവുപുള്ളിയുടേതുപോലെ *(നിർത്തി)* ഒന്നും മനപ്പൂർവ്വമായിരുന്നില്ല. കൺസൽട്ടിംഗ് റൂമിൽ കടക്കുമ്പോൾ മാത്രമേ ഒരാത്മവിശ്വാസം തോന്നൂ. അതിന് പുറത്താവുമ്പോൾ ഈ ഡോ.സക്കറിയ വെറും പാവം സക്കറിയയാണ്. സ്വന്തമായി ഒരഭിപ്രായം പോലുമില്ലാത്ത പാവം സക്കറിയ.

റേച്ചൽ : എല്ലാവരുടേയും സ്ഥിതി അതുതന്നെ. ആരും ഒന്നും പുറത്ത് പറയാറില്ലെന്ന് മാത്രം.

സക്കറിയ : റേച്ചലിന് എന്നോട് വല്ലാത്ത ദേഷ്യമുണ്ടാകും. അല്ലേ?

റേച്ചൽ : ഏയ്.

സക്കറിയ : എനിക്കറിയാം. അത്രയ്ക്ക് വലിയ തെറ്റാണ് ഞാൻ ചെയ്തത്. പൊറുക്കാനാവാത്ത (നിർത്തി, വീണ്ടും) വെറുതെ ഓരോന്ന് പറഞ്ഞ് മോഹിപ്പിച്ച്, സ്വപ്നങ്ങൾ തന്ന്....

(റേച്ചൽ ഒന്നും പറയുന്നില്ല)

സക്കറിയ : (റേച്ചലിന്റെ തോളിൽ കൈകളമർത്തി) എന്ത് ശിക്ഷ വേണമെങ്കിലും തന്നോളൂ. സ്വീകരിക്കാം.

റേച്ചൽ : സത്യം?

സക്കറിയ : *(കൈ തൊട്ട്)* സത്യം.

റേച്ചൽ : എങ്കിലിതാ ഞാൻ സക്കറിയയെ കൊല്ലാൻ പോണു.

സക്കറിയ : *(റേച്ചലിന്റെ കൈകളെടുത്ത് കഴുത്തിലേക്ക് ചേർത്തു പിടിച്ച്)* എങ്കിൽ കൊല്ല്. അങ്ങിനെയെങ്കിലും കുറച്ചാശ്വാസം കിട്ടട്ടെ....

റേച്ചൽ : *(സക്കറിയയുടെ കണ്ണുകളിലേക്കുറ്റു നോക്കി, കൈകളെടുക്കാതെ)* കണക്ക് കൂട്ടലുകൾ തെറ്റുമെന്ന് കാണുമ്പോൾ നാം മനുഷ്യർ ക്രൂരരാവുന്നു, അല്ലെ?

സക്കറിയ : ഉം

റേച്ചൽ : സക്കറിയയുടെ പഴയൊരു കഥയില്ലെ- നമ്മുടെയൊക്കെ ദുരന്തങ്ങൾ. ആരെയും കൊല്ലാൻ കഴിയാതെ വിതുമ്പുന്ന ഒരു ഡോക്ടറുടെ കഥ. ശരിയാണ്. ചിലപ്പോൾ എനിക്കും തോന്നാറുണ്ട്. ചില നേരങ്ങളിൽ വെറുതെ ഞാനങ്ങിനെ സങ്കല്പിച്ചുനോക്കും....

സക്കറിയ : (റേച്ചലിനെ ചേർത്തുപിടിച്ച്) വാ, പോകാം....

സീൻ 82

സമയം രാത്രി. ബോൾഗാട്ടി പാലസ്.

സക്കറിയ : ഞാനിപ്പോൾ വരാം.

(ഹോട്ടലിലേക്ക് കയറിപ്പോകുന്ന സക്കറിയ. പുറത്ത് കാത്തു നിൽക്കുന്ന റേച്ചൽ. ഓപ്പൺ എയർ റെസ്റ്ററന്റിലെ ചിലരുടെ നോട്ടം റേച്ചലിലാണ്. ആ നോട്ടത്തിൽ അവൾ ചുളുങ്ങുന്നുണ്ട്. മടങ്ങി വരുന്ന സക്കറിയ)

റേച്ചൽ : നിങ്ങടെ നാട്ടുകാരുടെ ഒരു നോട്ടം! സ്ത്രീകളെ കാണാത്തപോലെ.

സക്കറിയ : സ്ത്രീ പീഡനം ഇപ്പോളിവിടെ ഏറ്റവും പ്രചാരമുള്ള സബ്ജക്റ്റാ....

റേച്ചൽ : വായിച്ചറിയാറുണ്ട്. (നിർത്തി) ഉം. എന്തേ?

സക്കറിയ : കുറച്ച് ഡ്രിങ്ക്സ് ഓർഡർ ചെയ്തു. റൂമിലേക്ക്.

(രണ്ടുപേരും ഹണിമൂൺ കോട്ടേജ് ലക്ഷ്യമാക്കി നടക്കുന്നു)

റേച്ചൽ : ഇതെന്ന് തുടങ്ങി?

സക്കറിയ : ശീലമാക്കിയിട്ടില്ല. വല്ലപ്പോഴെങ്കിലും.

റേച്ചൽ : സക്കീന ഇതൊക്കെ സമ്മതിയ്ക്കോ?

സക്കറിയ : നാട്ടിൻപുറത്തെ നാലാം ക്ലാസ്സുകാരിക്ക് ഇതിന്റെ മണമെങ്ങിനെ മനസ്സിലാവാനാണ്?

റേച്ചൽ : പാവം!

സക്കറിയ : കൊച്ചു കൊച്ചു കള്ളത്തരങ്ങൾ. അത് മറയ്ക്കാനായി ചിലതരം സ്നേഹപ്രകടനങ്ങൾ. അങ്ങിനെ പോണു.

റേച്ചൽ : ഒരു കണക്കിൽ ഒന്നും അറിയാതിരിക്കുന്നതാണ് നല്ലത്. അല്ലെങ്കിൽ എല്ലാം അറിഞ്ഞിട്ടും ഒന്നും കാണുന്നില്ലെന്ന് നടിക്കുക. അതാണ് സ്ത്രീജന്മം!

സക്കറിയ : റേച്ചൽ ഡ്രിങ്ക്സ്?

റേച്ചൽ : ഉവ്വ്. ഇച്ചായന് ഒരു കമ്പനിയ്ക്ക്. ചിലപ്പോൾ ഗെറ്റ് ടുഗതറിന്. അവിടെ അതില്ലാതെ പാർട്ടിയില്ലല്ലോ.

(രണ്ടുപേരും മുറി തുറന്ന് അകത്തേക്ക്. കോട്ടേജിലെ കിടക്കയിൽ മലർന്ന് കിടക്കുന്ന റേച്ചൽ. തലയിണ ചാരി ഷൂസഴിക്കുന്ന സക്കറിയ. റൂം ബെല്ലിന്റെ ശബ്ദം)

സക്കറിയ : ഗെറ്റ് ഇൻ.

(അകത്ത് പ്രവേശിക്കുന്ന പരിചാരകൻ. കൈയിൽ ട്രേ. മുറിയിലെ ടീപോയിയിൽവെച്ച് ബില്ല് ഒപ്പ് ഇടീക്കുന്നു. പിൻവാങ്ങുന്നു)

സീൻ 83

തുടർച്ച. രാത്രി. കോട്ടേജിൽ.

രണ്ടുപേരും കട്ടിലിൽ വിശ്രമിക്കുന്നു. അവരുടെ കൈകളിൽ മദ്യ ഗ്ലാസുകൾ.

റേച്ചൽ : പിന്നെ പഴയ കൂട്ടുകാരൊക്കെ?

സക്കറിയ : ആരെയും കാണാറില്ല. കത്തുകൾക്കുപോലും മറുപടിയില്ല. ആരും പഴയ കൗമാരവും യൗവ്വനവുമൊന്നും ഓർക്കാനിഷ്ടപ്പെടാത്തതുപോലെ.

റേച്ചൽ : ഉവ്വ്. ജീവിച്ച് ജീവിച്ച് കിതയ്ക്കുമ്പോൾ പോലും പലരും ഓർമ്മകളിൽനിന്നും ഓടിയൊളിക്കുകയാണ്.

സക്കറിയ : അതാവും അഭികാമ്യം.

റേച്ചൽ : സക്കറിയയെ ഇങ്ങിനെ ഞാനൊരിക്കലും പ്രതീക്ഷിച്ചതല്ല. സൂട്ട്. ടൈ. എക്സിക്യൂട്ടീവ് ലുക്ക്. ഐ.എം.എ ഭാരവാഹി. മികച്ച ഓർഗനൈസർ. സിഗററ്റ്. ഡ്രിങ്ക്സ്.... പഴയ സക്കറിയ എത്ര അകലെയാണ്!

(സക്കറിയ ചിരിക്കുന്നു. വീണ്ടും മദ്യം ഒഴിക്കുന്നു)

റേച്ചൽ : കുട്ടികൾ ഊട്ടി റസിഡൻഷ്യൽ സ്കൂളിൽ. അതിനിടെ കുറച്ചുകാലം സൗദി അറേബ്യയിലുമുണ്ടായിരുന്നു, ല്ലെ?

സക്കറിയ : ഓഹോ! ഒക്കെ അറിയാറുണ്ട്, അപ്പപ്പോൾ, അല്ലെ?

റേച്ചൽ : *(തല കുലുക്കി)* അറിയാതെ വയ്യല്ലോ.

(വീണ്ടും മദ്യം പകരുന്ന സക്കറിയ)

റേച്ചൽ : പഴയ സഖാവ് കെ.സി. അതിനിടെ ഇലക്ഷന് നിന്നെന്ന് കേട്ടു. അതും കോൺഗ്രസ് സപ്പോർട്ടിൽ!

സക്കറിയ : കാലത്തിനൊത്ത വേഷം. .. മറ്റുചിലർ ഓർമ്മക്കുറിപ്പുകളെഴുതി തൃപ്തിയടയുന്നു.

റേച്ചൽ : ആ പഴയ കവി സുഹൃത്ത്.

സക്കറിയ : He committed suicide.

റേച്ചൽ : സക്കറിയ ഓർക്കുന്നുവോ എന്നറിയില്ല. ഞാനിതൊക്കെ മുൻകൂട്ടി കണ്ടിരുന്നതാണ്. ആത്മഹത്യ, ഒളിച്ചുകളി, അവസാനം ഭ്രാന്ത്....

(സക്കറിയയിൽ പ്രതികരണമില്ല. തല കുനിച്ചിരിക്കുന്നു)

സീൻ 84

സമയം രാത്രി. കോട്ടേജ്. തുടർച്ച.

സക്കറിയയ്ക്ക് മദ്യം തലയ്ക്ക് പിടിച്ച മട്ടുണ്ട്.

സക്കറിയ : ഒരു തലമുറയുടെ ഭ്രാന്തൻ സ്വപ്നങ്ങൾ (ഉച്ചത്തിൽ)

ഭ്രാന്തൻ സ്വപ്നങ്ങൾ! അവസാനം അന്ന് റേച്ചൽ കൂട്ടിനില്ലായിരുന്നുവെങ്കിൽ ഞാനും ആത്മഹത്യ ചെയ്തേനെ.....

റേച്ചൽ : അപ്പോൾ അതൊക്കെ ഓർമ്മയുണ്ടല്ലെ?!

സക്കറിയ : Of course. പിന്നെ കണ്ണടയ്ക്കുമ്പോഴെല്ലാം റേച്ചൽ കടന്നുവരും. As a nightmare. എന്നിട്ടെന്നെ ശപിക്കും.

(റേച്ചൽ തെല്ല് പരിഹാസത്തോടെ ചിരിക്കുന്നു)

സക്കറിയ : *(തുടരുന്നു. നാവ് കുഴഞ്ഞ്)* അങ്ങനെയാണ് ഞാൻ കുടി തുടങ്ങിയത്. രക്ഷപ്പെടാൻ. റേച്ചലിൽനിന്നും രക്ഷപ്പെടാൻ. എല്ലാവരിൽനിന്നും രക്ഷപ്പെടാൻ. എന്നിൽ നിന്നും രക്ഷപ്പെടാൻ....

റേച്ചൽ : മദ്രാസിൽനിന്നും ഞാനയച്ച കത്തുകൾക്കൊന്നും മറുപടി കണ്ടില്ല. പിന്നെയും കാത്തു. അവസാനം തിരഞ്ഞ് കോഴിക്കോട് വന്നപ്പോഴാണറിഞ്ഞത്– സക്കറിയ കല്യാണമെല്ലാം കഴിച്ച് സസുഖം വാഴുകയാണെന്ന്.

സക്കറിയ : ഓർക്കുന്നു. കത്തുകൾ മൂന്നാലെണ്ണം കിട്ടിയിരുന്നു.... പിന്നെ, പിന്നെ.....

റേച്ചൽ : *(തെല്ലുച്ചത്തിൽ)* പിന്നെ?

സക്കറിയ : പിന്നെ അങ്ങനെയൊക്കെ സംഭവിച്ചു.

(നാവ് കുഴഞ്ഞ് പിറുപിറുക്കുന്നു)

റേച്ചൽ : എന്ത് സംഭവിച്ചൂന്ന്? അപ്പോൾ എല്ലാം മനപ്പൂർവ്വമായിരുന്നു, അല്ലെ?

സക്കറിയ : സോറി, സോറി.

(റേച്ചലിന്റെ കാൽക്കൽ കൈകൾവെച്ച് കട്ടിലിലേക്ക് കുഴഞ്ഞുവീഴുന്നു)

റേച്ചൽ : *(കാല് പെട്ടെന്ന് പിൻവലിച്ച്)* ഉം. സോറി! പറയാനെന്തൊരെളുപ്പം! എല്ലാം ചെയ്തു കൂട്ടി അവസാനം രക്ഷപ്പെടാൻ നിങ്ങൾക്കൊക്കെ ഒരു വാക്കുണ്ടല്ലോ. സോറി!! ഞാൻ.... ഞാൻ...

(റേച്ചൽ കിതയ്ക്കുന്നു. പറയാനൊരുമ്പെട്ടത് മുഴുവനാക്കാൻ കഴിയാതെ കരയുന്നു. സക്കറിയ മയക്കത്തിലേക്ക് വീഴുന്നു. റേച്ചൽ കുറച്ചു നേരം സക്കറിയയെത്തന്നെ നോക്കിനിന്ന് പിന്നെ എന്തോ തീരുമാനിച്ച പോലെ സൂട്ട്കേസ് തുറക്കുന്നു. സ്റ്റെതസ്കോപ്പ് തിരയുന്നു. കോപത്തോടെയാണ് ആ ചലനങ്ങളെല്ലാം.

സ്റ്റെതസ്കോപ്പെടുത്ത് സക്കറിയയ്ക്കരികിലിരുന്ന് അതിന്റെ ട്യൂബിന്റെ ബലം പരീക്ഷിക്കുന്നു. പിന്നെ അതെടുത്ത് സക്കറിയയുടെ കഴുത്തിന് ചുറ്റി, എന്തോ ഓർത്തിട്ടെന്നപോലെ ഒരു നിമിഷം സക്കറിയയെ നോക്കി, പിന്നെ പിൻവാങ്ങുന്നു. കിതയ്ക്കുന്നു. കരയുന്നു. സ്റ്റെതസ്കോപ്പ് സൂട്ട്കേസിൽ തന്നെ തിരികെ വെയ്ക്കുന്നു. ബാത്റൂമിലേക്ക്.

മുഖം കഴുകി, കണ്ണാടിയിലേക്കുറ്റു നോക്കി, തിരിച്ചുവന്ന് സക്കറിയയെ നേരെ കിടത്തുന്നു.

റേച്ചൽ കിതയ്ക്കുന്നുണ്ട്. രോഷവും സങ്കടവുമെല്ലാം കൂടെ. ലൈറ്റണയ്ക്കുന്നു)

സീൻ 85

സമയം രാവിലെ ഏഴുമണിയോടടുത്ത്. കോട്ടേജ്.

വേഷം മാറുന്ന സക്കറിയയും റേച്ചലും.

സക്കറിയ : വേഗം ഒരുങ്ങ്. എട്ട് മണിയ്ക്കെങ്കിലും എത്തണം.

റേച്ചൽ : ധൃതി പിടിക്കാതെ. സ്ത്രീകൾക്കൊരുങ്ങാൻ കുറച്ച് സമയമൊക്കെ വേണം. നിങ്ങളെപ്പോലെയല്ല.

സക്കറിയ : *(മുടി ചീകുന്നതിനിടയിൽ)* ഹോ! എന്ന് തുടങ്ങി (പറഞ്ഞുകൊണ്ടു വരുന്നത് നിർത്തി, തിരിഞ്ഞുനിന്ന്) റേച്ചലിന് ആ പഴയ വേഷം തന്നെയായിരുന്നു ചേർച്ച. ശിരോവസ്ത്രവും ഉടുപ്പും. ഉടുത്തൊരുങ്ങി സമയം കളയേണ്ടല്ലൊ.

(സാരി ധരിച്ചുകൊണ്ടിരിക്കുന്ന റേച്ചൽ പെട്ടെന്ന് ഒരു ഞെട്ടലോടെ, വിഷമത്തോടെ അതിനോട് പ്രതികരിക്കുന്നു, മുഖഭാവംകൊണ്ട്. കാര്യം മനസ്സിലാക്കിയ സക്കറിയ റേച്ചലിന്നരികിലേക്ക് വന്ന്, പിൻകഴുത്തിലൂടെ കൈയിട്ട് ചേർത്തുപിടിച്ച് നെറുകയിൽ ചുംബിക്കുന്നു)

സക്കറിയ : ഞാൻ വെറുതെ പറഞ്ഞതല്ലെ. വെറുതെ. ഒരു തമാശയ്ക്ക്....

(പിന്നെ റേച്ചലിനെ മാറ്റിനിർത്തി നോക്കുന്നു. റേച്ചലിന്റെ കണ്ണുകൾ കലങ്ങിയിട്ടുണ്ട്)

സക്കറിയ : *(വീണ്ടും)* ഉം. വേഗം. *(റേച്ചലിന്റെ പുറത്തു തട്ടി)* സമയം പോണു. വേഗം ഒരുങ്ങ്. സയന്റിഫിക് സെഷൻ ഒമ്പതിന് തുടങ്ങും. പേപ്പർ അവതരിപ്പിക്കണ്ടെ? മറന്നോ?

(റേച്ചൽ സാരിയുടെ ഞൊറികൾ ശരിയാക്കുന്നു. അത് ഒതുങ്ങുന്നില്ല)

സക്കറിയ : ഞാൻ കൂടി സഹായിക്കാം.

(സക്കറിയ കുനിഞ്ഞിരുന്ന് സാരിയുടെ ഞൊറികൾ ശരിയാക്കുന്നു. പെട്ടെന്ന് തലയുയർത്തി റേച്ചലിന്റെ അരക്കെട്ട് ചേർത്തുപിടിച്ച് പൊക്കിൾക്കൊടിയിൽ ചുംബിക്കുന്നു. റേച്ചലും അതിനോട് പ്രതികരിക്കുന്നു. രണ്ടുപേരും ആലിംഗനത്തിലേക്ക്)

സക്കറിയ : *(പിറുപിറുക്കുന്നു)* നിയന്ത്രിക്കാൻ പറ്റ്ണില്ല്യ. കൊതിയാവ്ണ്.

റേച്ചൽ : *(സ്നേഹത്തോടെ തള്ളിമാറ്റി)* നല്ല കാര്യായി. ഇന്നേരത്തോ?!

(സക്കറിയ കട്ടിലിലിരുന്ന് കിതയ്ക്കുന്നു. പിന്നെ കുനിഞ്ഞ് ഷൂസ് ധരിക്കുന്നു)

റേച്ചൽ : *(ഒരുങ്ങുന്നതിനിടയിൽ)* പാസ്പോർട്ടും ടിക്കറ്റും എടുക്കാൻ മറക്കേണ്ട. ടിക്കറ്റ് കൺഫേം ചെയ്യണം. മറ്റന്നാൾത്തേക്ക്.

സക്കറിയ : *(ടിക്കറ്റും പാസ്പോർട്ടും എടുത്ത്)* ഏതെങ്കിലും ട്രാവൽ ഏജൻസിയെ ഏല്പിക്കാം. *(നിർത്തി)* മറ്റന്നാൾത്തന്നെ വേണോ? കുറച്ചുദിവസം കഴിഞ്ഞിട്ട് പോയാൽപ്പോരെ?

റേച്ചൽ : പോകാതെ പറ്റില്ല. ഇച്ചായൻ. റിനി... റോയ്....

സക്കറിയ : *(വീണ്ടും ചേർത്തുപിടിച്ച്)* റേച്ചലിനെ മറ്റാർക്കും വിട്ടുകൊടുക്കാൻ തോന്ന്ണില്ല്യ.

റേച്ചൽ : *(ഒഴിഞ്ഞുമാറി)* മതി. വൈക്ണു. വാ, പോകാം.

(വാനിറ്റി ബാഗെടുത്ത് വാതിൽക്കലേക്ക് നടക്കുന്നു)

സീൻ 86

സമ്മേളന നഗരി. പകൽ സമയം.

സ്റ്റേജിൽ ഡോ.റേച്ചൽ. സയന്റിഫിക് സെഷനിൽ പേപ്പർ അവതരിപ്പിക്കുന്നു.

ഹാളിന്റെ ഒരു വാതിൽ ചാരി സക്കറിയ അത് ശ്രദ്ധിക്കുന്നു. പിന്നെ ആരോ പുറത്തേക്ക് വിളിച്ച് എന്തോ പറയുന്നു. പുറത്തെ സ്പീക്കറിൽ പേപ്പർ ഉപസംഹരിക്കുന്നതിന്റെ ശബ്ദം കേൾക്കാം. സക്കറിയയുടെ ശ്രദ്ധ അവിടെയാണ്. പിന്നെ ധൃതിയിൽ മുൻഭാഗത്തെ വാതിൽക്കലേക്ക്. സ്റ്റേജിൽനിന്നും ഇറങ്ങിവരുന്ന റേച്ചൽ. സദസ്സിന്റെ പ്രതികരണം.

റേച്ചൽ ഫയലുമായി സക്കറിയയ്ക്കരികിലേക്ക്.

അതിനിടയിൽ പലരും അഭിനന്ദിക്കുന്നുണ്ട്.

സക്കറിയ : *(ഹസ്തദാനം ചെയ്ത്)* Excellent!

റേച്ചൽ : താങ്ക്സ്.

സീൻ 87

സമ്മേളന നഗരി. പകൽ സമയം.

ആൾക്കൂട്ടം. ഹാളിന് പുറത്ത് സക്കറിയയും റേച്ചലും ഒന്നിച്ച് ഫുഡ് എന്നെഴുതി വെച്ചിടത്തേക്ക് നീങ്ങുന്നു.

സക്കറിയ : ടിക്കറ്റ് കൺഫേം ചെയ്യാനേല്പിച്ചിട്ടുണ്ട്. വൈകിട്ടോ നാളെയോ കിട്ടും.

റേച്ചൽ : പ്രിന്റൗട്ട് വാങ്ങാൻ മറക്കണ്ട. പലയിടത്തും സ്റ്റോപ്പവർ ഉള്ളതാ....

(സക്കറിയ തല കുലുക്കുന്നു. നടക്കുന്നതിനിടയിൽ പലരും സക്കറിയയെ മാറ്റിനിർത്തി എന്തൊക്കെയോ പറയുന്നുണ്ട്. ഏല്പിക്കുന്നുണ്ട്)

ഭാരവാഹികളിൽ ഒരാൾ: *(റേച്ചലിനോടായി)* കൺഗ്രാജുലേഷൻസ്. വാട്ടീസ് യുവർ ഗുഡ് നെയിം മാഡം?

റേച്ചൽ : റേച്ചൽ ബി വർഗീസ്.

അയാൾ വീണ്ടും: യുവൻ പ്രസന്റേഷൻ വാസ് ഔട്ട് സ്റ്റാന്റിംഗ്! എസ്പെഷ്യലി യുവർ ആക്സന്റ്....

സക്കറിയ : അമേരിക്കൻ ഇംഗ്ലീഷും നമ്മുടെ ഇംഗ്ലീഷും തമ്മിലുള്ള വ്യത്യാസം.

അയാൾ വീണ്ടും: ഫ്രം യു.എസ്.എ? ഹൗ കുഡ് യു കം ഹിയർ!

റേച്ചൽ : ഒരു നിമിത്തം. (സക്കറിയയെ നോക്കുന്നു)

(അയാൾ യാത്ര പറഞ്ഞ് പോകുന്നു)

(സക്കറിയയും റേച്ചലും ഭക്ഷണശാലയിൽ)

റേച്ചൽ : ഒരു ബോറൻ. മലയാളം പറയാനെന്തൊരു മടി!

സക്കറിയ : അതിപ്പോഴാണോ അറിയുന്നത്? ക്രീം ഓഫ് ദ സൊസൈറ്റിക്ക് മലയാളം പറഞ്ഞാൽ അറയ്ക്കും.....

(രണ്ടുപേരും ചിരിക്കുന്നു)

സക്കറിയ : റേച്ചലിന്റെ ആ ഏക്സന്റിൽ പലരും വീണിട്ടുണ്ട്. ചിലപ്പോൾ ഗോൾഡ് മെഡൽ കിട്ടിയേക്കും.

റേച്ചൽ : ഞാനും ശ്രദ്ധിച്ചു. പക്ഷേ, ആ അൺയൂഷ്വൽ പ്രസന്റേഷൻ ഓഫ് ഫോറിൻ ബോഡി ഇൻ ഈസോഫേഗസ് അല്ലേ കുറച്ചുകൂടി നന്നായത്. ഒരു ഡോ.അബി എബ്രഹാമിന്റെ.....

സക്കറിയ : ഉവ്വ്. സ്ലൈഡ്സും മറ്റും വളരെ നന്നായിരുന്നു.

റേച്ചൽ : സായിപ്പന്മാർക്ക് സ്റ്റഫ് വേണം. ഇവിടുള്ളോർക്ക് പുറം പോച്ച് മതിയല്ലോ.

(രണ്ടുപേരും ഭക്ഷണം കഴിക്കുന്നു)

സീൻ 88

സമ്മേളന നഗരി. പകൽ സമയം.

ഹാളിൽ ഒരു ഭാഗത്ത് ഒതുങ്ങി കൂടിയിരിക്കുന്ന ഡോ.റേച്ചൽ. ആരൊക്കെയോ സംസാരിച്ച് കടന്നുപോകുന്നു.

സക്കറിയ മറ്റൊരിടത്ത് കാര്യമായ നെട്ടോട്ടത്തിലാണ്. ഡോ.രവീന്ദ്രൻ ഹാളിലേക്ക് കടന്നുവന്ന് ആരെയോ തിരയുന്നപോലെ. ഡോ.റേച്ചലിനെ കണ്ട് അടുത്തേക്ക് നീങ്ങുന്നു.

രവി : ഹലോ! ഇതെന്തിരിപ്പാ? സ്വപ്നം കാണ്വാ?

(റേച്ചൽ ഞെട്ടി തിരിഞ്ഞു നോക്കുന്നു. മനസ്സിലായില്ലെന്ന് വ്യക്തം)

രവി വീണ്ടും : *(റേച്ചലിന്നഭിമുഖമായി കസേര വലിച്ചിട്ട്)* മറന്നോ?

റേച്ചൽ : *(തറപ്പിച്ചുനോക്കി മന്ത്രിക്കുന്നു)* രവി?!

രവി : അപ്പോ മറന്നിട്ടില്ല. അല്ലെ? സക്കറിയ പറഞ്ഞു ആളി വിടെയുണ്ടെന്ന്.

(വളരെ കാലത്തിനുശേഷം കണ്ടുമുട്ടിയ സന്തോഷമുണ്ട്, രണ്ടുപേരിലും)

റേച്ചൽ : രവിക്കധികം മാറ്റമൊന്നുമില്ല.

രവി : ഇവിടെയെങ്ങിനെ എത്തിപ്പെട്ടു? ഇറ്റ്സ് എ സർപ്രൈസ്! വർഷങ്ങൾ പത്തിരുപത് കഴിഞ്ഞില്ലെ?

റേച്ചൽ : ലൈഫ് മെമ്പർ ആയതുകൊണ്ട് എല്ലാ കൊല്ലവും ഇന്റിമേഷൻ കിട്ടാറുണ്ട്. പക്ഷേ, വരാൻ മെനക്കെടാറില്ലെന്ന് മാത്രം. പിന്നെ ഇപ്രാവശ്യം–

രവി : ഇപ്രാവശ്യം പ്രത്യേകിച്ച്?

റേച്ചൽ : ഓർഗനൈസിംഗ് കമ്മിറ്റിയിൽ സക്കറിയയുടെ പേര് കണ്ടു. അപ്പോൾ പിന്നെ ഒന്നു കണ്ടുകളയാമെന്ന് കരുതി. പിന്നെ നാട്ടിൽ വന്നിട്ടും കാലം കുറേ ആയി.

രവി : അതെന്താ?

റേച്ചൽ : പ്രത്യേകിച്ച് കാരണമൊന്നുമില്ല. ഹസ്ബന്റിന് നാടുമായി വലിയ അറ്റാച്ചുമെന്റില്ല. ബന്ധുക്കളൊക്കെ സ്റ്റേറ്റ്സിൽ തന്നെ. പിന്നെ രവീടെ വിശേഷങ്ങൾ?

രവി : സർക്കാർ സർവ്വീസിൽ ഡെപ്യൂട്ടേഷനിലാണ്. ഇപ്പോൾ മൂന്നാർ ടാറ്റാ എസ്റ്റേറ്റിൽ. വൈഫും അവിടെത്തന്നെ.

റേച്ചൽ : ഇപ്പോഴും ഇവിടെ പ്രൈവറ്റ് സെക്ടർ തന്നെ മെച്ചം, അല്ലെ?

രവി : ഉം. പിന്നെ അമേരിക്കൻ ലൈഫ്?

റേച്ചൽ : അങ്ങനെ പോണു. പ്രാക്ടീസ് അവിടെ കുറച്ച് ടഫാണ്. പിന്നെ പഴയ ഫ്രന്റ്സിനെയൊക്കെ കാണാറുണ്ടോ?

രവി : സജ്ന ഗൈനക്കോളജിസ്റ്റായി ദുബായിലുണ്ട്. സുജാത ഒഫ്താൽമോളജിസ്റ്റായി കോഴിക്കോടും. സുധീർ കണ്ണൂരിൽ സ്കിൻ സ്പെഷ്യലിസ്റ്റാണ്. സേതു കാർഡിയോളജിസ്റ്റ്. ഇപ്പോൾ കോട്ടയം മെഡിക്കൽ കോളേജിൽ അസോസിയേറ്റാണ്. ഒക്കെ കേട്ടറിവാണ്. ആരുമായും വലിയ ബന്ധമില്ല.

റേച്ചൽ : എന്നെ എല്ലാവരും മറന്നു. *(ചിരിക്കുന്നു)*

രവി : റേച്ചലെവിടെയാ താമസം?

റേച്ചൽ : *(പെട്ടെന്ന് തപ്പിത്തടഞ്ഞ്)* ബോ..ബോൾഗാട്ടി പാലസിൽ.

രവി : ശരി. പോട്ടെ. ഞാൻ നാളെ കാലത്തേ വിടും. മൂന്നാറിലേക്ക് പോര്ണോ? ഒരു ചെയ്ഞ്ചിന്.

(റേച്ചൽ ഇല്ലെന്ന് തലയാട്ടുന്നു. രവി യാത്ര പറഞ്ഞ് പോകുന്നു)

സീൻ 89

പകൽ സമയം. സമ്മേളന നഗരി.

എ) സദസ്സിന്റെ പിന്നിലായി ഒറ്റയ്ക്കിരിക്കുന്ന റേച്ചൽ. ചുറ്റുപാടും നോക്കുന്നു. സക്കറിയയ്ക്കായുള്ള തിരച്ചിലാണെന്ന് വ്യക്തം.

ബി) റേച്ചൽ പുറത്ത് വരാന്തയിൽ. കണ്ണുകൾ സക്കറിയയെ തേടുന്നു.

സി) ഹാളിന് പുറത്ത് പവലിയനിൽ മെഡിക്കൽ ഗ്രന്ഥങ്ങൾ മറച്ചുനോക്കുന്ന റേച്ചൽ. എങ്കിലും കണ്ണുകൾ സക്കറിയയെ തേടുകയാണ്.

(അകലെനിന്നും സക്കറിയ നടന്നുവരുന്നു. റേച്ചലിന്നരികിലേക്ക്)

സക്കറിയ : സോറീട്ടോ! ഓർഗനൈസിംഗ് കമ്മിറ്റിയുടെ ഒരു എമർജൻസി മീറ്റിംഗ്.

റേച്ചൽ : അവിടെങ്ങും കാണാതായപ്പോൾ സംശയിച്ചു.

സക്കറിയ : എന്ത്?

റേച്ചൽ : ആളൊരു പറ്റിപ്പല്ലേ! സംശയിച്ചു മുങ്ങിക്കാണുംന്ന്. *(രണ്ടുപേരും ചിരിക്കുന്നു. ചമ്മലുണ്ട് സക്കറിയയ്ക്ക്)*

സക്കറിയ : പറയാനും പറ്റീല്ല.

റേച്ചൽ : രവിയെ കിട്ടിയതുകൊണ്ട് കുറച്ചുസമയം അങ്ങിനെ പോയിക്കിട്ടി.

സക്കറിയ : *(ഓർമ്മയിൽ നിന്നെടുത്ത്)* ങ്ഹാ, നമ്മുടെ രവി.

റേച്ചൽ : നിങ്ങൾക്കൊക്കെ എന്തൊരു മാറ്റാ!

(രണ്ടുപേരും സമ്മേളന നഗരിക്ക് പുറത്തേക്ക്)

സക്കറിയ : ഓരോ വഴിത്തിരിവുകൾ. പഴയ കാലമല്ല ഇത്. മത്സരമാ – മത്സരം!

(റേച്ചലിൽ പുച്ഛസ്വരത്തോടെയുള്ള പ്രതികരണം)

സക്കറിയ : ഇനിയെന്താ പരിപാടി?

റേച്ചൽ : നമുക്ക് ടൗണിലൊന്ന് കറങ്ങാം. കുറച്ച് സാധനങ്ങൾ വാങ്ങണം. ഹാൻഡിക്രാഫ്റ്റ്സ്.

(കാറിനരികിലേക്ക്. ഡോർ തുറന്നുകൊടുക്കുന്ന സക്കറിയ)

സക്കറിയ : ഒന്ന് ഡ്രൈവ് ചെയ്ത് നോക്കണോ?

റേച്ചൽ : ശ്ശോ! എനിക്ക് പേടിയാ, ഇവിടത്തെ റോഡ് കാണുമ്പോൾ.

സക്കറിയ : ടൗൺ വളരെ കൺജസ്റ്റഡാണ്. പോരാത്തതിന് റോഡുകൾ മഹാമോശവും.

റേച്ചൽ : റോളർ കോസ്റ്ററിൽ കയറിയപോലെ തോന്നും!

(ഡ്രൈവ് ചെയ്യുന്ന സക്കറിയ. അരികെ റേച്ചൽ. ടൗണിലെ ചില ദൃശ്യങ്ങൾ. ഷോപ്പിംഗ് നടത്തുന്ന ദൃശ്യങ്ങൾ. സക്കറിയയ്ക്ക് ഷർട്ട് തിരഞ്ഞെടുക്കുന്ന റേച്ചൽ. അളവ് ശരിയല്ലേ എന്ന് ചോദിക്കുന്നു. മാനികിൻ ചൂണ്ടിക്കാട്ടി സാരി ഇഷ്ടമായില്ലേ എന്ന് ചോദിക്കുന്ന സക്കറിയ. കൗണ്ട

റിൽ സാരി പാക്ക് ചെയ്യിക്കുന്ന സക്കറിയ. ശേഷം ഹാൻഡിക്രാഫ്റ്റ്സ് ഷോറൂമിൽ)

സീൻ 90

ബുക്ക്ഷോപ്പിൽ രണ്ടുപേരും പുസ്തകങ്ങൾ മറിച്ചു നോക്കുന്നു. മുമ്പത്തെ സീനിന്റെ തുടർച്ച.

കവിതാ സമാഹാരങ്ങൾ തെരഞ്ഞെടുക്കുന്ന റേച്ചൽ. കുട്ടികളുടെ ചിത്രകഥകളും ഡിക്ഷണറികളും വെച്ചിടത്ത് സക്കറിയ. റേച്ചലിൽ അത് ചിരിയുണർത്തുന്നുണ്ട്. പുസ്തകങ്ങൾ വാങ്ങി രണ്ടുപേരും പുറത്തേക്ക്.

റേച്ചൽ : പുതിയ കഥകളെല്ലാം സമാഹരിച്ച് ഒന്നിറക്കിക്കൂടെ?

സക്കറിയ : ആലോചിക്കായ്കയല്ല. പിന്നെ–

റേച്ചൽ : എന്താ ഒരു പിന്നെ?

സക്കറിയ : ഇപ്പോഴായിട്ട് ഒരു ടച്ചും ഇല്ലല്ലോ. എല്ലാവരും മറന്നു കാണും.

റേച്ചൽ : ഓർമ്മിപ്പിക്കണം. വീണ്ടും ഒരു ചലനമുണ്ടാക്കണം. അതല്ലെ സാഹിത്യം!

സക്കറിയ : വയ്യ. ഈ പ്രാക്ടീസിനിടയിൽ ഒന്നിനും സമയം കിട്ടുന്നില്ല.

റേച്ചൽ : സസ്യങ്ങളുടെ ഫോട്ടോ ട്രോപിസം എന്ന ക്രിയയെക്കുറിച്ച് പണ്ട് നാം പ്രീഡിഗ്രിക്ക് പഠിച്ചതോർമ്മയുണ്ടോ. അതുപോലെ തന്നെയാണ് നമ്മുടെ സ്ഥിതി. വെളിച്ചം കൂടുതൽ കിട്ടുന്നിടത്തേക്ക് നാം ഡോക്ടർമാർ ചായുന്നു. പണം. പണം മതി നമുക്ക്!

സക്കറിയ : അതു മാത്രമല്ല.

റേച്ചൽ : എൻ.എസ് മാധവൻ പതിനഞ്ച് വർഷങ്ങൾക്കു ശേഷമാണ് പിന്നെയൊരു കഥയെഴുതിയത് – *ഹിഗ്വിറ്റ*. അതൊരു സംഭവമായി മാറുകയും ചെയ്തു. വായിച്ചിട്ടില്ലെ?

സക്കറിയ : ഉവ്വ്.

റേച്ചൽ : പറ്റും. പറ്റാതല്ല. ശ്രമിക്ക്.....

(രണ്ടുപേരും കാറിനുള്ളിലേക്ക്)

സീൻ 91

സമയം രാത്രി. ബോൾഗാട്ടി പാലസ്. കോട്ടേജ്.

റേച്ചൽ : *(പൊതിയഴിച്ച് ഷർട്ട് പുറത്തെടുത്ത്)* ഇതൊന്നിട്ടു നോക്ക്യേ.

സക്കറിയ : നാല്പതല്ലെ. പാകാവും.
റേച്ചൽ : സൈസ് നോക്കാനല്ല. ഇതൊന്നിട്ട് കാണാനാ–

(സക്കറിയ ഷർട്ട് ധരിക്കുന്നു. റേച്ചലിന്റെ കണ്ണുകൾ സക്കറിയയിൽ. ഷർട്ട് ഇൻസേർട്ട് ചെയ്തതിന്റെ ചുളിവുകൾ ശരിയാക്കി കൊടുക്കുന്നു. പെട്ടെന്ന് സക്കറിയ റേച്ചലിനെ ചേർത്തുപിടിച്ച് ചുംബിക്കുന്നു. ചിലതരം സ്നേഹപ്രകടനങ്ങൾ)

റേച്ചൽ : എനിക്കൊന്ന് വീട്ടിലേക്ക് വിളിക്കണം.
സക്കറിയ : *(പിടിവിടാതെ)* ആവാലോ.....
റേച്ചൽ : പുറത്തുപോയി വിളിക്കാം.
സക്കറിയ : എങ്കിൽ മാറ്റ്. ആ സാരിയുടുക്ക്...

(റേച്ചൽ സാരിയുടുക്കുന്നു. സക്കറിയ ശ്രദ്ധിക്കുന്നു. വസ്ത്രം മാറി അടുത്തുവന്നു നിൽക്കുന്ന റേച്ചൽ)

സക്കറിയ : ഇപ്പോ ശരിക്കും സങ്കടം തോന്ന്വാ. പണ്ട് കൈവിട്ട തോർത്ത്.
റേച്ചൽ : *(സക്കറിയയുടെ തോളിൽ കൈവെച്ച്)* ശരിക്കും.
സക്കറിയ : *(ചേർത്തുപിടിച്ച്)* ശരിക്കും.
റേച്ചൽ : എങ്കിൽ ഇപ്പോഴും വൈകീട്ടില്ല. എന്നെ സ്വീകരിക്കുമോ?
സക്കറിയ : അതീപ്പോ....
റേച്ചൽ : എന്താ ഒരു പക്ഷേ?

(സക്കറിയ മറുപടി നൽകാൻ കഴിയാതെ പരുങ്ങുന്നു)

റേച്ചൽ : *(പിടിവിട്ട്)* പറ. എന്താ ഒരു പക്ഷേ?
സക്കറിയ : അത്.... അത്....

(പെട്ടെന്ന് മുറിയിൽ കോളിംഗ് ബെൽ ശബ്ദിക്കുന്നു. റൂംബോയ് വാതിലിൽ കൊട്ടുന്ന ശബ്ദം)

സക്കറിയ : ഗെറ്റ് ഇൻ.
റൂംബോയ് : *(വാതിൽക്കൽ നിന്ന്)* എന്തെങ്കിലും വേണോ സർ? ലോൻഡ്രിയിൽ കൊടുക്കാൻ ഡ്രസ്സുണ്ടോ?

(സക്കറിയ ലോൺഡ്രി ബാസ്ക്കറ്റിൽനിന്നും വസ്ത്രങ്ങളെടുത്ത് കൊടുക്കുന്നു. റേച്ചലും സഹായിക്കുന്നു)

റൂംബോയ് : ഡിന്നർ?
സക്കറിയ : *(സംശയിച്ച്)* വേണ്ട. *(റേച്ചലിനോട്)* ഇന്ന് ബാങ്കറ്റില്ലെ? വെറുതെ കളയേണ്ട. നന്നാവും. താജിലാ–
റേച്ചൽ : വേണോ?
സക്കറിയ : ഫോൺ ചെയ്ത് കഴിയുമ്പോഴേക്കും സമയം ഒമ്പതാവും. പിന്നെ ബാങ്കറ്റും കഴിഞ്ഞു മടങ്ങാം.. (നിർത്തി) ഒന്ന് തലകാണിക്കണം. ഇല്ലെങ്കിൽ കുഴപ്പമാണ്.....

(റേച്ചൽ തലയാട്ടുന്നു. രണ്ടുപേരും പുറത്തേക്ക്)

സീൻ 92

സമയം രാത്രി. ചില ദൃശ്യങ്ങൾ.

1. STD/ISD ബൂത്തിൽനിന്നും ഫോൺ ചെയ്യുന്ന റേച്ചലിന്റെ ദൃശ്യങ്ങൾ. പുറത്ത് കാത്തുനിൽക്കുന്ന സക്കറിയ.
2. ബാങ്ക്വറ്റ് ഹാളിലെ ഭക്ഷണം കഴിക്കുന്ന ദൃശ്യങ്ങൾ. ഒരുപാട് ഡോക്ടർമാർ. അന്യോന്യം കുശലാന്വേഷണങ്ങൾ. കുടുംബസമേതമാണ് പലരും.
3. അതേ രംഗം – മാറിനിന്ന് ഭക്ഷണം കഴിക്കുന്ന റേച്ചൽ.

ഒരു ഡോക്ടർ: *(അവരുടെ സമീപത്തേക്ക് വന്ന്)* ഹായ്! റേച്ചൽ. കൺഗ്രാറ്റ്സ്!

റേച്ചൽ : ഫോർ വാട്ട്?

ഡോക്ടർ : കെയിം റ്റു നോ ദാറ്റ് യു ഗോട്ട് ഗോൾഡ് മെഡൽ ഫോർ യുവർ പ്രസന്റേഷൻ.

റേച്ചൽ : താങ്ക്സ്.

ഡോക്ടർ : യു ഡിസർവ് ഇറ്റ്. ഒഫീഷ്യൽ എനൗൺസ്മെന്റ് നാളെയേ ഉണ്ടാകൂ. ഐ വോസ് ഓൾസൊ എ പാർട്ടിസിപ്പന്റ്. ആർ യു എലോൺ?

(മറുപടി പറയാതെ ഭക്ഷണത്തിൽ ശ്രദ്ധിക്കുന്ന റേച്ചൽ)

ഡോക്ടർ : ഒ കെ. ബൈ. സീ യു ടുമാറൊ.

(സക്കറിയയെ തേടുന്ന റേച്ചൽ. വാച്ചിലേക്ക് നോക്കുന്നുണ്ട്. അകലെ സക്കറിയ റേച്ചലിനെ കാണുന്നു. രണ്ടുപേരുടെയും കണ്ണുകളിടയുന്നു. പുറത്തേക്ക് നടക്കാൻ സക്കറിയ ആംഗ്യം കാണിക്കുന്നു. റേച്ചൽ പുറത്തേക്ക്. കൈകഴുകി ഗാർഡന്നരികിൽ ഗേറ്റിന്നടുത്തായി നിൽക്കുന്നു)

സക്കറിയ : *(മദ്യപിച്ചിട്ടുണ്ട്)* ഹാവൂ! ഒരുവിധം രക്ഷപ്പെട്ടു. കോഴ്സ് ഡിന്നർ എക്സ്ലന്റ് അല്ലേ?

റേച്ചൽ : മതി. പോകാം.

സക്കറിയ : ഒരു നിമിഷം. സെക്രട്ടറിയോടൊന്ന്....

റേച്ചൽ : ഇനി പോയാൽ പിന്നെ കാണത്തില്ല. മതി. പോകാം.

(റേച്ചൽ കൈപിടിച്ച് പതുക്കെ വലിക്കുന്നു. സക്കറിയ നല്ല മൂഡിലാണ്. രണ്ടുപേരും കാറിന്നരികിലേക്ക്)

സക്കറിയ : നാളെ സ്റ്റേറ്റ് കൗൺസിൽ ഇലക്ഷനാണ്. മിക്കവാറും എക്സിക്യൂട്ടീവ് കമ്മിറ്റിയിൽ ഞാനുണ്ടാകും.

(റേച്ചൽ ഒരു തമാശ കേട്ടപോലെ സക്കറിയയെ നോക്കുന്നു)

സക്കറിയ : എന്താ നോക്കുന്നത്?

റേച്ചൽ : പഴയകാലം ഓർക്കുകയായിരുന്നു. സക്കറിയായ്ക്ക് എന്തൊരു മാറ്റം!!

(മറുപടിയില്ല. കണ്ണിറുക്കുന്നു. സ്ട്രീറ്റിലൂടെ കാർ പായുന്നു)

സീൻ 93

കോട്ടേജ്. സമയം രാത്രി. 12 മണിയായിക്കാണണം. റേച്ചലും സക്കറിയയും മുറിയിൽ. അതേ വേഷങ്ങൾ. സക്കറിയ ഫ്രിഡ്ജിൽനിന്നും മദ്യം ഗ്ലാസിലേക്ക് പകർത്തുന്നു. രണ്ട് ഗ്ലാസിൽ. മദ്യപിച്ചുകൊണ്ട് റേച്ചലിനെ നോക്കുന്നു.

റേച്ചൽ കണ്ണാടിയിൽ നോക്കി ആഭരണങ്ങൾ അഴിച്ചുമാറ്റുന്നു. മുടി നിവർത്തിയിടുന്നു.

സക്കറിയ പിറകിലൂടെ വന്ന് റേച്ചലിനെ ആലിംഗനം ചെയ്യുന്നു. പിൻകഴുത്തിൽ ചുംബിക്കുന്നു. റേച്ചൽ പ്രതികരിക്കുന്നു.

സക്കറിയ : നിന്നെ ഞാനാർക്കും വിട്ടുകൊടുക്കില്ല. എനിക്കുവേണം. എനിക്കുവേണം നിന്നെ.

റേച്ചൽ : *(വിവശയായി)* വെറുതെ പറയല്ലെ.....

സക്കറിയ : അല്ല... അല്ല... സത്യം.

റേച്ചൽ : വെറുതെ മോഹിപ്പിക്കല്ലെ! *(വീണ്ടും മദ്യം ഒഴിക്കുന്നു)*

സക്കറിയ : ഇല്ല. ഒരിക്കലുമില്ല.

റേച്ചൽ : എങ്കിൽ ഒരു കാര്യം ചെയ്യ്. *(സക്കറിയയെ നോക്കി)* അവരെ ഉപേക്ഷിക്ക്. എന്നിട്ട് നമുക്കൊന്നിച്ച് കഴിയാം.

സക്കറിയ : അത്.... അത്...

റേച്ചൽ : എന്താ?

സക്കറിയ : നമുക്കിങ്ങനെ കഴിയാം.

റേച്ചൽ : *(സക്കറിയയുടെ നെഞ്ചിൽ വിരലമർത്തി സ്വല്പം ക്രുദ്ധയായി)* ഈ മനസ്സ് എനിക്ക് വേണം. സക്കറിയയെ മറ്റൊരാളുടേതായി കാണാൻ എനിക്ക് പറ്റുന്നില്ല. ഒരല്പം സ്വാർത്ഥതയാണെന്ന് കരുതിക്കോളൂ....

സക്കറിയ : എനിക്ക്...... രണ്ടുപേരെയും വേണം *(വീണ്ടും മദ്യമൊഴിച്ച്)* കുട്ടികൾ.....

റേച്ചൽ : ഈ സ്നേഹം പങ്കുവെക്കാൻ ഞാനാരേയും അനുവദിക്കില്ല.

(സക്കറിയയുടെ പിടി അഴിയുന്നു. മദ്യഗ്ലാസ് റേച്ചലിന് നേരെ നീട്ടുന്നു. പറ്റില്ലെന്ന് തലയാട്ടുന്നു)

സക്കറിയ : *(ചിരിച്ചുകൊണ്ട്)* പ്രണയത്തിന്റെ ഏറ്റവും വലിയ ദുരന്തം അത് വിവാഹത്തിൽ കലാശിക്കുന്നുവെന്നതാണ്.

റേച്ചൽ : *(തെല്ല് ഉച്ചത്തിൽ)* മതി സാഹിത്യം! വീണ്ടുമെന്നെ പറ്റിക്കുകയാണോ?

(സക്കറിയ മദ്യലഹരിയിൽ. മറുപടിയില്ല)

റേച്ചൽ : എല്ലാം എന്റെ തെറ്റുകളായിരുന്നു. തെറ്റുകൾ! *(നിർത്തി)* യെസ്. റേച്ചലിനൊരിക്കലും തെറ്റ് പറ്റില്ലെന്ന് അഹങ്ക

രിച്ചിരുന്നു *(സക്കറിയയെ ചൂണ്ടി)* നിന്നെ വിശ്വസിച്ച ആ നിമിഷം! കണ്ടുമുട്ടിയ ആ നിമിഷം! *(മദ്യം കൈയിലെടുത്ത്)* ഇനി എനിക്കത് തിരുത്തണം. തിരുത്തണം.

സക്കറിയ : ഞാൻ സമ്മതിക്കുന്നു. ഒഫ്കോഴ്സ്. ചെയ്തത് തെറ്റാണ്. അതങ്ങിനത്തെ ഒരു സാഹചര്യമായിരുന്നു. നീയെന്നെ മനസ്സിലാക്ക്.

റേച്ചൽ : I don't want to hear anything more.

(സക്കറിയയെ ശക്തിയോടെ തള്ളുന്നു. മദ്യം മുഴുവൻ കുടിക്കുന്നു. ക്രുദ്ധയാവുന്നു)

റേച്ചൽ : *(അലറുന്നു)* എഴുതിക്കൂട്ടിയിട്ടില്ലെ ഒരുപാട് കഥകൾ! യാഥാർത്ഥ്യങ്ങളും ഭാവനാ വിലാസങ്ങളുമെല്ലാം കൂടിക്കുഴഞ്ഞ കഥകൾ! അതുപോലെയാണ് ജീവിതമെന്ന് കരുതിയോ?!

(തള്ളലിന്റെ ശക്തിയിൽ ചുമരിൽ തലയിടിച്ച് സക്കറിയ നിലത്ത് വീഴുന്നു. ചുമരിൽ ചോരപ്പാടുകൾ. മരണവെപ്രാളങ്ങൾ. റേച്ചൽ അതറിയുന്നില്ല. സക്കറിയയുടെ നെഞ്ചത്ത് റേച്ചൽ ശക്തിയായി ഇടിക്കുന്നു. പരാക്രമങ്ങൾ.

പിന്നെ എന്തോ ഓർത്തിട്ടെന്നപോലെ എഴുന്നേറ്റ് സൂട്ട്കേസ് തുറന്ന് സ്റ്റെതസ്കോപ്പെടുക്കുന്നു. തിരിച്ചുവന്ന് ട്യൂബിന്റെ ബലം നോക്കി, പിന്നെ സക്കറിയയുടെ കഴുത്തിൽ മുറുക്കുന്നു.

സക്കറിയയുടെ ചലനമറ്റ ശരീരം. ആ ശരീരത്തിൽ തലവെച്ച് പൊട്ടിപ്പൊട്ടി കരയുന്ന റേച്ചൽ.)

സീൻ 94

സമയം രാവിലെ.

ഹോട്ടലിന്റെ മുൻവശത്തും റിസപ്ഷനിലും ഹണിമൂൺ കോട്ടേജിന്റെ പരിസരത്തുമായി പൊലീസ്. പൊലീസ് വാഹനങ്ങൾ. ആംബുലൻസ്.

ചോദ്യം ചെയ്യലിന്റെ ചുറ്റുവട്ടങ്ങൾ. ജനക്കൂട്ടം. തല കുനിച്ചിരിക്കുന്ന റേച്ചൽ. സമീപം വനിതാ പൊലീസ്. തലേ ദിവസത്തെ അതേ വേഷധാരണം. അലങ്കോലപ്പെട്ടിട്ടുണ്ട്.

ആംബുലൻസിലേക്ക് എടുത്തു മാറ്റുന്ന സക്കറിയയുടെ ശവശരീരം. പോസ്റ്റുമോർട്ടത്തിനായി കൊണ്ടുപോകുന്ന ദൃശ്യം.

സീൻ 95

ഐ.എം.എ സമ്മേളന നഗരി. സമയം രാവിലെ. പുറത്ത് കൂട്ടംകൂടി ഡോക്ടർമാർ. അവരെന്തോ രഹസ്യം കൈമാറുന്നപോലെ. അത്ഭുത

ത്തിന്റെയും ശോകത്തിന്റേയും മുഖഭാവങ്ങൾ.

എല്ലാവരും കറുത്ത ബാഡ്ജ് ധരിച്ചിട്ടുണ്ട്. അവിടവിടെ പൊലീസുകാരും.

പുറത്തെ സ്പീക്കറിൽനിന്നും ശബ്ദം:

"നമ്മുടെ ഐ എം എ സ്റ്റേറ്റ് കോൺഫ്രൻസിന്റെ ഭാരവാഹികളിലൊരാളായ ഡോ.സക്കറിയ അതിദാരുണമാംവിധം കൊല്ലപ്പെട്ടതായി അദ്ദേഹം താമസിച്ചിരുന്ന ഹോട്ടൽ മുറിയിൽ കണ്ടെത്തിയിരിക്കുന്നു. അദ്ദേഹത്തോടൊപ്പമുണ്ടായിരുന്ന ഡെലിഗേറ്റ് ഡോ. റേച്ചൽ. ബി.വർഗീസ് സംശയത്തിന്റെ പേരിൽ പൊലീസ് കസ്റ്റഡിയിലാണ്....

പറഞ്ഞു തീരുംമുമ്പെ പൊലീസ് ജീപ്പ് വന്നുനില്ക്കുന്നു. ജീപ്പിന്റെ പിൻവശത്ത് റേച്ചൽ. വനിതാ പൊലീസുമുണ്ട്. പൊലീസ് ഓഫീസറിൽ ഒരാൾ സമ്മേളന നഗരിയിലേക്ക് കടക്കുന്നു.

സ്പീക്കറിൽ ശബ്ദം തുടരുന്നു. "ഡോ. സക്കറിയയുടെ മരണത്തിൽ അനുശോചനം രേഖപ്പെടുത്തിക്കൊണ്ട് സമ്മേളനം പിരിച്ചുവിടുകയാണ്. ഇത്തരമൊരു സാഹചര്യത്തിൽ മീറ്റിങ് തുടർന്നു കൊണ്ടുപോകാൻ നിയമപരമായി നിർവ്വാഹമില്ല. ക്ഷമിക്കുക...."

പൊലീസ് ഓഫീസറോടൊപ്പം ചില ഭാരവാഹികളും ജീപ്പിൽ കയറുന്നു. റേച്ചലിനെയും വഹിച്ച് ജീപ്പ് നീങ്ങുന്നു.

ആറ്

ഒറ്റയിരുപ്പിൽ വായിച്ചു തീർത്തു.

അഞ്ച് മണിയായിക്കാണണം. പുറത്ത് ഏതോ പള്ളിയിൽനിന്നും സുബഹി ബാങ്ക് കേൾക്കുന്നുണ്ട്. സമയം പോയതറിഞ്ഞില്ല.

അതിഥി നെടുവീർപ്പിട്ടു. "ഒരു സിനിമ കണ്ട് കഴിഞ്ഞ പോലുണ്ട്. പകുതി സീനുകൾപോലും ഷൂട്ട് ചെയ്ത് കഴിഞ്ഞിട്ടില്ല. എ വണ്ടർഫുൾ സ്ക്രിപ്റ്റ്!"

"അതെ, വി ആർ ലക്കി ടു ഏക്റ്റ് ഇൻ ഇറ്റ്! ഞാൻ പറഞ്ഞു. വിധു എന്തു മാറ്റം വരുത്താനാണിതിൽ?"

"തിരക്കഥാ രചനയിൽ അത്ര പ്രാവീണ്യം നേടിയിട്ടില്ലാത്ത ഒരാളാണ് ഇതെഴുതിയത് എന്ന് വ്യക്തം. ആ ബാലാരിഷ്ടതകൾ സ്ക്രിപ്റ്റിൽ കാണാനുണ്ട്."

"അതിഥി നീയൊന്ന് ശ്രദ്ധിച്ചോ? അവസാനത്തെ രണ്ട് സീനുകൾ – 94 ഉം 95 ഉം മറ്റൊരു കൈയക്ഷരമാണ്. ആരോ എഴുതിച്ചേർത്തതു പോലെ തോന്നുന്നു."

"ശരിയാണ് ഞാനും അത് പറയാൻ പോവുകയായിരുന്നു." അവൾ തലകുലുക്കി. വീണ്ടും സ്ക്രിപ്റ്റ് തുറന്നു നോക്കി അതുറപ്പ് വരുത്തി. "മഷിനിറത്തിൽപ്പോലും ആ വ്യത്യസ്ത കാണാം. സീൻ 93 വരെ ചെറിയ മങ്ങലുണ്ട്. അത്ഭുതം തോന്നുന്നു."

"ലോകസിനിമാ ചരിത്രത്തിൽ ഇതാദ്യമാവാം...... ഉറക്കച്ചടവ് കൺപോളകളിൽ തൂങ്ങുന്നു. അത് ഇന്നത്തെ ഷൂട്ടിങ്ങിനെ ബാധിക്കും. ഞാനൊന്ന് കണ്ണടയ്ക്കട്ടെ. നീ മുറിയിലോട്ട് പോകുന്നുണ്ടോ?" ഞാൻ അതിഥിയോട് ചോദിച്ചു.

"വേണ്ട. സി സി ടി വി ക്യാമറയുള്ളതാണ്. പിന്നെ അടുത്താ

ഴ്ചത്തെ സിനിമാ വാരികകളിലെ ഗോസിപ്പ് കോളങ്ങൾക്ക് വിഭവമാകും. ഞാൻ ഇവിടെത്തന്നെ കിടക്കാം."

രണ്ടുപേരും ഉറങ്ങിപ്പോയതറിഞ്ഞില്ല.

എഴുന്നേറ്റപ്പോൾ സമയം പതിനൊന്നര. അതിഥി മുറി വിട്ടുപോയിരിക്കുന്നു. ബ്രേക്ക്ഫാസ്റ്റിന്റെ സമയം കഴിഞ്ഞു.

ഇന്നത്തെ കോമ്പിനേഷൻ സീനുകളെല്ലാം വൈകുന്നേരമാണ്. മെഡിക്കൽ കോളേജ് ഹോസ്പിറ്റലിലെ വാർഡിലും വരാന്തയിലും ഹോസ്റ്റൽ മുറിയിലും. പിന്നെ ക്യാന്റീനിലുമായി. രാവിലെ റൗണ്ട്സും ഒ.പിയുമായി നല്ല തിരക്കായിരിക്കും. ഉച്ചയ്ക്ക് ശേഷമാണ് ഷൂട്ടിംഗ് നല്ലതെന്ന് ഡോ.ആഷിഖ് പറഞ്ഞിട്ടുണ്ട്.

വാതിലിൽ മുട്ടുകേട്ട് തുറന്നപ്പോൾ വിവേകും വിധുവും. മെഡിക്കൽ കോളേജിൽ നിന്നുള്ള വരവാണ്. ആർട്ട് ഡയറക്ടേഴ്സിനും ലൈറ്റ് ബോയിസിനും വേണ്ട നിർദ്ദേശങ്ങൾ കൊടുത്തിട്ടുണ്ടത്രെ. ഷൂട്ടിങ് രണ്ട് മണിക്കെങ്കിലും തുടങ്ങണം. ടീം കുറ്റിക്കാട്ടൂർ മിൽമാ ഫാക്ടറി സമീപത്തെ ഒരു വീട്ടിലാണ്. അവിടെനിന്നും മെഡിക്കൽ കോളേജിലേക്കെളുപ്പമാണല്ലോ.

"റെഡിയാവ്. ഊൺ അവിടെ തയ്യാറായിരിക്കും." അതിഥിയും എത്തി.

മെഡിക്കൽ കോളേജ് ജംഗ്ഷനിൽ നല്ല തിരക്ക്. മതിൽക്കെട്ടിനുള്ളിലും പുറത്തുമായി ഒരുപാട് ആംബുലൻസുകൾ. ഓട്ടോറിക്ഷകളും ടാക്സികളും ബസുകളും. ആകപ്പാടെ ട്രാഫിക് ജാം. ഈ കുരുക്കിൽനിന്ന് രക്ഷപ്പെട്ട് ഇന്ന് ഷൂട്ടിങ് നടന്നതു തന്നെ! എവിടെയോ ഒരു ബസപകടം നടന്നുകാണും. അതായിരിക്കാം ഇത്ര തിരക്ക്.

വിവേക് പ്രവീണിനോടും മിഥുനോടും ക്യാമറാമേൻ യദുവിനെയും ടീമിനെയും കൂട്ടി മെഡിക്കൽ കോളേജ് അത്യാഹിത വിഭാഗത്തിന്റെ പുറത്തെത്താൻ ഓർഡർ കൊടുത്തു. ജനക്കൂട്ടത്തെയും ട്രാഫിക് ജാമും ഷൂട്ട് ചെയ്യുവാനും.

"ഇതൊരു നാചറൽ സീനാണ്. വളരെ അപൂർവ്വമായേ കിട്ടൂ" - വിവേക് പറഞ്ഞു. "മീഡിയക്കാരാണെന്ന് കരുതിക്കോളും."

"നമുക്ക് ഉച്ചഭക്ഷണം ക്യാന്റീനിൽ നിന്നാക്കിയാലോ? പോയി കഴിച്ച് തിരിച്ചു വരാനുള്ള സമയം ലഭിക്കാം."

"ഞാൻ വെറുതെ എടുത്തിട്ടു. അത് ശരിയാ" അതിഥി പിന്താങ്ങി.

ഞങ്ങൾ കോവൂരിൽനിന്നും ഡെന്റൽ കോളേജ് വഴി ക്യാമ്പസിന്റെ പിന്നിലെത്തി. മോർച്ചറി കോൺഫ്രൻസ് ഹാൾ കടന്ന് നേരെ ക്യാന്റീനിന് മുന്നിലെത്തി.

ഭക്ഷണം കഴിച്ചുകൊണ്ടിരിക്കെ അതിഥി ചോദിച്ചു. "ഇവിടെ വെച്ചാണോ ക്യാന്റീൻ സീനുകൾ ഷൂട്ട് ചെയ്യുന്നത്? കണക്കായിപ്പോയി! 2019 അല്ല 1979!"

"ഇത് റിനോവേറ്റ് ചെയ്തത് നമ്മളറിഞ്ഞില്ല." വിധു പറഞ്ഞു.

"ഇന്ത്യൻ കോഫി ഹൗസ് തന്നെയാണ് 42 വർഷമായി ക്യാന്റീൻ നടത്തുന്നത്." ഞാനന്വേഷിച്ചു - വിവേക് പറഞ്ഞു. "അത് നഗരത്തിലെ മറ്റേതെങ്കിലും പഴയ കോഫി ഹൗസിൽ വെച്ചാകാം. അത്ര പ്രശ്നമാക്കേണ്ട. അല്ലെങ്കിൽ മറ്റെവിടെയെങ്കിലും സെറ്റിടാം."

ഷൂട്ടിംഗ് മുറയ്ക്ക് നടന്നു. അധികം റീടേക് വേണ്ടിവന്നില്ല. അതിഥി കന്യാസ്ത്രീ വേഷത്തിൽ തന്നെ.

പഴയ സ്ക്രിപ്റ്റിൽ മൂന്ന് സെലിബ്രിറ്റികൾ രംഗത്ത് വരുന്നുണ്ട്. പുനത്തിൽ കുഞ്ഞബ്ദുള്ള, ബാലചന്ദ്രൻ ചുള്ളിക്കാട്, കുഞ്ഞുണ്ണി മാഷ്.... സെറ്റിൽ മറ്റാരുമില്ലാത്തപ്പോൾ അതിഥി ചോദിച്ചു.

"അതിൽ രണ്ടാൾക്കാർ പോയില്ലെ?!"

"നിങ്ങൾ സ്ക്രിപ്റ്റ് മുഴുവൻ വായിച്ചോ?" വിധു ചോദിച്ചു. "ഇല്ല. കുറച്ചുകൂടി ഉണ്ട്. നാളെ തരാം." അതിഥി ഇടയിൽക്കയറി പറഞ്ഞു.

"അതിൽ രണ്ടുപേർ ഇന്ന് ജീവിച്ചിരിപ്പില്ല. ബാലചന്ദ്രൻ ചുള്ളിക്കാടുണ്ട്. കവി. സിനിമയിലും സാർ ആക്ടീവാണ്. വിളിച്ചുനോക്കാം. മേക്ക് ഓവർ ചെയ്യേണ്ടി വരും. നാല്പത് വർഷങ്ങൾ പിന്നോട്ട്" വിവേക് പറഞ്ഞു.

"ശ്രമിച്ചുനോക്ക്. ആ സീനുകൾ ഒരു പുതുമയായിരിക്കും. ഇന്നുവരെ ആരും ചെയ്യാത്ത" അതിഥി വിടുന്ന മട്ടില്ല.

"നോക്കാം." വിവേക് വാക്ക് തന്നു.

ഹൗസ് സർജൻസി ക്വാർട്ടേഴ്സിലെ സീനുകൾക്ക് വിദ്യാർത്ഥികളും നല്ലവണ്ണം സഹകരിച്ചു. നാല്പത് വർഷങ്ങൾക്ക് മുമ്പത്തെപ്പോലെ തന്നെ. ഒരു മാറ്റവുമില്ല. ഗവൺമെന്റ് സ്ഥാപനമായതുകൊണ്ട് അറുതികൾക്കൊരവസാനമില്ല. പരാതി കൊടുത്ത് മടുത്തു. കുട്ടികൾ പറഞ്ഞു. ആർട്ട് ഡയറക്ടർക്ക് വലിയ പണിയില്ല. മെസ് ഹാളും പഴയപോലെ തന്നെ. റീഡിംഗ് റൂമിൽ അതിഥിയോടൊത്ത് ചില കോമ്പിനേഷൻ സീനുകളുണ്ടായിരുന്നു. പഴയ പത്രങ്ങളും ആഴ്ചപ്പതിപ്പുകളും പ്രവീൺ മുമ്പെ തന്നെ സംഘടിപ്പിച്ചിരിക്കണം.

ആശുപത്രി വരാന്തയിൽനിന്നും ഹൗസ് സർജൻസ് ക്വാർട്ടേഴ്സിലേക്കുള്ള പ്രവേശനകവാടം ഇപ്പോഴും ഒരു മാറ്റവുമില്ലാതെ കിടക്കുന്നത് ഞങ്ങളെ അമ്പരപ്പിച്ചു. അത്രമാത്രം പരിതാപകരമായിരുന്നു ആ റിസപ്ഷൻ.

അതിനിടയിൽ മിഥുനും മനുവും സ്ക്രിപ്റ്റിന്റെ കോപ്പി കാണാനാവുമോ എന്ന് അതിഥിയോട് ചോദിച്ചത്രെ.

എങ്ങിനെ കൊടുക്കാനാണ്? ഹോട്ടലിലെ മുറിയിലേക്ക് വന്നാൽ വിധുവിനും വിവേകിനും മനസ്സിലാവും. അതുകൊണ്ട് ഒഴിവാക്കുന്നതാണ് ബുദ്ധി.

അത്താഴം കഴിച്ച് അതിഥി കൂടെ മുറിയിലേക്ക് വന്നു. വാതിലടച്ച് സ്ക്രിപ്റ്റ് മൊബൈൽ ക്യാമറയിൽ പകർത്തുവാൻ തുടങ്ങി.

"കേം സ്കാനറാണ്. അതിന്റെ ഇൻബോക്സിൽ കിടന്നോളും. നല്ല

ക്ലാരിറ്റിയും ഉണ്ടാവും. ആരും കാണില്ല" അവൾ ഉറപ്പു തന്നു.

"മിഥുനും മനുവിനും അതിന്റെ കോപ്പി അയച്ചോളാം. ഗൗതം പേടിക്കേണ്ട. ഒരു പ്രശ്നവും ഉണ്ടാകില്ല. ഉറപ്പ്."

"എന്നാൽ ഒരു കോപ്പി എനിക്കും കൂടെ അയക്കൂ."

അയ്യടാ.... അവൾ കളിയാക്കി.

"ങ്ഹാ. ഒരു കാര്യം പറയാൻ മറന്നു. ഇന്ന് യദുവും അനീഷും മറ്റ് ക്യാമറാ ടീം അംഗങ്ങളും വിദ്യാർത്ഥികളുമായി ചെറിയൊരു കശപിശ. മെൻസ് ഹോസ്റ്റൽ ഫസ്റ്റ് ബ്ലോക്കിന്റെയും സെക്കന്റ് ബ്ലോക്കിന്റെയും പിൻഭാഗം ഷൂട്ട് ചെയ്തപ്പോഴാണ്. മുൻഭാഗം നിറയെ ബൈക്കുകളും കാറുകളുമാണ്. അത് കിട്ടിയിട്ട് കാര്യമില്ല. 40 വർഷങ്ങൾക്ക് മുമ്പ് അതൊക്കെ ഉപയോഗിക്കുന്നവർ വിരളമല്ലെ. മാത്രമല്ല ഗവൺമെന്റ് മെഡിക്കൽ കോളേജിൽ പ്രവേശനം നേടുന്നവരൊക്കെ പാവപ്പെട്ട കുടുംബങ്ങളിൽനിന്നും ഉള്ളവരായിരിക്കും. കുട്ടികൾക്ക് അതത്ര ഇഷ്ടപ്പെട്ട് കാണില്ല. തല്ല് കിട്ടാതെ രക്ഷപ്പെട്ടു" എന്ന് പറഞ്ഞു.

"ഞാൻ അറിഞ്ഞിരുന്നു. വിവേക് മനുവെ അങ്ങോട്ട് വിട്ടത്. പിന്നെ കുറച്ച് പ്രൊഡക്ഷൻ ബോയ്സിനെയും." അപ്പോഴാണ് മനുവിന്റെ ശ്രദ്ധയിൽ തേഡ് ബ്ലോക്കിന്റെയും ഫോർത്ത് ബ്ലോക്കിന്റെയും ഇടയിലുള്ള വഴികളും റോഡുകളും പെട്ടത്. ഉടനെ അതൊക്കെ ക്യാമറയിൽ പകർത്തിയത്രെ. പഴയകാലത്തെപ്പോലെ തന്നെ! കാട് പിടിച്ചിരിക്കുന്നു. വഴിവിളക്കുകളും മയിൽകുറ്റികളും അങ്ങിനെതന്നെ!

പല സീനുകളിലും ഇവയൊക്കെ ഉപയോഗപ്പെടും. ഒന്നും വെറുതെയാവില്ല. ഇന്ന് ക്യാമ്പസുകളിലും മറ്റും ഇത്തരം കാഴ്ചകൾ അപൂർവ്വമാണ്. പ്രൈവറ്റ് മെഡിക്കൽ കോളേജ് ഷൂട്ട് ചെയ്യാൻ ഇഷ്ടംപോലെ കിട്ടും. പക്ഷേ, വിവേകും കൂട്ടരും കോഴിക്കോട് മെഡിക്കൽ കോളേജ് തന്നെ വേണമെന്ന് വാശി പിടിച്ചത് എന്തുകൊണ്ടാണെന്ന് ഇപ്പോഴാണ് മനസ്സിലായത്. സമ്മതിക്കാതെ വയ്യ. ഒരു നല്ല ഡയറക്ടറുടെ നിലവാരം ഇതിൽനിന്നും അളക്കാം.

"ഹോ. പിന്നെ! പഴയ സ്ക്രിപ്റ്റ് നമ്മൾ ഇപ്പോഴല്ലെ വായിച്ചത്! വിധു അത് പകർത്തുകയാണ് ചെയ്തത്. സാഹിത്യം നിറഞ്ഞ പഴയ ഡയലോഗുകൾ മാറ്റി എഴുതി എന്ന് മാത്രം.

ഇല്ലെങ്കിൽ പല സീനുകളും നാടകീയമാവുമായിരുന്നു. ഹി ഡിഡ് ഇറ്റ് കറക്റ്റ്ലി....."

ഏഴ്

അത്ര ശുഭകരമല്ലാത്ത വാർത്ത കേട്ടുകൊണ്ടാണ് നേരം പുലർന്നത്. വിവേകും വിധുവും പ്രവീണും അതിഥിയുമുണ്ട്.

"ഗൗതം, മെഡിക്കൽ കോളേജിലെ ഷൂട്ടിംഗ് മുടങ്ങി." ഓഫീസിൽ നിന്നും വിളിച്ചിരുന്നു. പ്രൊഡക്ഷൻ കൺട്രോളർ ഡേവിഡാണ് പറഞ്ഞത്. പേമെന്റ് മുഴുവൻ നടത്താതെ ക്യാമ്പസ് വിട്ടു കൊടുക്കരുതെന്ന് തിരുവനന്തപുരത്തുനിന്നും ഓർഡറുണ്ടത്രെ. ഗവൺമെന്റ് സ്ഥാപനമാണ്. ഒരു വിട്ടുവീഴ്ചയ്ക്കും തയ്യാറല്ല. ഇവിടത്തെ പ്രിൻസിപ്പാൾക്കും ഓഫീസ് സൂപ്രണ്ടിനും ഒന്നും ചെയ്യാനാവില്ല.

ഡേവിഡ് രമേശേട്ടനെ വിളിച്ചു നോക്കിയിട്ട് കിട്ടുന്നുമില്ല. ഇപ്പോൾ കൈവശമുള്ളതുകൊണ്ട് മൂന്നാലു ദിവസം അരിഷ്ടിച്ച് കഴിയാം. അതിൽ നിന്നെടുത്ത് അടയ്ക്കാനുമാവില്ല. തികയില്ല. ഉള്ളതുകൊണ്ട് വാടക കൊടുത്തും സെറ്റിട്ടും ഷൂട്ടിങ് മുടങ്ങാതെ നോക്കാം, മറ്റെവിടെയെങ്കിലും. മെഡിക്കൽ കോളേജ് ഒരാഴ്ചത്തേക്ക് നോക്കേണ്ട. ഗവൺമെന്റ് കാര്യം മുറപോലെ. സമയമെടുക്കും.

"നമുക്കൊരു കാര്യം ചെയ്യാം– എന്റെ വീട്ടിലേക്ക് താമസം മാറ്റാം. ഈ ഫോർസ്റ്റാർ ഹോട്ടലിന്റെ ചെലവ് ചുരുക്കാമല്ലോ." ഞാനൊരു നിർദ്ദേശം വെച്ചു. "ആ തുക മറ്റുള്ളതിന് വിനിയോഗിക്കാമല്ലോ."

അതിഥിയുടെ മുഖം തെളിഞ്ഞു. "ഞാൻ റെഡി. അവിടെ ഉമ്മച്ചീടെ കിസ കേട്ടിരിക്കാം. സമയം പോകുന്നതറിയില്ല."

"ഞങ്ങൾ വന്നാൽ ശരിയാവില്ല" വിധു പറഞ്ഞു. "രാത്രി സീൻ ഡിസ്ക്കഷനും മറ്റുമായി പ്രൈവസി വേണം. വീട്ടിലായാൽ പറ്റില്ല. അല്ലെ, വിവേക്."

വിവേക് അതെയെന്ന് തലയാട്ടി. "ശരിയാണ്. ഒരു പണി ചെയ്യാം.

നിങ്ങൾ മനുവിനെയും മിഥുനെയും കൂട്ടിക്കോ. ഞങ്ങൾ അവരുടെ പ്രസിഡൻസി ഹോട്ടലിലേക്ക് മാറാം. ഇതിന്റെ പകുതിയല്ലെ റെന്റ് വരൂ. പ്രവീൺ ഞങ്ങളുടെ കൂടെ നിൽക്കട്ടെ."

വൈദ്യൻ കല്പിച്ചതും പാല്. രോഗി ഇച്ഛിച്ചതും പാല്. ഉച്ചയ്ക്ക് മുമ്പെതന്നെ ചെക്കൗട്ട് ചെയ്തു.

"സെറ്റ് റെഡിയായിട്ട് നിങ്ങളെ അറിയിക്കാം." പ്രവീൺ പറഞ്ഞു. "കുറച്ചു വൈകും. മനുവും മിഥുനും വീട്ടിലേക്കെത്തിക്കോളും. നിങ്ങളില്ലാത്ത സീനുകൾക്കാവും ഇന്ന് പ്രെഫറൻസ്. ബൈ...."

വീട്ടിൽ എത്തിയപ്പോൾ ഉമ്മച്ചിക്കത്ഭുതം.

"നീയെന്താ ഒന്നും മുൻകൂട്ടി വിളിച്ച് പറയാതെ?"

"ഉമ്മച്ചിക്കൊരു സർപ്രൈസായിക്കോട്ടെ എന്ന് കരുതി."

ഊണ് കഴിച്ച് അതിഥി ഉമ്മച്ചിയോടൊപ്പം മാൾ ഓഫ് ഗാർഡനിലേക്ക് പോകാനൊരുങ്ങി.

"ഒരു സെലിബ്രിറ്റി കൂടെയുള്ളത് എനിക്കൊരു വെയിറ്റല്ലെ! ബിസിനസ്സും കൂടും. കസ്റ്റമേഴ്സും കൂടും."

"ഹോ, പിന്നെ!" ഞാൻ കളിയാക്കി. "എന്നാപ്പിന്നെ ഒരു പണി ചെയ്യ്. കുറച്ച് സെൽഫിയും. അല്ലെങ്കിൽ വേണ്ട. പ്രസിദ്ധ നടി അതിഥി മേനോൻ മാൾ സന്ദർശിച്ചപ്പോൾ, എന്നൊരു കുറിപ്പിട്ട് ഫോട്ടോ അപ്‌ലോഡ് ചെയ്താൽ ഒരു പരസ്യമായിക്കോളും."

അതിഥിക്കും രസിച്ച മട്ടുണ്ട്.

"ഞാനതും ചെയ്യും. അതിലപ്പുറവും ചെയ്യും."

ഉമ്മച്ചി എന്റെ തലയ്ക്കിട്ട് ഒരു കൊട്ടുതന്ന് പോയി.

വല്ലാതെ ബോറടിക്കുന്നു. ടി.വിയിലാണെങ്കിൽ നെറ്റ് ഫ്ളിക്സിലും പ്രൈമിലും പുതിയ സിനിമകളൊന്നുമില്ല. വെബ്സീരിയലും തഥൈവ. ഡൽഹി ക്രൈം കഴിഞ്ഞതിനുശേഷം ആ നിലവാരത്തിലുള്ള മറ്റൊന്നു വന്നിട്ടില്ല.

ബാൽക്കണി വാതിൽ തുറന്നിട്ടു. കടൽക്കാറ്റ്.

ലൈബ്രറിയിലെ പുസ്തകങ്ങൾ നിരന്നിരിക്കുന്ന റാക്കുകളിലൂടെ കണ്ണോടിച്ചു. നോവലുകളും കഥാസമാഹാരങ്ങളും സാഹിത്യ പഠനങ്ങളും മഹച്ചരിത മാലകളും വിശ്വസാഹിത്യ താരാവലികളും വിജ്ഞാനകോശങ്ങളും. അങ്ങിനെയങ്ങിനെ. ഇടയ്ക്ക് അടച്ചിട്ട ചില്ലലമാരയിൽ ഒരേ ഗ്രന്ഥത്തിന്റെ കുറേ കോപ്പികൾ. മൂന്ന് കഥാസമാഹാരങ്ങൾ. *ഒരു രൂപവും ഓർമ്മിപ്പിക്കാത്ത മേഘക്കൂട്ടങ്ങൾ* (കറന്റ് ബുക്സ്) *ഇതൊക്കെയാണ് ജീജോയുടെ വിശേഷങ്ങൾ* (മൾബറി ബുക്സ്) *തെരഞ്ഞെടുത്ത കഥകൾക്കൊരാമുഖം* (എൻ ബി എസ്) *ഒരു ചെറിയ നോവൽ – കഥയില്ലായ്മകൾ* (ഡി സി ബുക്സ്). *രണ്ട് ലേഖന സമാഹാരങ്ങൾ – കഥയും കാലവും, വരകളും വർണ്ണങ്ങളും* (രണ്ടും മൾബറി ബുക്സ്). എല്ലാ പുസ്തകങ്ങളുടെയും ബൈന്റിംഗ് സൈഡിൽ വാപ്പിയുടെ പേരുണ്ട്.... പി.പി സക്കറിയ, തൊട്ടരികിലായി മൂന്ന് ഫയലുകൾ. പിന്നെ

നാലഞ്ച് പ്ലാസ്റ്റിക് കവറുകൾ. എല്ലാം തെളിഞ്ഞു കാണാം. അലമാര ഭദ്രമായി പൂട്ടിയിട്ടുണ്ട്.

ഉമ്മച്ചി വരട്ടെ. താക്കോൽ ചോദിക്കണം.

ഇത്രയും കാലം ഇതൊന്ന് തുറന്ന് നോക്കാൻ ശ്രമിച്ചിട്ടില്ല. സത്യത്തിൽ ഒട്ടും താല്പര്യമുണ്ടായിരുന്നില്ല. ഊട്ടിയിലെ ഗുഡ്ഷെഫേഡ് സ്കൂളിൽ മലയാളം ഒരു ഒപ്ഷനൽ സബ്ജക്ട് മാത്രമായിരുന്നു. ഒരു സാഹിത്യഭാഷ മനസ്സിലാക്കാൻ മാത്രം പര്യാപ്തമായിരുന്നില്ല ആ പഠനം. പിന്നെ എഞ്ചിനീയറിങ് കോഴ്സ് വിദേശത്തായപ്പോൾ മലയാളം മറന്നേ പോയി. തിരിച്ചുവന്ന് ഫിലിം ഇൻസ്റ്റിറ്റ്യൂട്ടിൽ ചേർന്നപ്പോഴാണ് വാപ്പി ഒരു എഴുത്തുകാരനായിരുന്നുവെന്ന് അറിയുന്നത് തന്നെ.

എപ്പോഴെങ്കിലും വന്ന് പോകുമ്പോൾ ഒന്നിനും സമയമുണ്ടാവില്ല. ഈ ലൈബ്രറിയിലേക്ക് തിരിഞ്ഞു നോക്കാറുമില്ല.

ഓർമ്മകളുടെ അരങ്ങിൽ വാപ്പി പലപ്പോഴും ഒരു അതിഥി താരം മാത്രമായിരുന്നു. അങ്ങിനെയായിരിക്കാൻ ഉമ്മച്ചി മനപ്പൂർവ്വം ശ്രമിച്ചിരുന്നു എന്നുവേണം കരുതാൻ. ചെറുപ്പത്തിലേ വിധവയായതിനാൽ ഒറ്റയാൾ പോരാട്ടമായിരുന്നല്ലോ ഉമ്മച്ചിയുടേത്. ഒരു വിഷമവും അറിയിക്കാതെ ഞങ്ങളെ രണ്ടുപേരെയും ഈ നിലയിലേക്ക് എത്തിച്ച ആ കണ്ണുകൾ നനയിക്കാൻ ഞങ്ങളൊരിക്കലും തുനിഞ്ഞിട്ടില്ല. തുനിയുകയുമില്ല.

ലൈബ്രറിയുടെ ഒരു മൂലയിൽ പഴയ ഗ്രാമഫോൺ. ആന്റിക് കളക്ഷൻ വാപ്പിക്കൊരു ഹരമായിരിക്കണം ഉമ്മച്ചിക്കും. മുഹമ്മദ് റാഫിയുടെയും കിഷോർ കുമാറിന്റേയും ഗുലാം അലിയുടെയും ഗസലുകളും, കവാലിയുടെ, മൊസാർട്ടിന്റെ, ബോണി.എം.ന്റെയും വലിയ ഗ്രാമഫോൺ റെക്കാർഡുകൾ നിരനിരയായി ചരിച്ചു വച്ചിരിക്കുന്നു. അതിനടുത്തായി കോമ്പാക്ട് ഡിസ്ക്ക് ബാഗുകൾ. എല്ലാം പൊടി പിടിച്ചിരിക്കുന്നു. എൺപതുകളിലെ ഒരു മൂവി ഡിസ്ക് പ്ലെയർ, കെൻവുഡിന്റെ. ഒത്തിരി മൂവി സി.ഡികളും ഡി.വി.ഡികളും. തൊട്ടടുത്ത് പഴയകാലത്തെ ഒരു ടേപ്പ് റിക്കോർഡർ, സോണിയുടേതാണ്. പിന്നെ ഒരുപാട് ഓഡിയോ കാസറ്റുകൾ. കൂടുതലും പഴയ ഗാനങ്ങൾ, ഗസലുകൾ.

ശാന്തമ്മയെ വിളിച്ച് എല്ലാം ഒന്ന് വീണ്ടും തുടച്ച് വൃത്തിയാക്കി വെയ്ക്കാൻ പറഞ്ഞു.

ലൈബ്രറിയിലെ ആട്ടുകട്ടിലിൽ കടൽക്കാറ്റേറ്റ് കിടന്നു. ഉച്ചമയക്കം പതിവില്ല.

വുഡൻ റാക്കിലെ പുസ്തകങ്ങൾക്കിടയിൽ വാപ്പിയുടെ ഒരു ലാമിനേറ്റഡ് ഫോട്ടോ. ട്രൈപോഡ് പെയിന്റിങ് സ്റ്റേന്റിൽ. പഴയകാല നടന്മാരെപ്പോലുണ്ട്. നീണ്ട ചുരുളൻ തലമുടി. വലിയ കൃതാവ് – കട്ടിമീശ. ക്ലീൻ ഷേവാണ്. ആട്ടിൻചെവി പോലത്തെ വലിയ കോളർ ചെക്ക് ഷർട്ട്. ഇടതുഭാഗത്ത് ഒരു പോക്കറ്റ്.

നോക്കിയിരിക്കെ ഫോട്ടോയിൽ നിന്നിറങ്ങി വന്ന് എന്റെ ചെവിയിൽ നുള്ളി. നിനക്ക് ഞാൻ വെച്ചിട്ടുണ്ട് എന്ന് പറയുന്നതുപോലെ തോന്നി.

ആരുടെയും കോൾ വന്നില്ലാലോ. എന്തുപറ്റി? ഇന്ന് ഷൂട്ടിംഗ് ഒന്നും നടന്നില്ലെ?

കോളിംഗ് ബെല്ലടിച്ചു. ഉമ്മച്ചിയാണ്.

"നീയെന്താ മൊബൈൽ ഓഫാക്കി വെച്ചത്? ഷൂട്ടിംഗ് സ്ഥലത്തു നിന്ന് ഡയറക്ടർ വിളിച്ചിട്ടു നിന്നെ കിട്ടുന്നില്ലെന്ന് പറഞ്ഞ് അതിഥിയെ വിളിച്ചു. അവൾ ശ്രമിച്ചിട്ടും കിട്ടിയില്ല."

മൊബൈൽ നോക്കിയപ്പോൾ സ്ക്രീൻ ലൈറ്റില്ല. ബാറ്ററി പറ്റെ തീർന്നിരിക്കുന്നു. പവർ ബാങ്ക് കണക്ട് ചെയ്തു.

അതിഥി രണ്ടുമൂന്ന് ഷോപ്പിങ് ബാഗുമായി കടന്നുവന്നു. അവൾ അതിനിടയിൽ ഇതും ഒപ്പിച്ചോ?!

"എന്താടേ, നിന്റെ ഫോൺ ചത്തോ?"

അവളുടെ പതിവ് കമന്റ്.

"ബാറ്ററി കഴിഞ്ഞതാത്രേ." ഉമ്മച്ചീടെ മറുപടി.

"പ്രവീൺ വിളിച്ചിരുന്നു. കോമ്പിനേഷൻ സീനുകൾ മറ്റൊരു ദിവസത്തേക്ക് മാറ്റിവെച്ചിരിക്കുന്നത്രെ. അത് പറയാനായിരുന്നു മറ്റ് സീനുകൾ എടുത്തത്രെ."

വിശന്നിട്ട് വയ്യ. ഉമ്മച്ചി ശാന്തമ്മയോട് ഭക്ഷണം എടുത്തുവെക്കാൻ പറഞ്ഞു.

ഇന്നത്തെ സ്പെഷ്യൽ ഫിഷ് മാംഗോ കറിയാണ്. പണ്ട് രാഹുൽ ഗാന്ധി പൊക്കിയ കറി. ഇന്ത്യ മുഴുവൻ പ്രസിദ്ധമായത്.

പക്ഷേ, ഇത് നാടൻ. ശാന്തമ്മേടെ വക.

ഭക്ഷണം കഴിഞ്ഞ് എല്ലാവരും ലൈബ്രറി ബാൽക്കണിയിലേക്ക് നീങ്ങി. കാറ്റിന് ചെറിയ തണുപ്പുണ്ട്. അവിടെയങ്ങിനെ തിരമാലകൾ നോക്കിയിരിക്കാൻ രസമാണ്. കടലിന്റെ ഇരമ്പം. ഇടയ്ക്ക് തിരമാലകൾ അഴിമുഖത്തെ കരിങ്കൽ ഭിത്തികളിലടിച്ച് കരയുന്ന പോലത്തെ ശബ്ദം.....

എട്ട്

"**നി**ന്റെ വാപ്പിയെ അറിയണമെങ്കിൽ വാപ്പി എഴുതിയതെല്ലാം നീ വായിക്കണം. അതിലൊരു സത്യമുണ്ട്. അത് നീ കണ്ടുപിടിക്കണം. സത്യത്തെ സ്വർണ്ണപ്പാത്രംകൊണ്ട് മൂടുന്നവരാണ് എഴുത്തുകാർ. അപ്പോൾ അത് തിരിച്ചറിയാതെ പോകും. നാം കബളിക്കപ്പെടും."

ഉമ്മച്ചിയാണ് തുടങ്ങിവെച്ചത്.

വാപ്പിയുടെ ഫോട്ടോ കണ്ടപ്പോൾ അതിഥി പറഞ്ഞു: "വെരി ഹാൻസം ഗൈ." എന്നെയും ആ ഫോട്ടോയും മാറി മാറി നോക്കി. അവൾ പിറുപിറുത്തു. "വാപ്പിയുടെ കാർബൺ കോപ്പി പോലുണ്ട്. അതേ കണ്ണുകൾ. അതേ മീശ."

ഉമ്മച്ചി താക്കോൽക്കൂട്ടം കൊണ്ടുവന്ന് ചില്ലലമാര തുറന്നു. വാപ്പിയുടെ പുസ്തകങ്ങളിൽ അത്ര പൊടിയില്ല. രൂക്ഷഗന്ധം, അത് അടഞ്ഞു കിടന്നതു കൊണ്ടാവും. തുറന്നിട്ട് ഒരുപാട് വർഷങ്ങളായില്ലെ!

അതിഥിയുടെ കണ്ണുകൾ വിടർന്നു: "യു നെവർ ടോൾഡ് മി എബൗട്ട് ദിസ്!" അവളെന്നെ കുറ്റപ്പെടുത്തി. പുസ്തകങ്ങളുടെ ഓരോ കോപ്പി അവളെടുത്തു.

"അതിന് ഇവന് മലയാളം അറിഞ്ഞിട്ടു വേണ്ടെ!" ഉമ്മച്ചി കളിയാക്കി.

"അതെന്താ?" അതിഥി അത്ഭുതം കൂറി.

"വാപ്പി മരിക്കുമ്പോൾ ഇവനെ ഊട്ടിയിലെ ഗുഡ് ഷെഫേർഡിൽ ചേർത്തിയതേയുള്ളൂ. പിന്നെ അതങ്ങ് തുടർന്നു. പഴയൊരു മലയാളം സിനിമാ നടന്റെ മകളുടേതായിരുന്നു ആ സ്കൂൾ, ജോസ് പ്രകാശ് എന്നോ മറ്റോ പേരുള്ള...."

"ലെയ്ക്ക് വ്യൂ റിസോർട്ടിന്നെതിരെ ആ തടാകത്തിന്നപ്പുറം? ഞാൻ കണ്ടതോർക്ക്ണു."

അതിഥി പറഞ്ഞു.

"പണ്ട് അച്ഛനും അമ്മയും ഒന്നിച്ച് ഊട്ടിയിൽ പോയാൽ ആ തടാകത്തിലൂടെ വഞ്ചി തുഴയും. ആ റിസോർട്ടിലായിരുന്നു ഞങ്ങൾ താമസിച്ചത്."

ഉമ്മച്ചി തലകുലുക്കി തുടർന്നു: "ഏതോ സായ്പ്പിന്റെ സമ്മർ പാലസായിരിക്കണം അത്. സീനിയർ കേംബ്രിഡ്ജ് സിലബസ്. പുനത്തിൽ കുഞ്ഞബ്ദുള്ളയുടെ മക്കൾ അവിടെയാണ് പഠിച്ചത്. പിന്നെ ഇടയ്ക്കിടെ ഫേൺഹില്ലിലെ ഗുരുകുലത്തിലും പോകാം. ഗുരു നിത്യ ചൈതന്യ യതിയെ കാണുകയുമാവാം. തഥാഗതൻ എന്ന പേര് യതിക്ക് വലിയ ഇഷ്ടമായിരുന്നു.

അവിടെനിന്നും ഡബിൾ പ്രമോഷനും മറ്റുമായി പതിനാറാം വയസ്സിൽ എ-ലെവൽ പൂർത്തിയാക്കി. നോട്ടിംഗ്ഹാം യൂണിവേഴ്സിറ്റിയിൽ ഇലക്ട്രോണിക്സിൽ എഞ്ചിനീയറിംഗ് ബിരുദം നേടുമ്പോൾ പത്തൊമ്പതര. ഇവിടെ എല്ലാവരും എൻട്രൻസും മറ്റും എഴുതി കോളേജിൽ കയറാൻ തന്നെ ആ പ്രായമാവും.

തിരിച്ചുവന്ന ഉടനെ ഇവൻ പറയ്യ്യാ- എനിക്ക് സിനിമാ ഫീൽഡ് മതി. പിന്നെ ഡൽഹി ഫിലിം ഇൻസ്റ്റിറ്റ്യൂട്ടിൽനിന്നും സിനിമാറ്റോഗ്രഫിയിൽ പി ജി ഡിപ്ലോമ. പിന്നെ മലയാളം പഠിക്കാൻ സമയം വേണ്ടെ?"

"ഓ ഹോ! ഇവനാളു മോശമില്ലാലോ! ഒരു ഗ്രെയിറ്റ് പാസ്റ്റ് ഇവനും ഉണ്ടല്ലെ!"

അതിഥി കളിയാക്കി: "വാപ്പിയുടെ മകൻ തന്നെ!"

മനുവും മിഥുനും എത്തിയപ്പോൾ രാത്രി വളരെ വൈകി. വന്നയുടനെ ഡൈനിംഗ് ടേബിളിന് മുമ്പിലിരുന്നു. പിന്നെ കുളി കഴിഞ്ഞ് ഞങ്ങളുടെ കൂടെ കൂടി.

ആട്ടുകട്ടിലിൽ ഉമ്മച്ചിയുടെ മടിയിൽ തലവെച്ച് കിടന്നു. എതിരെ ബെഞ്ചിൽ അതിഥിയും മനുവും മിഥുനും. കടൽക്കാറ്റിന്റെയും തിരമാലകളുടെയും ആരവം.

"വാപ്പിയെങ്ങിനാ മരിച്ചത്? ഇത്ര ചെറുപ്പത്തിൽ തന്നെ!"

അതിഥി എടുത്തടിച്ചപോലെ ചോദിച്ചു. ഒട്ടും പ്രതീക്ഷിച്ചതായിരുന്നില്ല ആ ചോദ്യം.

ഉമ്മച്ചി ഒന്നു ഞെട്ടി.

"അതൊരു വല്ലാത്ത കഥയാണ്. ആരോ കൊന്നതാണ്!

പുലർച്ചെ ഒരു ഫോൺകോൾ. ഞെട്ടിയെണീറ്റ ഞാൻ തല ഇടിച്ച് വീണു. ബോധം കെട്ടു. തലയിൽ സ്റ്റിച്ചും ബാൻഡേജുമായി ദിവസങ്ങളോളം ഹോസ്പിറ്റലിൽ ഒന്നും ഓർമ്മയില്ല. പത്രങ്ങളിലൊക്കെ വലിയ ന്യൂസായിരുന്നു എന്നു കേട്ടു. ബോധമില്ലാത്തത് നന്നായി. ഒന്നും അറിയേണ്ടല്ലോ.

ഇവനന്ന് ആറ് വയസ്സ്. തന്മയിക്ക് മൂന്നും. ഹോസ്പിറ്റലിൽ നിന്ന് തിരിച്ച് വന്നപ്പോഴേക്കും എല്ലാം കെട്ടടങ്ങിയിരുന്നു. നേരെ മുയ്പ്പോത്ത്.

വകേലെ ഒരമ്മാവന്റെ വീട്ടിൽ."

"കേസിനൊന്നും പോയില്ലെ?" മിഥുൻ ചോദിച്ചു.

"ഇല്ല. കേസിന് പിറകെ ഓടാനൊന്നും ആരുമുണ്ടായില്ല. ഉള്ളവർക്കു തന്നെ നേരവും ഉണ്ടായിരിക്കില്ല. ചോദ്യം ചെയ്യലൊന്നും ഉണ്ടായിട്ടില്ല. കുട്ടികളുടെയും എന്റെയും ഭാവിയെച്ചൊല്ലി ആരും അധികം താല്പര്യം കാണിച്ചിരിക്കില്ല. പിന്നെ അറിഞ്ഞു. അവർ ജയിലിലാണെന്ന്."

"അവരോ?!" അതിഥി എഴുന്നേറ്റു.

"അതെ. ഒരു സ്ത്രീയായിരുന്നു. ഡോക്ടറാണെന്നും അല്ലെന്നുമൊക്കെ കേട്ടു."

കവിളിൽ കണ്ണീർത്തുള്ളികൾ വീണപ്പോഴാണ് ഉമ്മച്ചി കരയുകയാണെന്ന് മനസ്സിലായത്. ഇത്രയും നേരം പിടിച്ചു നിന്നതാവണം. ഞാനെഴുന്നേറ്റു. ഉമ്മച്ചിയെ ചേർത്തു പിടിച്ചു. അതിഥിയും. എനിക്കും നിയന്ത്രിക്കാനായില്ല.

എല്ലാവരും ഞെട്ടലോടെ അന്യോന്യം നോക്കി. വിശ്വാസം വരാത്ത മട്ടിൽ. ഒരു കടങ്കഥപോലെ!

അന്ന് രാത്രി അതിഥി ഉമ്മച്ചിയോടൊപ്പമാണ് കിടന്നത്. അവളും വിതുമ്പുന്നുണ്ടായിരുന്നു.

ബെഡ്റൂമിലേക്ക് മടങ്ങുമ്പോൾ ആരും ഒന്നും സംസാരിച്ചില്ല. ഒരു വിങ്ങൽ.

"ഇപ്പോൾ നാം ചെയ്യുന്ന സിനിമാക്കഥ പോലുണ്ട്- മനു മിഥുനോട് പറഞ്ഞു. ഐ മീൻ ത്രെഡ്..."

ഇത്രയും കാലം വാപ്പി ഒരു ഓർമ്മ മാത്രമായിരുന്നു. ഇന്നാണ് ആ ഓർമ്മകൾക്ക് ജീവൻ വെച്ചത്. ചില മിറക്കിൾസ് സംഭവിക്കുമ്പോൾ മാത്രമേ നാം ജീവിതത്തെ തിരിച്ചറിയുകയുള്ളൂ.

വല്ലാത്ത കുറ്റബോധം തോന്നുന്നു.

ബെഡ്റൂമിലെ ഭീകരമായ ഇരുട്ടിൽ ഞാൻ പൊട്ടിക്കരഞ്ഞു.

ഒമ്പത്

ഒരു വെല്ലുവിളി പോലെ ഞാനിതേറ്റെടുക്കുന്നു.

രാവിലെ ഷൂട്ടിങ്ങിനിറങ്ങുമ്പോൾ ഞാൻ വാപ്പിയുടെ ഒരു കഥാസമാഹാരമെടുത്തു - *ഒരു രൂപവും ഓർമ്മിപ്പിക്കാത്ത മേഘക്കൂട്ടങ്ങൾ.* ഇടയ്ക്ക് ഒഴിവ് സമയം കിട്ടുമ്പോൾ വായിക്കാമല്ലോ.

"നീ വായിച്ച് കഷ്ടപ്പെടേണ്ട. ഞാൻ വായിച്ച് കേൾപ്പിച്ചു തരാം." അതിഥി കളിയാക്കി പറഞ്ഞു.

കുറ്റിക്കാട്ടൂരിൽ സെറ്റെല്ലാം റെഡിയായിരുന്നു. പറഞ്ഞതുപോലെ നാല്പത് വർഷങ്ങൾക്ക് മുമ്പത്തെ അന്തരീക്ഷം. ആർട്ട് ഡയറക്ടർ വേണു പഴയ സ്റ്റേറ്റ് അവാർഡ് ജേതാവാണ്. ആ മേന്മ കാണാനുണ്ട്. വളരെ സൂക്ഷ്മതയോടെ എല്ലാം ചെയ്യൂ.

മെയ്ക്കപ്പ് മാന്റെ മുന്നിലിരുന്നു. ഷേവ് ചെയ്യാതെ വരണമെന്ന് മനുവും മിഥുനും രാവിലെ തന്നെ നിർദ്ദേശിച്ചിരുന്നു. ഇന്ന് ചെയ്യാൻ പോകുന്ന സീനുകളുടെ വിശദീകരണവും.

മിൽമ ഫാക്ടറിക്ക് സമീപം ഒരു പഴയ സ്കൂൾ കെട്ടിടവും അവിടത്തെ തൊഴിലാളികളുടെ താമസസ്ഥലവും ഷൂട്ടിംഗിനായി തയ്യാറാക്കിയിട്ടുണ്ട്. ഹൗസ് സർജൻ ക്വാർട്ടേഴ്സിലെ സീനുകളെല്ലാം അവിടെ നിന്നെടുക്കാം. പിന്നെ ലാബിന്റെയും വരാന്തയുടെയും. പി.ആർ.ഒ നല്ല വണ്ണം കഷ്ടപ്പെട്ടുകാണും. ഇതെല്ലാം പെട്ടെന്ന് തട്ടിക്കൂട്ടാൻ. അതും ഇത്രയും കുറഞ്ഞ സമയത്തിനുള്ളിൽ.

വഴിയോരമരങ്ങൾ ധാരാളമുള്ളതിനാൽ എന്റെയും അതിഥിയുടെയും കോമ്പിനേഷൻ സീനുകളും ഷൂട്ട് ചെയ്യാൻ കഴിഞ്ഞു. കുറച്ച് അകലെയായി പെരുവഴിക്കടവ് പാലത്തിന്നടുത്ത് ഒരു റെഡ്സ്റ്റാർ ലൈബ്രറിയുണ്ട്. പഴയകാല മരപ്പടികൾ. ബെഞ്ചുകൾ. മരംകൊണ്ട് തീർത്ത അലമാര. ധാരാളം പുസ്തകങ്ങൾ. എല്ലാം ഷൂട്ടിങ്ങിന് വളരെ ഉപയോഗപ്പെട്ടു.

ഒരു ബഹളവുമില്ലാതെ ജനങ്ങളുടെ അകമഴിഞ്ഞ സഹകരണം. അതിഥി കന്യാസ്ത്രീ വേഷത്തിലുമായപ്പോൾ അവർ വളരെ ബഹുമാനത്തോടെയാണ് പെരുമാറിയത്. കാരവൻ അവർക്കൊരു കൗതുക വസ്തുവായി. ഉള്ളിൽ പോകുന്നവരല്ലല്ലോ പുറത്ത് വരുന്നത് എന്നൊരു കമന്റും. ഗ്രാമീണതയുടെ നിഷ്കളങ്ക ഭാവം. പ്രൊഡക്ഷൻ ബോയ്സും നാട്ടുകാരും നല്ല കമ്പനിയായി. രാത്രിയിൽ നാടൻ കള്ളും പനങ്കള്ളും സുലഭമാവും ഇന്ന്.

രാത്രി ഷൂട്ടിങ് പ്രയാസമാവും എന്ന് വിവേക് പറഞ്ഞിരുന്നു. അതുകൊണ്ട് ഞങ്ങൾ സന്ധ്യ കഴിഞ്ഞപ്പോൾ തന്നെ മടങ്ങി.

പുസ്തകം തുറന്നു നോക്കാൻപോലും സമയം കിട്ടിയില്ല. ഷൂട്ടിങ്ങിന്റെ തിരക്കിൽ വിശ്രമം പോലും അസാദ്ധ്യം. എത്രയും വേഗം തീർക്കാനാണ് വിവേകിന്റെ പ്ലാൻ. ഫണ്ടിങ് വിചാരിച്ചപോലെ നടക്കുന്നില്ല. സമയം വെറുതെ കളഞ്ഞാൽ പിന്നെ ഖേദിക്കേണ്ടിവരും. എല്ലാം അവന് ഒരു പ്രസ്റ്റീജ് ഇഷ്യൂവാണ്. ആദ്യത്തെ സിനിമയുടെ വിജയവും അതുകൊണ്ടുതന്നെ.

മുന്നുര

"കുട്ടിക്കാലത്ത് അരുതാത്തത് ചെയ്യാൻ എന്തോ ഒരു താല്പര്യമായിരുന്നു എനിക്കെന്ന് അമ്മ പറഞ്ഞിരുന്നു. വായനാശീലരായ മാതാപിതാക്കളുടെ പുസ്തകത്തണലിൽ ആ അരുതായ്മകൾ വളർന്നു.

വളരെ കൂട്ടുകാരൊന്നും ഇല്ലാതെ പോയ ബാല്യവും നഷ്ടബോധങ്ങളുടെ കണക്ക് പറയുന്ന കൗമാരവും പിന്നീട് വളർച്ചയുടെ പടവുകളിൽ ഏകാകിത്വം സമ്മാനിച്ചു. അതൊരു അനുഗ്രഹമായി മാറുകയും ചെയ്തു.

കഥയേത് ജീവിതമേത് എന്ന് തിരിച്ചറിയാനാവാതിരുന്ന ആ കാലഘട്ടത്തിൽ പിറന്ന് വീണവയാണ് ഇതിലെ മിക്ക കഥകളും. പിന്നീട് ജീവിതം ഇതൊക്കെയാണ് എന്ന ഉൾക്കാഴ്ച ഒരു ഡോക്ടറുടെ അനുഭവങ്ങളിൽനിന്നും കിട്ടിത്തുടങ്ങിയപ്പോൾ അത് വാക്കുകളിൽ പകർത്താനാവാത്തതായി എന്റെ പരിമിതി. അതുകൊണ്ടുതന്നെ ഈ കഥകളെല്ലാം കള്ളത്തരങ്ങളാണ്. കൺസൾട്ടിങ് റൂമിലെ അസ്വസ്ഥതകളിൽനിന്നും പ്രിസ്ക്രിപ്ഷ്യനുകളായി പുറത്തുവന്ന കള്ളത്തരങ്ങൾ.

ജീവിതം തന്നെ ഒരു മഹാകള്ളമാണെന്ന് വിശേഷിപ്പിച്ചതാരാണ്?!

Wow!! കരഘോഷം മുഴക്കി അതിഥി വായിച്ചുകൊണ്ടിരിക്കുന്നത് നിർത്തി.

ഒരു രൂപവും ഓർമ്മിപ്പിക്കാത്ത മേഘക്കൂട്ടങ്ങൾ. (കഥാസമാഹാരം) മുഖംമൂടികൾ എടുത്തു മാറ്റുന്ന കുറേ മനുഷ്യരൂപങ്ങളുടെ ഒരു പെയിന്റിംഗാണ് കവർ പേജ്. കറന്റ് ബുക്സാണ് പ്രസാധകർ.

അവൾ പേജുകൾ മറിച്ച് വീണ്ടും വായിച്ചു തുടങ്ങി. അപ്പോഴേക്കും

കാർ വീട്ടിലെത്തി.

ആദ്യ പ്രസാധനം: മാർച്ച് 1985

കവർ ഡിസൈൻ: സുരേഷ് സോമൻ

റൈറ്റ്സ് റിസർവ്ഡ്

ഡിസ്ട്രിബ്യൂട്ടേഴ്സ്: കറന്റ് ബുക്സ്

നാലാമത്തെ പേജിൽ വാപ്പിയെക്കുറിച്ച് ഒരു വിവരണവുമുണ്ട്.

ഡോ.പി.പി സക്കറിയ, വടകരയിൽ ജനനം. പിതാവ്: പി.പി മൊയ്തീൻ. മാതാവ്: പി.വി പാത്തുമ്മ.

സ്കൂൾതലം തൊട്ടേ കഥകളും ലേഖനങ്ങളും എഴുതിത്തുടങ്ങി. 1971–ൽ *ദേശാഭിമാനി* വാരിക നടത്തിയ കഥാമത്സരത്തിൽ സമ്മാനിതമായ 'ആ ചിത്രവും പൂർത്തിയായി' ആദ്യകഥ. ഇപ്പോൾ ആനുകാലികങ്ങളിൽ കഥകളും പുസ്തക നിരൂപണങ്ങളും എഴുതുന്നു. *കഥയും കാലവും* (ലേഖന സമാഹാരം) പ്രഥമ പുസ്തകം. എം.ബി.ബി.എസ്, എം.ഡി ബിരുദധാരി. ഇപ്പോൾ പൂക്കിപ്പറമ്പ് സ്വകാര്യ പ്രാക്ടീസ് ചെയ്യുന്നു.

ഒട്ടാകെ പതിനാറ് കഥകൾ ആ കഥാസമാഹാരത്തിലുണ്ട്. പ്രസിദ്ധീകരിച്ച വർഷവും വാരികയുടെ പേരും ഓരോ കഥയുടെയും അവസാനം ബ്രേക്കറ്റിലായി കൊടുത്തിരിക്കുന്നു.

ആദ്യം ഈ കഥ തന്നെയാവട്ടെ.

അതിഥി പുസ്തകത്തിന്റെ പേരുള്ള അതേ കഥ തന്നെ തിരഞ്ഞെടുത്ത് വായന തുടങ്ങി.

ഒരു രൂപവും ഓർമ്മിപ്പിക്കാത്ത മേഘക്കൂട്ടങ്ങൾ.

പത്ത്

ഒരു രൂപവും ഓർമ്മിപ്പിക്കാത്ത മേഘക്കൂട്ടങ്ങൾ

–പി.പി സക്കറിയ

മഴ ഓർമ്മകൾ പോലെയാണ്. ചിലപ്പോൾ ഒരു തുള്ളിയായ് പെയ്ത്, പിന്നെ പെരുമഴയായി തടവി, പെട്ടെന്നങ്ങ് പോകും.

ഹനീനി പറഞ്ഞു.

മഴ വല്ലാതെ പെയ്തു തുടങ്ങിയിരുന്നു. റോഡ് വിജനമാണ്. ജലാൽ കോൺലേയിൽ അങ്ങിങ്ങ് ചില യാത്രക്കാർ മാത്രം. കുട നിവർത്തി മഴയെ പ്രതിരോധിച്ച് ചിലർ. മറ്റു ചിലർ മഴയുടെ തലോടൽ ആസ്വദിച്ച് നടന്നുനീങ്ങുന്നു.

പെട്ടെന്ന് തണുത്ത കാറ്റടിച്ചു. മഴയുടെ ശക്തി കൂടുകയായി.

ഹനീനി കുട നിവർത്തി.

എല്ലാം വൃഥാവിലാണ്. എങ്ങിനെയായാലും നനയാതിരിക്കില്ല. ഓർമ്മകളിൽനിന്നും നമുക്ക് രക്ഷപ്പെടാനുമാവില്ല.

പകുതി മഴ നനഞ്ഞ് ഞങ്ങൾ നടന്നു നീങ്ങി. യൂണിവേഴ്സിറ്റി ലൈബ്രറിയിലെത്തിയപ്പോൾ സന്ധ്യയായി. വസ്ത്രം ശരീരത്തോടൊട്ടി. ഇപ്പോൾ ഹനീനിയെ കാണാൻ രസമുണ്ട്. മഫ്ളർ തലയിൽ നിന്നൂരി അവൾ കുടഞ്ഞു. മഴത്തുള്ളികൾ അവിടവിടെ ചിന്നിച്ചിതറി.

ഹനീനിയെ കൂട്ടിന് കിട്ടിയത് നന്നായി. വളരെ അപൂർവ്വമായി മാത്രം കാണുന്ന ഒരു വർഗ്ഗത്തിന്റെ അവശേഷിപ്പ്. താത്വിക. എന്തും നർമ്മഭാവനയോടേ കാണൂ. സ്ത്രീകൾക്കിതൊന്നും പറഞ്ഞിട്ടുള്ളതല്ല.

റിസർച്ച് ഫെല്ലോ ആയി ചേരുമ്പോൾ ഇത്തരമൊരു കൂടിക്കാഴ്ച പ്രതീക്ഷിച്ചതല്ല. എല്ലാം ഒരു നിമിത്തംപോലെ.

ഓർക്കുന്നു.

കോലാലംപൂർ ഇന്റർ നാഷണൽ എയർപോർട്ട്. റേപ്പിഡ് ട്രാൻസിറ്റ് റെയിലിൽനിന്നും ടെർമിനൽ രണ്ടിലിറങ്ങി. അപരിചിതത്വം ഭയമായി മാറി. ആരെയും കാണുന്നില്ലല്ലോ. ഇമിഗ്രേഷൻ കൗണ്ടറിന് നേരെ നീങ്ങി. എതിരെ യൂണിവേഴ്സിറ്റി ഓഫ് നോട്ടിങ്ഹാം എന്ന പ്ലക്കാർഡുമായി ഒരു യുവതി. മലയയാണ്. മഫ്ളറുണ്ട്. കണ്ണുകളിടഞ്ഞു. പരിചയപ്പെടുത്തി - ഞാൻ ഷഫീർ അഹമ്മദ് ഫ്രം ഇന്ത്യ. സലാമത് ദാതാങ് - യുവതി ബഹാസമലായിലെന്തോ മൊഴിഞ്ഞു. പിന്നെ ഇംഗ്ലീഷിൽ - ഹനീനി യൂണിവേഴ്സിറ്റി വിസ പ്രോസസിംഗ് റെപ്രസന്റേറ്റീവ്. ഫോളോ മീ....

അനുസരിച്ചു.

പാസ്പോർട്ടും ഇമിഗ്രേഷൻ അപ്രൂവൽ ലെറ്ററും കൈമാറി. കൗണ്ടറിൽ ഒപ്പിട്ട് നിമിഷങ്ങൾക്കകം അവളെല്ലാം തിരിച്ചുവാങ്ങി.

ഇത് മലേഷ്യയിലെ നിയമമാണ്. സ്റ്റുഡന്റ് വിസയിൽ വരുന്നവർക്ക് യൂണിവേഴ്സിറ്റി പ്രതിനിധികളുടെ കൂടെ മാത്രമേ എയർപോർട്ടിന് പുറത്ത് പോകാനാവൂ.

"ഇപ്പോൾ നിങ്ങൾ എന്റെ കസ്റ്റഡിയിലാണ്...." അവൾ ചിരിച്ചുകൊണ്ട് പറഞ്ഞു.

കാറിൽ കയറുമ്പോൾ വിശദാംശങ്ങളിലേക്ക് കടന്നു... യൂണിവേഴ്സിറ്റിയിലെ ചരിത്ര വിദ്യാർത്ഥിനി കൂടിയാണ് ഹനീനി. പഠിപ്പിനോടൊപ്പം ജോലി.

ഹോസ്റ്റലിൽ ഇറക്കിവിട്ട് അവൾ യാത്രയായി. "പിന്നെ കാണാം."

"കാണണം."

"അതേതായാലും നന്നായി. അപരിചിതമായ നാട്ടിലെ ആദ്യത്തെ കൂട്ട്. അതിത്രത്തോളമാവുമെന്ന് ഒരിക്കലും പ്രതീക്ഷിച്ചതല്ല."

"... എന്താ ആലോചിക്കുന്നത്!"

പെട്ടെന്ന് ഹനീനിയുടെ വിരലുകൾ തോളിലമർന്നപ്പോൾ ഞെട്ടിപ്പോയി.

"അന്വേഷണം എവിടംവരെയെത്തി?"

ഒന്നുമായില്ലെന്ന അർത്ഥത്തിൽ തലയാട്ടി.

"പറ്റും. പറ്റാതിരിക്കില്ല."

എങ്ങിനെ? ആകെയുള്ളത് വല്ല്യുപ്പയുടെ ഒരു പഴയ ഫോട്ടോ. പിന്നെ ഒട്ടും വ്യക്തമല്ലാത്ത ഒരു മേൽവിലാസം. കൂടെ കുറേ ഊഹാപോഹങ്ങളും.

ഇന്നലെ സെലാഗറിലേക്ക് പോകവേ ആ വൃദ്ധനായ ടാക്സി ഡ്രൈവർ പറഞ്ഞതോർമ്മ വരുന്നു.

–മേൽവിലാസം എപ്പോഴും മാറിക്കൊണ്ടിരിക്കും. ഇതിവിടത്തെ മനുഷ്യരുടെ പ്രത്യേകതയാണ്. ബാറ്റുഗുഹകൾ. ഭീമാകാരമായ പാറയ്ക്കുള്ളിലെ ക്ഷേത്രം. 272 പടികളും കയറി ക്ഷേത്രകവാടത്തിലെത്തിയപ്പോൾ കിതച്ചു. തൈപാശം ഉത്സവ കാലമായതുകൊണ്ട് നല്ല തിരക്കായിരുന്നു.

ഗണേശൻ പറഞ്ഞു: "പൂർവ്വകാലം മറക്കാൻ ശ്രമിക്കുന്നവരാണ് മിക്കവരും. ഒന്നിനും വ്യക്തമായ ഉത്തരമില്ല. നിനക്കറിയോ. 1400 ന് മുമ്പുള്ള മലേഷ്യയെക്കുറിച്ച് ആർക്കും ഒന്നും അറിഞ്ഞുകൂടാ. ഇന്ത്യക്കാരും ചൈനക്കാരും തന്നെയായിരിക്കണം ആദ്യം എത്തിയിട്ടുള്ളത്. ബുദ്ധിസ്റ്റുകളും ഹിന്ദുക്കളും പെരുകാൻ കാരണം അതായിരിക്കാം. പിന്നെ ക്ഷേത്രങ്ങളും..... എന്നാൽ അവരാരും തന്നെ ഇന്ത്യക്കാരെന്നോ ചൈനക്കാരെന്നോ പറയില്ല. ഇവിടെ എല്ലാവരും മലയകളാണ്."

"വാ, പോകാം."

ഹനീനി വീണ്ടും തോളെല്ലിൽ വിരലുകളമർത്തി. "നാളെ നമുക്ക് മലാക്കയിലേക്ക് പോകാം. ഒരു കൈ നോക്കാം."

നാസികൊണ്ടാർ ഹോട്ടലിൽ കയറി. കീമ പൊറാട്ട. പാമോയിലിന്റെ രൂക്ഷഗന്ധം. ഭക്ഷണം കഴിച്ച് ഹനീനി യാത്രയായി.

ഇപ്പോൾ മഴയില്ല.

ജലാൻ ബുക്കിറ്റ് ബിൻടാംഗിലൂടെ നടന്നു. ജലാൻ എംപാംഗിലെത്തിയപ്പോൾ വെളിച്ചം വന്നുമൂടി. പെട്രോണാസ് ടൗവേർസ്. വെളിച്ചം വിതറുന്ന ഇരട്ട ഗോപുരങ്ങൾ. പുറത്ത് സന്ദർശകരുടെ കൂട്ടം. കുറച്ചു നേരം പാർക്കിലിരുന്നു.

മലാക്കയിലേക്ക് പോകുമ്പോൾ ഹനീനി തന്നെയാണ് കാറോടിച്ചത്. വഴിയോരക്കാഴ്ചകൾ കണ്ടിരുന്നു.

ഉഷ്ണമേഖലാ വനങ്ങൾ. പച്ചപ്പ് നിറഞ്ഞ സ്ഥലങ്ങൾ. അതിവേഗത്തിലോടുന്ന ജലധാരകൾ. വൃക്ഷലതാദികൾ തിങ്ങിനിറഞ്ഞ മലകൾ. മഴക്കാടുകൾ. മഞ്ഞുമൂടിയ കുന്നുകൾ. വിസ്തൃതമായ സമുദ്രതീരങ്ങൾ. വിവിധ തരം പുഷ്പങ്ങൾ നിറഞ്ഞ ഉദ്യാനങ്ങൾ. ഓർക്കിഡും ചെമ്പരത്തിപ്പൂക്കളും.

വഴിയെ ചീങ്കണ്ണിപ്പാർക്കിൽ കുറച്ചുനേരം തിങ്ങി. ഒരത്ഭുത ലോകം. ചീങ്കണ്ണികളുടെ നൃത്തം. കോട്ടയും മഖ്ബരയും കൂടാതെ വിവിധ വർണ്ണങ്ങൾ അലങ്കരിച്ചിട്ടുള്ള റിക്ഷകളും. ഒരുകാലത്ത് ബ്രിട്ടീഷ് അധിനിവേശ സ്ഥലമായിരുന്നു മലാക്ക. അതിന്റെ അനുരണനങ്ങൾ ഇപ്പോഴും ഇവിടത്തെ വാസ്തുശില്പത്തിലും സംസ്കാരത്തിലും കാണാം.

ഹനീനിയെന്നെ ഫമോസയിലേക്ക് കൊണ്ടുപോയി. കൾച്ചറൽ മ്യൂസിയം കാണിച്ചുതന്നു. മലാക്ക സുൽത്താന്റെ പഴയ പാലസാണത്. പിന്നെ സെന്റ് പോൾസ് ചർച്ച്, സെന്റ് ജോൺസ് ഫോർട്ട്. രാത്രിയിൽ പതാംഗ് പഹ്‌ലാവാനിൽ പഴയ ചരിത്ര മുഹൂർത്തങ്ങളുടെ ലൈറ്റ് ആന്റ് സൗണ്ട് ഷോ കാണിച്ചുതന്നു. പോർച്ചുഗീസ് ഭക്ഷണമായ ന്യോന്യ വാങ്ങിച്ചുതന്നു.

സമയം പോയതറിഞ്ഞില്ല.

ഹനീനി ചരിത്രത്തിലേക്ക് കടന്നു.

"മലേഷ്യയുടെ ചരിത്രം തുടങ്ങുന്നതുതന്നെ മലാക്കയുടെ കണ്ടുപിടിത്തത്തോടെയാണ്. 1400 ൽ സുമാത്രൻ രാജകുമാരനായ പരമേശ്വര

നിൽ നിന്ന്. പരമേശ്വര പിന്നീട് ഇസ്ലാം മതം സ്വീകരിച്ചു. ക്രമേണ എല്ലാവരും ഇസ്ലാംമത സ്വാധീനമുള്ള മലയകളായി. പിന്നീട് ചൈന, ഇന്ത്യ, അറേബ്യ, യൂറോപ്പ് തുടങ്ങി പല രാഷ്ട്രങ്ങളുടെയും പ്രത്യേക വ്യാപാര ആകർഷണ കേന്ദ്രമായി മലാക്ക. കോളനി വാഴ്ചകളുടെ ആരംഭം 1511 ലാണ് പോർച്ചുഗീസ് വരവോടെ."

"നമ്മുടെ ചരിത്രങ്ങൾക്ക് ചില സമാനതകളുണ്ട്" ഞാൻ പറഞ്ഞു.

"യെസ്. തീർച്ചയായും. വാസ്കോഡഗാമയ്ക്ക് ഒരു പകരക്കാരനുണ്ട് ഞങ്ങൾക്ക് – അൽഫോൺഡൊ ഡിയൽ ബുക്കർക്ക്. പോർച്ചുഗീസുകാർക്ക് ശേഷം ഡച്ചുകാർ. പിന്നെ ഇന്ത്യയിലൂടെ ബ്രിട്ടീഷുകാരും പെനാംഗ് വഴി. രണ്ടാം ലോകമഹായുദ്ധത്തെ തുടർന്ന് കുറച്ചുകാലം ജപ്പാൻ അധിനിവേശം. 1948 ൽ അടിയന്തരാവസ്ഥ പ്രഖ്യാപിക്കാനിട വരുത്തിയ കമ്യൂണിസ്റ്റ് താണ്ഡവമാണ് ഞങ്ങളുടെ ചരിത്രത്തിലെ ഏറ്റവും കറുത്ത അദ്ധ്യായം." ഹനീനി രോഷാകുലയായി.

"എന്റെ വല്യൂപ്പയും ഒരു കമ്യൂണിസ്റ്റുകാരനായിരുന്നു." ഞാൻ ചിരിച്ചുകൊണ്ട് പറഞ്ഞു.

"റിയലി?!"

"ഉവ്വ്. പക്ഷേ, ഇന്ത്യയിലെ കമ്യൂണിസ്റ്റുകാർ നിരുപദ്രവകാരികളാണ്. അവരൊരിക്കലും വിപ്ലവത്തിന് മുതിർന്നിട്ടില്ല. അതിനവർക്കാവില്ല...."

ജോക്കേഴ്സ് സ്ട്രീറ്റിലൂടെ ഞങ്ങൾ നടന്നു. ഒരുപാട് പേരോട് തിരക്കി. ആർക്കും വ്യക്തമായി ഒരുത്തരമുണ്ടായില്ല.

ഇനിയെവിടെ അന്വേഷിക്കാനാണ്?

തിരിച്ചു പോരുമ്പോൾ ഹനീനി പിറുപിറുത്തു.... "പറ്റും. പറ്റാതിരിക്കില്ല."

ഓർമ്മയിലെ എന്റെ വല്യുപ്പ പറഞ്ഞത്

1947 ആഗസ്ത് 15

അന്നെനിക്ക് പത്തൊമ്പത് വയസ്സായിരുന്നു.

വടകര ടൗണിലെ സ്കൂളിൽവെച്ചാണ് ഇന്ത്യയ്ക്ക് സ്വാതന്ത്ര്യം കിട്ടിയ കഥ ഞാനറിഞ്ഞത്. പതിനൊന്ന് മണിയോടെ സ്കൂൾ ഗേറ്റിൽ ത്രിവർണ്ണ പതാക ഉയർന്നു. കോമ്പൗണ്ടിൽ തോരണങ്ങൾ. മാഷ്മാരും കുട്ട്യോളും കോൺഗ്രസ് പ്രവർത്തകരും ജയ് വിളിക്കുന്നു – ഭാരത് മാതാ കീ ജയ്. ആകപ്പാടെ ഉത്സവാന്തരീക്ഷം. ടൗണിലും അങ്ങിങ്ങ് ആഘോഷങ്ങൾ.

കീഴലിൽ ഉള്ളവരാരും സ്വാതന്ത്ര്യം കിട്ടിയ കാര്യമറിഞ്ഞിട്ടില്ല. ഒരു കാട്ടുമുക്കാ അത്....

കീഴലിൽ അന്ന് അക്ഷരങ്ങൾ കൂട്ടിവായിക്കാനറിയാവുന്ന ഏക കുട്ടി

ഞാനായിരുന്നു. കീഴലിൽ നിന്ന് കന്നിനട വരെ നടക്കണം. അവിടെ നിന്ന് ചിലപ്പോൾ കാളവണ്ടി കിട്ടും. ഉറപ്പില്ല. മിക്ക ദിവസങ്ങളിലും വടകര ടൗൺ വരെ നടക്കുകയായിരുന്നു പതിവ്. ഒട്ടാകെ എട്ടൊമ്പത് കിലോമീറ്ററോളം. ഇന്നത്തെപ്പോലെ റോഡില്ലല്ലോ. കീഴലെ ഓത്തുപള്ളിയിൽ നിന്ന് സുബഹി ബാങ്ക് കൊടുത്ത് പുലർച്ചെ പുറപ്പെടും. വടകര ടൗണിലേ അന്ന് സ്കൂളുള്ളൂ. തേഡ് ഫോറത്തിലായിരുന്നു ഞാൻ. സ്കൂൾ വിട്ട് വീട്ടിലെത്തുമ്പോൾ രാത്രി വളരെ വൈകും. വഴിവിളക്കുകളിൽ മണ്ണെണ്ണ തീർന്ന് ഇരുട്ട് പരന്നിരിക്കും. കുണ്ടനിടവഴികളിലൂടെ ഓടും.

പിന്നെ പഠിത്തോം നിന്നു.

പള്ളീല് ബാങ്ക് കൊടുത്തും മദ്രസേല് പഠിപ്പിച്ചും സമയം പോയി. തുലോം തുച്ഛ വരുമാനം. അതിനിടേല് കല്യാണോം കഴിഞ്ഞു. മയങ്കുളത്തെ കദീസുവിനെ. ഓക്കന്ന് പതിനാലാ..

ഇടയ്ക്കിടെ വടകരേല് പോകും. കോൺഗ്രസ് സോഷ്യലിസ്റ്റ് പാർട്ടി കമ്യൂണിസ്റ്റായ കാലം. ഈയെമ്മസ്സും എ.കെ.ജി യും കൃഷ്ണപ്പിള്ളയും അവിടെ വന്ന് പ്രസംഗിച്ചിട്ടുണ്ട്. തയ്യുള്ളോലെ കോമു കൂടെ വരും. അവനാണെന്നെ കമ്യൂണിസ്റ്റാക്കിയത്. കൊറേ വായിക്കും. പലതും മനസ്സിലാകില്ല. ദേശാഭിമാനി മനഃപാഠമാക്കും.

കീഴലന്നും വെളിച്ചം കണ്ടിട്ടില്ല. അവിടൊള്ളോർക്ക് കമ്യൂണിസ്റ്റുകാരൊക്കെയന്ന് കാഫറീങ്ങളാ. ഓടിച്ചിട്ട് പിടിക്കും. കമ്യൂണിസം തലയ്ക്ക് പിടിച്ചപ്പം ഞാൻ പള്ളീല് ബാങ്ക് കൊടുക്കുന്നത് നിർത്തി. ഒരു ദിവസം മുഴുവൻ കീഴൽ പള്ളീല് ബാങ്കുവിളി ഉയർന്നില്ല. പിന്നെ ഇരിക്കപ്പൊറുതിയില്ലാതായി. നാട് വിടാ നല്ലതെന്ന് തോന്നി.

കോമും ഞാനും കൂടെ ബെജവാടക്ക് വണ്ടി കേറാൻ തീരുമാനിച്ചു. അന്ന് വിജയവാഡയായിരുന്നു വടകരക്കാർക്ക് ചാകര. ഹൈദരാബാദിൽനിന്നും മുന്നൂറോളം കിലോമീറ്റർ പോണം. കൃഷ്ണനദിക്ക് കുറുകെ. മൂന്ന് മലകളാൽ ചുറ്റപ്പെട്ട്, ബെഡമേറുവിന്നരികെ. ശക്തിയുടെ ദേവിയായ കനകദുർഗ്ഗയുടെ നാട്. ദേവിക്ക് ഒരു ക്ഷേത്രമുണ്ടവിടെ, ഇന്ദ്രജില കുന്നിന്മേൽ. മുളകിന്, മാങ്ങയ്ക്ക്, പുകയിലയ്ക്ക് പ്രസിദ്ധം. അച്ചാറ് നിർമ്മാണശാലകൾ. പലതരം മില്ലുകൾ - അരി, ഓയിൽ, പരിപ്പ് തുടങ്ങി. നെഹ്റു നൽകിയ ഉറപ്പിന്മേൽ ഗോപരാജു സീതാറാം ശാസ്ത്രി സത്യഗ്രഹം പിൻവലിച്ച സമയത്താണ് ഞങ്ങളവിടെ എത്തിയത്. ആന്ധ്രാ സ്റ്റേറ്റ് നിലവിൽ വരാൻ പോണു എന്ന ശ്രുതി പരന്നു. കൊണ്ടപ്പള്ളിയിൽ ഒരു എസ്റ്റേറ്റിലായിരുന്നു ഞങ്ങൾക്ക് ജോലി.

അവിടെയും കമ്യൂണിസ്റ്റുകാർ സജീവമായിരുന്നു.

പാർട്ടി നിരോധിക്കപ്പെട്ടു. പാർട്ടിയുമായി ബന്ധപ്പെട്ടവർ നിരന്തരം വേട്ടയാടപ്പെട്ടിരുന്ന കാലം. ശ്രീകാകുളത്തും വിശാഖപട്ടണത്തും വിജയവാഡയിലും വാറങ്കലിലും കമ്യൂണിസ്റ്റുകാർ ഒളിവിൽ പോയി. സ്റ്റഡി ക്ലാസ്. സെൽ പ്രവർത്തനം. ഒളിപ്പോര്.....

അതിനിടയിൽ കദീസു പെറ്റു. ആൺകുട്ടി. കീഴലിൽ നിന്നു വന്ന

പൂളക്കണ്ടൻ സെയ്തലവിയാണ് പറഞ്ഞത്. ആറ് മാസായത്രെ. കദീസു ഗർഭിണിയായ കാര്യം ഞാൻ മറന്നുപോയിരുന്നു. കോമുവും സെയ്തലവിയും എന്നെ ചീത്ത വിളിച്ചു. പോണം. മോനെ കാണണം. കൊണ്ടപ്പള്ളിയിലെ ജോലി ഉപേക്ഷിച്ചു.

അതിനിടെ പോട്ടി ശ്രീരാമലു അന്ത്യശ്വാസം വലിച്ചു. ആന്ധ്രാ സ്റ്റേറ്റിനായുള്ള പ്രക്ഷോഭം മുറുകി. എങ്ങും കലാപം. നിരോധനാജ്ഞ.

കള്ളവണ്ടി കയറി.

കീശ തപ്പി നോക്കി. കാലിയാണ്. എങ്ങിനെ ഉമ്മാനെ നേരിടും? കദീസുവിനെ നേരിടും? കുഞ്ഞിനെന്തെങ്കിലും വാങ്ങണ്ടേ? ആദ്യമായി കാണുന്നതല്ലെ.... എങ്ങിനെ വെറും കൈയോടെ പോകും? അവരെന്ത് വിചാരിക്കും?

തല പൊട്ടിപ്പോകുന്നതുപോലെ തോന്നി. വണ്ടിയുടെ കിതപ്പ്. വെളിയിൽ ദൃശ്യങ്ങൾ മാറുന്നതിനൊപ്പം കദീസുവിന്റെ തേങ്ങൽ. ഉറങ്ങിപ്പോയതറിഞ്ഞില്ല.

കണ്ണ് തുറന്നപ്പോൾ വണ്ടി മദ്രാസ് സ്റ്റേഷനിൽ! അതോ മനപ്പൂർവ്വമോ?

ബ്രിട്ടീഷുകാരുടെ പ്രതാപം വിളിച്ചോതുന്ന മദ്രാസ് സെൻട്രൽ സ്റ്റേഷൻ. ഹിഗ്ഗിൻ ബോതംസ്. പുസ്തകച്ചട്ടകൾ നോക്കി വെറുതെ നിന്നു. ടിക്കറ്റ് എക്സാമിനർമാർ സ്ഥലം വിട്ടപ്പോൾ പുറത്തുകടന്നു. നഗരം മാടി വിളിക്കുന്നതുപോലെ തോന്നി.

കുറേക്കാലം മദ്രാസിൽ കഴിഞ്ഞു. മദ്രാസാണ് എനിക്കൊരു മേൽവിലാസമുണ്ടാക്കിത്തന്നത്. അങ്കപ്പാ നായിക് സ്ട്രീറ്റിലെ കുട്ടി ട്രാവൽ സർവീസിൽ കുറേക്കാലം കണക്കെഴുത്തുകാരനായി ജോലി ചെയ്തു. ഉമ്മാക്കും കദീസാക്കും പണമയച്ചു. കത്തെഴുതി.

“വരും. തീർച്ചയായും വരും. എനിക്ക് മോനെ കാണണം.”

മാസങ്ങൾ കടന്നുപോയി. കുട്ടി സാഹിബിന്റെ ഇഷ്ടപാത്രമായി മാറി ഞാൻ. ഒരു പാസ്പോർട്ടും സംഘടിപ്പിച്ചു. മദ്രാസുകാർ കൂട്ടംകൂട്ടമായി മലേഷ്യയിലേക്ക് കുടിയേറിയ കാലമായിരുന്നു അത്. മലേഷ്യ അന്ന് ഒരു സ്വതന്ത്ര രാജ്യമായിരുന്നില്ല. ബ്രിട്ടീഷ് ഭരണത്തിൻകീഴിൽ ഒരു ലജിസ്ലേറ്റീവ് കൗൺസിലിന്റെ നിയന്ത്രണത്തിലായിരുന്നു. കള്ളവഞ്ചികൾ കയറിയും തരികിട വിസകൾ ഒപ്പിച്ചും മദ്രാസികൾ അങ്ങോട്ട് കുതിച്ചു. പെനാങ് തുറമുഖമായിരുന്നു ലക്ഷ്യം. പിന്നെ സിംഹപുരവും. എപ്പോഴും ജോലിത്തിരക്കായിരുന്നു. വിസകളും കപ്പൽ ടിക്കറ്റുകളും സംഘടിപ്പിച്ചു കൊടുക്കലായിരുന്നു ട്രാവൽ സർവ്വീസിന്റെ പണി. പാതിരയാവോളം ഇരിക്കണം.

പിന്നെ റോയപുരത്തെ മാതാ ചർച്ച് സ്ട്രീറ്റ് വരെ നടക്കും. അവിടെയായിരുന്നു കുട്ടി സൂപ്പർ ലോഡ്ജ്. അവിടെ അന്തിയുറങ്ങും. അതിനടുത്തായിരുന്നു ഫോർട്ട്. കുട്ടി സൂപ്പർ ലോഡ്ജിന്റെ ടെറസിൽ നിന്ന് നോക്കിയാൽ ബംഗാൾ ഉൾക്കടൽ കാണാം. കപ്പലുകൾ മദ്രാസ് ഫോർട്ടി

നോടടുക്കുന്നതും അകലുന്നതും കാണാം. പാതിരായ്ക്ക് അവയുടെ സൈറൺ കേട്ട് പലപ്പോഴും ഞാൻ ഞെട്ടിയുണർന്നിട്ടുണ്ട്. പിന്നെ കണ്ണടച്ചാൽ ഉറക്കം വരില്ല. സ്വപ്നത്തിൽ യാത്രക്കാരിലൊരാളായി ഞാൻ മാറും.

കുട്ടി സാഹിബ് അന്ന് കല്യാണം കഴിച്ചിരുന്നില്ല. ട്രാവൽ സർവ്വീസായിരുന്നു അദ്ദേഹത്തിന്റെ എല്ലാം. ആയതുകൊണ്ട് ഞങ്ങളും കുടുംബത്തെ മറന്നു.

അവിചാരിതമായാണ് എനിക്കൊരു വിസ കിട്ടിയത്. വിസയും ടിക്കറ്റും കൈയിലേല്പിച്ച് കുട്ടി സാഹിബ് പറഞ്ഞു: "ഒരാഴ്ചയ്ക്കുള്ളിൽ പെനാംഗിലെത്തണം."

ഞാൻ കദീസുവിനെ മറന്നു. മോനെ മറന്നു. ഉമ്മയെ മറന്നു.

കുട്ടി സാഹിബ് പറഞ്ഞു. "ഒരു പണി ചെയ്യ്. ഒരു കത്തിട്. പെട്ടെന്ന് പോകേണ്ടതുകൊണ്ടാണ് വരാൻ പറ്റാത്തതെന്ന്."

എഴുതി. "ഞാൻ വരും. തീർച്ചയായും വരും."

കത്തിനോടൊപ്പം പാസ്പോർട്ടിലൊട്ടിച്ച ഫോട്ടോയുടെ ഒരു കോപ്പിയും വെച്ചു.

പിന്നെ രണ്ടാംനാൾ പുലർച്ചെ ഞാൻ കപ്പൽ കയറി. എസ്.എസ് റജുല എന്ന കപ്പലിൽ പെനാങ്ങിലേക്ക്.

എന്റെ ഉപ്പ പറഞ്ഞത്

ഒരാറുകാരന്റെ ഓർമ്മകൾക്ക് എത്രത്തോളം സാധുതയുണ്ടാവും എന്നെനിക്കറിഞ്ഞുകൂടാ. അത് മിക്കവാറും വിശ്വാസയോഗ്യമാകണമെന്നില്ല.

ഉമ്മ പറഞ്ഞ അറിവേ എനിക്കുള്ളൂ.

നേരിൽ കണ്ടില്ലെങ്കിലും ആദ്യമായി ഉപ്പാടെ ഫോട്ടോ കാണുന്നത് അന്നാണ്. എനിക്കന്ന് ആറ് വയസ്സ്. സ്കൂളിൽ പോയിത്തുടങ്ങിയതേയുള്ളൂ.

ഫോട്ടോ കണ്ട് ഞാൻ തുള്ളിച്ചാടിയെന്നും സ്കൂളിൽ കുട്ടികൾക്കെല്ലാം പ്രദർശിപ്പിച്ച് നഷ്ടപ്പെടുത്തിയെന്നും മാഷ്മാരാണ് ഉമ്മയെ തിരിച്ചേല്പിച്ചതെന്നും ഉമ്മ പറഞ്ഞു. കുറേ ദിവസങ്ങളോളം തലയണയ്ക്കടിയിൽ ഫോട്ടോ വെച്ചായിരുന്നത്രെ ഞാനുറങ്ങിയിരുന്നത്. കീഴലിൽ നിന്നും പെനാങ്ങിലേക്ക് പോയ ആദ്യത്തെ ആൾ എന്റെ ഉപ്പയായിരുന്നത്രെ. അതുകൊണ്ടുതന്നെ എനിക്കും ഉമ്മാക്കും വല്യുമ്മാക്കും അവിടത്തുകാർക്കിടയിൽ ഒരു വെയിറ്റുണ്ടായിരുന്നു.

പക്ഷേ, ഒരിക്കലും കണ്ടിട്ടില്ലാത്ത ഉപ്പ ഒരു വിങ്ങലായി എന്നിൽ നിറഞ്ഞുനിന്നു. സ്വപ്നങ്ങളിൽ മാത്രം ഞാനദ്ദേഹത്തോടു സംസാരിച്ചു. എന്റെ പരാതികൾ പറഞ്ഞു. ഞങ്ങളൊന്നിച്ച് നടന്നു. കളിച്ചു.

ഇടയ്ക്കെപ്പോഴെങ്കിലും വന്നെത്തുന്ന കത്തുകൾ. പണം.

പാസ്പോർട്ട് സൈസ് ഫോട്ടോയിൽനിന്നും മുഴുനീള ഫോട്ടോയിലേക്കുള്ള മാറ്റം. നിറയെ കള്ളികളുള്ള ഷർട്ടിൽ നിന്നും കോട്ടും സൂട്ടിലേക്കുമുള്ള മാറ്റം. ഒരു ഭാഗത്തേക്ക് കോതിയിട്ട മുടിയിൽനിന്നും കഷണ്ടിയിലേക്കുള്ള മാറ്റം.

പെനാങ്, ലംഗാവി, മലാക്ക, കോലാലംപൂർ.... അഡ്രസ്സുകൾ മാറിക്കൊണ്ടിരുന്നു. ഒന്നും വ്യക്തമായിരുന്നില്ല. പിന്നെ എപ്പോഴോ കത്തുകളുടെ വരവും നിന്നു. അപ്പോഴേക്കും ഞാനൊരു മുതിർന്ന ചെറുപ്പക്കാരനായിരുന്നു. ഉപ്പ എന്നത് മനോഹരമായ ഒരോർമ്മ മാത്രമായി അവശേഷിച്ചു.

ഓർമ്മകളും അനുഭവങ്ങളും എന്നെ കഥയുടെ ലോകത്തേക്ക് കൊണ്ടുപോയി.

ജീവിതം ഇതൊക്കെയാണെന്ന് പഠിച്ച നാളുകൾ. മാർക്സ്, എംഗൽസ്, ലെനിൻ, മാവോ, ചെ ഗുവേര, ഹോ ചിമിൻ... മനസ്സിൽ വേലിയേറ്റങ്ങൾ സൃഷ്ടിച്ചു. ഉപ്പയോടെനിക്ക് ദേഷ്യം തോന്നി. എല്ലാറ്റിൽനിന്നും ഒളിച്ചോടിയ മനുഷ്യൻ. ഒരു കമ്യൂണിസ്റ്റാവുക എന്നത് ഉപ്പയെ സംബന്ധിച്ചിടത്തോളം പ്രയാസകരമായിരുന്നു. എവിടെയും ഉറച്ച് നില്ക്കാത്ത പ്രകൃതം. ഒരു നാടോടി.

ടി ടി സി കഴിഞ്ഞ് തോടന്നൂർ എൽ.പി സ്കൂളിൽ മാഷായി ചേർന്നപ്പോഴേക്കും ഉപ്പ എന്റെ മനസ്സിൽനിന്നും മാഞ്ഞുപോയിരുന്നു.

കന്നിനടയിലെ റെഡ് ഫ്ളാഗ് വായനശാല. ശിവരാമൻ, ദാസൻ, വീരാൻ, പ്രഭാകരൻ... റെഡ് ഗാർഡുകളുടെ ലോങ് മാർച്ച്. സാംസ്കാരിക വിപ്ലവം. നക്സൽ ബാരി. തെലങ്കാന. ചേരബന്തരാജു കവിതകൾ. നെരൂദ കവിതകൾ. കൊലമരത്തിൽ നിന്നുള്ള കുറിപ്പുകൾ. ബൊളിവിയൻ ഡയറി. ചരിത്രം എന്നെ കുറ്റക്കാരനല്ലെന്ന് വിധിക്കും. തെരുവ് നാടകങ്ങൾ. ഒരാൾ മറ്റൊരാളുടെ ശബ്ദം സംഗീതം പോലെ......

തലച്ചോറിലൂടെ എന്തൊക്കെയോ ഒഴുകി ഒലിച്ചുപോയി. ചോദ്യങ്ങൾക്കൊന്നും ഉത്തരമില്ലാതായി. അറിയാൻ ശ്രമിച്ചതൊന്നും അറിഞ്ഞതുമില്ല. പറയാൻ ശ്രമിച്ചതൊട്ടും പറഞ്ഞതുമില്ല. കഥകൾ മാത്രമായി ആശ്രയം. ജയകേരളം, അന്വേഷണം, കേരള ഡൈജസ്റ്റ്, സമീക്ഷ, ജ്വാല, പ്രേരണ, പ്രസക്തി, സംക്രമണം. ഉപ്പ ഓർമ്മകളിലെ കഥാപാത്രമായി മാറി.

ചടുലമായ ഒരുപാട് സ്വപ്നങ്ങളുടെ കാലമായിരുന്നു അത്. യാഥാർത്ഥ്യത്തെയും സത്യത്തെയും ഞങ്ങൾ സ്വപ്നങ്ങൾകൊണ്ട് നേരിട്ടു. എവിടെയാണ് പിഴച്ചതെന്നറിഞ്ഞുകൂടാ. എല്ലാം ഒരു വിഡ്ഢിത്തമായിരുന്നോ? അറിഞ്ഞുകൂടാ.

യൗവനത്തിന്റെ ആ തീവ്രമായ, നിലപാടുകളെ ഞാനൊരിക്കലും തള്ളിപ്പറയില്ല.

അടിയന്തരാവസ്ഥയുടെ ദിനങ്ങൾ. ഒന്നര വർഷക്കാലം ജയിലിൽ. എന്റെ പേരിലുള്ള കുറ്റം ആക്ഷനിൽ പങ്കെടുത്തവരെ സഹായിച്ചു എന്ന

തായിരുന്നു. പിന്നെ ഷെൽട്ടർ കൊടുത്തതിനും. തെരുവ് നാടകങ്ങളിലൂടെ ജനങ്ങളെ പ്രകോപിപ്പിച്ചതിനും.

ജയിലിൽനിന്നും തിരിച്ചു വന്നപ്പോൾ കാത്തിരുന്നത് ഒരു കത്ത്. കോലാലംപൂരിൽ നിന്ന്. ഉപ്പ മരിച്ചു എന്നറിയിച്ചുകൊണ്ട്. ഒരു കൂട്ടുകാരനാണ് എഴുതിയിരിക്കുന്നത്. ഉമ്മയുടെ മേൽവിലാസത്തിൽ.

അവിടെയും ഭാര്യയും മൂന്ന് കുട്ടികളുമുണ്ടത്രെ. അറിയിക്കാൻ തോന്നിയ ആ നല്ല മനസ്സിന് സ്തുതി. ഉമ്മ കരഞ്ഞു. എനിക്കൊന്നും തോന്നിയില്ല.

ആ കത്ത് ഇന്നും എന്റെ പക്കലുണ്ട്. അയച്ച ആൾ ഒരു മലയക്കാരനായിരിക്കണം.

മിസ്റ്റർ വാൻ ഇസ ബിൻ ഇസ്മായിൽ
നമ്പർ രണ്ട് ലോറോംഗ് മേവ
ബന്തർ തുൻ റസാഖ്
5600 ചെരാസ്.
കോലാലംപൂർ.
വെസ്റ്റ് മലേഷ്യ.

പിന്നെ തെണ്ടി നടന്നു. വിശപ്പ് എന്തെന്നറിഞ്ഞ നാളുകൾ. ജയിൽ മോചിതനായ നക്സലൈറ്റിനെ ആർക്കുവേണം?

ആരും മറ്റൊരാളുടെ ശബ്ദം സംഗീതം പോലെ ആസ്വദിച്ചില്ല. അത്തരമൊരു കാലം ഇനി വരികയുമില്ല. അത് വെറും സ്വപ്നം മാത്രമാണ്.

എഴുത്ത് മാത്രമായി ആശ്രയം. ദുരന്തങ്ങൾ കഥകളായി രൂപാന്തരം പ്രാപിക്കുകയായി. ഓർമ്മക്കുറിപ്പുകൾ എഴുതാൻ ഒട്ടും താല്പര്യം തോന്നിയില്ല.

വീണ്ടും അദ്ധ്യാപക ജോലി. കുടുംബം. വിപ്ലവം താൻ തന്നെ നടത്തിക്കൊള്ളണമെന്ന് ഒരു നിർബ്ബന്ധവുമില്ല– കൂട്ടുകാർ ഉപദേശിച്ചു. അങ്ങിനെയാരും പറഞ്ഞിട്ടില്ല. ഒരു നിയമവുമില്ല...

നെട്ടോട്ടങ്ങൾക്കിടയിൽ ഉപ്പ വിസ്മൃതിയിലായി. നഷ്ടപ്പെട്ട ആ ഓർമ്മ വീണ്ടെടുക്കാൻ പിന്നെയൊട്ടു താല്പര്യം തോന്നിയതുമില്ല.

ഉപ്പയുടെ ചില കഥകളിൽ നിന്ന്....

(1)

കാവിന്നരികെ ബസ് നിർത്തിയപ്പോൾ കണ്ടക്ടർ വിളിച്ചു കൂവുന്നതു കേട്ടു–

“ഇന്യങ്ങോട്ടു പോവൂല്ല.”

ഇറങ്ങിനിന്ന് ചുറ്റും നോക്കി. ലോകനാർക്കാവ്. കാവിന് മുന്നിൽ പാമ്പുകളെപ്പോലെ ഇഴഞ്ഞുനീങ്ങുന്ന വേരുകളിൽ അള്ളിപ്പിടിച്ച് ആൽമരം. തച്ചോളി ഒതേനന്റെ പ്രതിരൂപം ഓർമ്മകളിൽ ഓടിയെത്തി.

കിഴക്കെ നടയിൽനിന്നും വീണ്ടും തിരിഞ്ഞു നോക്കിയപ്പോൾ അസ്സൈ നാർ പറയുന്നതു കേട്ടു: “ചരിത്രം പലതും പറയും. സത്യം എന്താച്ചാൽ ഒതേനൻ നല്ലൊരു പെൺപിടിയനായിരുന്നു. അതിനുവേണ്ടി അയാൾ സാഹസികനായി.”

ചരിത്രമേ മാപ്പ്. സത്യക്കുടയേന്താൻ എനിക്കെന്റെ പൂർവ്വികർ വേണം.

“ആരാത്?”

ശബ്ദമുണ്ടാക്കാതെ കോലായിലേക്ക് കയറി. ഏന്തി നോക്കിയ പ്പോൾ പത്തായത്തിന്മേൽ ആരോ നിസ്കരിക്കുന്നു.

“മനസ്സിലായിലേ....”

“ഇല്ലല്ലൊ. ആരാ അസ്സൈനാറേ...”

“പെനാംഗിപ്പോയ ഇബ്രായിക്കാന്റെ മോനറീലേ ഇങ്ങക്ക്.”

“ങ്ഹാ. ഇന്ന്ട്ടാ മിണ്ടാണ്ടിരിക്ക്ണ്.... ഞി എപ്പം ബന്ന്?”

“മെനഞ്ഞാന്ന്.”

“ഞി ജേലിലാർന്നീലേ...”

“ഉവ്വ്.”

“ന്ന്ട്ടെന്തെ നാട് നന്നായോ?”

പരിഹസിക്കുകയാണെന്നറിയാം. നിവൃത്തിയില്ല. എല്ലാം സഹിക്കുക തന്നെ.

“നെന്റെ ഉപ്പേം അതേപ്പടിയാർന്ന്. പിന്നെ ഓനോന്റെ വഴിക്കായി...”

അകത്താരോ നിസ്കരിക്കുന്നുണ്ട്. ഐശോളേമ്മയായിരിക്കണം. മുറ്റത്ത് ഞരങ്ങുന്ന ശബ്ദം. കുട്ടികളാണ്.

“കുട്ട്യോളവിടിവിടൊക്കെ തൂറിടണത് ഓക്കൊന്ന് നോക്കിക്കൂടേ....”

ഐശൊളേമ്മ കേട്ടില്ലെന്ന് തോന്നുന്നു.

“കുണ്ടിയെടുത്ത് നെലത്തൊരയ്ക്കും ഞാൻ....”

എന്തിനാണ് വല്യുമ്മ ഇങ്ങിനെ ശുണ്ഠിയെടുക്കുന്നത്. എട്ടുപൊട്ടും തിരിയാത്ത ആ കുഞ്ഞുങ്ങളെ നോക്കി. എളേമ്മ കേൾക്കാത്തത് ഏതാ യാലും നന്നായി. അല്ലെങ്കിൽ ഒരു പട തന്നെ നടക്കുമായിരുന്നു.

തന്നെ കണ്ടിട്ടാവണം. മകനെക്കൊണ്ട് യാതൊരു ഗുണവും കിട്ടി യില്ല. പേരക്കുട്ടിയെക്കൊണ്ട് കുറേ ചീത്തപ്പേരും....

എങ്കിലും നാട്ടുകാർക്കൊക്കെ വല്യുമ്മ ഇന്നും പെനാംഗിൽ പോയ ഇബ്രാഹിമിന്റെ ഉമ്മയാണ്. അവരെ കുറ്റം പറഞ്ഞിട്ട് കാര്യമില്ല. ആരോ ടാണ് പിന്നെ ഈ ദേഷ്യമൊക്കെ തീർക്കുക?”

(2)

ചരൽക്കല്ലുകൾ നിറഞ്ഞ ഊടുവഴി കടന്ന് വയലിലേക്ക് പ്രവേശി ച്ചപ്പോൾ കിതയ്ക്കുന്നുണ്ടായിരുന്നു. പ്രശ്നരേഖകൾ പോലെ വരമ്പു കൾ.

“നിനക്കീ വഴിയൊന്നും പിടിക്ക്ണ്ണ്ടാവില്ല, അല്ലെ?”

തിരിഞ്ഞു നോക്കാതെ, മുണ്ട് മടക്കിക്കുത്തി മുന്നിൽ നടന്നുകൊണ്ട് അബ്ദുറഹ്മാൻ ചോദിച്ചു.

"ഇപ്പം നിന്നെക്കണ്ടാൽ മൂത്തുമ്മാക്ക് വല്യ സന്തോഷാവും."

ചളി തെറിക്കാതെ വയൽ വരമ്പത്തേക്ക് സൂക്ഷിച്ച് കാൽവെച്ചു.

"മൂത്തുമ്മാനെ കണ്ട ഓർമ്മണ്ടോ നെനക്ക്....?"

"ആവോ..."

"ണ്ടാവില്യ. മമ്മുക്കാ നാടു വിട്ടന്ന് നീ കൈകുഞ്ഞായിരുന്നു."

വിശാലമായ പറമ്പിൽ മാവുകളും പ്ലാവുകളുമെല്ലാം പൂത്ത് തുടങ്ങിയിരിക്കുന്നു. ഒതുക്കുകൾ കയറിയപ്പോൾ വീണ്ടും കിതച്ചു. ദൂരെ നിന്ന് നോക്കിയാൽ തറവാടിന്റെ ഉമ്മറപ്പടി കാണാം.

വല്യുമ്മ ഉമ്മറത്ത് നിന്നെഴുന്നേറ്റ് മൂരി നിവർന്നു. വലിയൊരു ശബ്ദത്തോടെ കോട്ടുവായിട്ടു. പിന്നെ കാൽപ്പെരുമാറ്റം കേട്ടപ്പോൾ ഞെട്ടിത്തിരിഞ്ഞു നിന്നു. കുറച്ചുനേരം നോക്കി. പിന്നെ വിറയ്ക്കുന്ന കൈകൾ നീട്ടി ചോദിച്ചു: "അദ്ര്മാനല്ലെ അത്?"

വല്യുമ്മാക്ക് അപ്പോഴേ ആളെ മനസ്സിലായുള്ളൂ. അരികിൽ ചെന്നു നിന്ന് കൈകൾ കോർത്തു പിടിച്ചു.

"ആരാദ്?"

"ഞാനാ ഹാഫിസ്"

താണു കിടക്കുന്ന കാതുകളിലെ പൊന്നിൻ ചിറ്റുകൾ ആടുന്നു. വല്യുമ്മ സ്നേഹപൂർവ്വം തലയിൽ തലോടി. ചേർത്തു പിടിച്ച് നെറ്റിയിൽ ചുംബിച്ചു.

കോലായിലെ ബെഞ്ചിലിരുന്നു. ഉമ്മറ വാതിലിൽ മുകളിലായി ഉപ്പാടെ ഫോട്ടോ. ഫ്രെയിമിൽ അപ്പടി പൊടിയാണ്. പൊടി തുടയ്ക്കാനായി തൂവാലയെടുത്തപ്പോൾ മുറുക്കാൻ ചെല്ലത്തിൽനിന്നും വെറ്റില വായിൽ തിരുകി വല്യുമ്മ പറയുന്നതു കേട്ടു.

"അതൊക്കെ ഒരു കത... നിന്റുപ്പ പെനാംഗിപ്പോയ കതറിയോ നെനക്ക്...."

താല്പര്യത്തോടെ തിരിഞ്ഞു നോക്കിയപ്പോൾ, മുറുക്കി തുപ്പി വല്യുമ്മ കഥ പറയാൻ തുടങ്ങി.

"പെനാംഗ്, ലംഗാവി, മലാക്ക, വീണ്ടും കോലാലംപൂർ.

ഇനിയും ഇടങ്ങളെത്ര!"

"നമുക്ക് മതിയാക്കാം" ഞാൻ ഹനീനിയോട് പറഞ്ഞു.

"വേണ്ട. ഒരു കൈകൂടി നോക്കാം. ആ താഴ്വഴിയിൽ ആരെങ്കിലും ഉണ്ടാകാതിരിക്കില്ല."

മേൽവിലാസമെഴുതിയ ആ തുണ്ട് കടലാസ് എന്റെ കൈയിൽ നിന്നും അവൾ തട്ടിപ്പറിച്ചു.

തുമാൻ ബുങ്കിറ്റ് പെസ്മ ചെരാസ്- വഴിനീളെ കുന്നുകളും പൂന്തോട്ടങ്ങളും. കുന്നിന് മുകളിൽ തലയുയർത്തി നില്ക്കുന്ന കെട്ടിടങ്ങൾ.

തണുത്ത കാറ്റടിച്ചു. വഴിയാത്രക്കാരോട് മേൽവിലാസം കാണിച്ചു തിരക്കി. പലരും കൈമലർത്തി.

ഒടുവിൽ ഒരു പഴയ വീടിന് മുന്നിൽ ഹനീനി കാർ നിർത്തി. ആരോ ചൂണ്ടിക്കാട്ടിയ വില്ല. ചുറ്റുവട്ടവും ഭിത്തിയുണ്ട്. ഗേറ്റ് തുറന്ന് അകത്ത് കടന്നപ്പോൾ കോലായിൽ ഒരു വൃദ്ധൻ ചാരുകസേരയിലിരിപ്പുണ്ട്. ഒരെല്ലിൻകൂട്.

കാൽപ്പെരുമാറ്റം കേട്ടിട്ടാവണം ഒരു മദ്ധ്യവയസ്കൻ പുറത്തേക്കിറങ്ങി വന്നു.

"സെലാമത് ദാതാംഗ്....."

ആഗമനോദ്ദേശ്യം അറിയിച്ചപ്പോൾ അയാൾ സ്വയം പരിചയപ്പെടുത്തി. അകത്തേക്ക് ക്ഷണിച്ചു. ഈദി അലി. ഇസയുടെ മകനാണ്.

പെട്ടെന്ന് അന്തരീക്ഷം ഇരുണ്ടു. ആകാശത്ത് മേഘക്കൂട്ടങ്ങൾ കൂടി. മഴ പെയ്യാനുള്ള പുറപ്പാടാണ്.

ഈദി അലിയും ഹനീനിയും വൃദ്ധനോടെന്തോ ബഹാസ മലായിൽ സംസാരിച്ചു. അവരുടെ ശബ്ദം ഉച്ചത്തിലായി.

എൺപതു കഴിഞ്ഞിട്ടുണ്ടാവണം വൃദ്ധന്. വാർദ്ധക്യ സഹജമായ അസ്കിതകൾ. കേൾവിക്കുറവ്. കാഴ്ചക്കുറവ്. സംസാരശേഷി ഒട്ടും തന്നെയില്ല. ഒരുവശം തളർന്നിരിക്കുന്നു.

ഞാൻ കാഴ്ചക്കാരനായി അവിടെ ഇരുന്നു.

ഈദി അലി അകത്തേക്ക് പോയി ഒരു പഴയ ആൽബം കൊണ്ടുവന്നു നിവർത്തി. വൃദ്ധൻ ചില ഫോട്ടോകളിലൂടെ വിരലോടിച്ചു. മങ്ങിയ കുറേ ഫോട്ടോകൾ. ഒന്നും വ്യക്തമല്ല.

വല്യുപ്പയും അയാളും ചേർന്ന് നില്ക്കുന്ന ചില ഫോട്ടോകൾ മാത്രം. കുടുംബഫോട്ടോകൾ ഒന്നും തന്നെ കണ്ടില്ല.

ഈദി അലി ചോദിച്ചപ്പോൾ ആ ഇറുകിയ കണ്ണുകൾ നനഞ്ഞു. മറുപടി പറയാൻ അയാൾ ശ്രമിക്കുന്നതുപോലെ തോന്നി. എല്ലാം ചില ആംഗ്യങ്ങളിൽ ഒതുങ്ങി.

വല്യുപ്പ ഇവിടെയും ആർക്കും പിടി കൊടുക്കാതെ ജീവിച്ചിട്ടുണ്ടാവണം. ഒരു മേൽവിലാസവുമില്ലാതെ.

യാത്ര പറയാനായി എഴുന്നേറ്റു. ഫോട്ടോകളിൽ ഒന്നെടുത്തോട്ടെ എന്ന് ചോദിച്ചപ്പോൾ അയാൾ വിലക്കി. പിന്നെ എന്നെ ചേർത്തുപിടിച്ച് നെറുകയിൽ ചുംബിച്ചു.

പുറത്ത് കടന്നപ്പോൾ ആകാശത്ത് വീണ്ടും മേഘക്കൂട്ടങ്ങൾ. ഒരു രൂപവും ഓർമ്മിപ്പിക്കാതെ അവ കടന്നുപോകുന്നു.

മഴ പെയ്യാനുള്ള സാദ്ധ്യതയില്ല.

(1985)

പതിനൊന്ന്

ശരിയാണ്. ഓരോ കഥയും എഴുത്തുകാരനെ സംബന്ധിച്ചിടത്തോളം അയാളുടെ ജീവിതമാണ്.

ഉമ്മച്ചി പറഞ്ഞു: "ഈ കഥയിൽ വാപ്പിയുടെ പൂർവ്വകാല ചരിത്രമുണ്ട്. എനിക്ക് കേട്ടറിവേയുള്ളൂ. പലതും സത്യമാണ്. ആറാം വയസ്സിൽ കുടുംബത്തെയെല്ലാം ഉപേക്ഷിച്ചു പോയ ഉപ്പയുടെ ഓർമ്മകൾ വാപ്പിയെ പലപ്പോഴും അലട്ടുമായിരുന്നു. ഇവിടെയായിരുന്നെങ്കിൽ ചരിത്രം തിരുത്തിയെഴുതാൻ ശ്രമിച്ച ഒരു വിപ്ലവകാരിയായേനെ അദ്ദേഹം എന്ന് എന്റെ കൊച്ചാപ്പ പറഞ്ഞു കേട്ടിട്ടുണ്ട്.

ഒരിക്കൽ മലേഷ്യ സന്ദർശന വേളയിൽ ആ മേൽവിലാസം തേടിപ്പിടിക്കാനുള്ള ശ്രമം വാപ്പി നടത്തി. അതാണ് ആ കഥ. അങ്ങോട്ടായിരുന്നു ഞങ്ങളുടെ ആദ്യ വിദേശ യാത്ര. അത് മനഃപൂർവ്വമായിരിക്കണം. പെനാംഗിലും മലാക്കയിലും കോലാലംപൂരിലും ഏതോ ഇസയുടെ അഡ്രസ്സും പിടിച്ച് ടാക്സിയിൽ കറങ്ങുമ്പോൾ കാണാതെ പോയ അച്ഛനെ തേടിയിറങ്ങുന്ന ഒരു മകന്റെ വേദന ഞാൻ ശരിക്കും മനസ്സിലാക്കി.

ഈ കഥയിൽ വാപ്പി ഒരു അദ്ധ്യാപകനായാണ് പ്രത്യക്ഷപ്പെടുന്നത്. ഒരു മാഷായി അറിയപ്പെടാൻ വലിയ ഇഷ്ടമായിരുന്നെന്ന് എന്നോട് പറയാറുണ്ട്. എം.ബി.ബി.എസിന്റെ സെലക്ഷൻ ലിസ്റ്റ് വരാൻ വൈകിയപ്പോൾ ബി എ ലിറ്ററേച്ചറിന് ചേർന്നത്രെ. അന്ന് ഒരുപാട് എഴുതുമായിരുന്നു. പല പേരുകളിൽ. അതൊരു വിനോദമായി മാറി. പിന്നെ മെഡിസിന് ചേരാനായി പണം സ്വരൂപിക്കുകയായിരുന്നു ഉദ്ദേശ്യം. വെറും മെറിറ്റ് സ്കോളർഷിപ്പുകൊണ്ട് എം.ബി.ബി.എസ് കോഴ്സ് പൂർത്തിയാക്കാൻ കഴിയില്ലെന്നും അറിയാം.

ആ കഥയിൽ പറയുന്ന തോടന്നൂർ ഗവൺമെന്റ് യു.പി സ്കൂളിൽ തന്നെയായിരുന്നു പഠിച്ചത്. ചെരണ്ടത്തൂർ റോഡിൽ. കീഴലിലെ വീട്ടിൽ നിന്നും ഒരുപാട് നടക്കണം. പിന്നെ മേമുണ്ട ഗവൺമെന്റ് ഹൈസ്കൂളിലും. അഞ്ച് കിലോമീറ്ററോളം അകലെ. ബസോ ജീപ്പോ കിട്ടും. സ്കൂൾ ലീഡറായിരുന്നത്രെ. കെ.എസ്.എഫിന്റെ ബാനറിൽ (അന്ന് എസ്.എഫ്.ഐ ആയിട്ടില്ല) പിന്നെ വടകര സബ് ജില്ലാ കലോത്സവത്തിൽ കഥയ്ക്കും ഉപന്യാസത്തിനും ക്വിസ് മത്സരത്തിനും സമ്മാനം കിട്ടിയിട്ടുണ്ട്. ആ സർട്ടിഫിക്കറ്റുകളൊക്കെ കാണിച്ച് തരാറുണ്ടായിരുന്നു.

ഒമ്പതാം ക്ലാസിൽ പഠിക്കുമ്പോഴാണ് ആദ്യത്തെ കഥ പ്രസിദ്ധീകരിച്ച് വന്നത്. അതിന് സമ്മാനം കിട്ടി. സഖാവ് എ.കെ.ജിയിൽനിന്നും സമ്മാനം സ്വീകരിക്കുന്ന ഫോട്ടോ ഈ കൂട്ടത്തിലുണ്ട്.

ഉമ്മച്ചി അലമാരയിൽനിന്നും ഫോട്ടോ ആൽബങ്ങളെടുത്തു. പഴയകാല ബ്ലാക്ക് ആന്റ് വൈറ്റ് ഫോട്ടോകൾ. അതിൽ നിന്നൊരു പേപ്പർ കട്ടിംഗെടുത്തു.

ചെറുകഥ. മൂന്നാം സമ്മാനം: പി.പി സക്കറിയ (വടകര) സഖാവ് എ.കെ.ജിയിൽനിന്നും സമ്മാനം സ്വീകരിക്കുന്നു എന്ന അടിക്കുറിപ്പോടെ ഒരു മങ്ങിത്തുടങ്ങിയ പത്രക്കഷണം.

ഞാനും അതിഥിയും ആ ഫോട്ടോ വാങ്ങി. ഒരു പതിനാലുകാരൻ പയ്യൻ. മെലിഞ്ഞ ശരീരം. പറ്റെ വെട്ടിയ തലമുടി.

ഇതാ, ഇതാണ് ആ കഥ. ഉമ്മച്ചി ഫയലിൽ സൂക്ഷിച്ചിരുന്ന കുറേ പത്രക്കടലാസുകളിൽനിന്നും സമ്മാനിതമായ ആ കഥയെടുത്തു.

ആ ചിത്രവും പൂർത്തിയായി.
കഥ:

ആ ചിത്രവും പൂർത്തിയായി

– പി.പി സക്കറിയ

..... ആ കുട്ടിയുടെ മുഖത്ത് വീണ്ടും മന്ദഹാസം ഉദിച്ചു. എന്തെന്നില്ലാത്ത വിമ്മിഷ്ടഭാവം!

അയാൾ ആ മന്ദഹാസത്തെ ഒളികണ്ണിട്ടുനോക്കി. അയാളിൽ ഒരഭിനിവേശം ഉടലെടുത്തു.

ആ കുട്ടി വീണ്ടും കളിച്ചു തുടങ്ങി. സിഗററ്റ് പേക്കുകൾ എല്ലാം വരിവരിയായി നിർത്തി. ഹാ, എന്തൊരു ഭംഗി!

സിസേർസ്, ബർക്കിലി, പാസിങ് ഷോ, നേവി ബ്ലൂ ഇങ്ങിനെ തുടർന്നു പോകുന്ന പേക്കുകൾ.

അയാൾ വീണ്ടും അവനെ നോക്കി. ഇതെല്ലാം ഇവന് എവിടന്ന് കിട്ടി?!

ആ കുട്ടി തന്നെ തന്നെ ശ്രദ്ധിക്കുന്നത് കണ്ടപ്പോൾ അയാൾ പത്ര

ത്തിലേക്ക് കണ്ണുനട്ടു. ഒളികണ്ണിട്ടു നോക്കി.

അവൻ വീണ്ടും കളിക്കുകയാണ്. ആ പിഞ്ചുമുഖത്ത് എന്തോ ഒന്ന് ഒളിഞ്ഞു കിടപ്പുള്ളതുപോലെ ആ സാഹിത്യകാരന് തോന്നി.

അവൻ വീണ്ടും ആ പേക്കുകളെല്ലാം വരിവരിയായി നിർത്തി.

ഹോ! മതിൽ കെട്ടുകയാണ്. എന്തൊരു ബുദ്ധി! അതെങ്ങിനെ അവിടെ പ്രവർത്തിച്ചു?

അയാൾക്ക് ചിരിയടക്കാതിരിക്കാൻ കഴിഞ്ഞില്ല.

വീണ്ടും അവന്റെ കൈകൾ ചലിച്ചു. പേക്കുകൾ കൊണ്ടുള്ള മതിലുകൾ!

എന്തൊരു ക്ഷീണമാണ് ആ കുട്ടിയുടെ മുഖത്ത്! വിയർപ്പുകണങ്ങൾ പൊടിയുന്നു.

അയാളുടെ കണ്ണിൽനിന്നും കണ്ണുനീർ പത്രത്തിലേക്ക് കടന്നുവീണു.

ഒരു മനുഷ്യൻ തന്റെ വീട് നിർമ്മിക്കുവാൻ പെടുന്ന പാട്. ആ കുട്ടിയും അത് മനസ്സിലാക്കിയിരിക്കുന്നു.

അയാൾക്ക് അവനൊരുമ്മ കൊടുക്കുവാൻ എന്തെന്നില്ലാത്ത അഭിനിവേശം തോന്നി.

പക്ഷേ, അത് ചെയ്താൽ ഇത് ചിലപ്പോൾ മുടങ്ങിയേക്കും. അയാൾ വീണ്ടും ശ്രദ്ധിച്ചു.

ആ സാഹിത്യകാരന്റെ മനസ്സിൽ ഒരു സംഘർഷം തന്നെ നടക്കുന്നുണ്ടായിരുന്നു.

നിവർത്തിവെച്ചിരുന്ന പേക്കുകൾ വീണുതുടങ്ങി. അവൻ വീണ്ടും അടക്കിവെച്ചു.

കവാടത്തോടുകൂടിയ ഒരു മതിൽക്കെട്ട് അവൻ അവിടെ പണിതുതീർത്തു.

ആ സാഹിത്യകാരന്റെ മുഖത്ത് പുഞ്ചിരി പടർന്നു. സിഗററ്റ് പേക്കുകളെല്ലാം തീർന്നു പോയിരിക്കുന്നു. അവനെന്ത് ചെയ്യും?

അയാൾ അവനെ ഉറ്റുനോക്കി.

പെട്ടെന്നവൻ മുറിയിലേക്കോടിപ്പോയി. കൈയിൽ നിറയെ മിഠായിക്കടലാസുകൾ.

പാരീസിന്റെയും ചാർലിസിന്റെയും ന്യൂട്രിന്റെയും കടലാസുകൾ!

ആ കുട്ടി മിഠായി കടലാസുകൾകൊണ്ട് പല രൂപങ്ങളും ഉണ്ടാക്കുവാൻ തുടങ്ങി. അതിൽ മാത്രം ദത്തശ്രദ്ധനായി.

ഓ.... എല്ലാം മനുഷ്യർ. അല്ല മനുഷ്യരൂപങ്ങൾ!

ദൈവം ആദാമിനെ സൃഷ്ടിച്ചതിങ്ങിനെയാണോ?

ആ കുട്ടിയുടെ ഭാവിയെപ്പറ്റി അയാൾ ഒരു ആകാശക്കോട്ട തന്നെ കെട്ടി....

അവൻ ആ മനുഷ്യരൂപങ്ങൾ ആ മതിൽക്കെട്ടിന്റെ ഉള്ളിലേക്കെടുത്തുവെച്ചു.

നൂറുകണക്കിന് മനുഷ്യരൂപങ്ങൾ. അതിന് ചുറ്റും ഒരിക്കലും അടർന്നു വീഴാത്ത മതിൽക്കെട്ടുകൾ!

എന്തായിരിക്കും അവൻ ഉദ്ദേശിക്കുന്നത്?

ഒരുപക്ഷേ, മൈതാനത്തിൽ കളിക്കുന്ന കുട്ടികളെക്കുറിച്ചായിരിക്കാം.....

അല്ലെങ്കിൽ ഏതെങ്കിലും ഒരു മനുഷ്യ സമൂഹത്തിന്റെ സമ്മേളനമായിരിക്കാം.

എന്തെങ്കിലുമാവട്ടെ–

അവൻ അതിനെ നോക്കി പുഞ്ചിരി കൊണ്ടു. പെട്ടെന്ന് ഒരു ഇളം കാറ്റ് അവിടേക്ക് ആഞ്ഞടിച്ചു.

ആ മതിലുകൾ തകർന്നു. ആ മനുഷ്യരൂപങ്ങൾ നശിച്ചു.

ആ കുട്ടി തേങ്ങിത്തേങ്ങിക്കരഞ്ഞു.

കൂടെ അയാളും. അയാളവനെയെടുത്ത് ഉമ്മവെച്ചു. എന്തെന്നില്ലാത്ത നിർവൃതി കൊണ്ടു.

അയാൾ കലണ്ടറിലേക്ക് നോക്കി.

അതെ. അതെ. ആ ജാലിയൻ വാലാബാഗ്.....!

ഒന്നുകൂടി ഈ സമയത്ത് ആവർത്തിക്കപ്പെട്ടിരിക്കുന്നു! കുട്ടി, നിനക്ക് നല്ലൊരു ഭാവിയുണ്ട്.

ആ സാഹിത്യകാരന് എന്തെന്നില്ലാത്ത സന്തോഷം തോന്നി.

–ഒരു കഥയെഴുതാനുള്ള തിടുക്കം!

(1971)

ജാലിയൻ വാലാബാഗ്.... അതെന്തായിരുന്നു സംഭവം?

ഞാൻ കുതൂഹലതയോടെ ചോദിച്ചു. കൂട്ടച്ചിരി. മനുവും മിഥുനും അതിഥിയും എന്നെ കളിയാക്കി. ഉമ്മച്ചിയെന്നെ തല്ലാനൊരുമ്പെട്ടു.

ഓഹോ, സീനിയർ കേംബ്രിഡ്ജ് സിലബസ്സിൽ ഇന്ത്യൻ സ്വാതന്ത്ര്യ ചരിത്രം എങ്ങിനെ പഠിക്കാനാണ്! ബ്രിട്ടീഷുകാർ തന്നെയല്ലെ അത് ചെയ്തതും! ഇനിയെങ്കിലും നീയൊക്കെ ഇതറിയണം. ഇല്ലെങ്കിൽ നാണക്കേടാണ്.

മനു ആ ചരിത്രം പറഞ്ഞുതന്നു.

ഇന്ത്യൻ സ്വാതന്ത്ര്യ സമര ചരിത്രത്തിലെ ഏറ്റവും രക്തരൂഷിതമായ സംഭവം. 1919 ഏപ്രിൽ 13 ന് അമൃത്സറിലെ ജാലിയൻ വാലാബാഗിൽ യോഗം ചേർന്ന ജനക്കൂട്ടത്തിന് നേരെ യാതൊരു പ്രകോപനവുമില്ലാതെ വെടിവെയ്ക്കാൻ ജനറൽ ഡയർ പട്ടാളക്കാരോട് ഉത്തരവിട്ടു. 1650 റൗണ്ട് വെടിവെച്ചത്രെ. 360 പേരോളം മരിച്ചുവെന്ന് അവരുടെ കണക്ക്. യഥാർത്ഥത്തിൽ ആയിരത്തോളം വരും മരണം. ബ്രിട്ടീഷ് ഇന്ത്യയുടെ ചരിത്രത്തിലെ ഏറ്റവും നാണംകെട്ട സംഭവമായിരുന്നു അതെന്ന് പഴയ ബ്രിട്ടീഷ് പ്രധാനമന്ത്രി ഡേവിഡ് കാമറൂൺ ഈയിടെ ഇന്ത്യാ സന്ദർശന വേളയിൽ അഭിപ്രായപ്പെട്ടത് ഓർമ്മയുണ്ടോ?

ഈ കഥ ഒരു സമാഹാരത്തിലും വന്നിട്ടില്ല.

"നമുക്ക് നാളെ ഉച്ചയ്ക്കുശേഷം വടകര പോയാലോ? ഞായറാഴ്ചയല്ലെ. ഷൂട്ടിംഗ് രാവിലെ കഴിയും. സോളോ സീനുകളേയുള്ളൂ. ഉമ്മച്ചിക്കും ഒഴിവല്ലെ? ഒരു ഔട്ടിംഗ്. പഴയ ഓർമ്മകൾ അയവിറക്കുകയുമാവാം."

അതിഥി പറഞ്ഞു: "ഞാൻ റെഡി."

മനുവിനും മിഥുനിനും ഷൂട്ടിംഗ് ഉണ്ട്. മറ്റ് സീനുകൾ എടുത്ത് തീർക്കാനുണ്ട്. വിട്ടുനില്ക്കാനാവില്ല.

പന്ത്രണ്ട്

ഒരു മണിക്കൂർകൊണ്ട് വടകരയിലെത്തി.

കൊയിലാണ്ടി ബസ് സ്റ്റാന്റിന് മുന്നിലെ ബ്ലോക്ക് ഒഴിച്ചാൽ വലിയ ബുദ്ധിമുട്ടുണ്ടായില്ല. ഉമ്മച്ചി ആകപ്പാടെ ത്രില്ലിലാണ്. വർഷങ്ങൾക്ക് ശേഷമാണ് മകനോടൊത്ത് ഒരു യാത്ര. അതും വാപ്പിയുടെ ജന്മസ്ഥലത്തേക്ക്....

"പണ്ട് നിന്റെ വാപ്പിയോടൊപ്പം ഇടയ്ക്കിടെ വരുമായിരുന്നു. ഇനി ഇടത്തോട്ട് തിരിയുന്ന ഈ റോഡിലാണ് പുനത്തിൽ കുഞ്ഞബ്ദുള്ളയുടെ വീട്. കുഞ്ഞിക്ക എന്നായിരുന്നു വിളിച്ചിരുന്നത്. ഇടയ്ക്കിടെ തങ്ങും. പുള്ളിക്കാരൻ ഇടയ്ക്കങ്ങോട്ടും വരും. പണ്ട് പൂക്കിപ്പറമ്പിൽ പ്രാക്ടീസ് ചെയ്തിരുന്നപ്പോൾ ആ വഴി പോകുമ്പോഴൊക്കെ അവിടെ വീട്ടിൽ കയറും. കൂടെ ആരെങ്കിലുമൊക്കെയുണ്ടാവും. മലയാറ്റൂർ രാമകൃഷ്ണൻ, വി.കെ മാധവൻകുട്ടി, ശത്രുഘ്നൻ, രാമദാസേട്ടൻ, പിന്നെയൊരിക്കൽ പാരീസിലെ പ്രശസ്ത ചിത്രകാരൻ മയ്യഴിക്കാരൻ മോഹൻ കുമാർ. കൈയിൽ കുപ്പിയുണ്ടാവും. വെള്ളം മതി. സോഡയൊന്നും വേണ്ട. ദോശയും ചമ്മന്തിയും ഉണ്ടാക്കാൻ പറയും. അതാ കൂട്ട്.

"വാപ്പി കുടിക്കുമോ?" അതിഥിയുടെ ആകാംക്ഷ. "ഒരിക്കൽപ്പോലും കുടിക്കുന്നത് ഞാൻ കണ്ടിട്ടില്ല. എന്നാൽ എല്ലാവർക്കും നല്ല കമ്പനി കൊടുക്കും. വല്ല ലൈംജ്യൂസോ, ലിംകയോ, കൈയിലേന്തി."

കീഴൽമുക്ക് എത്തുന്നതിന് മുമ്പായി വളവിൽ തിരിവ്. ഒരു വലിയ ആൽത്തറ. പിറകിൽ കാവ്. വിരൽ ചൂണ്ടി ഉമ്മച്ചി:

"ഇത് ലോകനാർക്കാവ് ഭഗവതി ക്ഷേത്രം. തച്ചോളി ഒതേനന്റെ കഥയറിയോ നിനക്ക്?"

"ഉവ്വ്. മമ്മൂട്ടിയുടെ *വടക്കൻ വീരഗാഥ*യിലെ ചതിയൻ ചന്തു

കൊന്ന.....”

ഉമ്മച്ചിയും അതിഥിയും പൊട്ടിച്ചിരിച്ചു.

“അത് സിനിമേല്. ശരിക്കും കഥ അതൊന്നുമല്ല.

പതിനാറാം നൂറ്റാണ്ടിൽ ജീവിച്ചിരുന്ന ആയോധന കഥയിലെ ഒരു വീരനായകൻ. ശരിയായ പേര് ഉദയനക്കുറുപ്പ്. ഇവിടെ കടത്തനാട്ടാണ് ജനിച്ചു വളർന്നത്. വടക്കൻ പാട്ടിലെ ഐതിഹ്യങ്ങൾ കളരിപ്പയറ്റിലെ നിപുണനായ ഒതേനനെ മഹാവീരനായി വാഴ്ത്തുന്നു. മതിലൂർ ഗുരുക്കളായിരുന്നു ഒതേനന്റെ ഗുരു. പയ്യംവെള്ളി ചന്തു പറഞ്ഞുകൊടുത്ത പല അടവുകളും പരീക്ഷിച്ച് ഒതേനൻ പലരെയും വധിച്ചു.

ഇതാ, ഈ ലോകനാർകാവിലെ ആറാട്ട് ദിവസം കതിരൂർ ഗുരിക്കളുമായി അങ്കംകുറിച്ചു. ഗുരിക്കളെ വധിച്ചശേഷം മറന്നുവെച്ച കഠാരയെടുക്കാൻ മടങ്ങി വന്ന ഒതേനൻ യഥാർത്ഥത്തിൽ ഒരു മാപ്പിളയുടെ വെടിയേറ്റാണ് മരിച്ചത്. അന്ന് മുപ്പത്തി രണ്ട് വയസ്സായിരുന്നു ഒതേനന്.”

“വാ.” കാർ നിർത്തി.

“ഈ ക്ഷേത്രത്തിലെ ചുമർ ചിത്രങ്ങൾ പ്രസിദ്ധമാണ്. ദുർഗ്ഗാദേവിയാണ് പ്രതിഷ്ഠ. 1,500 വർഷങ്ങളുടെ പഴക്കം ഉണ്ടതിന്. തച്ചോളി ഒതേനൻ സ്ഥിരമായി ആരാധനയ്ക്ക് വരുമായിരുന്നത്രെ. ഇന്നും അരങ്ങേറ്റത്തിന് മുമ്പ് എല്ലാ കളരിപ്പയറ്റ് വിദ്യാർത്ഥികളും ഈ ക്ഷേത്രത്തിലെത്തി വണങ്ങാറുണ്ട്.

എം ടി *വടക്കൻ വീരഗാഥ*യിൽ അത് കാണിക്കുന്നുണ്ടല്ലോ. ഓർക്ക്ണ്ണ്ടോ അത്? വാപ്പീടെ കഥയിലുമുണ്ട്....”

ഞങ്ങൾ തലയാട്ടി.

“മേമുണ്ട ഹൈസ്കൂളിലേക്ക് വാപ്പി ഈ വഴിക്കത്രെ പോയിരുന്നത്. വടക്കൻ പാട്ടുകൾ പലതും വാപ്പിക്ക് മനഃപാഠമായിരുന്നു.”

കീഴലെത്താൻ കുറച്ച് പാടുപെട്ടു. പള്ളി കഴിഞ്ഞാൽ കുത്തനെയുള്ള ചെറിയ റോഡ് ടാറിട്ടിട്ടില്ല.

പള്ളത്ത് പറമ്പ് തറവാട്ടിലെത്തിയപ്പോൾ എല്ലാവരും ഉണ്ടായിരുന്നു. കാർ വരുന്നത് കണ്ടായിരിക്കണം അയൽപക്കക്കാരും കൂടി.

മുടിയനായ ഉപ്പയുടെ മുടിയനായ പുത്രൻ!

ശബ്ദം കേട്ട് തിരിഞ്ഞ് നോക്കിയപ്പോൾ എഴുപതോളം വയസ്സ് തോന്നിക്കുന്ന ഒരാൾ. തോളിൽ കൈ അമർന്നു.

“ഞാൻ, തയ്യുള്ളേൽ ഹംസ. നിങ്ങൾക്കൊന്നും എന്നെ അറിയാനിടയില്ല.

ഞാനാണ് അവനെ– ഇവന്റെ ഉപ്പ സക്കറിയയെ– ഫാറൂഖ് കോളേജിൽ പ്രീഡിഗ്രിക്ക് ചേർത്തത്. മേമുണ്ട സ്കൂളിൽ നിന്ന് പത്താം ക്ലാസിൽ ഒന്നാമനായ അവന് മറുത്തൊന്നും ചിന്തിക്കാനുണ്ടായിരുന്നില്ല. ഞാനന്ന് അവിടെ ട്രെയിനിംഗ് കോളേജിലെ ഓഫീസിലായിരുന്നു. അവന്റെ ലോക്കൽ ഗാർഡിയനും. ബാപ്പേടെ കമ്യൂണിസം അവന്റെ തലച്ചോറിലും ഇടം പിടിച്ചതവിടെ നിന്നാണ്. വായനയും എഴുത്തും മാത്രമായിരുന്നു

അവന്റെ ലോകം. മത്തന്റെ വിത്തിട്ടാൽ കുമ്പളങ്ങ മുളയ്ക്കില്ലല്ലോ, അല്ലെ?

ഉമ്മ മയ്യത്തായതോടെ എല്ലാം ഇട്ടെറിഞ്ഞ് അവൻ പോയി. ഈ തൊടീം തറവാടൊക്കെ മൂത്താപ്പാന്റെ മക്കൾക്കെഴുതി കൊടുത്താ പോയത്.

കോളേജിൽ എ.എൽ.എം ഹോസ്റ്റലിലായിരുന്നു. അവൻ അങ്ങിനെയായിരുന്നു. എന്താ പറയ്വാ. എന്താ ചെയ്യ്വാ? എന്നൊന്നും ആർക്കും അനുമാനിക്കാനാവില്ല.

ഒറ്റ മോനായതുകൊണ്ട് തോന്നിയപോലെ ജീവിച്ചു. ബാല്യത്തിൽ തന്നെ ഉപ്പ നാടുവിട്ട് പോയി. പണ്ട് കീഴല് പള്ളീല് ബാങ്ക് കൊടുത്തോൻ പിന്നെ മദ്രസയിലൊന്നും പോകാൻ കൂട്ടാക്കിയില്ല. നിസ്ക്കാരോം ഇല്ല. ഇവിടത്തെ പള്ളിക്കമ്മിറ്റിക്കാർ ഒരിക്കൽ വിളിച്ചു ശാസിച്ചത്രെ.

പിന്നീടാണ് മെഡിക്കൽ കോളേജിൽ നക്സലൈറ്റായ കഥയറിഞ്ഞത്. ജയിലിലായപ്പോൾ പോയി കാണണമെന്നുണ്ടായിരുന്നു. സന്ദർശിക്കുന്നവരെപ്പോലും ജയിലിൽ പിടിച്ചിടുന്ന കാലം. കോഴ്സ് കഴിഞ്ഞ് പുറത്തു വന്നപ്പോൾ ഞങ്ങൾ കരുതി ഈ കുഗ്രാമത്തിന് ഒരു ഡോക്ടറെ കിട്ടീന്ന്. ഈ ഓണം കേറാൻ മൂലയിലേക്ക് അന്നൊന്നും ആരും തിരിഞ്ഞുനോക്കാറില്ല. നാല്പത് കൊല്ലം മുമ്പത്തെ കഥയാണെന്നോർക്കണം.

പൂക്കിപ്പറമ്പിലേക്ക് കുടിയേറിയതും യത്തീംഖാനയിൽ നിന്ന് നിങ്ങളെ മംഗലം കഴിച്ച് കൊണ്ടുവന്നതുമൊക്കെ അറിഞ്ഞപ്പോൾ ഞങ്ങൾ ശരിക്കും മനസ്സിൽ കൈകൂപ്പി. ഒരായുസ്സ് മുഴുവൻ റബലായി ജീവിക്കുക അത്ര എളുപ്പമല്ല. മരണവും അത്തരത്തിലുള്ള ഒന്നായിരുന്നല്ലൊ. പത്രത്തിൽ വായിച്ചതോർക്കുന്നു."

അദ്ദേഹമെന്നെ ചേർത്തു പിടിച്ചു. നെറ്റിയിൽ ചുംബിച്ചു.

ഒരു പെരുമഴ പെയ്തപോലെ തോന്നി.

വന്നത് നന്നായി. ബന്ധുവീട്ടിൽ പലർക്കും ഞങ്ങൾ അന്യരായിരുന്നു. ആരും അധികം സംസാരിച്ചില്ല. ജീൻസും ടോപ്പുമിട്ട് അവിടെയൊക്കെ കറങ്ങി നടന്ന അതിഥിയിലായിരുന്നു പലരുടെയും കണ്ണുകൾ.

"മോനിപ്പോൾ എന്ത് ചെയ്യ്യാ? ഇത് കെട്ടിയോളാ?"

സിനിമാ നടനാണെന്ന് പറഞ്ഞപ്പോൾ അയാളുടെ നെറ്റി ചുളിഞ്ഞു. കൂടെ അഭിനയിക്കുന്നവളാണ് അതിഥിയെന്ന് ചൂണ്ടിക്കാണിച്ചപ്പോൾ ആ മുഖഭാവം മാറി.

പള്ളത്തുപറമ്പ് തറവാട്ടിൽനിന്നും വീണ്ടും ഒരു മുടിയനായ പുത്രൻ!

അദ്ദേഹം മനസ്സിൽ പറഞ്ഞുകാണും.

മടങ്ങുമ്പോൾ പൊട്ടിച്ചിരിച്ചുകൊണ്ട് അതിഥി പറഞ്ഞു: "അപ്പോൾ സംഗതി ജനിതകമാണ്....."

പതിമൂന്ന്

വായിക്കുന്തോറും കഥയോരോന്നും ഓരോ അത്ഭുത ലോകം പോലെ തോന്നിച്ചു. ഒന്നൊന്നിനോട് ചേർത്ത് വായിക്കാനാവാത്ത വിധം സൗരയൂഥത്തിലെ ഉപഗ്രഹങ്ങളായി അവ വേറിട്ടു നിന്നു. എന്നാൽ ഗുരുത്വാകർഷണത്താൽ അവ ഒരു കാന്തിക വലയത്തിനുള്ളിലാണുതാനും.

വാപ്പിയെ മനസ്സിലാക്കാൻ ഇവ ഉതകുമെന്ന് തോന്നുന്നില്ല. ആർക്കും പിടികൊടുക്കാത്ത ഒരു വ്യക്തിത്വം. ആർക്കും എഴുതാൻ പറ്റാത്ത ഒരു കഥപോലെ.

മൾബറി പ്രസിദ്ധീകരിച്ച *ഇതൊക്കെയാണ് ജീജോയുടെ വിശേഷങ്ങൾ* എന്ന രണ്ടാമത്തെ കഥാസമാഹാരത്തിന്റെ മുഖവുരയിൽ ഇങ്ങിനെ പറയുന്നുണ്ട്....

'ഓരോ കഥയും വിസ്മയമായി അനുഭവപ്പെട്ടിരുന്ന കാലത്തിൽ നിന്നും വല്ലാത്തൊരു അസ്വസ്ഥതയായി അത് മാറിയത് എപ്പോഴാണെന്നറിയില്ല. പിന്നെ കഥയുടെ ഉടമസ്ഥാവകാശത്തെ ചൊല്ലിയായി വേവലാതി. കഥ കഥാകൃത്തിന്റേത് മാത്രമല്ല കഥാപാത്രങ്ങളുടേത് കൂടിയാണ് എന്ന് വിശ്വസിക്കാനാണ് എനിക്കിഷ്ടം. ഇപ്പോഴും കഥയെങ്ങിനെ ഉണ്ടാവുന്നു എന്നതിനൊരു നിശ്ചയവുമില്ല.....'

"കഥ ഒരിക്കലും നേരെ ജീവിതം പറയില്ല" മനു പറഞ്ഞു. "നാം വായനക്കാരാണ് അത് തിരയേണ്ടത്. എല്ലാ എഴുത്തുകാരും ഒരുപോലെയാവില്ല അത് പറയുന്നത്."

ഉമ്മച്ചി അലമാരയിൽനിന്നും കുറേ ഫയലുകളും പ്ലാസ്റ്റിക് കവറുകളും പുറത്തേക്കിട്ടു. പുസ്തകത്തിലാക്കിയവ വളരെ കുറവാണ്. "ഇതാ നോക്ക് പ്രസിദ്ധീകരിച്ചതിനേക്കാളേറെ."

മനു ഓരോന്നും എടുത്ത് അടുക്കിവെച്ചു. ഒരു കാലത്ത് മലയാള സാഹിത്യത്തെ സമ്പന്നമാക്കിയ ലിറ്റിൽ മാഗസീനുകൾ.

രസന, ആരണ്യകം, സരോവരം, ബോധി, മലയാളനാട്, ചിത്ര കാർത്തിക, വിവേകോദയം, മോബ്, സമയം, വരമൊഴി, സംക്രമണം, കോമ്രേഡ്, ചില്ല, പ്രേരണ, ജ്വാല, ഉത്തരം, സമീക്ഷ, നാസ്തികൻ, അന്വേഷണം, യെനാൻ, കേരള ഡൈജസ്റ്റ്, ദൃശ്യകല... പിന്നെ *മിറർ* എന്നൊരു ഇംഗ്ലീഷ് മാഗസീനിന്റേയും *യുഗപ്രഭാത്* എന്ന ഹിന്ദി മാഗസീനിന്റേയും ഓരോ ലക്കങ്ങൾ.

"ഇതൊന്നും നാം നഷ്ടപ്പെടുത്തിക്കൂടാ. അപൂർവ്വ ശേഖരമാണത്" മനു പറഞ്ഞു.

എല്ലാറ്റിലും വാപ്പിയുടെ കഥകളോ, ലേഖനങ്ങളോ ഉണ്ട്. ഒറ്റ കവിതയേ കണ്ടുള്ളൂ – 'റിപ്പബ്ലിക്.' 'സോംഗ്സ് ഓഫ് ദ ഡഡ്' എന്നൊരു ഇംഗ്ലീഷ് കവിതയും *യുഗപ്രഭാതിൽ* 'പൽ ദോ പൽക്കാ ജീവൻ' എന്നൊരു ഹിന്ദി കവിതയും.

വാപ്പി ഹിന്ദിയിലും കവിതകൾ എഴുതുമായിരുന്നോ?

കുറേ ഇൻലന്റ് മാഗസീനുകളും ഷീറ്റ് മാഗസീനുകളും അവൻ ഒരു പ്ലാസ്റ്റിക് കവറിൽനിന്നും പുറത്തേക്ക് കൊട്ടി.

ഗീതം, സുലൈഖ, സ്പന്ദനം, കളരി, ഇന്ന്, മർമ്മരം, ലയം, സംഗമം, മുറ്റം, കല, രഥ്യ, കുരുക്ഷേത്രം, ഫീനിക്സ്, കലിക, ടാബ്ലറ്റ്, നിഷേധി, സായകം, നിദേശം, പാചകം, വാർത്താവേദി, തിരക്കാഴ്ച, മഴ, മുഖം, ഏട്, അരങ്ങ്, അലാറം, അമരം, ഉപധ്വനി, ഉണ്മ, ഉറവ, കുപ്പായം, ഗസൽ, ഘടികാരം, തണൽ, ഉറവ, മുഖം, വറോല, മോചനം, മേഘധ്വനി, നിധി, നാദം, വലാക, വിശാല കേരളം, വേദി, രചന, സമത, സാക്ഷി, സൃഷ്ടി.....

അത്ഭുതം തോന്നുന്നു. ഇത്രയും വിപുലമായ ശേഖരം മറ്റെവിടെയെങ്കിലും കാണുമെന്ന് തോന്നുന്നില്ല.

"ഇതാ മറ്റൊരു അമൂല്യനിധി!" മനു ഒരു ഓട്ടോഗ്രാഫ് പൊക്കി കാണിച്ചു.

പഴയകാലത്തെ പ്രശസ്തരായ എഴുത്തുകാരുടെ കൈയൊപ്പുകളും കുറിപ്പുകളും. 1972 നവംബർ 21, 22 എന്നീ തീയതികൾ പല ഒപ്പുകൾക്ക് കീഴെയും കാണുന്നുണ്ട്. ഏതെങ്കിലും സാഹിത്യ ക്യാമ്പിൽ നിന്നായിരിക്കണം. പി.ഗോവിന്ദപ്പിള്ള, കെ.പി ശശിധരൻ, ശ്രീരേഖ, എ. പി കളയ്ക്കാട്, കെ.എൻ എഴുത്തച്ഛൻ, നരേന്ദ്രപ്രസാദ്, തോമസ് മാത്യു, ഇടശ്ശേരി ഗോവിന്ദൻനായർ, ചെറുകാട്, പി.നരേന്ദ്രനാഥ്, കെ.പി.ജി, കുഞ്ഞുണ്ണി മാഷ്, പി.എ മുഹമ്മദ് കോയ, കെ. പി ശങ്കരൻ, ഹബീബ് വലപ്പാട്....

സാഹിത്യവും എഴുത്തുകാരും വാപ്പിയെ ആ പ്രായത്തിൽ പതിനാറാം വയസ്സിൽ അത്രമേൽ ആവേശിച്ചിരിക്കണം.

"വാപ്പിയുടെ അപ്രകാശിത രചനകൾ എന്ന പേരിൽ നമുക്കിത് പുസ്തകമാക്കാം" മിഥുൻ പറഞ്ഞു.

"നല്ല ഐഡിയ!" അതിഥി കൂട്ടത്തിലൊരു കഥ എടുത്ത് വായന തുടങ്ങി. ശിബിരം. യൂണിവേഴ്സിറ്റി സോണൽ മത്സരത്തിൽ ഒന്നാം

സമ്മാനം നേടിയ കഥയാണ്. 1974 ലോ മറ്റോ പ്രീഡിഗ്രി കാലത്ത്.

ഒരു ടീച്ചറും വിദ്യാർത്ഥിയും തമ്മിലുള്ള പ്രണയത്തിന്റെ കഥ. അവർ തമ്മിലുള്ള ലൈംഗിക ബന്ധത്തിൽനിന്നും ഫ്ളാഷ് ബാക്ക് ആയി കഥ പറയുകയാണ്. കഥ അവസാനിക്കുന്നതിങ്ങിനെ–

"അപ്പോൾ സബിത എന്ന പെൺകുട്ടിയെക്കുറിച്ചോർക്കാൻ തീരെ താൽപ്പര്യം തോന്നിയില്ല."

മറ്റൊരു കഥയായ അപരിചിതരുടെ 'ദ്വീപ്' ഒരു വിചിത്ര പ്രേമബന്ധത്തിന്റെ കഥയാണ് പറയുന്നത്. വീക്ഷണം വാരികയിലാണ് അത് പ്രസിദ്ധീകരിച്ചത്. ആ കഥയും അവസാനിക്കുന്നതിങ്ങിനെ:

"ഇപ്പോൾ സബിത എന്ത് ചെയ്യുകയാവും? എന്നെക്കുറിച്ചോർത്ത് കരയുകയാവുമോ?

*ഋതുഭേദം തേടുന്ന പക്ഷി*യിലും സബിത കടന്നുവരുന്നുണ്ട് – "സബിതേ എനിക്ക് നിന്നെ, നിന്നെ ഇഷ്ടമായിരുന്നു." വേണു പറഞ്ഞു. അവൾ തിരിഞ്ഞുനിന്നു. ഇഷ്ടം! പിന്നെ മുറ്റത്തേക്ക് കാർക്കിച്ചു തുപ്പി.

'തുമ്പികൾ' എന്ന കഥയിൽ സബിത തന്നെയാണ് നായിക. കഥയവസാനിച്ചതിങ്ങിനെ– "ഇപ്പോൾ സബിത കണ്ണടച്ചു കിടക്കുകയാണ്. അനക്കമില്ല. വെറുമൊരോർമ്മ മാത്രമായി അവൾ അവശേഷിക്കട്ടെ എന്ന് ഞാനാഗ്രഹിച്ചു."

ഈ കഥകളെല്ലാം വാപ്പി പതിനാറ് – പതിനെട്ട് വയസ്സിനിടയിൽ എഴുതിയതാണ്. മിക്കവാറും പ്രീഡിഗ്രി കാലയളവിൽ. അവയൊന്നും ഒരു സമാഹാരത്തിലും ഉൾപ്പെടുത്തിയിട്ടുമില്ല.

"ആരായിരിക്കും ഈ സബിത?"

"ചില പേരുകൾ ചില എഴുത്തുകാർക്ക് ഒരു ഒബ്സഷനായിരിക്കും" – മനു പറഞ്ഞു. അവരത് ആവർത്തിച്ചുകൊണ്ടേയിരിക്കും.

"ഹേയ്, അതങ്ങിനെയായിരിക്കാൻ വഴിയില്ല. പിന്നെയുള്ള കഥകളിലൊന്നും സബിത ഒരു കഥാപാത്രമായി വരുന്നില്ലതാനും."

ആ സമയത്താണ് കുഞ്ഞുണ്ണി മാഷെ പരിചയപ്പെടുന്നത്– ഉമ്മച്ചി പറഞ്ഞു. ഒരോർമ്മക്കുറിപ്പിൽ പറയുന്നുണ്ട്. പിന്നെയൊരിക്കൽ റിയാദിൽവെച്ച് നടന്ന ഒരു സാഹിത്യ ചർച്ചയിൽ, കഥ എഴുതിത്തുടങ്ങിയ കാലഘട്ടത്തിൽ "സാഹിത്യം സബിത മാത്രമാക്കാതിരിക്കാൻ നോക്കണം" എന്ന് മാഷ് കളിയാക്കാറുണ്ടെന്നും പറഞ്ഞു. ഉമ്മച്ചി ആ പേപ്പർ കട്ടിംഗുകളെടുത്തു.

മാഷെ ആദ്യമായി കണ്ടുമുട്ടിയ രംഗം ആ കുറിപ്പിലുണ്ട്.

1974 മാർച്ച് മാസത്തിലെ ഒരു സന്ധ്യ.

ധൃതി പിടിച്ച് ഫാറൂഖ് കോളേജ് ബസിൽ ഓടിക്കയറി. കാലുകൾ പിണഞ്ഞ് വീഴാനൊരുങ്ങുമ്പോൾ കൈയിൽ ഒരു നനുത്ത സ്പർശം.

"ന്തായിത്? സൂക്ഷിക്ക്."

സ്നേഹം നിറഞ്ഞ ശാസന. അരികത്ത് ഇരുത്തിയപ്പോൾ സൂക്ഷിച്ച് നോക്കി. നെറ്റിയിൽനിന്നും പടർന്ന് കയറിയ കൊച്ചു കഷണ്ടി. കുറ്റിത്തലമുടി. കട്ടി ഫ്രെയിമിൽ ഗാന്ധിക്കണ്ണട. ഷേവ് ചെയ്യാത്ത മുഖം. കഷ്ടിച്ച് നാലടി പൊക്കം. കോളറില്ലാത്ത അയഞ്ഞ മുറിക്കൈ കുപ്പായം. മുട്ടിന് താഴെവരെ നീണ്ടു കിടക്കുന്ന മുണ്ട്.

കുഞ്ഞുണ്ണി മാഷ്!

ബഹുമാനത്തോടെ എഴുന്നേറ്റപ്പോൾ പിടിച്ചിരുത്തി.

"ന്താ പേര്?"

പേര് പറഞ്ഞു. (*മാതൃഭൂമി* ബാലപംക്തിയിൽ കഥകളെഴുതാറുണ്ടായിരുന്നെങ്കിലും ആദ്യമായിട്ടാണ് കുട്ടേട്ടനെ കാണുന്നത്)

"ങ്ഹാ, താനാണോ!"

അന്നാണ് ശ്രീരാമകൃഷ്ണാശ്രമത്തിൽ ആദ്യമായി കയറിയത്. മാഷ്ടെ മുറി ഒരു കൗതുകമായി. പിന്നെ നിത്യ സന്ദർശകനായി മാറി. സ്വകാര്യ ചർച്ചകൾ. കവിത ചൊല്ലൽ. കഥകളിലെ തിരുത്തലുകൾ. മാറ്റിയെഴുത്ത്.

പിന്നെ സഹയാത്രകൾ. പുതിയ പുതിയ എഴുത്തുകാർ. ആശ്രമത്തിൽനിന്നും കണ്ണഞ്ചേരി വഴി പന്നിയങ്കര ചുറ്റി തിരിച്ചെത്തുമ്പോൾ നേരം ഇരുട്ടിയിരിക്കും.

വളർച്ചയുടെ പടവുകളിൽ ഒരു വഴികാട്ടിയായി അദ്ദേഹം മാറി. പിന്നീട് മെഡിക്കൽ കോളേജിലെത്തിയപ്പോഴും പ്രേമിച്ച് നടന്ന കാലത്തും പ്രാക്ടീസ് ചെയ്തിരുന്ന സ്ഥലങ്ങളിലും സ്നേഹം നിറഞ്ഞ ആ ശാസന ഒരു തലോടലായി എന്നും കൂട്ടിനുണ്ടായിരുന്നു.

വർഷങ്ങളോളം ആ കൂടിക്കാഴ്ചകൾ തുടർന്നുപോന്നു. പിന്നീട് പെൻഷൻ പറ്റി വലപ്പാട്ടെ വീട്ടിൽ പെങ്ങളുമൊത്ത് കഴിഞ്ഞു കൂടുമ്പോൾ കാലിൽ നീര്. സന്ധിവേദന. മറ്റ് ചില അസ്കിതകൾ വേട്ടയാടുകയായി. ജീവിതം മറ്റൊരാൾക്ക് പകുക്കാൻ തികയാഞ്ഞ് അദ്ദേഹം തന്നെത്തന്നെ വേളി കഴിച്ചുകൂടി.

അന്ന് മലയാളത്തിൽ ഇറങ്ങിയിട്ടുള്ള ലിറ്റിൽ മാഗസീനുകൾക്കെല്ലാം തന്നെ കുഞ്ഞുണ്ണിക്കവിതകൾ ഒഴിവാക്കാനാവാത്ത ഒന്നായിരുന്നു. അതുവരെ മലയാളിക്ക് അപരിചിതമായ ഒരു പ്രത്യേക രൂപവും ഭാവവും ശില്പവും കവിതയ്ക്ക് നല്കിയത് അദ്ദേഹമാണ്. ആ കവിതകളിലെ ആശയ സമ്പുഷ്ടത നമ്മെ അത്ഭുതപ്പെടുത്തും. വാക്കുകളുടെ കണിശ പ്രയോഗം, നർമ്മത്തിലലിയിച്ച വേദാന്തം - ഇവയെല്ലാം ചേർന്നാൽ കുഞ്ഞുണ്ണിക്കവിതയായി. ചിരിയും ചിന്തയും. കവിതയിൽ പഴഞ്ചൊല്ലും പഴഞ്ചൊല്ലിൽ കവിതയും കണ്ടെത്താൻ മാഷ്ക്ക് കഴിഞ്ഞു. ചിപ്പിക്കുള്ളിലെ മുത്തായി.

വലപ്പാട്ടെ വീട്ടുമുറ്റത്തിരുന്ന് മാഷ് പിന്നെയും കവിത ചൊല്ലുന്നുണ്ടാവും. കാത്തുവെച്ചിരുന്ന വളപ്പൊട്ടുകളുടെ കുപ്പികുലുക്കിക്കൊണ്ട്. മഞ്ചാടിക്കുരുക്കൾ വിതറിക്കൊണ്ട്. പല വർണ്ണങ്ങളിലുള്ള ബട്ടൻസുകൾ

തെരുപ്പിടിച്ചുകൊണ്ട്......

"നിന്നെ മാഷ് ഗൗതമാ എന്നാ വളിക്കാറ്.

ഈ കഥയൊന്ന് വായിച്ചുനോക്ക്. എല്ലാ കഥകളുടെയും ഒരാകത്തുകയാണത്. 1997 ലോ മറ്റോ പ്രസിദ്ധീകരിക്കപ്പെട്ട, മരണം കാത്തുകിടക്കുന്ന ഒരു എഴുത്തുകാരൻ താനെഴുതിയ കഥകളിലൂടെ തന്റെ പൂർവ്വകാലം വിലയിരുത്തുന്നതാണ് കഥ. അതിലിങ്ങനെ പറയുന്നുണ്ട്.

..... അല്ലെങ്കിലും അവരവരുടെ ജീവിതത്തേക്കാൾ മികച്ച മറ്റെന്ത് കഥയാണുള്ളത്? അവിടെയും സബിത പരാമർശിക്കപ്പെടുന്നുണ്ട്."

ഉമ്മച്ചി ആ കഥാസമാഹാരം നീട്ടി അതേ പേരിലുള്ള ആദ്യത്തെ കഥ തന്നെ.

തെരഞ്ഞെടുത്ത കഥകൾക്കൊരാമുഖം.

പതിനാല്

ജീവിതം കഥകൾക്കായി പകുത്ത് നല്കിയ ഒരെഴുത്തുകാരന്റെ കഥയാണത്. കഥ അവസാനിക്കുന്നത് ആദ്യ കഥാസമാഹാരമായ ഒരു രൂപവും ഓർമ്മിപ്പിക്കാത്ത മേഘക്കൂട്ടങ്ങളുടെ മുന്നുരയിലാണ്.

അതിഥി അതുറക്കെ വായിച്ചു.

"കൺസൾട്ടിംഗ് റൂമിലെ അസ്വസ്ഥതകളിൽനിന്നും പ്രിസ്ക്രിപ്ഷ്യനുകളായി പുറത്ത് വരാത്ത ഒരുപാട് കഥകൾ. വെറും കഥകൾ....."

ഈ കഥ ഉൾപ്പെട്ട കഥാസമാഹാരത്തിനാണ് പിന്നീട് സാഹിത്യ അക്കാദമി അവാർഡ് ലഭിച്ചത്. *മരണാനന്തരം.*

കഥയിൽ ഒരിടത്ത് ഇങ്ങിനെ പറയുന്നുണ്ട്:"ഒരു കാര്യം ഉറപ്പുതരാം. ഈ കഥകളിൽ പറഞ്ഞിട്ടുള്ളതൊക്കെ സത്യമാണ്. സത്യം. എന്റെ ജീവിതത്തിന്റെ ബ്ലൂ പ്രിന്റുകളാണവ."

കഥയിൽ പലയിടത്തും ജീവിതം വിചാരണ ചെയ്യപ്പെടുന്നുണ്ട്. സബിതയാണ് തന്റെ കഥയെഴുത്തിന് നിമിത്തമായത് എന്നൊരു സൂചനയും.

"ആരാണീ സബിത?"

"ഇനി അവരായിരിക്കുമോ വാപ്പിയെ???!!!"

"ആ പേരിലാരോ ഉണ്ട്. അല്ലെങ്കിൽ ആ പേരിന് പിന്നിൽ? അതൊന്ന് കണ്ടുപിടിക്കണമല്ലോ" അതിഥി പറഞ്ഞു.

"അതെളുപ്പമാണ് കോളേജ് ഇവിടെ അടുത്തല്ലെ. നാളെ നിങ്ങളുടെ സീനുകൾ ഷൂട്ടിംഗ് കഴിഞ്ഞയുടനെ അങ്ങോട്ടു വിട്ടോ."

"നാല്പത്തിയഞ്ച് വർഷങ്ങൾക്ക് മുമ്പത്തെ പ്രീഡിഗ്രി ലിസ്റ്റാണ്. ഓഫീസ് സ്റ്റാഫ് സഹകരിക്കുമോ?"

"പിന്നല്ലാതെ! ഇപ്പോൾ അതൊരു ഓട്ടോണോമസ് കോളേജാണ്. എല്ലാം കമ്പ്യൂട്ടറൈസ്ഡ് ചെയ്തിരിക്കും. കോപ്പി എടുത്തു തരാനല്ലെ

യുള്ളൂ" മനു പറഞ്ഞു.

മൂന്നുമണി കഴിഞ്ഞു ലൊക്കേഷൻ വിടുമ്പോൾ.

ഏതോ ഒരു പള്ളിയുടെ മീനാരം പോലെ തോന്നിക്കുന്ന ഗേറ്റ്. മുകളിൽ ഫാറൂഖ് കോളേജ് – എസ്റ്റാബ്ലിഷ്ഡ് 1948 എന്ന് വലിയ അക്ഷരത്തിൽ ബോർഡുണ്ട്. കുന്നിൻപുറത്ത് തലയുയർത്തി ബിൽഡിങ്ങുകൾ. മൂളിപ്പാട്ട് പാടി വരുന്ന കാറ്റ്. വെറുതെയല്ല ഇരുമൂളി പറമ്പെന്ന പേര്!

ക്ലാസ് വിട്ട സമയമായതുകൊണ്ട് ഓഫീസിൽ വലിയ തിരക്കില്ല. സ്വയം പരിചയപ്പെടുത്തി. 1972 പ്രീഡിഗ്രി ലിസ്റ്റ് എടുത്തു തന്നു. ആ കൂട്ടത്തിലൊന്നും സബിത എന്ന പേരില്ല. ഷാനിതയുണ്ട്. ഷാഹിദയുണ്ട്. സഫിയമാർ കുറേ പേരുണ്ട്. പി.പി സക്കറിയ എന്ന പേരിന് താഴെ സലിം ഉണ്ട്.

1974 ബി.എ ഇംഗ്ലീഷ് ലിറ്ററേച്ചർ ലിസ്റ്റ് ചോദിച്ചപ്പോൾ കമ്പ്യൂട്ടറിൽ കണ്ണോടിച്ച് ആ കുട്ടി പറഞ്ഞു. "ഒരു സക്കറിയ രണ്ടുമാസം കഴിഞ്ഞപ്പോൾ കോഴ്സ് വിട്ടുപോയതായി കാണുന്നുണ്ട്. തൊട്ടുതാഴെ ഷാനിത.പി.എസ്. അവരുടെ ഇനീഷ്യലും പ്രീഡിഗ്രിക്ക് കൂടെ പഠിച്ച ആളുടെയും ഇനീഷ്യൽ ഒന്നുതന്നെ."

"പക്ഷേ, ഈ കാണുന്ന അഡ്രസ്സുംകൊണ്ട് എന്തുകാര്യം? അവരൊക്കെ ഇപ്പോൾ മക്കളും പേരക്കുട്ടികളുമായി വേറെ എവിടെയെങ്കിലും താമസമായിക്കാണും."

ഓഫീസിനുള്ളിൽ നിന്ന് തന്നെയുള്ള ഞങ്ങളുടെ സംസാരം കേട്ടിട്ടായിരിക്കണം ആ കുട്ടി പ്രായം ചെന്ന ഒരാളുടെ അടുത്തേക്ക് ഞങ്ങളെ കൊണ്ടുപോയി.

"നിങ്ങളെ രണ്ടുപേരെയും നല്ല പരിചയമുള്ളവരെപ്പോലെ തോന്നിക്കുമല്ലോ..."

സിനിമാരംഗത്തുള്ളവരാണെന്ന് പറഞ്ഞപ്പോൾ അയാൾ പെട്ടെന്ന് ഓർമ്മിച്ചെടുത്തു. ഇപ്പോൾ ടി.വി ചാനലിൽ ഇടയ്ക്കിടെ കാണിക്കുന്ന ഒരു സിനിമയിലെ നായികാ നായകന്മാരല്ലേ നിങ്ങൾ?

അതെയെന്ന് ഞങ്ങൾ തലയാട്ടി. *യാമങ്ങൾ.* അപ്പോഴേക്കും ഓഫീസിലുള്ളവർ ഞങ്ങൾക്ക് ചുറ്റും കൂടി. മിക്കവരും ഫിലിം കണ്ടിട്ടുണ്ട്. "നന്നായിരുന്നു. ഹിറ്റാണ്. പാട്ടുകളും കലക്കി."

ഓഫീസ് സൂപ്രണ്ടായിരിക്കണം. അദ്ദേഹം സ്വരം താഴ്ത്തി പറഞ്ഞു. "ഞാൻ തിയേറ്ററിലൊന്നും പോയി കാണാറില്ല. വയസ്സായില്ലെ. ഇപ്പോൾ എല്ലാം ചാനലിലും വരുന്നുണ്ടല്ലോ."

വാപ്പി ഇപ്പോൾ ജീവിച്ചിരിപ്പില്ലെന്ന് പറഞ്ഞപ്പോൾ അദ്ദേഹത്തിന് വിശ്വാസം വന്നില്ല. കൃതികൾ വായിച്ചത് ഓർക്കുന്നുണ്ട്.

പി.എസ് ഷാനിത പിന്നീട് എം.എ റാങ്ക് ഹോൾഡറായിരുന്നെന്നും അതിനുശേഷം കോളേജിൽ തന്നെ ജോയിൻ ചെയ്ത് പ്രൊഫസറായി ഏഴ് വർഷങ്ങൾക്ക് മുമ്പ് റിട്ടയർ ചെയ്തുവെന്നും പറഞ്ഞു. അദ്ദേഹത്തിന്റെ ഒരകന്ന ബന്ധു കൂടിയായതുകൊണ്ട് അഡ്രസ്സും കുറിച്ചു തന്നു.

ഭർത്താവ് ആർ.ബി.ഐയിൽനിന്നും റിട്ടയർ ചെയ്തു. ആ വഴിയാണ് ബന്ധം.

ഫറോക്കിന്നടുത്ത് ചെറുവണ്ണൂരിലാണ് വീട്. റോഡ്സൈഡിൽ തന്നെ. താഹിറ മൻസിൽ.

ബെല്ലടിച്ചപ്പോൾ വാതിൽ തുറന്നു. പ്രൗഢിയോടെ ഒരു ടീച്ചറമ്മ.

എങ്ങിനെ തുടങ്ങണമെന്നറിയാതെ ഞാൻ അതിഥിയുടെ കൈ മുറുക്കിപ്പിടിച്ചു. പിടി വിടുവിച്ച് അവൾ കണ്ണുകൊണ്ട് ആംഗ്യം കാട്ടി.

വാപ്പിയെപ്പറ്റി അവർക്ക് നല്ലതേ പറയാനുള്ളൂ. സമർത്ഥനായ വിദ്യാർത്ഥി. അന്ന് പ്രീഡിഗ്രി ബാച്ചിൽനിന്നും മെഡിസിന് അവസരം ലഭിച്ചവർ മൂന്നുപേരാണ്. വാപ്പി, പിന്നെയൊരു ചന്ദ്രശേഖരൻ. രണ്ടു പേരും ഇന്ന് ജീവിച്ചിരിപ്പില്ല. മറ്റൊരാൾ ഹസീന. ഇപ്പോൾ എവിടെയെന്നറിയില്ല.

"സക്കറിയയ്ക്ക് മെഡിസിന് ചേരാൻ അത്ര ഇഷ്ടമല്ലായിരുന്നു. എന്നോടൊപ്പം ഇംഗ്ലീഷ് ലിറ്ററേച്ചറിന് ചേർന്നു. പിന്നീട് ലിസ്റ്റ് വന്നപ്പോൾ സാറമ്മാരുടെ നിർബ്ബന്ധം കൊണ്ടാണ് ജോയിന്റ് ചെയ്തത്."

"അതെന്താ മാഡത്തിന്റെ ഒപ്പം ലിറ്ററേച്ചറിന് ചേർന്നത്? പ്രത്യേകിച്ച് എന്തെങ്കിലും കാരണം?"

അതിഥിയുടെ ചോദ്യം ഏതോ ക്ലൂ കിട്ടാനുള്ള അടവാണെന്ന് തോന്നിയിട്ടായിരിക്കാം. അവരുടെ മുഖത്ത് ചിരി പരന്നു.

"അവനെഴുത്തുകാരനായിരുന്നില്ലെ. അന്ന് കുറേ സമ്മാനങ്ങൾ കിട്ടിയിട്ടുണ്ട്. നല്ലവണ്ണം പ്രസംഗിക്കും. എസ് എഫ് ഐ പ്രവർത്തകൻ. ഹിന്ദിയിൽ കവിതകളെഴുതും. മാഗസീനിൽ കഥകളും ലേഖനങ്ങളും വായിച്ചതോർക്കുന്നു. പിന്നെ ഒരു സാഹിത്യ വിദ്യാർത്ഥിയായതുകൊണ്ട് സക്കറിയ എഴുതിയ പുസ്തകങ്ങളെല്ലാം ഞാൻ വാങ്ങി വായിച്ചിട്ടുണ്ട്. മരണം പത്രത്തിലൂടെയാണ് അറിഞ്ഞത്. അത്തരമൊരു മരണം ഒരിക്കലും പ്രതീക്ഷിച്ചതല്ല. ഒക്കെ വിധി."

ചിരിച്ചുകൊണ്ട് ടീച്ചർ തുടർന്നു. "പിന്നെ നിങ്ങൾ ഉദ്ദേശിക്കുന്ന ആൾ ഞാനല്ല. അത് നാദിയ ആണ്. അവളിപ്പോൾ വേങ്ങരയിലാണ്. യഥാർത്ഥത്തിൽ അതൊരു ഹെൽത്തി റിലേഷൻ ഷിപ്പായിരുന്നു. പലരും തെറ്റിദ്ധരിച്ചു. രണ്ട് പേരുടെയും കുസൃതിത്തരങ്ങൾ പലപ്പോഴും അതിര് കവിഞ്ഞു. ക്ലാസിലെ ബ്ലാക്ക് ബോർഡിലും മറ്റും കുട്ടികൾ നോർത്ത് പോൾ ആന്റ് സൗത്ത് പോൾ വിൽ അട്രാക്ട് ഈച്ചദർ എന്നൊക്കെ എഴുതിവെച്ച് കളിയാക്കാറുണ്ട്. മാഗ്നറ്റിക് ഫീൽഡ് അങ്ങനാണല്ലൊ. രണ്ട് കൂട്ടരുടെയും പേരിലെ ആദ്യാക്ഷരങ്ങൾ വെച്ചായിരുന്നു ആ കളിയാക്കൽ. അവരിരുവരും അതാസ്വദിച്ചു. നാദിയ നല്ലവണ്ണം പാടും. ഡാൻസ് ചെയ്യും. ഒരു കലാകാരിക്കും എഴുത്തുകാരനുമിടയ്ക്കുള്ള കെമിസ്ട്രി ഊഹിക്കാവുന്നതല്ലെയുള്ളൂ. സക്കറിയ അന്നെഴുതിയ കഥകളിലെല്ലാം അവൾ പല രൂപത്തിൽ പ്രത്യക്ഷപ്പെട്ടിട്ടുണ്ട്. ആൺ പെൺ സൗഹൃദം എപ്പോഴും മറ്റൊരു കണ്ണിലൂടെയല്ലെ നമ്മുടെ സമൂഹം കാണുകയുള്ളൂ. പ്രത്യേ

കിച്ച് അക്കാലത്ത്. അവളെല്ലാം എന്നോട് തുറന്നു പറയും. ലേഡീസ് ഹോസ്റ്റലിൽ എന്റെ റൂം മേറ്റായിരുന്നു.

ഞാൻ കുത്തിക്കുത്തി ചോദിക്കുമ്പോൾ നാദിയ പറയും സക്കറിയായ്ക്ക് ആരെയും പ്രേമിക്കാനാവില്ലെന്ന്. ഹീ ഈസ് നോട്ടറ്റോൾ റൊമാന്റിക്. അതങ്ങിനത്തെ ഒരു നാചറാണ്. ഒരു സൗഹൃദത്തിനപ്പുറത്ത് അവന് മറ്റൊന്നും ചിന്തിക്കാനാവില്ലെന്ന്. പിന്നെന്തിനാ. രണ്ടുപേരും കൂടെ മറ്റുള്ളവരെക്കൊണ്ട് ഓരോന്ന് പറയിപ്പിക്കണതെന്ന് ചോദിച്ചപ്പോൾ പറയുവാ – അതൊരു രസമല്ലെ! ഇപ്പോളല്ലെ അതൊക്കെ പറ്റൂ. വയസ്സായാൽ പറ്റോന്ന്!"

ടീച്ചർ മുറിയ്ക്കുള്ളിലേക്ക് പോയി രണ്ടുമൂന്ന് ആൽബങ്ങളുമായി തിരിച്ചുവന്നു.

ഇതൊക്കെ അന്നത്തെ ഹോസ്റ്റൽ ഫോട്ടോകളാ. ഷർട്ടും ലുങ്കിയും ധരിച്ച കുറേ പെൺകുട്ടികൾ. മറ്റ് ചിലർ പാവാടയും ബ്ലൗസും. ചിലർ ദാവണിയുടുത്തിരിക്കുന്നു. മിക്കവരും നീണ്ട തലമുടി മെടഞ്ഞ് മുമ്പോട്ടിട്ടിരിക്കുന്നു.

"ഇത് ഞാൻ." ഒരു ഫോട്ടോയെടുത്ത് ടീച്ചർ പറഞ്ഞു. "കൂടെയുള്ളതാരാണെന്നറിയ്യോ?"

"ഇതാണ് നിങ്ങളന്വേഷിക്കുന്ന കക്ഷി. നാദിയ."

അതിഥി ആ ഫോട്ടോ വാങ്ങി. പാവാടയും ബ്ലൗസുമാണ് വേഷം. തലമുടി വിടർത്തിയിട്ടിരിക്കുന്നു. ഒരു സുന്ദരിക്കുട്ടി. അവളുടെ മുഖത്ത് ചിരി പരന്നു. മൊബൈലിൽ അത് പകർത്തി. ഉമ്മച്ചിക്ക് കാണിക്കാനാ.....

"മാഡം, യു ലുക്സ് സൊ ബ്യൂട്ടിഫുൾ!"

"സുന്ദരിയൊക്കെത്തന്നെയായിരുന്നു. പക്ഷേ, ലൈനടിക്കാനൊന്നും ആരും വന്നില്ല. സക്കറിയ ലിറ്ററേച്ചർ വിട്ടില്ലായിരുന്നെങ്കിൽ ഞാൻ വളച്ചേനെ...." ചിരിച്ചുകൊണ്ട് ടീച്ചർ തുടർന്നു.

"ഇതു നോക്ക്. അന്നത്തെ ഗ്രൂപ്പ് ഫോട്ടോ. നൂറ്റി ഇരുപത് പേരോളം ഉണ്ട്. എസ്.ത്രീ. ഹിന്ദി സെക്കൻഡ് ലാംഗ്വേജ് എടുത്തവരാണ്. തഥാഗതൻ സക്കറിയയെ കണ്ടുപിടിക്കുമോ എന്ന് നോക്കട്ടെ."

ഫോട്ടോയിലൂടെ കണ്ണോടിച്ചു. നാല്പത്തി അഞ്ച് വർഷങ്ങളുടെ പഴക്കം ചില്ലറയല്ല. മങ്ങലുണ്ട്. എല്ലാ മുഖങ്ങളും ഒരുപോലെയിരിക്കുന്നു.

"ഇല്ല. ഒരു നിവൃത്തിയുമില്ല. തോറ്റു."

അതിഥിയും കൈമലർത്തി.

നിൽക്കുന്നവരിൽ രണ്ടാമത്തെ ലൈനിൽ ഇടതുഭാഗത്തുനിന്നും അഞ്ചാമത്തെ പയ്യനെ ചൂണ്ടി ടീച്ചർ പറഞ്ഞു: "ഇതാ, നിന്റെ വാപ്പി!"

അതിഥി വീണ്ടും ഫോട്ടോ മൊബൈലിൽ പകർത്തി.

"തൊട്ടുതാഴെ നില്ക്കുന്നതാ നാദിയ. ആ ദാവണിയുടുത്ത കുട്ടി–ഞങ്ങൾ നിർബന്ധിച്ചു നിർത്തിയതാ അങ്ങിനെ. അതാ അവൾക്കൊരു ചിരി....."

പഴയകാലം ടീച്ചർ നല്ലപോലെ ആസ്വദിക്കുന്നുണ്ട്. ആ ഉന്മേഷം കണ്ടാലറിയാം.

"വാപ്പിയും നാദിയ മേഡവും പിന്നെ കണ്ടിട്ടേയില്ല?"

"കാണാനിടയില്ല. എല്ലാവരും പല വഴിക്ക് പിരിഞ്ഞില്ലെ. ഇന്നത്തെപ്പോലെ മൊബൈലുമൊന്നുമില്ലാലോ.

നാദിയ ബി.എസ്.സി കഴിഞ്ഞ ശേഷം ബി.എഡ് എടുത്തു. കുറേക്കാലം വേങ്ങരയിലൊരു സ്കൂളിൽ ബയോളജി ടീച്ചറായിരുന്നു. ഒരു വല്ലാത്ത ദുരന്തമാണവളുടെ ജീവിതം. കുറച്ചുകാലമേ ദാമ്പത്യബന്ധം നീണ്ടുള്ളൂ. എന്തോ അസുഖത്തെത്തുടർന്ന് ഭർത്താവ് മരിച്ചു. പിന്നെ കുട്ടികളുമില്ല. ജീവിതത്തോട് ഒറ്റയ്ക്ക് പൊരുതുന്ന സ്ത്രീ പഴയ സൗഹൃദങ്ങളെക്കുറിച്ച് ഓർക്കാനിഷ്ടപ്പെടില്ല. ഡി.ഇ.ഒ ആയി റിട്ടയർ ചെയ്ത് ഇപ്പോഴെവിടെയോ ആണ്. പണ്ടൊരിക്കൽ കോളേജ് അലുംമ്നി മീറ്റിംഗിൽ വെച്ച് കണ്ടു. നമ്പർ വാങ്ങിച്ചു വെക്കാൻ വിട്ടുപോയി. ഇപ്പോൾ ഒരു ബന്ധവുമില്ല."

"വേണമെങ്കിൽ സംഘടിപ്പിക്കാം. കുറച്ച് സമയമെടുക്കും."

"അത് പിന്നെയൊരിക്കൽ ആകാം." ഞങ്ങൾ യാത്ര പറയുമ്പോൾ ടീച്ചർ എന്നെ ചേർത്തു പിടിച്ച് നെറ്റിയിൽ ചുംബിച്ചു. മനോഹരമായ ആ ഓർമ്മകൾ വീണ്ടും ഉണർത്തിയതിന് നന്ദി.

ആ കണ്ണുകൾ നനഞ്ഞുവോ?

"പണ്ട്. പണ്ടെന്ന് പറഞ്ഞാൽ ഇരുപതോളം വർഷങ്ങൾക്ക് മുമ്പാണ്. സക്കറിയ മരിച്ചു എന്നറിഞ്ഞപ്പോൾ എനിക്ക് സഹിക്കാൻ കഴിഞ്ഞില്ല. അതും ഒരു കൊലപാതകം! ഞാനൊരുപാട് കരഞ്ഞു. എന്റെ കെട്ട്യോൻ ചോദിച്ചു. നിനക്കവനെ അത്രയ്ക്ക് ഇഷ്ടമായിരുന്നോ? ഉണ്ടെന്നോ ഇല്ലെന്നോ പറഞ്ഞില്ല.

അന്ന് നാദിയ വേങ്ങര ഗവൺമെന്റ് ഹൈസ്കൂളിലായിരുന്നു. വിളിച്ചു പറഞ്ഞപ്പോൾ ആദ്യം അവൾ വിശ്വസിക്കാൻ കൂട്ടാക്കിയില്ല. പിന്നെ മറ്റെ തലയ്ക്കൽ ശബ്ദം നിലച്ചു. അത് ഊഹിക്കാവുന്നതല്ലേയുള്ളൂ. പത്രങ്ങൾ പല കഥകളും മെനഞ്ഞുണ്ടാക്കി കുറേ ദിവസങ്ങളോളം.

ആ കക്ഷി പരോളിലിറങ്ങി മുങ്ങിയെന്ന് കേട്ടു. പത്രത്തിൽ വായിച്ചതാണ്. പിടികിട്ടാപ്പുള്ളിയായി പ്രഖ്യാപിച്ചെന്നും. വല്ല വിവരവും ഉണ്ടോ?"

"അറിയില്ല. ഒന്നും അറിയില്ല."

"മാഡം, ആ ആളെ കണ്ടുപിടിക്കാനുള്ള ബദ്ധപ്പാടിലാണ് ഞങ്ങൾ" അതിഥിയുടെ ശബ്ദം ഉയർന്നുവോ?

മടങ്ങിപ്പോകുമ്പോൾ അതിഥി പറഞ്ഞു: "ഇതിലെന്തോ ഒരു കള്ളക്കളിയുണ്ട്. ടീച്ചർ പറഞ്ഞതെല്ലാം പൂർണ്ണമായി വിശ്വസിക്കാൻ പ്രയാസം."

"അതെന്താ?"

"ആ സബിത അവർ തന്നെ ആയിക്കൂടെ? നാദിയ ഒരു സാങ്കല്പിക

കഥാപാത്രമായിക്കൂടെ? വർഷങ്ങൾക്കുശേഷം ഇതെല്ലാം തുറന്ന് പറയാൻ ഏത് അമ്മമാരും അറയ്ക്കും. എനിക്കെന്തോ അങ്ങിനെ തോന്ന്വാ."

"ഏയ് അങ്ങിനെയൊന്നും ഉണ്ടാവില്ല."

"വർഷങ്ങൾക്ക് ശേഷം സമൂഹത്തിൽ ഉയർന്ന സ്ഥാനവും മാനവും ഒക്കെയാവുമ്പോൾ എല്ലാം നേരെ ചൊവ്വേ പറയാൻ പ്രയാസമാകും. പിന്നെ ഒളിച്ചു കളിക്കാതെ നിവൃത്തിയില്ലാലോ."

"ഏയ് എനിക്ക് തോന്ന്ണില്ല."

"പിന്നെന്തിനാ ടീച്ചർ നാദിയ മാഡത്തിന്റെ ഫോൺ നമ്പർ അറിയില്ല എന്ന് പറഞ്ഞത്? അത് കള്ളം. അവരുടെ പാസ്റ്റ് ഡീറ്റെയിൽസ് അറിയാവുന്ന ഒരാൾക്ക് ഫോൺ നമ്പർ അറിയാതെ വരോ? നമ്മൾ അവരെ കണ്ടുമുട്ടാതിരിക്കാൻ ഒഴിവു കഴിവു പറഞ്ഞതാകാനേ വഴിയുള്ളൂ?"

"അതിഥി, നീയെന്നെ സംശയാലുവാക്കാതെ...."

"നാം ചിലപ്പോൾ നാദിയ മാഡത്തെ കണ്ടുമുട്ടിയാൽ കഥകൾ നേരെ മറിച്ചാവും. അയാം ഷുവർ. പേരുകൾ തമ്മിലുള്ള സാദൃശ്യം പോലും നോക്കൂ. സബിത. ഷാനിത."

"ഹ! ഹ! നിന്റെയോരോ കണ്ടുപിടിത്തം!"

പതിനഞ്ച്

തിരിച്ചെത്തിയപ്പോൾ രാത്രി കുറേ വൈകി. വഴിനീളെ റോഡ് ബ്ലോക്ക്. മിഥുനും മനുവും ഒരു സന്തോഷ വാർത്തയുമായാണ് എത്തിയത്.

“ഗൗതം, ഉഗ്രൻ ഫണ്ടിംഗ്! മുപ്പതു ലക്ഷം ഒറ്റയടിക്കാണ് എക്കൗണ്ടിൽ ഇട്ടിരിക്കുന്നത്! ഇനി അടുത്തൊന്നും പ്രശ്നമുണ്ടാവില്ല. മെഡിക്കൽ കോളേജ് ഓഫീസിൽ നാളത്തന്നെ പോയി അടച്ചേക്കാൻ വിവേക് പ്രൊഡക്ഷൻ എക്സിക്യൂട്ടീവിനോട് പറഞ്ഞിട്ടുണ്ട്.”

“എത്രയാ ബഡ്ജറ്റ്?” ഉമ്മച്ചി ചോദിച്ചു.

“രണ്ടര കോടി. ഇതുവരെ ഒന്നര കോടി തന്നു. ഷൂട്ടിംഗ് മുക്കാലും കഴിഞ്ഞു.”

“നിങ്ങൾക്കൊക്കെ കിട്ട്ണില്ല്യെ?”

“കുറച്ച് കുറച്ച്. ഞങ്ങളൊക്കെ തുടക്കക്കാരല്ലെ ഉമ്മച്ചി. ബലം പിടിക്കാൻ പറ്റ്വോ? സിനിമ ഇറങ്ങുമ്പോഴേക്ക് ഒരുവിധം കിട്ടും.”

“കിട്ടിയാൽ മതി. എപ്പോഴായാലും.....”

“ഇന്ന് പോയിട്ടെന്തായി?” മനുവിന്റെ ശബ്ദംകുറച്ചുള്ള അന്വേഷണം. ഉമ്മച്ചി കേൾക്കാതിരിക്കാനാവും.

“ഒരു രക്ഷയുമില്ല” അതിഥി പറഞ്ഞു: “ഒക്കെ വെറും കഥാപാത്രങ്ങൾ!”

ഉമ്മച്ചിക്ക് കാര്യം മനസ്സിലായി.

“ഓഹോ.... സബിതയെ തേടി പോയതാവും, ല്ലെ?”

അതിഥി മൊബൈലിൽ ഗാലറിയിലെ ഫോട്ടോസ് കാണിച്ചു. അന്നത്തെ സുന്ദരി സുന്ദരന്മാർ! വാപ്പിയെക്കുറിച്ച് നല്ലതേ പറയാനുള്ളൂ അവർക്കെല്ലാം. വെറും കൂട്ടുകാർ. അതിലപ്പുറം ഒന്നുമില്ല.

ഗ്രൂപ്പ് ഫോട്ടോയിലെ വാപ്പിയെ ഉമ്മച്ചി കുറച്ചുനേരം നോക്കി നിന്നു.

നാളെ റാഗിങ് സീനുകളും ഒരു സോംഗ് സീനുമാണ്. കോറിയോ ഗ്രാഫർ എത്തിയിട്ടുണ്ട്. സ്റ്റെപ്പ്സ് പഠിപ്പിച്ചുതരാൻ കുറച്ചു നേരത്തെ വരാൻ പറഞ്ഞിട്ടുണ്ട്.

"റാഗിങ്ങോ?" ഉമ്മ ആശ്ചര്യപ്പെട്ടു.

"അതെ. ഡോക്ടർമാരുടെ കഥയാണ്. ഫ്ളാഷ് ബാക്ക് സീനുക ളൊക്കെ മെഡിക്കൽ കോളേജിൽ വെച്ചാണ്.

രാവിലെ തന്നെ ക്യാഷ് അടച്ചാൽ ഓഫീസ് സ്റ്റാഫ് ഇ–മെയിൽ ചെയ്തോളും. ഉച്ചയ്ക്ക് മുമ്പെ പെർമിഷൻ കിട്ടും. കുറ്റിക്കാട്ടൂരിൽ സോംഗ് സീൻ ഷൂട്ട് ചെയ്താൽ ഉച്ചയ്ക്ക് ശേഷം മെഡിക്കൽ കോളേജ് ഹോസ്റ്റൽ. അപ്പോഴേക്കും സെറ്റ് റെഡിയായിക്കോളും."

മിഥുൻ പറഞ്ഞു:

"ഷൂട്ടിംഗ് കോളേജിലാവുമ്പോൾ വാപ്പിയുടെ പഴയ ഫ്രണ്ട്സിനെ കാണാനാവും" ഉമ്മച്ചി പറഞ്ഞു.

സാധ്യത കുറവാണ്. പലരും റിട്ടയർ ചെയ്തുകാണും. ഉമ്മച്ചി ഫയ ലിൽനിന്നും ഒരു കഥ എടുത്ത് നീട്ടി.

"*അവസാനത്തെ സായാഹ്നം – മാതൃഭൂമി* ബാലപംക്തിയിൽ പ്രസി ദ്ധീകരിച്ചതാണ്.

ഇതൊരു റാഗിങ് കഥയാണ്. നോക്ക്. നിങ്ങൾക്ക് ഉപകരിച്ചേക്കും. ഒരു സമാഹാരത്തിലും വന്നിട്ടില്ല."

അവസാനത്തെ സായാഹ്നം

–പി. പി സക്കറിയ

"വിഷ് ചെയ്യണംന്നറിയില്ലേടാ?"

"ഗുഡ് ഈവനിംഗ് സീനിയർ സാർ."

"വാട്ടീസ് യുവർ നെയിം?"

"പ്രീ ഓർ ഗ്രാജ്വറ്റ്?"

"പ്രീ...."

"കെ.എസ്.യുവോ, എസ്.എഫ്.ഐയോ, എം.എസ്.എഫോ? അതി ലേതാ.....?"

"ഒന്നുമല്ല."

"അതു കള. ഇതിലേതാ നല്ലത്?"

"ഒന്നും നല്ലതല്ല."

"ആള് മോശല്ലല്ലോ... താനെന്തിനാ പേടിക്കണെ? ഒന്ന് ചിരിച്ചെ... ഞാൻ വരുന്നതുവരെ ചിരിച്ചോണ്ടിരുന്നോ...."

സൂര്യന്റെ അവസാനത്തെ തുള്ളിവെളിച്ചം. അകലുന്ന നിഴലുകൾ. പുതിയ വെളിച്ചം അരികിലേക്കെത്തുന്നു. കൂടെ കുറേ നിഴലുകളും.

"ഞങ്ങളിവിടെ അഞ്ചെട്ട് കൊല്ലങ്ങളായി പഠിക്കാൻ തുടങ്ങിയിട്ട്.

എന്നിട്ടിതുവരെ ഒരു ബെൽബോട്ടം ഇട്ടിട്ടില്ല. എന്നിട്ടാ താൻ ആദ്യ ദിവസം തന്നെ...."

"തന്റെ മുഖത്തെന്താടോ ഒരു വാട്ടം? അതൊക്കെ ഞങ്ങൾ ശര്യാക്കിത്തരാം..."

വിരലുകൾ മുഖത്ത് ചിത്രങ്ങൾ വരച്ചു. ഈറനണിഞ്ഞ കണ്ണുകളിൽ എല്ലാം അവ്യക്തമായി.

"തന്റെ ബോഡിമേറ്റ്സാരൊക്കെയാ?"

"മോഹൻ, മാർക്കോസ്...."

"അവരല്ല. പെമ്പിള്ളേരി?"

"മാലിനി, മീന...."

"തനിക്കതിൽ ആരെയാ ഇഷ്ടം?"

"ആരോടുമില്ല."

"നീയെന്റെ പേരൊന്ന് ഗസ്സ് ചെയ്താട്ടെ...."

"രാമചന്ദ്രൻ...."

"ഉം. മതി. മതി. തന്റെ കോളേജിനു വന്ന ആ കുട്ടീം നീയും പ്രേമത്തിലായിരുന്നില്ലെ?"

"അല്ല. അവള് ബീയെസ്സ്യാ...."

പൊട്ടിച്ചിരികൾ. ചുണ്ടുകളിൽ കരച്ചിലിന്റെ ഭാവം.

"കവി എന്തിനാണാവോ കരയുന്നത്? ചിരിക്ക്. ഉം. ഉറക്കെ ഇനിയും ഉറക്കെ...."

"മലയാളത്തിൽ തനിക്കാരേയാ ഇഷ്ടം?"

"എം.ടി."

"കാക്കനാടനെന്താ മോശാ?"

"അല്ല."

"ങ്ഹാ... ഇന്ന് കടലാസ്. ഇവിടിരുന്ന് രണ്ട് കവിതകളെഴുതിക്കോ...."

താഴെ നിലത്തിരുന്നു.

"തന്നോടാരാടാ ഇരിക്കാൻ പറഞ്ഞത്? എന്താ ഇത്ര ലാവിഷാവണത്?"

....

"ചോദിച്ചത് കേട്ടില്ലെടാ?"

അടിയുടെ ഊക്കിൽ പൊന്നീച്ചകൾ പറന്നു. സ്വർണ്ണത്തളിക പോലെ ചെവികൾ. രോദനങ്ങൾ.

സുഹൃത്തെ, നമുക്ക് മുമ്പിലുള്ള ഈ ലോകമേതാണ്?

തന്റെ ഗ്രേ കോൺസ്റ്റന്റെത്രാ?

നാല്പത്തെട്ട് ഇന്റർ നാഷണൽ യൂനിറ്റ്....

എഫ്.ആർ.സി.എസ്സോ?

എഡിൻബറോ?

"ഡേയ്, താനിങ്ങോട്ട് വാ. കൃതാവ് ഇത്രയൊന്നും വേണ്ടാട്ടോ. മുടിയൊക്കെ ഒരിഞ്ച് നീളം മതി."

"ഉം. ഉവ്വ്."

"ഇനി ഇമേജിനറി പ്ലേ. എല്ലാവരും നിരന്നു നിൽപ്പിൻ. രഘു ബേറ്റ് ചെയ്യട്ടെ. താൻ വിക്കറ്റ് കീപ്പർ. കരിം ബൗളർ. ചന്ദ്രശേഖരൻ ഫീൽഡ് ചെയ്യട്ടെ. നാരായണൻകുട്ടി കമന്ററിയും തുടങ്ങിക്കോ.....

പേടിക്കണ്ട. ഇന്നുതീരും."

(ഇല്ല സുഹൃത്തെ. ഇതിനവസാനമില്ല. യുഗങ്ങളോളം ഇത് തുടർന്നു കൊണ്ടേയിരിക്കും)

"മതി. മതി. ഇനി എല്ലാവരും സ്പേസിലേക്ക്. ഉം. കണ്ണുകെട്ടിക്കോ."

കണ്ണെത്താത്ത അകലത്തേക്ക് യാത്രയായി. കാലുകൾ വേദനിക്കുന്നു. വെന്റിലേറ്റർ.

–ആകാശവാണി. വിദ്യുച്ഛക്തി പ്രവാഹം നിലച്ചതിനാൽ ഇതുവരെ പ്രക്ഷേപണത്തിന് തടസ്സം നേരിട്ടതിൽ ഖേദിക്കുന്നു. തുടർന്ന് വാർത്തകളും നിങ്ങൾ ആവശ്യപ്പെട്ട ചലച്ചിത്ര ഗാനങ്ങളും കേൾക്കാം....

വിണ്ണിതിൽ ഉറങ്ങുന്ന മനുഷ്യനോ?

അന്ധനാര്.... ഇപ്പോൾ അന്ധനാര്?

"മതി. ഞങ്ങളെ എതിർക്കാൻ കഴിയുമെന്ന് തോന്നുന്നുണ്ടോ തനിക്ക്? ആ സുബൈറില്ലെ, യൂണിവേഴ്സിറ്റി ഗുസ്തി ചാമ്പ്യൻ. അവൻ പോലും ഞങ്ങൾക്കെതിരെ ഒരക്ഷരം മിണ്ടീട്ടില്ല.... എന്നിട്ടാ താൻ..."

കൺമുമ്പിൽ വീണ്ടും പൊന്നീച്ചകൾ പറക്കുന്നു.

ദിവസങ്ങൾ കടന്നുപോയതറിഞ്ഞില്ല.

"ഇനി പ്രോഗ്രാം. ബാത്തും രജിസ്ട്രേഷനും. മുട്ടിൽ ഇഴഞ്ഞ് എല്ലാവരും താഴോട്ട് പൊക്കോ. ഉം. വേഗം. വേഗം."

ചുറ്റും ഇരുട്ട്. പുറത്ത് ശ്മശാന മൂകത. എന്റെ സ്നേഹിതരെവിടെ? അവരെ കാണുന്നില്ലല്ലോ. ഞാനാകെ നനഞ്ഞിരിക്കുന്നുവല്ലൊ. നിശ്ശബ്ദത തളംകെട്ടി നിൽക്കുന്ന നിമിഷങ്ങൾ.

നരകം... നരകം...

അലർച്ച. കണ്ണിന് ചുറ്റും ആയിരമായിരം ഗോളങ്ങൾ. ഭൂമി എത്ര വേഗത്തിലാണ് കറങ്ങുന്നത്?! ജ്വലിക്കുന്ന നക്ഷത്രങ്ങൾ എന്നെ ഭയപ്പെടുത്തുന്നു. എന്റെ ദൈവമേ, ഞാനെവിടെയാണ്! ചുണ്ടുകളിൽ ഉപ്പുരസം തോന്നുന്നുവല്ലൊ....

രാജാവ്. എന്റെ രാജാവ്. പ്രിയപ്പെട്ട രാജാവ്.

ഇൻ ദ നെയിം ഓഫ് അവർ ഫാദർ, ഹിപ്പോക്രാറ്റസ്. ഐ ടെയ്ക്ക് ഓത്ത്....

ഓ മൈ സൺ, യു ആർ രജിസ്ട്രേഡ്.

കണ്ണുതിരുമ്മി നോക്കിയപ്പോൾ ട്യൂബ് ലൈറ്റിന്റെ പ്രകാശം. സ്നേഹിതരുടെ ആശ്ലേഷണം.

"ചങ്ങാതി, എല്ലാം കഴിഞ്ഞെടാ. ഇനി നമ്മളൊക്കെ ഒന്നാ...."

മധുരം ചുണ്ടുകളിൽ തട്ടിയപ്പോൾ തോന്നി – സുഹൃത്തുക്കളെ നിങ്ങളെന്നെ സ്നേഹംകൊണ്ട് വീർപ്പു മുട്ടിച്ച് കൊല്ലാതിരിക്കൂ....

(1974)

ഉമ്മച്ചി പിന്നെയും കഥകൾ എടുത്തിട്ടു. മുഖം തേടുന്ന മനുഷ്യർ, ഓരോരുത്തർക്കും ഓരോരോ ശവപ്പെട്ടി, കവചങ്ങൾ തേടി, ഭ്രാന്താലയങ്ങൾ, വിഗ്രഹങ്ങൾ, പരിമിതികൾ, പേടി, കാലം, ഒഴുക്കിൽ ഒരില, അഭിമന്യു.

എല്ലാം ഒരു കഥാസമാഹാരത്തിലും പെടാത്തവ.

ഓരോ കഥയും ഒന്നൊന്നിനോട് വ്യത്യസ്തമാണ്. പൊതുവായ ഒരു സത്യം എല്ലാറ്റിലും ഒളിഞ്ഞിരിപ്പുണ്ട്. പറയാൻ ശ്രമിച്ചത് അതായിരുന്നു.

വാപ്പി ഒരിക്കലും ഈ എം.ബി.ബി.എസ് കോഴ്സ് ഇഷ്ടപ്പെട്ടിരുന്നില്ല. ജയിലിലകപ്പെട്ടപോലെ ഒരു പ്രതീതി. പ്രണയം ഒരു കഥയിലും കടന്നുവരുന്നില്ല. രക്ഷപ്പെടാൻ ശ്രമിക്കുന്തോറും മുറുകുന്ന ഒരു ചങ്ങല തനിക്കു ചുറ്റും ഉണ്ടെന്ന തോന്നൽ. പലതിലും മരണം ഒരു കഥാപാത്രമാണ്.

വാപ്പി ഒരിക്കലെങ്കിലും ആത്മഹത്യയ്ക്ക് ശ്രമിച്ചുവോ?

ഒരു കഥ ശരിക്കും ഞങ്ങളെ ഞെട്ടിച്ചു.

ആത്മഹത്യാ മുനമ്പ്.

ഈ ഒരു കഥ മാത്രം മതിയായിരുന്നു അന്നത്തെ ക്യാമ്പസ് അന്തരീക്ഷം മനസ്സിലാക്കുവാൻ.

1976 നവംബർ പതിനാലിന് *മാതൃഭൂമി ആഴ്ചപ്പതിപ്പിലെ* നവതരംഗത്തിലാണ് ഈ കഥ വന്നത്.

പതിനാറ്

ആത്മഹത്യാ മുനമ്പ്

– പി.പി സക്കറിയ

എന്നിൽനിന്നും വളരെ അകലെയായിരുന്നു മാലിനി. തിരിഞ്ഞു നോക്കുമ്പോൾ ഒരു കിതപ്പ് മാത്രമേ കേൾക്കാനുണ്ടായിരുന്നുള്ളൂ. വേഗത്തിൽ വരൂ..... എന്ന് ഞാനവളോട് വിളിച്ചു പറഞ്ഞു. എന്റെ ശബ്ദം കേട്ടിട്ടായിരിക്കുമോ, എന്തോ, അവൾ കൈകൊണ്ടെന്തൊക്കെയോ ആംഗ്യം കാട്ടി. ഒന്നും മനസ്സിലായില്ല. മാലിനി വളരെ പതുക്കെയാണെന്നും ഇനിയൊരുപക്ഷേ, അവൾ മാത്രം ഈ മുനമ്പിൽ അവശേഷിക്കുമെന്നും ഞാൻ ഭയന്നു.

വീണ്ടും അവൾ ഓടിക്കൊണ്ടിരുന്നു.... ഒടുവിൽ മുനമ്പിൽ ഞാൻ തനിച്ചായി.

എനിക്ക് മുമ്പെ ഓടിയിരുന്നവരാരേയും അവിടെ കാണാനുണ്ടായിരുന്നില്ല. പരിഭ്രമത്താൽ മനസ്സുഴറി. ഏട്ത്തൂ ഗീത? രവി? ആന്റണി? അലയലകളാൽ പ്രക്ഷുബ്ധമായ സമുദ്രം മുനമ്പിന്റെ തീരങ്ങളിൽ തന്റെ ദംഷ്ട്രങ്ങൾകൊണ്ട് പോറലുകൾ സൃഷ്ടിച്ചു.

ഭയപ്പാടോടെ തിരിഞ്ഞുനിന്നു. ഇല്ല. ഈ മണലാരണ്യത്തിൽ ഞാനും ബന്ധിക്കപ്പെട്ടിരിക്കുന്നു. മരണം പതിയിരിക്കുന്ന ഈ വിശാലമായ സമുദ്രം മാത്രമാണ് ഇനിയൊരഭയസങ്കേതമെന്ന ചിന്ത എന്നെയുണർത്തി.

"സുധീ.... സുധീ...."

അകലെനിന്നും കിതപ്പിന്റെ ശബ്ദം അരികിലേക്കെത്തുന്നു. നീട്ടിയ കൈകളിൽ കുഴഞ്ഞുവീണു മാലിനി. അവൾ കിതയ്ക്കുന്നുണ്ടായിരു

ന്നു. ക്ഷീണം ചുരത്തിയ കലങ്ങിയ കണ്ണുകൾ. നെറ്റിയിൽനിന്നും വിയർപ്പുകണങ്ങൾ കവിളിനെ തഴുകി മുലകൾക്കിടയിലുള്ള വിടവിലൂടെ ഒഴുകാൻ തുടങ്ങി.

തെറുത്തുവെച്ച മുടിയിഴകൾ കാറ്റിലുലയാൻ തുടങ്ങിയപ്പോൾ മാറിൽ മുഖമമർത്തി മാലിനി കരഞ്ഞു.

"നിയ്ക്ക് പേടിയാവുന്നു."

ഒന്നും പറയാനാവാതെ നിശ്ശബ്ദനായി മുഖത്തേക്ക് നോക്കിനിന്നു.

ഞങ്ങൾക്ക് പിറകെ ഓടിയിരുന്നവരാരും ഇനിയും എത്തിയിട്ടില്ലെന്ന വസ്തുത ഞാനപ്പോഴാണ് ഓർത്തത്. അവരെത്താൻ ഇനിയും വർഷങ്ങൾ വേണ്ടി വന്നേക്കും. അതിനും മുമ്പെ....

മാലിനിയുടെ നെറ്റിയിലെ വിയർപ്പുകണങ്ങൾ ഒപ്പിയെടുക്കാനുള്ള ശ്രമത്തിലായിരുന്നു ഞാൻ.

"അതാ, അതാ നമ്മുടെ ഗോപുരം!"

ഇരട്ട സർപ്പങ്ങൾ കാവലിരിക്കുന്ന ഗോപുരത്തിന് നേരെ വിരലുകൾ ചൂണ്ടി മാലിനി പറഞ്ഞു. അവളുടെ ശബ്ദം പതറിയിരുന്നു. കാലം നിശ്ചലമായി ഗോപുരമുകളിലെ നാഴികമണിയിൽ കിടക്കുന്നു. ഞങ്ങൾ മോചനം നേടിയ തടവറയിലെ ആ ഗോപുരത്തിൽനിന്നും നമുക്ക് രക്ഷപ്പെടാനാവില്ലെന്നും, ആ ഗോപുരത്തിന്റെ നിഴലാണ് ഈ മുനമ്പിൽ അവസാനിക്കുന്നതെന്നും മാലിനി മനസ്സിലാക്കിയിരിക്കില്ല.

ഞാനോർത്തു.

ഒരു ഭയങ്കര തടവറയായിരുന്നു ഞങ്ങളുടേത്. മാറാലകൾകൊണ്ട് ബന്ധിച്ച ഭിത്തികൾ. കുന്നിന് മുകളിൽ തലയുയർത്തി നില്ക്കുന്ന ഗോപുരം. തടവറയ്ക്ക് കാവലിരിക്കുന്ന ഇരുപത് തലകളുള്ള മറ്റൊരു രാവണൻ. പാറാവുകാരൻ ഞങ്ങളെയെല്ലാം വിദ്യാർത്ഥികളെന്നും, ഞങ്ങളെ നിയന്ത്രിച്ചിരുന്നവരെ സാറന്മാരെന്നും വിളിച്ചുവന്നു. മറ്റുള്ളവരുടെ മനസ്സും വേദനയും അറിയാനായി അവർ ഞങ്ങൾക്കോരോരുത്തർക്കും ഒരു മനസ്സറിയും യന്ത്രം തന്നു. അതിലെ ഭാഷ ഞങ്ങൾക്ക് മാത്രമേ മനസ്സിലായിരുന്നുള്ളൂ.

തടവറയുടെ വരാന്തയിലെ തൂണുകളിൽ ഞങ്ങളുടെ രാജാവിന്റെ പേരിൽ ചില ലിഖിതങ്ങൾ കൊത്തിവെച്ചിരുന്നു. ഭയം, സ്നേഹം, സന്തോഷം എന്നീ വാക്കുകളൊന്നും അവയിലില്ലായിരുന്നതുകൊണ്ട് ആ വാക്കുകളുടെ അർത്ഥത്തെക്കുറിച്ച് ഞങ്ങൾ അജ്ഞാതരായിരുന്നു. രാജാവിന്റെ പേരിനെ ഓർമ്മപ്പെടുത്തുംവിധം ഞങ്ങൾ തടവുകാരെല്ലാം ഹിപ്പോക്രാറ്റുകളെപ്പോലെ ജീവിച്ചു പോന്നു.

ഇരട്ട സർപ്പങ്ങൾ കാവലിരിക്കുന്ന ഗോപുര മുകളിലെ നാഴികമണിയിൽ കാലം നിശ്ചലമായിരുന്നു. ശൈശവമോ, ബാല്യമോ, കൗമാരമോ, യൗവനമോ, വാർദ്ധക്യമോ ഇല്ലാത്ത ഒരു കാലത്തിന്റെ പ്രതീകമായി ആ നാഴികമണി നിലകൊണ്ടു. ഞങ്ങളിൽ പ്രായം കുറഞ്ഞവരെന്നോ കൂടിയവരെന്നോ ഉള്ള ഭേദമുണ്ടായിരുന്നില്ല. പണ്ടൊരിക്കൽ തടവുകാ

രുടെ പൂർവ്വികരിൽ തലമുറകൾ തമ്മിലുള്ള വിടവന്വേഷിച്ചിറങ്ങിയ, ഹിന്ദിയിൽ കവിതകളെഴുതാറുള്ള ഒരു ചെറുപ്പക്കാരനാണത്രെ കാലത്തെ നിശ്ചലമാക്കിയത്. പെട്ടെന്നൊരു സന്ധ്യയിൽ ആ ചെറുപ്പക്കാരൻ നാഴികമണിക്കുനേരെ കല്ലേറിയാൻ തുടങ്ങി. സൂചികൾ ചലിക്കാതായി. അക്കങ്ങൾ കൊഴിഞ്ഞുവീണു. പാവം, മുറിവേറ്റ കാലം!!

കോട്ടയ്ക്കപ്പുറത്തെ വിശാലമായ പുഴയെ നെടുകെ മുറിക്കുന്ന അദൃശ്യമായൊരു നൂൽപ്പാലം മാത്രമായിരുന്നു പുറംലോകവുമായി ബന്ധപ്പെടാനുള്ള ഏക വഴി. പാലം കടക്കണമെങ്കിൽ മുഖംമൂടി ധരിക്കണം. വളരെ മനോഹരമായ മുഖംമൂടികളായിരുന്നു ഞങ്ങളുടേത്. പുറത്തുള്ളവർ ഞങ്ങളെ കണ്ട് ഓച്ഛാനിച്ച് നിന്നു. എനിക്ക് കരച്ചിൽ വന്നു. പക്ഷേ, ഈ മുഖംമൂടിക്കുള്ളിൽ അതിനെനിക്കാവില്ലെന്ന് ഞാൻ മനസ്സിലാക്കിയിരുന്നില്ല. മാലിനിയാണ് എനിക്കത് പറഞ്ഞുതന്നത്. അന്ന് ഞങ്ങൾ ആദ്യമായി മോചനത്തെക്കുറിച്ചാലോചിച്ചു.

ദിവസങ്ങൾ കഴിയുംതോറും ഞങ്ങളിലോരോരുത്തരായി രക്ഷപ്പെടുന്നത് ഞങ്ങളറിഞ്ഞു. ആദ്യം ഗീത. പിന്നെ രവി. ഏറ്റവും ഒടുവിൽ ആന്റണി. പക്ഷേ, അവർ പോയ വഴിയെക്കുറിച്ച് ഞങ്ങൾക്കൊന്നും അറിഞ്ഞുകൂടായിരുന്നു. പാറാവുകാരനെ വെട്ടിച്ച് അവരെങ്ങിനെ പുറത്തു കടന്നു? കോട്ടയ്ക്കപ്പുറത്ത് രാജവീഥിയിൽ തേരുകൾ അവരേയും കാത്തുകിടന്നിരുന്നുവെന്ന് മാലിനി പറഞ്ഞു. മാലിനിയോട് സൗദയാണ് പറഞ്ഞതത്രെ. അത് വെറും സങ്കല്പമാണെന്നും അവസാനം ആന്റണി രക്ഷപ്പെട്ടത് താൻ വ്യക്തമായും കണ്ടിരുന്നുവെന്നും രാജേന്ദ്രൻ അവകാശപ്പെട്ടു. അതെന്തെങ്കിലുമാകട്ടെ ഞാനൊറ്റയ്ക്കിരുന്നാണ് മോചനത്തിന്റെ മാർഗ്ഗങ്ങളെക്കുറിച്ച് ചിന്തിക്കാൻ തുടങ്ങിയത്.

ഒരു ദിവസം ഞാനത് കണ്ടുപിടിച്ചു. പാറാവുകാരൻ ഉച്ചയുറക്കത്തിലായിരുന്നു. ഞങ്ങളുടെ സുഹൃത്തുക്കൾ, തടവുകാർ നഷ്ടപ്പെട്ടതിൽ ഡീപ് സോറൊ എക്സ്പ്രസ് ചെയ്തുകൊണ്ടുള്ള മേലധികാരികളുടെ പൊള്ളയായ ശബ്ദം കേട്ടു ഞാൻ ഞെട്ടിയുണർന്നു. ഇതിലൊക്കെ എന്തർത്ഥം? അവർ മോചനം നേടിയവരാണെന്ന വസ്തുത ഇവർക്കൊന്നുമറിഞ്ഞുകൂടല്ലോ. അപ്പോഴാണ് ഞാനത് കണ്ടത്–

മുനമ്പ്.

കോട്ടയുടെ കിഴക്കെ ചരിവിലൂടെ നോക്കിയാൽ വ്യക്തമായി അത് കാണാമായിരുന്നു. എല്ലാ പുഴകളും അവിടെ ഒത്തുചേരുന്നു. ഗോപുര നിഴലിന്റെ തുമ്പ് ചെന്നവസാനിക്കുന്നത് അവിടെയാണ്. അതായിരുന്നു ലക്ഷ്യം. അടക്കാനാവാത്ത സന്തോഷത്തോടെ പതുക്കെ മാലിനിയെ വിളിച്ചു. ഇതാ നമുക്ക് രക്ഷപ്പെടാനുള്ള സമയമായി.....

അവളുടെ കണ്ണുകൾ വികസിച്ചു. അവിശ്വസനീയത വരച്ച ചിത്രപ്പണികൾ.

“നമുക്ക് മറ്റാരേയും കുറിച്ചോർക്കേണ്ട. വരൂ. വേഗം.”

അപ്പോഴും പാറാവുകാരൻ ഉറക്കമായിരുന്നു. ഒച്ചുകളെപ്പോലെ ഞങ്ങ

ളഴിഞ്ഞു നീങ്ങി. നൂൽപ്പാലം കടന്ന് തിരിഞ്ഞു നോക്കാതെ ഓടി. മുഖം മൂടികൾ ഞങ്ങൾക്ക് നഷ്ടപ്പെട്ടു. അകലെ ഞങ്ങളുടെ തടവറ അപ്രത്യക്ഷമാകുന്നു. ഞങ്ങൾ ഓടിക്കൊണ്ടിരുന്നു....

"സുധീ, ഇനി.... ഇനി?"

മാറിലൂടെ വിരലുകൾ പായിച്ചു മാലിനി ചെവിയിൽ മന്ത്രിച്ചു.

കുട്ടീ, ഇനിയൊരുപക്ഷേ, നമുക്കീ മുനമ്പിൽ തപസ്സിരിക്കേണ്ടി വന്നേക്കാം. നമുക്ക് മുമ്പെ ഓടിയവരെല്ലാം ഈ മുനമ്പിലല്ലെ അഭയം തേടിയിട്ടുള്ളത്...

അങ്ങിനെ, മന്വന്തരങ്ങളുടെ കാലൊച്ചകളോർത്ത് കാലത്തിന്റെ തീരത്ത്, ഈ മുനമ്പിൽ ഞങ്ങൾ തപസ്സിരുന്നു.

(1976)

പതിനേഴ്

ഇപ്പോൾ ഈ ക്യാമ്പസ് ഏന്റേത് കൂടിയായി മാറിയിരിക്കുന്നു. വാപ്പിയെ എല്ലാം മറന്ന് സ്നേഹിച്ച ഒരു അമ്മയായിരിക്കണം ഈ ക്യാമ്പസ്. ഒരു പ്രായത്തിൽ എല്ലാ കുട്ടികൾക്കും അമ്മയോട് വെറുപ്പാ യിരിക്കും. അതെപ്പോഴും ശാസിക്കുന്നതുകൊണ്ടാണ്. വാപ്പി വെറുത്ത ക്യാമ്പസിനോട് എനിക്കിപ്പോൾ വല്ലാത്ത അടുപ്പം തോന്നുന്നു. ഞാൻ അതിഥിയോട് പറഞ്ഞു.

റാഗിങ് ഷോട്ടുകളും കോമ്പിനേഷൻ സീനുകളും കഴിഞ്ഞപ്പോൾ ഞങ്ങൾ ക്യാമ്പസിലേക്കിറങ്ങി. റാഗിംഗ് തേഡ് ബ്ലോക്ക് മെൻസ് ഹോസ്റ്റ ലിൽ വെച്ചാണ് ഷൂട്ട് ചെയ്തത്. സ്ത്രീകൾക്ക് പ്രവേശനം ഇല്ലാത്തതു കൊണ്ട് അതിഥി ക്യാമ്പസിന്റെ കോർട്ട് യാഡിലെ ബെഞ്ചിലിരുന്നു. കൂട്ടിന് കുറച്ച് പെൺകുട്ടികളും.

ഞങ്ങൾ വരാന്തയിലൂടെ നടന്നു. കോളേജ് ഓഫീസ് കടന്ന് പ്രിൻസി പ്പൽ എന്ന ബോർഡിന് താഴെ എത്തിയപ്പോൾ സെക്യൂരിറ്റി തടഞ്ഞു: “അപ്പോയിന്റ്മെന്റുണ്ടോ?”

“നമുക്ക് പ്രിൻസിപ്പലിനെ ഒന്ന് മീറ്റ് ചെയ്താലോ. ഉമ്മച്ചി പറഞ്ഞ പോലെ വാപ്പിയെക്കുറിച്ച് ചോദിക്കാലോ...” അതിഥി സെക്യൂരിറ്റിയോട് ഡോ.സക്കറിയയുടെ മക്കളാണെന്ന് പറഞ്ഞാൽ മതി എന്ന് തട്ടിവിട്ടു.

ഉടനെ മുറിയിലേക്ക് കടന്നുകൊള്ളാൻ പറഞ്ഞു. ഞങ്ങൾ സ്വയം പരിചയപ്പെടുത്തി. ഇപ്പോൾ ഷൂട്ട് ചെയ്തുകൊണ്ടിരിക്കുന്ന സിനിമയുടെ ഭാഗഭാക്കാണെന്നറിഞ്ഞപ്പോൾ കൂടുതൽ സന്തോഷമായി. *യാമങ്ങൾ* കണ്ടതോർമ്മയുണ്ട്.

ഡോ.സക്കറിയ പതിനെട്ടാമത്തെ ബാച്ചിലായിരുന്നെന്നും താൻ ഏഴ് വർഷങ്ങൾ ജൂനിയർ ആയിരുന്നെന്നും പറഞ്ഞു. പക്ഷേ, ഒരുപാട് കേട്ടി ട്ടുണ്ട്. ആക്ടിവിസ്റ്റ്, എഴുത്തുകാരൻ. എല്ലാം കേട്ടറിവേ ഉള്ളൂ. കൂടുതൽ

അറിയണമെങ്കിൽ അവരുടെ ബാച്ചിലുള്ളവരെത്തന്നെ കാണണം. അവരിൽ പലരും ഇപ്പോൾ മലബാർ മെഡിക്കൽ കോളേജ് വകുപ്പ് മേധാവികളാണ്, ഇവിടെനിന്നും റിട്ടയർ ചെയ്ത ശേഷം. അതൊരു പ്രൈവറ്റ് കോളേജായതുകൊണ്ട് എഴുപത് വയസ്സുവരെ തുടരാം.

"ഞാൻ ഒരാളെ പരിചയപ്പെടുത്തിത്തരാം. സക്കറിയയെക്കുറിച്ച് ആധികാരികമായി പറയാൻ പറ്റുന്നത് അദ്ദേഹത്തിനായിരിക്കും. അവർ തമ്മിൽ അടുപ്പമുണ്ടായിരുന്നു. ഇവിടത്തെ ഫോറൻസിക് ഹെഡാ...."

അദ്ദേഹം മൊബൈലിൽ ഒരു നമ്പർ അമർത്തി.

"ഹലോ ജയകൃഷ്ണൻ. ഇത് ഞാനാ രാജേന്ദ്രൻ. താൻ പണ്ട് പറയാറുള്ള ഡോ.സക്കറിയയുടെ മകൻ വന്നിട്ടുണ്ട്. ഇതാ ഞാൻ കൊടുക്കാം."

അദ്ദേഹം ഫോൺ തന്നു. വല്ലാതെ എക്സൈറ്റഡായിട്ടുള്ള ശബ്ദം. നാളെ ഫോറൻസിക് ഡിപ്പാർട്ടുമെന്റിലേക്ക് വന്നാൽ നേരിട്ടുകാണാം. ഷൂട്ടിങ്ങിന്റെ ഒഴിവുവേളകളിൽ വരാമെന്നേറ്റു.

ഡോ. രാജേന്ദ്രനോടൊത്ത് പുറത്തുകടന്നു. അകലെ സൂര്യൻ അസ്തമിച്ച് തുടങ്ങി.

രാത്രിയിൽ ഉമ്മച്ചി പത്തോളം യാത്രാ വിവരണങ്ങൾ കൊണ്ടുതന്നു. എല്ലാം ഒരു ഫയലിൽ ക്രമത്തിൽ അടുക്കിവെച്ചിരിക്കുന്നു. "പുസ്തകമാക്കാനുള്ള ശ്രമമായിരിക്കണം."

"ഉവ്വ്. അതിന് മുമ്പെ വാപ്പി പോയല്ലോ."

"യാത്രകൾ മനുഷ്യനെ പുതുക്കിപ്പണിയുന്നു. ഓരോ ദേശവും പുതിയ കാഴ്ചകളും പുതിയ സംസ്കാരങ്ങളും നമുക്ക് പരിചയപ്പെടുത്തുന്നു. അപ്പോഴാണ് നാം നമ്മെത്തന്നെ തിരിച്ചറിയുന്നത്. അതേ, യാത്രകളും സർഗ്ഗാത്മകമാണ്...."

മൂന്നുരയായി എഴുതിയിരിക്കുന്നു....

ചരിത്രത്തിന്റെ ജനിതക സങ്കലനങ്ങൾ എന്നാണ് പുസ്തകത്തിന്റെ പേര് ഉദ്ദേശിച്ചത്. ഉള്ളടക്കം എന്ന രണ്ടാമത്തെ പേജിൽ ലേഖനങ്ങളുടെ ക്രമനമ്പർ ഇങ്ങിനെ-

1. ചരിത്രത്തിന്റെ ജനിതക സങ്കലനങ്ങൾ - ജോർഡാൻ
2. കരവിരുതിന്റെ വിസ്മയ ഭാവങ്ങൾ - നോർവെ.
3. വിശുദ്ധ പൗലോസ് എഫെസുസുക്കാർക്കെഴുതിയ ലേഖനം - തുർക്കി.
4. മഗ്‌രിബ് കാഴ്ചകൾ - മൊറോക്കോ
5. ഭൂമിയുടെ വാരിയെല്ലുകൾ - ആഫ്രിക്ക
6. നൊമാഡുകളുടെ പറുദീസ - ഈജിപ്ത്
7. ചരിത്രത്തിന്റെ തിരുശേഷിപ്പുകൾ - ഗ്രീസ്
8. വെനീസിലെ വ്യാപാരി - ആസ്ട്രിയ
9. പ്രാഗ് വസന്തം - ചെക്ക് റിപ്പബ്ലിക്
10. പാരീസ് പറയാതെ പോയത് - ഫ്രാൻസ്

അതിഥിക്കത്ഭുതം. "ഇത്രയും കുറഞ്ഞ കാലയളവിൽ ഇത്രയധികം യാത്രകളോ?!"

"കല്യാണം കഴിഞ്ഞ ഉടൻ യാത്രകൾ തന്നെ. ഒട്ടാകെ അമ്പതോളം രാഷ്ട്രങ്ങൾ കണ്ടിരിക്കണം. അതുകൊണ്ടാ ഇവരൊക്കെ പിറക്കാൻ വൈകിയത്.... പലതും എഴുതിയില്ലെന്ന് മാത്രം." ഉമ്മച്ചി പറഞ്ഞു. "ഒന്നും പേക്കേജിലല്ല പോയിട്ടുള്ളത്. ടിക്കറ്റും ഹോട്ടൽ മുറിയും ബുക്ക് ചെയ്യും. പിന്നെ ടൂറിസ്റ്റ് മേപ്പും പിടിച്ച് ചുറ്റിക്കറങ്ങും. അതൊരു രസം തന്നെയായിരുന്നു. അന്യോന്യം തല്ലുകൂടി അങ്ങിനെ കറങ്ങാൻ....

കഥകളിലൊക്കെ മറ്റ് രാജ്യങ്ങൾ പ്രത്യക്ഷപ്പെടുന്നത് അതുകൊണ്ടാണ്. ഒരിക്കൽ അമേരിക്കയിലെ ഡിസ്നിലാന്റിൽ വെച്ച് യാദൃച്ഛികമായി ഒരു കൂട്ടുകാരിയെ കണ്ടുമുട്ടി. മെഡിക്കൽ കോളേജിൽ ഒന്നിച്ച് പഠിച്ച റേച്ചൽ എന്നോ മറ്റോ പേരുള്ള. അവൾ പണ്ട് ഫ്ളോറിഡയിലായിരുന്നത്രെ. പിന്നീട് കാനഡയിലേക്ക് കുടിയേറി. ടൊറോന്റോയിൽ ഞങ്ങൾ അവരുടെ കൂടെയാണ് താമസിച്ചത്. അത് പിന്നീട് ഒരു കഥയായി. രണ്ടാമത്തെ കഥാസമാഹാരത്തിലുണ്ട് - *ടൊറോന്റോ!"*

പെട്ടെന്ന് റേച്ചൽ എന്ന പേര് മനസ്സിലുടക്കി. പക്ഷികൾ കൂടണയുന്നില്ല എന്ന സ്ക്രിപ്റ്റിലും അവരായിരുന്നല്ലോ നായിക!!

ഈ കഥയിലെ നായിക വിമല ഡോ. റേച്ചലാണ്.

ടൊറോന്റോ എന്ന കഥ വായിക്കാനെടുത്തു.

പതിനെട്ട്

കഥയിലെ അവസാന വരികൾ വല്ലാതെ ഇഷ്ടമായി.

"ഒരു നല്ല സുഹൃത്തിന് പകരക്കാരനാവുന്നില്ല ഒരിക്കലും ഒരു ഭാര്യയും ഭർത്താവും...."

ശരിയാണ്.

അവരത്രയും അടുത്ത സുഹൃത്തുക്കളായിരുന്നു. പിന്നീട് നാട്ടിൽ വരുമ്പോഴെല്ലാം ഇങ്ങോട്ടുവരും. ഈ കടലോരവും കടൽക്കാറ്റും തിരമാലകളും റേച്ചലിന് ഹരമായിരുന്നു.

വാപ്പി മരിച്ചത് അറിഞ്ഞപ്പോൾ അവരെന്നെ വിളിച്ചിരുന്നത്രെ. ഞാൻ അബോധാവസ്ഥയിലായിരുന്നല്ലോ. പിന്നെ ഒരിക്കൽ ഇവിടെ വന്നു. ഞങ്ങൾ രണ്ടുപേരും നിയന്ത്രണം വിട്ടു കരഞ്ഞു. തിരിച്ച് പോകുമ്പോൾ റേച്ചൽ ഇങ്ങിനെ മന്ത്രിക്കുന്നുണ്ടായിരുന്നു. അവളിങ്ങിനെ ചെയ്യുമെന്ന് ഞാനൊരിക്കലും കരുതിയില്ല. ആരാണീ അവൾ എന്ന് ഞാൻ പിന്നെ അന്വേഷിച്ചതുമില്ല. അന്നങ്ങിനത്തെ ഒരവസ്ഥയായിരുന്നല്ലൊ.

ഈ കഥ റേച്ചൽ വായിച്ചിട്ടുണ്ട്.

അപ്പോൾ ഡോ.റേച്ചലിന് അവരെക്കുറിച്ച് എന്തൊക്കെയോ അറിയാം. അതാവില്ലെ ആ സൂചന?!

ഞാനും അതിഥിയും അന്യോന്യം നോക്കി. എന്തൊക്കെയോ മണക്കുന്നുണ്ട്.

രാവിലെ ഞങ്ങൾ ഉൾപ്പെട്ട സീനുകളൊന്നും ഷൂട്ട് ചെയ്യാനില്ല.

മലബാർ മെഡിക്കൽ കോളേജിലേക്ക് വിട്ടാലോ? വാപ്പിയുടെ ബാച്ച്മേറ്റ്സിനെ കാണാമല്ലോ.

ഉള്ള്യേരിയിലെ മൊടക്കല്ലൂരിൽ കുത്തനെയുള്ള കയറ്റത്തിൽ കാർ നിന്നു. പേടിച്ചാണ് പിന്നെയങ്ങോട്ട് കാർ ഓടിച്ചത്.

'എസ്' അക്ഷരത്തിൽ തുടങ്ങിയ പേരുകളാണ് ഇൻഫർമേഷൻ കൗണ്ടറിൽ തിരക്കിയത്. അവരാകുമല്ലോ വാപ്പിയുടെ കൂട്ടുകാർ.

ഡോ.സദാനന്ദൻ ഓർത്തോപീഡിക്സ് പ്രൊഫസറാണ്. വാപ്പിയെ ഓർക്കുന്നുണ്ട്. എം.ബി.ബി.എസ് രണ്ടാം വർഷത്തിൽത്തന്നെ കോഴ്സ് നിർത്തിപ്പോയ വാപ്പിയെ പിന്നെ കാണുന്നത് റിയാദിൽ വെച്ചാണത്രെ.

"അവിടെയും അവൻ അവന്റെ പഴയ സ്വഭാവം കാണിച്ചു."

"എന്ത് സ്വഭാവം?"

"പഴയ വിപ്ലവകാരീടെ?"

"വിപ്ലവകാരിയെന്നുവെച്ചാൽ?"

"അതിന്റെ പേരിലല്ലെ അവൻ ജയിലിൽ പോയതും കോഴ്സും ഡിസ്കണ്ടിന്യൂ ചെയ്തതും."

എന്തൊക്കെയാ ഈ കേൾക്കുന്നത്? വിശ്വാസം വരുന്നില്ല. വെറുതെയല്ല കഥകളിലെല്ലാം ജയിൽ വാസത്തെക്കുറിച്ചും രാഷ്ട്രീയ പ്രവർത്തനത്തെക്കുറിച്ചും മറ്റും എഴുതിക്കണ്ടത്?!

അതിഥി ആകപ്പാടെ ഷോക്കിലാണ്. അവളെന്റെ ചെവിയിൽ മന്ത്രിച്ചു: "എന്തൊരു കോ-ഇൻസിഡൻസ്!"

ഞങ്ങളുടെ മൗനം കണ്ടിട്ടാകണം ഡോ.സദാനന്ദൻ തുടർന്നു: "റിയാദിൽ ഒരു ക്ലിനിക്കിൽ ജോലി ചെയ്യുമ്പോൾ അവിടെ പുതുതായി വന്ന മാനേജറുമായി ഇടഞ്ഞ് രണ്ട് മാസത്തോളം ക്ലിനിക്കിലേക്ക് വന്നില്ല. സൗദിയിലെ കർക്കശമായ നിയമങ്ങൾക്കെതിരാണ് ഈ സമരമുറകളൊക്കെ. പിന്നീട് മാനേജ്മെന്റ് അയാളെ പിരിച്ചുവിട്ടശേഷം മാത്രമേ വാപ്പി തിരിച്ച് ജോയിന്റ് ചെയ്തുള്ളൂ.

ജാസ്മിന് സുഖമല്ലെ? വെള്ളിയാഴ്ചകളിൽ ഞങ്ങൾ ഇടയ്ക്കിടെ കൂടുമായിരുന്നു, കുടുംബസമേതം. ഇത്ര കൊല്ലം അവിടെ കഴിഞ്ഞിട്ടും അവനൊരിക്കലും പള്ളീല് കേറീട്ടില്ല. മരണമൊക്കെ അറിഞ്ഞിരുന്നു. വിധി! അല്ലാതെന്ത് പറയാൻ!

പിന്നെ ബന്ധങ്ങളൊക്കെ കൈവിട്ടുപോയി. ഒരു ഡോക്ടറുടെ തിരക്കുകളൊക്കെ അറിയാമല്ലോ. ഒന്നിനും സമയമില്ല. *യാമങ്ങളു*ടെ പോസ്റ്റർ കണ്ടിരുന്നു. അതിൽ തന്റെ ഫോട്ടോ കാണുമ്പോൾ സക്കറിയയെ ഓർക്കും.

ഒ.പി ബ്ലോക്ക് ചെയ്തിരിക്കയാണ്. കുറച്ച് കഴിഞ്ഞാൽ ബഹളമാവും. നിങ്ങളൊരു പണി ചെയ്യ്. ഡോ.സുജാത ഓഫ്താൽമോളജിയിലുണ്ട്. ഡിപ്പാർട്ടുമെന്റ് ഹെഡ്ഡാണ്. ഫ്രീയായിരിക്കും."

പരിചയപ്പെടുത്തിയപ്പോൾ ഡോ.സുജാതയ്ക്ക് സന്തോഷമായി. "തഥാഗതൻ - നല്ല പേര്. അനിയത്തീടെ പേരെന്താന്ന പറഞ്ഞത്. തന്മയി. അങ്ങിനെ ആയില്ലെങ്കിലേ അത്ഭുതമുള്ളൂ. ഞാനും സക്കറിയയും ഒന്നിച്ചാണ് കോഴ്സ് കംപ്ലീറ്റ് ചെയ്തത്. നേരത്തെ വിവാഹിതയായതിനാൽ ഡെലിവറിയും റെസ്റ്റുമൊക്കെയായി ഇടയ്ക്ക് കോഴ്സ് ഡിസ്കണ്ടിന്യൂ ചെയ്യേണ്ടി വന്നു.

ഹീ വോസ് പക്കാ ജെന്റിൽമേൻ. എല്ലാവരോടും ഒരകലം സൂക്ഷിച്ചിരുന്നു. ജയിലിൽനിന്നും തിരിച്ചുവന്ന ശേഷം ആളാകെ മാറി. എന്റെ യൂനിറ്റ്മേറ്റ് ആയിരുന്നു കോഴ്സ് കഴിയും വരെ.

എഴുത്തിൽ സജീവമായ കാലം. അധികം സംസാരിക്കില്ല. താടിയില്ലാത്ത ബുജി. എന്ന് വിളിച്ച് ഞങ്ങൾ കളിയാക്കും."

"വാപ്പിയുടെ അടുത്ത സുഹൃത്തുക്കൾ ആരെങ്കിലും ഇവിടുണ്ടോ."

കുറച്ചുനേരം ആലോചിച്ച് ഡോ.സുജാത തുടർന്നു. "ഉവ്വ്."

സുധീർ പക്ഷേ, ഇവിടല്ല. പെരിന്തൽമണ്ണ ഇ.എം.എസ് ഹോസ്പിറ്റലിലാണ്. ന്യൂറോളജിസ്റ്റ്. പിന്നെ റേച്ചൽ. അവളിപ്പോൾ അമേരിക്കയിലോ കാനഡയിലോ മറ്റോ ആണ്."

"വേറെ ആരെയും ഓർമ്മയില്ല?"

"എന്താ മക്കളെ ഇങ്ങിനെ കുത്തുക്കുത്തി ചോദിക്കണേ?"

ഞാൻ തഥാഗതനോട് ചോദിച്ചില്ലാലോ ഈ അതിഥിയാരാണെന്ന്? ഉദാത്തമായ സുഹൃദ്ബന്ധം കാണണമെങ്കിൽ നിങ്ങൾ മെഡിക്കൽ കോളേജിൽ വരണം. ഒന്നിച്ചു കളിച്ചും പഠിച്ചും ഭക്ഷണം കഴിച്ചും കിടന്നുറങ്ങിയും പിണങ്ങിയും ഇണങ്ങിയും അത്രമാത്രം ഇടപഴകിയും കഴിഞ്ഞിരുന്ന ഒരു തലമുറയായിരുന്നു നാല്പത് വർഷങ്ങളുടെ മുമ്പത്തെ ഞങ്ങളുടേത്. പിന്നെ പ്രണയമെന്നത് ഭാവി ജീവിതത്തിലേക്കുള്ള ഒരു തിരഞ്ഞെടുപ്പ് മാത്രമാണ്. ഞങ്ങളുടെ ബാച്ചിൽ നിന്ന് അത്തരം പരിണാമത്തിന് വിധേയരായവർ വളരെ കുറവാണ്.

സക്കറിയ പൂർണ്ണമായും ഒരു എഴുത്തുകാരൻ തന്നെയായിരുന്നു. അത് ആ സ്വഭാവത്തിൽ പ്രകടമായി. ബന്ധങ്ങളിലും അത് നിഴലിച്ചു കണ്ടു. ഞങ്ങളുടെ ബാച്ചിലെ കവിതയെഴുതാറുള്ള ഒരു കന്യാസ്ത്രീയുമായി തുടക്കത്തിൽ നല്ല കൂട്ടായിരുന്നു. പിന്നെ അവൾ പി.ജി എടുത്ത് സ്ഥലം വിട്ടു. വേറെ ആരെയും എനിക്കോർമ്മ വരുന്നില്ല. നാല്പത് വർഷങ്ങളോളമായില്ലെ!

അയ്യോ മറന്നൂട്ടോ. ശരിയാണ്. സക്കറിയയും ഞങ്ങളുടെ ജൂനിയർ ബാച്ചിലുള്ള അമ്പിളിയുമായി നല്ല അടുപ്പമായിരുന്നു. യൂണിവേഴ്സിറ്റി ഷട്ടിൽ ബാഡ്മിന്റൺ പ്ലെയർ. രണ്ടുപേരും ക്യാമ്പസിൽ കറങ്ങുന്നത് കണ്ടിട്ടുണ്ട്. പിന്നീട് ആ കുട്ടി മരിച്ചു. തിരുനാവായ പുഴയിലെ ശക്തമായ ഒഴുക്കിൽ. ഒരു കൂട്ടുകാരിയുടെ വീട്ടിൽ വിരുന്നിന് പോയപ്പോൾ.

ചില ജന്മങ്ങൾ അങ്ങിനെയാണ്.

ഞാൻ കുറച്ചുകാലം ഡൽഹിയിലായിരുന്നു. ഹസ്ബന്റിന് അങ്ങോട്ട് ട്രാൻസ്ഫർ ആയതിനാൽ. സക്കറിയയുടെ മരണം അവിടെവെച്ചാണറിഞ്ഞത്. വല്ലാത്തൊരു ഷോക്ക്. വിധിയെ നമുക്ക് തടുക്കാനാവില്ല മക്കളേ. അത് പല രൂപത്തിലും വരും."

വിവേകിന്റെ ഫോൺ വന്നു. കോളേജിലോട്ട് ചെല്ലാൻ. ചില കേൻഡിഡ് ഷോട്ട്സ് എടുക്കാനാണത്രെ. കുട്ടികൾ ഹോസ്പിറ്റൽ വിട്ടു വരുന്ന സമയമാണ്. ആ ഒരു ക്രൗഡ് പിന്നെ കിട്ടണമെന്നില്ല. ഉപയോഗ

പ്പെടും.

ഡോ.സുജാതയോട് യാത്ര പറഞ്ഞ് അവിടം വിട്ടു.

"നാം വായിച്ച സ്ക്രിപ്റ്റിലെ പല സീനുകളും വാപ്പിയുടെ ജീവിതവും ഒരുപോലെ തോന്നുന്നില്ലേ? എന്തൊരു കോ–ഇൻസിഡൻസ്! കഥാപാത്രങ്ങളുടെ പേരുപോലും."

അതിഥി തെല്ലൊരാശ്ചര്യത്തോടെ എന്നെ നോക്കി. മറുപടി പറയാനാവുന്നില്ല. എന്തോ ഒരു വിങ്ങൽ. ആർക്കും പിടി കൊടുക്കാത്ത ഒരു കഥാപാത്രമായി വാപ്പി മാറുന്നതുപോലെ തോന്നി.

ഷൂട്ടിങ്ങിനിടയിലെ മൂഡ് ഓഫ് കണ്ടിട്ടായിരിക്കണം വിവേകും പ്രവീണും അസ്വസ്ഥരായി. യദു ഇടയ്ക്കിടെ ക്യാമറ ഓഫാക്കി. ക്ലോസപ്പ് സീനുകളിൽ ശ്രദ്ധിക്കേണ്ടതുണ്ട്. മനസ്സിന്റെ ചെറിയ ചാഞ്ചാട്ടം പോലും മുഖത്ത് പ്രതിഫലിക്കും. അത് ഷൂട്ടിങ്ങിനെ ബാധിക്കും.

"നിനക്ക് മൂഡില്ലെങ്കിൽ ഈ സീൻസ് ഷൂട്ടിംഗ് നാളത്തേക്ക് മാറ്റാം. ഇന്ന് അതിഥിയുടെ സോളോ സീൻസ് തുടരട്ടെ. ഡോൺട് വറി. ഗോ ആന്റ് ടെയ്ക്ക് റെസ്റ്റ്" വിവേക് പുറത്ത് തട്ടി പറഞ്ഞു.

കോളേജിന്റെ പോർട്ടിക്കോവിലേക്കിറങ്ങി. സെക്യൂരിറ്റിയോട് ഫോറൻസിക് പ്രൊഫസർ ഡോ.ജയകൃഷ്ണന്റെ ഓഫീസ്മുറി ചോദിച്ചു. താഴത്തെ നിലയിൽ തന്നെ. മോർച്ചറിയോട് ചേർന്ന്.

"പ്രതീക്ഷിച്ചിരിക്കയായിരുന്നു" അദ്ദേഹം ചിരിച്ചുകൊണ്ട് എതിരേറ്റു. "വാട്ട് എ സർപ്രൈസ്! അച്ഛന്റെ ചരിത്രം തേടി മകൻ ഇരുപത് വർഷങ്ങൾക്കുശേഷം ക്യാമ്പസിൽ! അതും ഒരു ഡോക്ടറുടെ ജീവിതകഥ പകർത്തുന്ന സിനിമാ ഷൂട്ടിംഗ് വേളയിൽ! നായകൻ തന്നെ! യാദൃച്ഛികതകളേറെ!

ഞാനും സക്കറിയ സാറും തമ്മിൽ അത്ര അടുപ്പമൊന്നുമില്ല. സീനിയറാണ്. രാഷ്ട്രീയത്തിലും സാഹിത്യത്തിലുമുള്ള താല്പര്യംകൊണ്ട് എപ്പോഴും ശ്രദ്ധിക്കുമായിരുന്നു. ഞങ്ങളുടെ കൂട്ടത്തിൽ ഒരു വേറിട്ട വ്യക്തിത്വം. അതാണെന്നെ ആകർഷിച്ചത്. പണ്ട് ക്യാമ്പസിൽ എഡിറ്റ് ചെയ്ത മാഗസിനെക്കുറിച്ച് 1990 ൽ ഇറങ്ങിയ മറ്റൊരു മാഗസിനിൽ വായിച്ചപ്പോൾ ഇഷ്ടം കൂടി. ഇറ്റ് വോസ് ആൻ എക്സ്പ്ലോസീവ് മാഗസിൻ! ഇതാ നോക്ക്....." അദ്ദേഹം മേശവലിപ്പിൽ നിന്ന് ആ ലേഖനത്തിന്റെ കോപ്പി എടുത്തുതന്നു.

"രാജാവ് നഗ്നനാണെന്ന് വിളിച്ചു പറഞ്ഞ ആ കുട്ടി...."

മാഗസിൻ പുറത്തിറങ്ങുന്നതിന്റെ തലേന്നാൾ അനുഭവിച്ച ടെൻഷനെക്കുറിച്ച് അതിൽ പറയുന്നുണ്ട്.

...... നഗരത്തിലെ പ്രശസ്തനായൊരു ഡോക്ടറുടെ മകൻ മുറിയിലേക്ക് കയറി വന്നു. അവർ കുറച്ചു പേരുണ്ട്. റിലീസ് സ്റ്റേ നോട്ടീസ്. അവനെ പരാമർശിക്കുന്ന പേജ് നീക്കം ചെയ്യണം. പ്രൂഫ് റീഡിങ്ങിനിടയിൽ ചോർന്നുപോയ ഒരു രഹസ്യം. സ്റ്റാഫ് എഡിറ്റർ കൈ മലർത്തുന്നു. പേജുകൾ നീക്കം ചെയ്യുക തന്നെ. കോടതി കയറിയിറങ്ങാൻ വയ്യ.

മാത്രമല്ല ആക്രമണ ഭീഷണിയും. പണവും സ്വാധീനവുമുള്ളവർക്ക് എന്തുമാവാമല്ലോ. വീണ്ടും റീ ബൈൻഡിംഗ്. തോറ്റുകൊടുക്കാൻ മനസ്സില്ലായിരുന്നു. നീക്കം ചെയ്ത പേജുകൾ രഹസ്യമായി വിതരണം ചെയ്തു.

ലേഖനം ഉപസംഹരിക്കുന്നതിങ്ങിനെ–

അർത്ഥഗർഭമായ ഒരു വെല്ലുവിളിയുടെ മുഴക്കമുണ്ട് ഈ മാഗസീനിലെ ഓരോ വാക്കുകൾക്കും. തീവ്രമായ ആശയങ്ങളുടെ അനുക്രമണിക തീർക്കുന്ന ആവേഗ പ്രവേഗങ്ങളിൽ നമ്മുടെ മനസ്സും മസ്തിഷ്കവും വലിഞ്ഞു മുറുകുന്നു. നേരിനു നേരെ പിടിക്കുന്ന കണ്ണാടികളാണ് ഇതിലെ ഓരോ താളും.

പത്രകോളങ്ങളിൽ വിവാദമുയർത്തുന്നു വിമർശകനായും പുസ്തകങ്ങളെ ആഴത്തിൽ വിലയിരുത്തുന്ന നിരൂപകനായും അഭിനയ കലയുടെ നിഗൂഢ സങ്കേതങ്ങൾ പഠിച്ചെഴുതുന്ന ആചാര്യനായും ഹൃദയഹാരിയായ ജീവിത ചിത്രങ്ങൾ വരയ്ക്കുന്ന കഥാകൃത്തായുമൊക്കെ ഡോ.പി.പി സക്കറിയ എന്ന ഈ ബഹുമുഖ പ്രതിഭ അറിയപ്പെട്ട് കഴിഞ്ഞിരിക്കുന്നു.

പത്തൊൻപത്

കോളേജ് വിട്ടതിനുശേഷവും പത്തു പന്ത്രണ്ട് മാഗസീനുകളിലെങ്കിലും സക്കറിയയുടെ കഥകളോ ലേഖനങ്ങളോ ഓർമ്മക്കുറിപ്പുകളോ കണ്ടിട്ടുണ്ട്. ഞാൻ പഠിച്ചിരുന്ന കാലയളവിലെ ഒരു മാഗസീനിൽ 'ക്ഷണിക്കപ്പെടാത്ത അതിഥികൾ' എന്ന തലക്കെട്ടിൽ ഡയറിക്കുറിപ്പുകൾ കാണുകയുണ്ടായി. അത് വളരെ വിവാദം സൃഷ്ടിച്ചു. അന്നത്തെ ക്യാമ്പസിന്റെ ഒരു രേഖാചിത്രം അതിൽ നിന്ന് കിട്ടും. രാഷ്ട്രീയമായും സർഗ്ഗാത്മകമായും ക്യാമ്പസ് ഏറ്റവും സജീവമായിരുന്നു അവരുടെ കാലം എന്നു വേണം കരുതാൻ. ഒരിക്കൽ ഏതോ ഒരു ചർച്ചയിൽ "തടവറകളോ നമ്മുടെ കലാശാലകൾ?!" എന്ന് ചോദിച്ച് സക്കറിയ പൊട്ടിത്തെറിച്ചതോർക്കുന്നു.

വളരെ കുറച്ചേ എഴുതിയിട്ടുള്ളൂവെങ്കിലും അതൊക്കെ ശ്രദ്ധിക്കപ്പെട്ടു. ഒരുതരം വിമത കഥകൾ. അധികമാരുമായും അടുപ്പമില്ല. ബാലചന്ദ്രൻ ചുള്ളിക്കാടിനെക്കുറിച്ചും ടി.വി കൊച്ചുബാവയെക്കുറിച്ചും കുഞ്ഞുണ്ണിമാഷെക്കുറിച്ചും എഴുതിയ ഓർമ്മക്കുറിപ്പുകൾ മറന്നിട്ടില്ല. ഗുരുനിത്യചൈതന്യയതിയെയും എൻ.പ്രഭാകരനെയും ഇന്റർവ്യൂ ചെയ്തതും, അതേസമയം തന്നെ അന്നത്തെ ഒരു പ്രശസ്തനായ കവിയുമായി ആഴ്ചകളോളം വാഗ്വാദങ്ങളിൽ ഏർപ്പെട്ടതും ഓർമ്മ വരുന്നു.

പിന്നെ ഞാൻ കാണുന്നത് 1999 ഫെബ്രുവരിയിലാണ്. അന്നത്തെ കോളേജ് യൂണിയൻ ഉദ്ഘാടന വേളയിൽ സക്കറിയായിരുന്നു മുഖ്യാതിഥി. യൂണിയൻ ഭാരവാഹികൾക്ക് ദൈവനാമത്തിൽ പ്രതിജ്ഞ ചൊല്ലിക്കൊടുക്കാൻ വിസമ്മതിച്ചത് ഓർമ്മ വരുന്നു. ആ വർഷത്തെ കോളേജ് മാഗസീനിൽ ഒരു ഇന്റർവ്യൂ ഉണ്ട്. ഒരു പെൺകുട്ടിയായിരുന്നു എഡിറ്റർ. അവൾ കവിതയെഴുതും. മാഗസീനിന്റെ തുടക്കത്തിൽ സക്കറിയായ്ക്ക് നന്ദി രേഖപ്പെടുത്തുന്നുണ്ട്. ശ്രുതി എന്നോ മറ്റോ ആയിരുന്നു

പേര്. യൂണിയൻ ഉദ്ഘാടനത്തിന്റെ നന്ദിപ്രകടനത്തിൽ അവൾ സക്കറിയയുടെ മാഗസീനിന്റെ അവസാന പേജ് എടുത്ത് വായിച്ചത് ഓർക്കുന്നു.

ഞങ്ങളുടെ അവസാനത്തെ കൂടിക്കാഴ്ച അതായിരിക്കണം. പിന്നെ ഞാൻ കേൾക്കുന്നത് ആ ദുരന്ത വാർത്തയാണ്. അന്ന് ഞാൻ ഹൈദരബാദിൽ പൊലീസ് സർജന്മാരുടെ ഒരു കോൺഫറൻസിലായിരുന്നു. എറണാകുളം ജനറൽ ആശുപത്രിയിലാണ് പോസ്റ്റുമോർട്ടം നടന്നത്. എന്റെ ബാച്ച്മേറ്റായ ഡോ. മധുസൂദനനാണ് അതിന് നേതൃത്വം നൽകിയത്. കഴിഞ്ഞ ഉടനെ അവനെന്നെ വിളിച്ചു: "എടാ നിന്റെ ഡോ.സക്കറിയ പോയടാ.... എഴുത്തുകാരൻ!" അവനത്രയെ പറഞ്ഞുള്ളൂ. ആക്സിഡന്റാണോ എന്ന് ചോദിച്ചപ്പോഴാണ് ശരിക്കും ഞെട്ടിയത്.

"അല്ലടാ. കൊലപാതകം! അതും ഐ.എം.എ കോൺഫറൻസിന്നിടയിൽ!!"

ഇൻട്രാ ക്രെനിയൻ ഹാമറേജ് (തലച്ചോറിനുള്ളിൽ രക്തസ്രാവം) പിന്നെ കഴുത്തിൽ ഒരു ട്യൂബ് കൊണ്ട് വരിഞ്ഞു മുറുക്കിയ അടയാളമുണ്ടായിരുന്നെന്നും പറഞ്ഞു.

ഞാൻ ഒരു പോള കണ്ണടയ്ക്കാതിരുന്ന ദിവസം. ഒരു വിങ്ങൽ.

ഇന്നും ഓർമ്മയുണ്ട്. അതിനൊരു മാസം മുമ്പോ മറ്റോ ആണ്. ടി.വി കൊച്ചുബാവയുടെ മരണം. അടുത്തടുത്ത്. കൊച്ചുബാവയെക്കുറിച്ച് സക്കറിയ എഴുതിയ ഓർമ്മക്കുറിപ്പ് വായിച്ചത് ആയിടയ്ക്കാണ്.

"ആരാണെന്ന് വല്ല ഐഡിയയും ഉണ്ടോ?"

"അറിയില്ലെ?!"

"ഇല്ല. എനിക്കന്ന് ആറ് വയസ്സാണ്. വാപ്പി ഒരു യാത്ര പോയി എന്നേ പറഞ്ഞുള്ളൂ."

"അതൊരു സ്ത്രീയായിരുന്നു. പത്രങ്ങൾ പല കഥകളും മെനഞ്ഞു.. സത്യാവസ്ഥ എന്തെന്നറിയില്ല. ചുമരിനോട് തല ഇടിച്ച ആഘാതത്തിലായിരിക്കാം രക്തസ്രാവം പിന്നെ സ്റ്റെതസ്കോപ്പ് കൊണ്ട് കഴുത്ത് മുറുക്കിയിട്ടുണ്ട്. അത് അവർ സമ്മതിച്ചു. ശ്വാസം മുട്ടിയാണ് മരണം.

ജീവപര്യന്തം തടവിന് ശിക്ഷിക്കപ്പെട്ട അവർ പിന്നീട് പരോളലിറങ്ങി അപ്രത്യക്ഷയായി എന്ന് കേട്ടുകേൾവി. ഇപ്പോഴും ഒരു വിവരവും ഇല്ല."

"അവരാരായിരുന്നു?"

"ഡോ.സക്കറിയയുടെ ബാച്ച്മേറ്റ്. പക്ഷേ, മോട്ടീവ് അറിയില്ല. സത്യാവസ്ഥ അറിയണമെങ്കിൽ അവരുടെ രണ്ടുപേരുടെയും കൂട്ടുകാരോട് അന്വേഷിക്കണം."

"കുറേ ശ്രമിച്ചു. ആർക്കും ഒന്നും അറിയില്ല."

"ഒരു കാര്യം ചെയ്യ്. പഴയ മാഗസീൻ എഡിറ്റർ ശ്രുതി ഇവിടെ സൈക്യാട്രിയിൽ അസിസ്റ്റന്റ് പ്രൊഫസറാണ്. പണ്ട് സക്കറിയയെ ഇന്റർവ്യൂ ചെയ്യാൻ പല തവണ കൂടിക്കാഴ്ച നടത്തിയിട്ടുണ്ട്. എന്തെ

ങ്കിലും വിവരം കിട്ടാതിരിക്കില്ല. ആ മാഗസീനിൽത്തന്നെ ക്യാമ്പസിലെ പ്രണയ ബന്ധങ്ങളെക്കുറിച്ചുള്ള ഫീച്ചറിൽ സക്കറിയയുടെ ഒരു ഡയറിക്കുറിപ്പ് വായിച്ചത് ഓർക്കുന്നു."

നന്ദി പറഞ്ഞ് ഇറങ്ങുമ്പോൾ മനസ്സിൽ കരുതി. അതിഥി കൂടെയില്ലാത്തതു നന്നായി. ഇതൊന്നും മറ്റാരും അറിയേണ്ട. ഉമ്മച്ചിയും അറിയാതിരിക്കുകയാവും ഭേദം. ചിലപ്പോൾ നിയന്ത്രണം വിടും.

ഒരു വല്ലാത്ത അസ്വസ്ഥത

ചേവരമ്പലം സിഗ്നലിൽ എത്തിയപ്പോൾ ട്രാഫിക് ബ്ലോക്ക്. ഓഫീസുകൾ വിട്ട സമയമായതുകൊണ്ടാവും. വീട് അണയാനുള്ള തിടുക്കം. വെറുതെ വഴിയോരക്കാഴ്ചകൾ നോക്കിയിരിക്കെ ഒരു ബോർഡ് ശ്രദ്ധിച്ചു. ഡോ. ശ്രുതി എം, സൈക്യാട്രിസ്റ്റ്. ഡോ.ജയകൃഷ്ണൻ ഉദ്ദേശിച്ച പഴയ എഡിറ്റർ ഇവർ ആയിരിക്കുമോ? ഒന്നുകയറി അന്വേഷിച്ചാലോ? കാർ പാർക്കിംഗ് സ്ലോട്ടിലിട്ടു.

ഡോ. ശ്രുതി – നാല്പതിനോടടുത്ത പ്രായം. സ്വയം പരിചയപ്പെടുത്തിയപ്പോൾ പെട്ടെന്നൊരു ഭാവമാറ്റം. കടന്ന് ഇരിക്കാൻ പറഞ്ഞു. വീട്ടിൽ പരിശോധന ഇല്ലാത്തതിനാൽ കൺസൾട്ടിംഗ് റൂം കണ്ടില്ല.

"ശരിയാണ്. ഞങ്ങൾ നല്ല അടുപ്പത്തിലായിരുന്നു. എങ്ങിനെത്തെ? എന്നൊക്കെ ചോദിച്ചാൽ എനിക്കൊന്നും പറയാനാവില്ല. അത്രമാത്രം ഇഷ്ടമായിരുന്നു എനിക്ക് അദ്ദേഹത്തെ. ഞങ്ങൾ തമ്മിൽ ഇരുപത്തിരണ്ട് വർഷങ്ങളുടെ പ്രായവ്യത്യാസം കാണും. പക്ഷേ, അതെനിക്ക് ഒരിക്കലും അനുഭവപ്പെട്ടിട്ടില്ല. ഇരുപതാം വയസ്സിൽ കോളേജിന് ബോംബ് വെക്കാനാഗ്രഹിച്ച, താൻ വിശ്വസിച്ച ആശയസംഹിതയ്ക്ക് ജയിൽവാസം അനുഭവിച്ച, എഴുത്തിലും ജീവിതത്തിലും എന്തിന് മരണത്തിൽപ്പോലും ഒരു റബലായിരുന്ന ഡോ. സക്കറിയയെ ഒരു ഇരുപത്തൊന്നുകാരി ഇഷ്ടപ്പെട്ടില്ലെങ്കിലല്ലേ അത്ഭുതമുള്ളൂ!

തികച്ചും ഒമ്പതുമാസത്തെ പരിചയം. ഇത്ര അടുത്തായിട്ടും ഇടയ്ക്കിടെ കത്തുകൾ. അതും എന്റെ നിർബന്ധത്തിന് വഴങ്ങി. എല്ലാ പുസ്തകങ്ങളും ഞാൻ ഒപ്പിട്ട് വാങ്ങിയിട്ടുണ്ട്. സാർ എന്ന അഭിസംബോധനയിൽനിന്നും അന്യോന്യം പേർ വിളിക്കുന്ന അവസ്ഥയിലെത്തി. ഒരു പ്രതിഷ്ഠയെ വണങ്ങി നാം ദൈവത്തെ ആരാധിക്കുന്നില്ലേ? അതുപോലെയാണ് എനിക്ക് ഈ പുസ്തകങ്ങൾ."

ഡോ.ശ്രുതി വികാരാധീനയായി.

"ആ മാഗസീന്റെ കോപ്പി തരാമോ? നിങ്ങൾ ഇന്റർവ്യൂ ചെയ്ത....?

തത്തമ്മേ പൂച്ച.... പൂച്ച.....

കൂട്ടിലകപ്പെട്ട ഒരു തത്ത. ഒരു കിളിവാതിൽ തുറന്നിട്ടിരിക്കുന്നു. കുറേ അകലേ ഒരു പൂച്ച പതുങ്ങിയിരിപ്പുണ്ട്."

കവർ നന്നായിട്ടുണ്ട്.

"സ്വാതന്ത്ര്യമാണ് വിഷയം. സക്കറിയ എന്നെ ഒത്തിരി സഹായിച്ചിട്ടുണ്ട്, ഈ മാഗസീൻ എഡിറ്റിംഗിൽ. അദ്ദേഹത്തിന്റെ പഴയ മാഗ

സീനും പ്രതിനിധാനം ചെയ്തത് സ്വാതന്ത്ര്യമായിരുന്നല്ലോ. അതിലെ അവസാന പേജ് ഇപ്പോഴും എനിക്ക് മനഃപാഠമാണ്."

".... കാലാന്തരങ്ങളിൽ ഇവിടെ വന്നടിയുന്ന തലമുറകൾ ഒന്ന് മനസ്സിലാക്കട്ടെ. പാത്തും പതുങ്ങിയും കൊഞ്ഞനം കാണിക്കാതെ, തങ്ങളെ കുരിശ്ശിലേറ്റിയവരുടെ മുഖത്തേക്ക്, ഇറ്റിറ്റുവീഴുന്ന ചോരത്തുള്ളികളെ തെറിപ്പിക്കാനും, ധിക്കരിക്കാനും, അനുസരണക്കേട് കാണിക്കാനും തയ്യാറായ ഒരു തലമുറ ഇവിടെ ജീവിച്ചിരുന്നുവെന്ന്. ഈ തടവറ ഭിത്തികളിൽ ഗീതങ്ങൾ കൊത്തിവെച്ചിരുന്നുവെന്ന്.

ആരും ആരേയും പേടിക്കാത്ത ഒരു കാലം വിദൂരമല്ല.

കയറിയ പടികളെല്ലാം വീണ്ടും കയറേണ്ടി വന്നപ്പോഴും, എത്തിപ്പിടിക്കാനേന്തിയ കൈകളിൽനിന്നും മോഹങ്ങൾ പറന്നകലുന്നത് നിസ്സഹായതയോടെ നോക്കി നില്ക്കേണ്ടി വന്നപ്പോഴും കരഞ്ഞില്ല. ഒടുവിൽ ഇരുപത്തൊന്ന് ശിശിരങ്ങൾക്കപ്പുറം സ്വപ്നം കണ്ടതത്രയും ഈ യാഗാഗ്നിയിൽ ഹോമിക്കേണ്ടി വന്നപ്പോൾ ഓർത്തു: ഏതോ ഒരു രാജാവിന്റെ നഷ്ടപ്പെട്ടു പോയ കിരീടത്തെ. അതിന്റെ ഒരിക്കലും പൂവണിയാതെ പോയ കുറേ സ്വപ്നങ്ങളെ......"

"നിങ്ങളുടെ കൂടിക്കാഴ്ചയിൽ എപ്പോഴെങ്കിലും വാപ്പി ഏതെങ്കിലും സ്ത്രീകളെക്കുറിച്ച് പ്രത്യേകം പരാമർശിച്ചിട്ടുണ്ടോ?"

അവർ കുറച്ചുനേരം മാഗസീനിന്റെ താളുകൾ വെറുതെ മറിച്ചു. അലസമായി.

"ഉവ്വ്. ഓർക്കുന്നു. മൂന്നാലുപേരെ. ഒന്ന് കൂടെ പഠിച്ച കാനഡയിലുള്ള ഡോ. റേച്ചൽ. പിന്നെ ഡോ. സോമോൾ തോമസ്. പിന്നെ അമ്പിളി. അമ്പിളിയുമായി പ്രണയത്തിലായിരുന്നു. പക്ഷേ, അധികകാലം നീണ്ടു നിന്നില്ല. തിരുന്നാവായ പുഴയിൽ കാൽ വഴുതി അവർ മുങ്ങിമരിച്ചു. അവരുടെ ഫോട്ടോ അദ്ദേഹത്തിന്റെ മാഗസീനിൽ ഒരു കവിതയോട് ചേർത്ത് കണ്ടതോർക്കുന്നു. ഈ മാഗസീനിൽ ക്യാമ്പസ് പ്രണയം എന്ന ഫീച്ചറിൽ അമ്പിളിയോടൊത്ത് ചെലവഴിച്ച നിമിഷങ്ങളെക്കുറിച്ച് ഒരു ഡയറിക്കുറിപ്പുണ്ട്. ഇതാ നോക്കൂ......"

ഇരുപത്

ഡോ. പി പി സക്കറിയയുടെ ഡയറിയിൽനിന്ന്

ഓർക്കുന്നു എല്ലാം.

ഡിസംബറിലെ ഏതോ ഒരു സന്ധ്യ. മാനാഞ്ചിറ മൈതാനം. കോർട്ടിൽ നെറ്റിന്നപ്പുറവുമിപ്പുറവുമായി ബാറ്റേന്തി പെൺകുട്ടികൾ.

കുറച്ചകലെ വിജയാഹ്ലാദ തിമർപ്പിന്നിടയിൽ തെന്നിമാറി, കൂട്ടുകാരികളോട് എന്തൊക്കെയോ പറഞ്ഞു ചിരിച്ചുകൊണ്ട് അവൾ.

സിസ്റ്റർ സോമോൾ ചോദിച്ചു: "നിനക്ക് ഞാനൊരാളെ പരിചയപ്പെടുത്തി തരട്ടെ."

വലിയ താല്പര്യമൊന്നും ഇല്ലാത്ത മട്ടിൽ മൂളി.

"ഇത് അമ്പിളി. തേഡ് ഇയർ."

ഒരു കൈയിൽ ബാറ്റ്. കാറ്റിൽ പാറിക്കളിക്കുന്ന ട്രാക്ക് സ്കർട്ട്. ഇടത്തെമാറിൽ ഒതുക്കത്തോടെ മെടിഞ്ഞിട്ടിരിക്കുന്ന നീണ്ട തലമുടി. നെറ്റിയിൽ വിയർപ്പുകണങ്ങൾ പൊടിയുന്നു.

"ഇയാളെ അറിയാലോ അല്ലെ?"

"അറിയാം." അവൾ തലയാട്ടി. "കഥകളും മറ്റും വായിച്ചിട്ടുണ്ട്."

അവിടെയായിരുന്നു തുടക്കം.

(2)

സായാഹ്നങ്ങളിൽ തണൽ വൃക്ഷങ്ങളുടെ ഓരം പറ്റി നടക്കവേ മന്ത്രിച്ചു: ഈ നിമിഷങ്ങൾ എത്ര സുന്ദരമാണ്.

ഞാനവളുടെ മുഖത്തേക്ക് നോക്കി. സാരിത്തുമ്പ് കടിച്ചുപിടിച്ച് അവൾ തല താഴ്ത്തി നിന്നു.

താക്കോൽക്കൂട്ടം കൈയിലെടുത്ത് ഞെരിച്ചപ്പോൾ വിരലുകൾ കുടു

ങ്ങി. അയ്യോ നിയ്ക്ക് നൊന്തു.....

മുഖത്തേക്ക് സൂക്ഷിച്ച് നോക്കി. ഈ മുഖം കാണാനൊരു രസമാണ്.

മറ്റുള്ളോര് വേദനിക്ക്ണത് കാണാൻ സക്കറിയക്കെന്നും ഒരു രസമായിരുന്നല്ലോ, അല്ലെ?

(3)

ഒരു ശരത്കാല സന്ധ്യ

കോളേജിന്റെ നടുമുറ്റത്ത് നിറയെ പൂക്കൾ വിടർന്നു.

പാരിജാതം, ചെമ്പകം, ജമന്തി, റോസ്, പവിഴമല്ലി, പനിനീർപ്പൂക്കൾ. ഇടയ്ക്ക് തലയുയർത്തി നില്ക്കുന്ന വാകമരം.

പൂന്തോട്ടത്തിൽ ഇരുട്ട് പടരാൻ തുടങ്ങിയപ്പോൾ അവൾ പറഞ്ഞു: "പോവാം."

വിജനമായ ഇടനാഴികൾ.

ഹൃദയമിടിക്കാൻ തുടങ്ങി. മനസ്സ് പതറാനും. വരാന്തയ്ക്കും ഓഫീസ് റൂമിനും ഇടയിലെ കോണിപ്പടികളിൽ ഇരുട്ട് ഞങ്ങളെ വിഴുങ്ങി.

പെട്ടെന്ന്.... വളരെ പെട്ടെന്ന് ഞാനവളുടെ ചുണ്ടുകളിൽ അമർത്തി ചുംബിച്ചു.

"തല കറങ്ങുന്നതുപോലെ തോന്നുന്നു" അവൾ പറഞ്ഞു. "അമ്പിളി ഇരിക്കൂ"

ഞാൻ അവൾക്കരികെ ഇരുന്നു.

ആ കണ്ണുകൾ അടഞ്ഞുകിടന്നു. കവിളത്ത് വീണ് ചിതറിയ കണ്ണുനീർ തുള്ളികൾ സാരിയുടെ കോന്തലകൊണ്ട് തുടച്ചു.

(4)

ഉച്ചതിരിഞ്ഞ് രണ്ട് മണിയായിക്കാണണം.

കോളേജിന്റെ പോർട്ടിക്കോവിൽ വിദ്യാർത്ഥിക്കൂട്ടം. ആരുമാരും ഒന്നും മിണ്ടുന്നില്ല.

പരിചിത മുഖങ്ങളൊന്നും കൂട്ടത്തിൽ കണ്ടില്ല. തോളിൽ സിസ്റ്റർ സോമോളിന്റെ വിരലുകൾ അമർന്നപ്പോൾ ഞെട്ടിത്തിരിഞ്ഞു നോക്കി.

"സക്കറിയ, നമ്മുടെ അമ്പിളി...."

"അമ്പിളി? ഇന്നലെ രാധാമണീടെ കൂടെ പോയതല്ലെ?"

"അവളും കൂട്ടുകാരികളും തിരുന്നാവായ പുഴയിൽ കാൽ വഴുതി...."

പൂർത്തിയാക്കാനാവാതെ സിസ്റ്റർ കരഞ്ഞു.

സഹിക്കാനായില്ല.

"കരയരുത്. കരയരുത്." ഞാൻ സിസ്റ്ററുടെ തോളിൽ തലചായ്ച്ചു.

പ്രണയം അങ്ങിനെയാണ്. മരണത്തിന്റെ രൂപത്തിലും വരും.

(1999)

"അതിൽ പറയുന്ന സിസ്റ്റർ സോമമോളിനെക്കുറിച്ച് വാപ്പി വല്ലതും പറഞ്ഞിട്ടുണ്ടോ?"

"ഇല്ല. അതിനവർ അമേരിക്കയിൽ സെറ്റിൽ ചെയ്തില്ലെ. ശേഷം ഒരു വിവരവുമില്ലെന്ന് പറഞ്ഞിരുന്നു. പിന്നെ എല്ലാം തുറന്നു പറയുന്ന പ്രകൃതമായിരുന്നില്ല ഡോക്ടറിന്റേത്."

"നിങ്ങൾ അവസാനമായി കണ്ടുമുട്ടിയതെപ്പോഴാണ്?"

"മരിക്കുന്നതിന്റെ രണ്ടാഴ്ച മുമ്പ്."

"പ്രത്യേകിച്ച് എന്തെങ്കിലും കാരണം?"

"ഏയ്. എനിക്ക് കാണണമെന്ന് തോന്നി. ഫോൺ ചെയ്തപ്പോൾ ഉമ്മയാണ് ആദ്യം എടുത്തത്. ഉമ്മയ്ക്കറിയാം എന്നെ. അന്നു ഞങ്ങൾ ബീച്ചിലൂടെ കുറേ നടന്നു."

"ഒന്നും പറഞ്ഞില്ല?"

"രണ്ടാഴ്ച കഴിഞ്ഞ് ഐ.എം.എ സ്റ്റേറ്റ് കോൺഫറൻസിന് പോകാനുണ്ടെന്ന് പറഞ്ഞു. സ്റ്റേറ്റ് എക്സിക്യൂട്ടീവ് മെമ്പറായതുകൊണ്ട് അതിന്റെ തിരക്കിലാണെന്നും.

മരണവാർത്ത അറിഞ്ഞപ്പോൾ സത്യത്തിൽ എനിക്ക് നിയന്ത്രിക്കാനായില്ല. രാവിലെ പത്രത്തിൽ നിന്നാണറിഞ്ഞത്. ഞാനന്ന് ക്ലാസിൽ പോയില്ല. കണ്ണടയ്ക്കുമ്പോഴെല്ലാം ആ മുഖം തെളിഞ്ഞു വരും.

അവരെന്തിനാണത് ചെയ്തത്? അതാണ് മനസ്സിലാവാത്തത്! എനിക്കിപ്പോഴും വിശ്വസിക്കാനാവുന്നില്ല.

അവസാനം പബ്ലിക് പ്രോസിക്യൂട്ടർ കേസ് കൺക്ലൂഡ് ചെയ്ത് അവതരിപ്പിച്ചത് മനഃപൂർവ്വമല്ലാത്ത നരഹത്യയായിട്ടും. അതാണത്ഭുതം!"

"അന്ന് അവരെ കാണാൻ ശ്രമിച്ചില്ലെ? ചോദിക്കാമായിരുന്നില്ലെ?"

"ഒരു ശ്രമം നടത്തി. ഒരു മാഗസീനിന് ഇന്റർവ്യൂ ചെയ്യാനെന്ന മട്ടിൽ. പക്ഷേ, അനുവാദം കിട്ടിയില്ല. കണ്ടിരുന്നെങ്കിൽ ഞാനവരെ എന്തെങ്കിലും ചെയ്തേനെ......"

ഇടയ്ക്ക് പ്രായമുള്ള ഒരമ്മ ചായ കൊണ്ടുത്തന്നു. കുടിക്കുന്നതിനിടയിൽ ചോദിച്ചു: "മേഡത്തിന്റെ ഹസ്ബന്റ്?"

"ഇല്ല. ഞാൻ വിവാഹിതയല്ല."

"അതെന്താ?"

"എന്റെ ജീവിതകഥ തഥാഗതന്റെ വാപ്പിക്കറിയാം. വിവാഹം അത്ര അത്യാവശ്യമായി തോന്നിയില്ല. അമ്മയാണിത്...."

"ഡോ. സോമമോൾ തോമസിനെക്കുറിച്ച് വിവരം എന്തെങ്കിലും?"

"ഒന്നും അറിയില്ല. ശിക്ഷയിൽ ആനുകൂല്യം വെച്ച് പരോളിൽ ഇറങ്ങി മുങ്ങിയതല്ലെ. ഒരിക്കലെങ്കിലും എനിക്കവരെ കാണണം. എന്നിട്ട് ചോദിക്കണം.... എന്തിനാണിത് ചെയ്തതെന്ന്?"

"ഞാനും അവരെ തേടുകയാണ്."

"ഞാനും കൂടെയുണ്ടാവും. എന്ത് ഹെൽപ്പ് വേണമെങ്കിലും ചോദിക്കാം. മടിക്കേണ്ട."

ഫോൺ നമ്പർ തരുമ്പോൾ ഡോ. ശ്രുതി ചിരിച്ചുകൊണ്ട് പറഞ്ഞു: “നമുക്കൊരു സെൽഫിയാകാം. എനിക്കെല്ലാവരോടും പറയാമല്ലൊ. ഭാവിയിലെ മമ്മൂട്ടിയോ മോഹൻലാലോ ടൊവിനോയോ ആയിക്കൂടാ എന്നില്ലല്ലോ!”

ഞാൻ കൈകൂപ്പി. “അയ്യോ അത്രയ്ക്ക് വേണ്ട. താരമാകേണ്ട. ഒരു നടനായി അറിഞ്ഞാൽ മതി.”

“എന്റെ ഡോക്ടറെപ്പോലെ അല്ലെ. ഒന്നൂല്ലെങ്കിൽ എനിക്ക് പറയാമല്ലൊ, എന്റെ ഡോക്ടറുടെ മകൻ തഥാഗതൻ ഇതാ എന്ന്....”

അവരെന്നെ ചേർത്തുപിടിച്ച് നെറ്റിയിൽ ഉമ്മവെച്ചു.

ഇരുപത്തി ഒന്ന്

"നീയെന്താ മൂഢിയായിരിക്കണത്? എന്തെങ്കിലും പറ...."

അതിഥി തോൾ കുലുക്കി ചോദിച്ചപ്പോൾ ഞെട്ടിയുണർന്നു. ഇവ രിത്ര നേരം പറഞ്ഞതൊന്നും ഞാൻ കേട്ടിട്ടില്ല. ഞാൻ ഈ ലോകത്തി ലേയല്ലായിരുന്നു!

വിവേക് ചോദിച്ചു, "ഗൗതമനെന്താ പറ്റീതെന്ന്?"

മനുവും മിഥുനും ആട്ടുകട്ടിലിന്നെതിരെ ബെഞ്ചിലിരുന്നു. ഉമ്മച്ചി താഴെ അടുക്കളയിലാണ്. പാത്രങ്ങൾ ഇടയുന്ന ശബ്ദം.

"ഞാനിന്നവരെ കണ്ടിരുന്നു..."

"ആരെ?"

"ഫോറൻസിക് പ്രൊഫസർ ഡോ. ജയകൃഷ്ണനെ. പിന്നെ ഒരു ഡോ. ശ്രുതിയെയും."

"ഓഹോ. ഇന്നലെ പ്രിൻസിപ്പൽ പറഞ്ഞ?"

"അതെ."

"ഡോ. ശ്രുതി? അതാരാണ്?"

"അതോ, വാപ്പീടെ ഫ്രണ്ട്. അധികം പ്രായമൊന്നൂല്ല. മെഡിക്കൽ കോളേജിൽ തേഡ് ഇയറോ മറ്റോ ആയിരുന്നു. ഇടയ്ക്കിടെ ഇവിടെ വരും, പണ്ട്."

ഉമ്മച്ചി ഒരു ട്രേയിൽ ഐസ്ക്രീമുമായി കയറി വരുന്നുണ്ടായിരു ന്നു. ഉമ്മച്ചി തുടർന്നു: "ഇടയ്ക്കിടെ ഫോൺ ചെയ്യും. രണ്ടുപേരും പല പ്പോഴും തർക്കിക്കുന്നത് കാണാം. കോളേജ് വാർഷികത്തിന് ചീഫ് ഗസ്റ്റായി പോയപ്പോൾ അവൾ വാപ്പീടെ മാഗസീന്റെ ലാസ്റ്റ് പേജ് വായി ച്ചതോർക്കുന്നു. ഞാനുണ്ടായിരുന്നു സദസ്സിൽ. വാപ്പി മരിച്ച ശേഷം പിന്നെ ഇങ്ങോട്ടു വന്നിട്ടില്ല."

“ഇപ്പോൾ ഇവിടെ കോളേജിലുണ്ട് സൈക്യാട്രിസ്റ്റായി. ഉമ്മച്ചിയെ ചോദിച്ചു. യാദൃച്ഛികമായി കണ്ടുമുട്ടിയതാണ്.”

“ഫാമിലി.”

“ഇല്ല. വിവാഹിതയല്ല.”

“എനിക്കും തോന്നിയിരുന്നു.... അവളൊരിക്കലും കല്യാണം കഴിക്കില്ലാന്ന്. എപ്പോഴും പറയും ഇതൊക്കെ വലിയ ഊരാക്കുടുക്കല്ലേന്ന്! ആരെങ്കിലും മനഃപൂർവ്വം തലവെച്ച് കൊടുക്കുമോ എന്നൊക്കെ.

ഒരിക്കൽ പറഞ്ഞു. നിങ്ങളെ കാണുമ്പോൾ എനിക്കസൂയ തോന്നുന്നു. ഒരു ദിവസം ഞാൻ നിങ്ങളെ കൊല്ലും. എന്നിട്ട് ഡോക്ടറെ കെട്ടും. അയ്യോ, അതു വേണ്ട. ഞാനങ്ങു മാറിത്തന്നേക്കാം..... എന്ന് മറുപടി കൊടുത്തപ്പോൾ പറയാ, ഏയ്.... അതിലൊരു ത്രില്ലില്ല.

വല്ലാതെ മിംഗ്ള് ചെയ്യണ പ്രകൃതം. ചിലപ്പോൾ വാപ്പീടെ മടീലൊക്കെ കേറിയിരിക്കും! നിന്നെയും കുറേ ചൊടിപ്പിച്ചിട്ടുണ്ടവൾ. ആ പ്രായത്തിൽ നിനക്ക് അതൊന്നും ഓർമ്മയുണ്ടാവില്ല. പിറന്നാളിന് വാപ്പി കുറേ പുസ്തകങ്ങളും ഒരു ടോപ്പും സമ്മാനമായി കൊടുത്തു. അന്നവൾ വാപ്പിയെ കെട്ടിപ്പിടിച്ച് കരഞ്ഞത് ഓർക്കുന്നു. പാവം കുട്ടി!”

“അവരിൽ നിന്ന് വല്ല ക്ലൂവും?” മിഥുനാണ്.

“ഇല്ല. ഡോ. ശ്രുതിക്ക് ഒന്നും അറിയില്ല. അവരെ കാണാൻ ശ്രമിച്ചെന്നും അത് നടന്നില്ലെന്നും പറഞ്ഞു.”

“ഉമ്മച്ചീ, വാപ്പീടെ ക്ലോസ് ഫ്രന്റ്സ് ആരെയെങ്കിലും അറിയാമോ?”

“അങ്ങിനെ ആരെയും ഓർമ്മ വരുന്നില്ല. കൂടെ പഠിച്ചവരൊക്കെ ഓരോ വഴിക്കായില്ലെ. പിന്നെ പ്രാക്ടീസും. ആരും തമ്മിൽ ഒരു ബന്ധവും ഉണ്ടാവില്ല. ഇത് ആ വർഗ്ഗത്തിന്റെ പ്രത്യേകതയാ.....”

“ഷാനിത ടീച്ചർ ഒരു ഡോ. ചന്ദ്രശേഖരന്റെ കാര്യം പറഞ്ഞിരുന്നു. വാപ്പീടെ കൂടെ മെഡിസിന് ചേർന്ന മൂന്നുപേരിൽ ഒരാൾ.”

“ങ്ഹാ, ഞാനോർക്ക്ണ്ണ്ട്. ഒരിക്കൽ പൂക്കിപ്പറമ്പ് വന്നിരുന്നു. വാപ്പി അവിടെ കുറേക്കാലം പ്രാക്ടീസ് ചെയ്തിരുന്നല്ലൊ. ഒറ്റപ്പാലത്തോ മറ്റോ ആണെന്നാ പറഞ്ഞെ. ഓർക്ക്ണ്ണ്ട്.”

“പിന്നെ വല്ല വിവരവും?”

“ഒരു ആക്സിഡന്റിൽ മരിച്ചൂന്നാ കേട്ടത്. അന്നാണ് വാപ്പി പൊട്ടിക്കരഞ്ഞത്. ഒരുപക്ഷേ, ജീവിതത്തിലാദ്യമായി.”

ഉമ്മച്ചി ബുക്ക് ഷെൽഫിൽനിന്നും ചില പ്ലാസ്റ്റിക് കവറുകൾ പുറത്തെടുത്തിട്ടു. കുറേ കത്തുകൾ പഴയകാല ഇൻലൻഡ്, പോസ്റ്റ്കാർഡ്, മണിയോർഡർ സ്ലിപ്പുകൾ, ടെലഗ്രാം. കൂട്ടത്തിൽ കമ്യൂണിക്കേറ്റർ എന്ന പേരിൽ കുറേ മാഗസീനുകളുടെ കോപ്പികൾ.

അതിഥിയും മനുവും ഓരോ കോപ്പികളെടുത്തു. “ഇത് മുഴുവൻ ഫോട്ടോസ് ആണല്ലോ. ചിലരുടെ കവിതകളും കുറിപ്പുകളുമുണ്ട്.”

ഒന്നെടുത്ത് മറിച്ചുനോക്കി. കോഴിക്കോട് മെഡിക്കൽ കോളേജ് പതിനെട്ടാം ബാച്ചിന്റെ മുഖപുസ്തകം. ഓഗസ്റ്റ് 2018 എന്ന് കുറിച്ചിട്ടുണ്ട്. ഒഫീ

ഷ്യൽ ന്യൂസ് ലെറ്ററാണ്.

"വാപ്പീടെ ബാച്ചിന്റെയാ" ഉമ്മച്ചി പറഞ്ഞു. "ഇത് ഇപ്പോൾ വന്ന പുതിയ ലക്കമാ. എല്ലാ വർഷവും അയച്ചുതരാറുണ്ട്. വാപ്പി മരിച്ചിട്ടും അവരത് മുടക്കിയിട്ടില്ല."

എല്ലാവർക്കും അത്ഭുതമായി.

മരിച്ച് ഇരുപതോളം വർഷങ്ങൾ കടന്നുപോയിട്ടും ഉടമസ്ഥനില്ലാത്ത മേൽവിലാസത്തിൽ കത്ത് വരിക!

എല്ലാം എല്ലാവരെയും അറിയിക്കുന്ന – എത്ര അർത്ഥവത്തായ പദം!

"ഇതുനോക്ക് എല്ലാ വർഷവും അവർ ഒത്തുകൂടാറുണ്ട്. ഈ വർഷം ഒക്ടോബർ 19, 20 തീയതികളിൽ മൂന്നാറിൽ ആയുർകൗണ്ടി റിസോർട്ടിൽ. നമുക്കൊന്നു പോയി മുട്ടിനോക്കിയാലോ? എന്തെങ്കിലും വിവരങ്ങൾ കിട്ടാതിരിക്കില്ല.

ഇനി രണ്ടാഴ്ചയേ ഉള്ളൂ. റൂം ഇപ്പോൾ തന്നെ ബുക്ക് ചെയ്യണം. അവസാന നിമിഷം കിട്ടാൻ പാടാവും." അതിഥി പറഞ്ഞു.

"ഞങ്ങൾക്ക് വരാൻ പറ്റില്ല. ഐ.എം.എ സ്റ്റേറ്റ് കോൺഫറൻസ് അതിനോടടുത്തു തന്നെയാണ്. ഐ.എം.എ ഹൗസിൽ. കുറച്ച് കാൻഡിഡ് ഷോട്ടുകളെടുക്കണം. പിന്നെ നമ്മുടെ കുറച്ച് സീനുകളും. അവരുടെ സമ്മതം വാങ്ങിയിട്ടുണ്ട്. സംഘാടക സമിതിക്ക് ഫണ്ടിംഗ് ചെയ്യാമെന്ന് സമ്മതിച്ചിട്ടുണ്ട്."

മിഥുൻ പറഞ്ഞു.

"അതു നന്നായി. കൊച്ചിയിൽനിന്നും പോയി വരാൻ എളുപ്പമാണല്ലോ. നമുക്കൊരു റൂം ബുക്ക് ചെയ്തിടാം. എന്നിട്ട് വാപ്പിയുടെ ബാച്ച്മേറ്റ്സിനെ ഞെട്ടിക്കണം."

ഉമ്മച്ചിയുടെ മുഖത്ത് ചിരി പരന്നു.

"എന്തേ?"

"അതേയ്, ഇപ്പോൾ സദാചാര പോലീസിന്റെ കാലമാ. സൂക്ഷിച്ചോ. രണ്ടാൾടേയും കറങ്ങല്...."

"ഓ.... ഇപ്പോൾ നമ്മുടെ മാന്യതയുടെ മൊത്തക്കച്ചവടക്കാർ അവരല്ലെ! മലയാളികളുടെ കപട സദാചാരബോധം!"

മനു ചൂടായി.

മുപ്പതോളം ഇൻലൻഡുകളിൽ ഒരേ കൈയക്ഷരം. ചിലത് ഇംഗ്ലീഷിൽ. ചിലത് മലയാളത്തിൽ. പലതിലും അയച്ച ആളുടെ പേരില്ല.

പെട്ടെന്ന് മനുവിന്റെ ശബ്ദം ഉയർന്നു. ഒരു ഇൻലൻഡ് പൊക്കി അവൻ തുടർന്നു: "ഇതാരുടേതാണെന്നറിയ്യോ? അഷിത. മലയാളത്തിലെ പ്രശസ്ത കഥാകൃത്ത്. ഇപ്പോൾ വളരെ സെൻസേഷണൽ. ഓർക്കുണ്ണ്ടോ ആ ഇന്റർവ്യൂ – അത് ഞാനായിരുന്നു......"

"ഉവ്വ്. അവരും വാപ്പിയും ഒത്തിരി കത്തിടപാടുകൾ ഓർക്കുന്നു. പക്ഷേ, ഏറ്റവും വലിയ തമാശ അവരൊരിക്കലും കണ്ടുമുട്ടിയിട്ടില്ല എന്നതാണ്. ചില കത്തുകൾവെച്ച് വാപ്പി ഒരു കഥ എഴുതിയിട്ടുണ്ട്."

ഉമ്മച്ചി ബുക്ക് റാക്കിൽനിന്നും *തെരഞ്ഞെടുത്ത കഥകൾക്കൊരാ മുഖം* എന്ന കഥാ സമാഹാരം എടുത്തു. ഇതാ ആ കഥ-

റംല ഇപ്പോൾ ഒന്നും എഴുതാറില്ല.

ഇരുപത്തിരണ്ട്

കാണണം. അവരെയൊന്ന് കാണണം.

തീർച്ചയായും കാണണം! അതിഥി കഥയിൽ തന്നെ മുഴുകിയിരിപ്പാണ്. വെരി ടച്ചിംഗ് സ്റ്റോറി! ഈ ഷൂട്ടിംഗ് തിരക്കൊന്ന് കഴിയട്ടെ....

കത്തുകൾ പിന്നെയുമുണ്ട്. അന്നത്തെ പ്രശസ്ത എഴുത്തുകാരുടെ ഒത്തിരി കത്തുകൾ. പോസ്റ്റ് കാർഡ് അധികവും കുഞ്ഞുണ്ണി മാഷ്ടേതാണ്. മണി ഓർഡർ സ്ലിപ്പുകൾ കഥകൾക്കുള്ള പ്രതിഫലമായിരിക്കാം. പലതിലും ഈ തുക സദയം സ്വീകരിക്കുക.... എന്ന കുറിപ്പ് കാണാം. വാരികകളുടെ സീലുമുണ്ട്. ടെലഗ്രാം സ്ലിപ്പുകളിൽ ഒന്നിൽ വാർഷിക പതിപ്പിലേക്ക് കഥ ഈയാഴ്ച തന്നെ കിട്ടണം എന്നെഴുതിയിരിക്കുന്നു. മറ്റൊന്നിൽ ഉമ്മയുടെ മരണം അറിയിച്ചുകൊണ്ടുള്ള കുറിപ്പാണ്. വാപ്പി എല്ലാം സൂക്ഷിച്ചുവെച്ചിരിക്കുന്നു. ചിലപ്പോൾ അതൊരു ശീലമാകാം.

ഉവ്വ്. വാപ്പി ഒന്നും കളയില്ല. അതാ ഇത്ര വലിയ ശേഖരം. ഇതാ, ഇതുംകൂടി നോക്കിക്കോ. ഞാൻ ഉറങ്ങാൻ പോവ്വാ....

ചില പേപ്പർ കട്ടിംഗുകൾ. ഒന്നിൽ ബഷീർ സായാഹ്നം. കഥകളിൽ മനുഷ്യന്റെ സാംഗത്യം ഉറപ്പുവരുത്തിയ എഴുത്തുകാരൻ – ഡോ. സക്കറിയ എന്ന തലക്കെട്ടോടെ ബഷീർ അനുസ്മരണയോഗത്തിന്റെ റിപ്പോർട്ടാണ്. വാപ്പി പ്രസംഗിക്കുന്ന ഫോട്ടോയുമുണ്ട്. മറ്റൊന്നിൽ ഉത്തരാധുനികത– ലാവണ്യവും ദർശനവും എന്ന സാഹിത്യ ചർച്ചയെക്കുറിച്ചുള്ളതാണ്. ഉത്തരാധുനികത മലയാള കഥാസാഹിത്യത്തിൽ ഒരു പ്രസ്ഥാനമായി വളർന്നിട്ടില്ല – ഡോ.സക്കറിയ എന്ന തലക്കെട്ടിൽ. ഫോട്ടോയുമുണ്ട്. ജിദ്ദയിൽ സാഹിത്യ പ്രേമികളുടെ യാത്രാമംഗളം എന്ന തലക്കെട്ടിൽ ഒരു യാത്രയയപ്പിന്റെ ചിത്രവും ന്യൂസും– എഴുത്തിനെയും വൈദ്യശാസ്ത്രത്തെയും സർഗ്ഗാത്മകമായി സമന്വയിപ്പിക്കുകയും അനുപമമായ

ധിഷണയാൽ സമകാലീന മലയാള സാഹിത്യത്തിന് നിസ്തുല സംഭാവനകൾ നല്കിയ ഒരെഴുത്തുകാരൻ എന്ന് വിശേഷിപ്പിക്കുന്നു. ഒരു മെമെന്റോ കൊടുക്കുന്ന ഫോട്ടോയുമുണ്ട്. മറ്റൊന്ന് ഏതോ മാസികയിൽ വന്ന ഒരു അഭിമുഖത്തിന്റേതാണ് – 'മരുഭൂവാസത്തിന് നൈസർഗ്ഗികതയില്ല– ഡോ. സക്കറിയ.' മറ്റൊരു വാരികയിൽ – 'ഡോക്ടർ കഥയെഴുതുകയാണ്' എന്ന തലക്കെട്ടോടെ മറ്റൊരു ഇന്റർവ്യൂ. ഒരു വാരാന്ത്യപ്പതിപ്പിൽ 'സ്പന്ദമാപിനികൾ കഥ പറയുമ്പോൾ....' എന്ന തലക്കെട്ടോടെ വേറെയും ഇന്റർവ്യൂ. എല്ലാറ്റിലും വാപ്പിയുടെ പല പോസിലുള്ള ഫോട്ടോകളുമുണ്ട്.

ഒരു ഫയൽ നിറയെ ഓർമ്മക്കുറിപ്പുകളാണ്.

1. ഷെൽവി എന്ന പുസ്തകം – മലയാളത്തിലെ സമാന്തര പ്രസാധക സംരംഭങ്ങൾക്ക് തുടക്കംകുറിച്ച മൾബറി ബുക്സിന്റെ സ്ഥാപകൻ ഷെൽവി എന്ന കവിയെക്കുറിച്ചാണ്.
2. മണൽ, ജലം, കാലം – അകാലത്തിൽ മരണം ആശ്ലേഷിച്ച പ്രശസ്ത കഥാകൃത്ത് ടി.വി കൊച്ചുബാവയെക്കുറിച്ച്. അത് പ്രസിദ്ധീകരിച്ച് ഒരു മാസം തികഞ്ഞില്ല. വാപ്പിയും പോയി.
3. കിരീടം ഭിക്ഷാപാത്രമാക്കിയ പ്രവാചകൻ – കവി അയ്യപ്പനെക്കുറിച്ചാണ്. *വെയിൽ തിന്നുന്ന പക്ഷി* എന്ന കവിതാ സമാഹാരത്തിന് കേരള സാഹിത്യ അക്കാദമി അവാർഡ് ലഭിച്ചപ്പോൾ എഴുതിയത്.
4. നാം മറന്നുപോയ ആ വരകൾ – പ്രശസ്ത നോവലിസ്റ്റ് മലയാറ്റൂർ രാമകൃഷ്ണന്റെ കാർട്ടൂൺ വരകളെക്കുറിച്ച്.
5. കഥയിലെ വാത്സല്യ സ്പർശങ്ങൾ – പ്രശസ്ത കഥാകൃത്ത് മുണ്ടൂർ കൃഷ്ണൻകുട്ടിയുമായി ചെലവഴിച്ച സാഹിത്യ ക്യാമ്പിനെക്കുറിച്ച്.
6. ആദ്യത്തെ പ്രതിഫലം– ആദ്യമായി എഴുതിയ കഥയ്ക്ക് സഖാവ് എ.കെ.ജിയിൽനിന്നും സമ്മാനം സ്വീകരിച്ചതിനെക്കുറിച്ച്.

മരുഭൂവാസത്തിന് നൈസർഗ്ഗികതയില്ല

— ഡോ. പി പി സക്കറിയ

ചോദ്യം: പ്രവാസ രചനകൾ എഴുതപ്പെടുന്നില്ല!

പി.പി: കത്തിജ്ജ്വലിക്കുന്ന മരുഭൂമിയിലെ ജീവിതത്തിന് നൈസർഗ്ഗികതയില്ല. അതുകൊണ്ടാണ് തൊഴിലന്വേഷിച്ച് ഈ മണൽക്കാട്ടിൽ എത്തിപ്പെടുന്ന എഴുത്തുകാരിൽനിന്നും പ്രവാസ സൃഷ്ടികൾ ലഭിക്കാതെ പോയത്. അലസമായ പ്രതികരണശേഷിയാണ് മറ്റൊരു കാരണം. അതുകൊണ്ട് പിന്നിലാക്കപ്പെടുന്നത് സ്വന്തം ഭാവുകത്വമാണ്.

ചോദ്യം: ജീവിതം അകന്നുപോകുന്ന പുതിയ കഥകളെക്കുറിച്ചെന്താണ് അഭിപ്രായം?

പി.പി: ജീവിതത്തെക്കുറിച്ച് കഥാകൃത്തിനുള്ള ധാരണയാണ് അയാളുടെ കൃതികളിൽ പ്രതിഫലിക്കുന്നത്. എന്നാലത് ദർശനങ്ങളുടെ പേരിൽ വായിക്കപ്പെടുന്നത് ശരിയല്ല. സക്കറിയ എന്ന വ്യക്തിയുടെ തപിക്കുന്ന ആത്മാന്വേഷണം ഡോ.സക്കറിയയുടെ മേൽ നേടുന്ന വിജയമായിരിക്കണം എന്നാണ് ആഗ്രഹം. അത് നേരെ കഥയിൽ വായിക്കപ്പെടണമെന്നില്ല.

ഒരാളുടെ കഴിവുകേടിൽ നിന്നാണ് മികച്ച കഥകളുണ്ടാകുന്നത്. ഒരിക്കലും പ്രേമിച്ചിട്ടില്ലാത്തവൻ നല്ല പ്രേമകഥകളെഴുതുന്നു. ഒരാളെയും കൊല്ലാത്തവൻ നല്ല കൊലപാതക കഥകളെഴുതുന്നു.

ചോദ്യം: ഒരു കഥയും പൂർണ്ണമായി രചിക്കപ്പെടുന്നില്ല.

പി.പി: അതെ. വായനക്കാരനാണ് അത് പൂർത്തിയാക്കുന്നത്. അവസാനിച്ചു എന്ന് തോന്നുമ്പോഴും ബാക്കിയാവുന്നതാണ് കഥ.

ചോദ്യം: ഉത്തരാധുനികത നമ്മുടെ കഥകളിൽ...

പി.പി: ഉത്തരാധുനികത ഒരുതരം ഒഴിഞ്ഞുമാറലാണ്. ജീവിതം അലങ്കാരമായി മാറുകയും വിപണിയുടെയും ഉപഭോഗത്തിന്റെയും സാംസ്കാരിക പ്രതിഫലനങ്ങൾ ആധിപത്യം സ്ഥാപിക്കുകയും ചെയ്യുന്ന ഭീകര ദൃശ്യമാണ് നാം ഇന്ന് കാണുന്നത്. അതിനെ പ്രതിരോധിക്കാൻ അലങ്കാര ശൂന്യമായ ഭാഷയിലേക്ക് കഥാരചന രൂപപ്പെടുത്തുന്നതാകണം പുതിയ കഥകൾ ചെയ്യേണ്ടത്....

(1990)

മറവിയെ പ്രതിരോധിക്കാനുള്ള ആയുധങ്ങളാണ് ഓർമ്മകൾ

ഡോ.പി.പി സക്കറിയ

ഒരാൾ : അടിയന്തരാവസ്ഥയിൽനിന്നും തുടങ്ങാം. അതിന്റെ ഇരുപതാം വാർഷികമാണല്ലോ ഇപ്പോൾ. പഴയ ഓർമ്മകൾ?

സക്കറിയ : ഈ കാലത്തെ നമ്മുടെ ഏറ്റവും വലിയ സിദ്ധി മറവിയാണ്. ഓർമ്മകൾ നമ്മെ അസ്വസ്ഥരാക്കും. അതുകൊണ്ടുതന്നെ മറവി നമ്മെ ഒന്നും അറിയാത്തവരെ പോലെ ജീവിക്കാൻ അനുവദിക്കുന്നു.

മറ്റൊരാൾ : താങ്കളുടെ കഥകളിൽ രാഷ്ട്രീയവും ലൈംഗികതയുമെല്ലാം ഇടകലർന്നിരിക്കുന്നു. ഒന്ന് വിശദീകരിക്കാമോ?

സക്കറിയ : ഏതൊരു വികാരവും അടിസ്ഥാനപരമായി ഒരു രാഷ്ട്രീയ നിർമ്മിതിയാണ്. ആത്മാർത്ഥയുള്ള രണ്ട് കാര്യമേ ഈ ലോകത്തിലുള്ളൂ– സെക്സും എഴുത്തും– മറ്റുള്ളവയെല്ലാം കപടമാണ്.

മറ്റൊരാൾ : സ്നേഹം വളരെ ആപേക്ഷികമായി എടുക്കുന്നവരാണ് മിക്ക കഥാപാത്രങ്ങളും. എന്നാൽ ലൈംഗികത അങ്ങനെയല്ലാ....

സക്കറിയ : സെക്സ് പാപമാണെന്ന് കരുതുന്നവർക്ക് നേരെയുള്ള നിഷേധിക്കലിന്റെ ഫലമാണത്. അത് വളരെ ഡിവൈൻ ആയ ഒരു കാര്യമാണ്. അതുപോലെ ഡിവൈൻ ആയ ഒന്നുതന്നെയാണ് സ്നേഹവും. എന്നെ എതിർക്കുന്നവരെയും വെറുക്കുന്നവരെയുമൊക്കെ എനിക്ക് സ്നേഹമാണ്. ഏതൊരു വ്യക്തിയെ കാണുമ്പോഴും സ്നേഹമല്ലാതെ മറ്റൊന്നും എനിക്ക് തോന്നാറില്ല. എന്നാൽ സ്നേഹം ഉല്പാദിപ്പിക്കുന്നതാകട്ടെ സ്വാർത്ഥതയും. ഒരുതരം പൊസസ്സീവ്നെസ്സിലേക്ക്. സ്നേഹത്തിന്റേതാണ് ഏറ്റവും കാഠിന്യമേറിയ ബന്ധനമെന്ന് പറഞ്ഞതാരാണ്?

മറ്റൊരാൾ : താങ്കൾ തലമുറയിലെ മറ്റ് കഥാകൃത്തുക്കളുമായി താരതമ്യം ചെയ്യുമ്പോൾ താങ്കളുടെ കഥകൾ പുതിയ കാലവുമായി ചേർന്ന് നില്ക്കുന്നതായി കാണപ്പെടുന്നു.

സക്കറിയ : ജിദ്ദു കൃഷ്ണമൂർത്തിയെ കടമെടുത്ത് പറയട്ടെ – നിങ്ങളൊരിക്കലും താരതമ്യം നടത്താതിരിക്കുമ്പോൾ – എതിരിടാനുള്ള ഒരു രൂപം നിങ്ങൾക്ക് മുമ്പിൽ ഇല്ലാതിരിക്കുകയും ചെയ്യുമ്പോൾ നിങ്ങളുടെ ജീവിതം സ്വച്ഛവും സത്യപൂർണ്ണവുമായി മാറുകയാണ്. അപ്പോൾ നിങ്ങളുടെ മനസ്സ് വളരെ വിശാലവും കൂർമ്മവും സംവേദനമുള്ളതുമായി മാറുകയാണ്. നിങ്ങളുടെ ആലോചനകളിൽ, വാക്കുകളിൽ, കർമ്മങ്ങളിൽ അയത്നത നിറയുകയാണ്. നിങ്ങൾ അപ്പോൾ എന്താണോ അതാവുകയാണ്. താരതമ്യമില്ലാതെയും മൗലികമായും ജീവിക്കുന്നതിന്റെ മഹിമ നമുക്കറിയില്ല. അതുകൊണ്ടാവണം അക്രമവും മാത്സര്യവും ഹിംസയും നമ്മുടെ ജീവിതത്തെ പിന്തുടരുന്നത് അത് നമ്മുടെ കാഴ്ചപ്പാടിനെയും ബാധിക്കുന്നു.

മറ്റൊരാൾ : ആത്യന്തികമായി കഥയിൽനിന്നും ഉത്ഭവിക്കുന്ന ദർശനം?

സക്കറിയ : ഒരു കഥയും ദർശനങ്ങളുടെ പേരിൽ വായിക്കപ്പെടു

ന്നത് ശരിയല്ല. കഥകൾ ആരെയും തിരുത്തുന്നില്ല. നിങ്ങൾ ഉദ്ദേശിക്കുന്ന തരത്തിലാണെങ്കിൽ ഭൗതികമായ തിരുത്തപ്പെടലുകൾകൊണ്ട് മാത്രമായില്ല. മനസ്സിന്റേയും ഹൃദയത്തിന്റേയും തലച്ചോറിന്റേയും കൂട്ടായ്മയിൽ നിന്നുവേണം തുടങ്ങാൻ. അന്തിമ വിശകലനത്തിൽ മാറ്റത്തിന്റെ ഊർജ്ജം ഉൾക്കൊള്ളാൻ നമുക്കാവണം. തള്ളേണ്ടതിനെ തള്ളാനും കൊള്ളേണ്ടതിനെ കൊള്ളാനുമുള്ള ആർജ്ജവം. അതാണാവശ്യം – വിമർശനാത്മക വിവേചനശേഷി.

മറ്റൊരാൾ : വായനക്കാർക്ക് കഥാപാത്രങ്ങളുമായി സാത്മ്യം പ്രാപിക്കാനുതകുന്ന ഒരവസ്ഥാ വിശേഷം പ്രദാനം ചെയ്യുന്ന ഒട്ടനവധി കഥകൾ താങ്കളുടേതായിട്ടുണ്ട്. ഉദാഹരണമായി....

സക്കറിയ : ഈ ചോദ്യം ബാലിശമാണ്. ഉത്തരം പറയാൻ ഞാൻ ബാധ്യസ്ഥനുമല്ല. എം.ടിയുടെ ഒരു കഥാപാത്രം പറയുന്നില്ലെ– യഥാർത്ഥ സ്വഭാവമെന്തെന്ന് ആർക്കും മനസ്സിലാവരുത്. അനവധി സ്വഭാവങ്ങൾ വേണം. കുപ്പായംപോലെ പല നിറത്തിൽ അവ മാറ്റിക്കൊണ്ടിരിക്കണം. എപ്പോഴും ആൾക്കാർക്ക് പിഴയ്ക്കണം....

മറ്റൊരാൾ : ഇനി വ്യക്തിപരമായ ചില ചോദ്യങ്ങൾ.

സക്കറിയ : നിങ്ങൾക്ക് പോകാം.

(1996)

ഇരുപത്തിമൂന്ന്

വായിക്കുന്തോറും വാപ്പിയെ ഞങ്ങൾ അറിയുകയായിരുന്നു. ഇത്രയും കാലം എനിക്ക് അജ്ഞാതനായിരുന്ന വാപ്പിയെ. ഉമ്മച്ചി പറഞ്ഞതെത്ര ശരി! ഒരു എഴുത്തുകാരനെ മനസ്സിലാക്കണമെങ്കിൽ അയാളുടെ രചനകളിലൂടെ കടന്നുപോകണം.

രചനകൾ മാത്രമല്ല, എഴുത്തുമുറിയും! ഒരുപാട് രഹസ്യങ്ങളുറങ്ങുന്നതാണ് ഒരു എഴുത്തുകാരന്റെ മുറി. അവിടത്തെ ഓരോ മൺതരിയും ഒരുപാട് രഹസ്യങ്ങൾ പേറുന്നുണ്ട്.

"രഹസ്യങ്ങളല്ല. സത്യങ്ങൾ. വസ്തുതകൾ" മനു തിരുത്തി. "ശരിയാണ്. ഒരു എഴുത്തുകാരൻ എത്ര ആയാസപ്പെട്ടിട്ടാവും ഒരു കഥ എഴുതുന്നത്! നമുക്ക് ആലോചിക്കാൻ കൂടി വയ്യ. നമ്മുടെ അനുമാനങ്ങൾക്കപ്പുറം!"

അതിഥി ആകപ്പാടെ ത്രില്ലിലാണ്.

"വാപ്പിയെ ഇനിയും നാം അറിയാൻ പോകുന്നതേയുള്ളു. ഈ ലൈബ്രറി മുറിയിലെ അലമാരകളെല്ലാം നമുക്ക് അരിച്ചുപെറുക്കണം. ഓരോ തുണ്ട് കടലാസും വളരെ വിലപ്പെട്ടതാണ്. ഒന്നും കൈവിട്ട് പോകരുത്."

"ഇന്ന് ഷൂട്ടിംഗ് വേളയിലും എന്റെ മനസ്സിൽ വാപ്പി തന്നെയായിരുന്നു." മിഥുൻ പറഞ്ഞു. "ഇന്ന് ജീവിച്ചിരുന്നെങ്കിൽ അദ്ദേഹം നമ്മെ ഞെട്ടിച്ചേനെ! തന്റെ കഥകൾകൊണ്ട്.....

സർ ആർതർ കോനാൻ ഡോയിലിനെക്കുറിച്ച് കേട്ടിട്ടില്ലേ: നമ്മുടെ ഷെർലോക്ക് ഹോംസിന്റെ ഉപജ്ഞാതാവ്. അദ്ദേഹം ഒരു ഡോക്ടറായിരുന്നുവെന്നത് പലർക്കും അജ്ഞാതമാണ്. ഷെർലോക്ക് ഹോംസ് കഥകളെ കീറി മുറിച്ച് പരിശോധിച്ച നിരൂപകർ അവയിൽ 68 രോഗങ്ങളും,

38 ഡോക്ടർമാരും, 22 മരുന്നുകളും, 12 മെഡിക്കൽ സ്പെഷ്യാലിറ്റികളും, ആറ് ആശുപത്രികളും, മൂന്ന് മെഡിക്കൽ ജേർണലുകളും, രണ്ട് മെഡിക്കൽ സ്കൂളുകളും കണ്ടുപിടിച്ചു. എന്നിട്ട് ഇങ്ങിനെയൊരു നിഗമനത്തിലെത്തുകയായിരുന്നു." മനു തുടർന്നു. "ആയിരത്തി എണ്ണൂറുകളിലാണ് ഇതെന്ന് ഓർക്കണം! ഇന്നത്തെപ്പോലെ സെർച്ച് ചെയ്യാൻ ഗൂഗിളും വിക്കിപീഡിയയും ഒന്നുമില്ലാത്ത കാലം.

അദ്ദേഹത്തിന്റെ ബാല്യകാലവും കൗമാരവുമൊക്കെ സങ്കീർണ്ണതകൾ നിറഞ്ഞതായിരുന്നു. ഡോക്ടറായപ്പോഴും രോഗികളെ ചികിത്സിക്കുകയായിരുന്നില്ല അദ്ദേഹം. അവരെ അളന്ന് മുറിച്ച് പഠിക്കുകയായിരുന്നു, വീക്ഷിക്കുകയായിരുന്നു. അതുകൊണ്ടാണ് നമുക്ക് ഷെർലോക്ക് ഹോംസിനെ ലഭിച്ചത്. തീർത്തും കല്പിത കഥാപാത്രമായിരിക്കുകയും അതേസമയം ജീവിക്കുന്ന യാഥാർത്ഥ്യമായി ലോകം വിശ്വസിക്കുന്ന പ്രതിഭാസമായി ഷെർലോക്ക് ഹോംസ് മാറി. ഷെർലോക്ക് ഹോംസിനെ ബ്രിട്ടനിലെ റോയൽ സൊസൈറ്റി ഓഫ് കെമിസ്ട്രി വിശിഷ്ടാംഗത്വം നല്കി ആദരിച്ചു. ലോകത്ത് ആദ്യമായാണ് ഒരു കഥാപാത്രം ഇത്തരത്തിൽ ആദരിക്കപ്പെടുന്നത്. ലണ്ടനിൽ ജീവിച്ചിരുന്ന ജെയിംസ് എന്ന പേരുള്ള ഒരു ഡോക്ടറുടെ പുനരാവിഷ്കാരമായിരുന്നു ഷെർലോക്ക് ഹോംസ്. ഹോംസിന്റെ ഉറ്റ ചങ്ങാതിയായ ഡോ.വാട്സൺ ഡോയലിന്റെ തനി പകർപ്പുതന്നെ."

മനു വാചാലനായി.

അവൻ ബാഗിൽനിന്നും ഒരു പുസ്തകമെടുത്തു. "ഇതാ നോക്കിയേ." "അത് ഞാനായിരുന്നു"- അഷിത.

അതിഥി അത് തട്ടിപ്പറിച്ചു വാങ്ങി വായന തുടങ്ങി. "ഉച്ചത്തിൽ വായിക്കൂ....." ഞാനവളോട് പറഞ്ഞു.

വായിച്ച് കഴിഞ്ഞപ്പോൾ എന്തൊക്കെയോ എരിഞ്ഞടങ്ങിയ പോലെ അനുഭവപ്പെട്ടു. ഒരു തീക്കനൽ, കത്തുകൾപോലെ തന്നെ.

കാലം ഒന്നും ആശ്വസിപ്പിക്കുന്നില്ല. സമരസപ്പെടാനേ അത് നമ്മെ പഠിപ്പിക്കുന്നുള്ളൂ.

"നാളെതന്നെ നമുക്കവരെ പോയി കാണണം." അതിഥി പറഞ്ഞു.

..... തൃശൂർ - പാലക്കാട് അതിർത്തിയിലെ കിഴക്കുമ്പാട്ടു കരയിൽ ബസിറങ്ങുമ്പോൾ മനു പറഞ്ഞു: "കുമ്മാട്ടിക്കളിക്ക് പ്രസിദ്ധമാണ് ഇവിടം. ഓണാഘോഷത്തിന്റെ ഭാഗമായി അവർ എല്ലാ വീടുകളിലും കയറിയിറങ്ങും. അരവിന്ദന്റെ *കുമ്മാട്ടി* സിനിമ ഓർക്ക്ണില്ലെ, നീ?"

ലക്ഷ്മി നാരായണസ്വാമി എൻക്ലേവിലെ "അന്നപൂർണ്ണ"യിലെത്തുമ്പോൾ സമയം സന്ധ്യ. പരിചയപ്പെടുത്തിയപ്പോൾ ഒരാൾ പുറത്തെ കസേരകളിൽ ഇരിക്കാൻ ആംഗ്യം കാട്ടി. പിന്നീട് തിരിച്ചു വന്ന് വീട്ടിനുള്ളിലേക്ക് കടന്നോളൂ എന്ന് പറഞ്ഞു.

വെള്ളപ്രാവുകളുടെ ചിറകുകൾ. പക്ഷിത്തൂവലുകൾ പോലെയുള്ള

മുടിയിഴകൾ. ആകെ തൂവെള്ള. സാരിയും ജനൽപ്പാളികളിലെ കർട്ടനുകളും ബെഡ്ഷീറ്റും കൊതുകുവലയുമെല്ലാം തൂവെള്ള. ഞണ്ടുകൾ പിടിമുറുക്കിയ കാലമായിരുന്നു. അത് മുഖത്തും ശരീരത്തിലും കാണാമായിരുന്നു.

കൈകൊണ്ട് ഇരിക്കാൻ ആംഗ്യം കാട്ടി. "നിങ്ങളെ കാത്തിരിക്കുകയായിരുന്നു ഞാൻ."

കവറിൽനിന്നും കഥ പുറത്തെടുത്തു നീട്ടി: "റംല ഇപ്പോൾ ഒന്നും എഴുതാറില്ല."

"ങ്ഹാ.... സക്കറിയ! അപ്പോൾ അതും ഒപ്പിച്ചിരുന്നോ?! ഞാനറിഞ്ഞിരുന്നില്ല.

അന്നു ഞാൻ ശാസ്തമംഗലത്ത് കുറുപ്പ്ലൈനിലായിരുന്നു താമസം. രാമൻകുട്ടി യൂണിവേഴ്സിറ്റി ജേർണലിസം ഡിപ്പാർട്ട്മെന്റ് അദ്ധ്യാപകനും. പോയി വരാൻ സൗകര്യമാകുമല്ലോ.

എനിക്കന്ന് കൂട്ടുകാർ കത്തുകൾ മാത്രമായിരുന്നു. പിന്നെ കഥകളും. അവയായിരുന്നു സർവ്വസ്വവും. മുന്തിരി വീഞ്ഞിന്റെ ലഹരിയുണ്ടാവും അതിന്. എന്നോളം ഇത്രയധികം കത്തുകൾ എഴുതിയിരിക്കുന്നവർ ആരെങ്കിലും ഉണ്ടോ എന്ന് സംശയം!

എനിക്കോർമ്മയുണ്ട് അവനെ. ഞാനും ബാലനുമൊക്കെ ബാലപംക്തിയിൽ ചേക്കേറുന്നതിന് മുമ്പെ തന്നെ കുട്ടേട്ടന്റെ ഓമനപുത്രൻ! എങ്ങിനെ ഞങ്ങളടുത്തു എന്ന് ചോദിച്ചാൽ എനിക്കുത്തരമില്ല. ഗുരു നിത്യചൈതന്യയതി ആയിരുന്നു ഞങ്ങൾക്കിടയിലുള്ള പാലം. നിത്യ പോയശേഷമാണല്ലോ അവനും പോയത്. കൊച്ചുബാവയും ആയിടയ്ക്കു തന്നെ!

ഈ ലോകത്ത് എപ്പോഴും നമ്മോടൊപ്പമുള്ളത് ഒന്നേയുള്ളൂ- മരണം!

ഒരിക്കലും കണ്ടുമുട്ടരുതെന്നാഗ്രഹിച്ച കൂട്ടുകാരായിരുന്നു ഞങ്ങൾ. വളരെ കുറച്ചല്ലെ അവനെഴുതിയിട്ടുള്ളൂ. ഞാൻ വായിച്ചതും വളരെ തുച്ഛം. പിന്നെ എപ്പോഴോ അറിഞ്ഞു അവന്റെ ദുർമ്മരണം!

ഒരുപാട് കത്തുകൾ ഞങ്ങൾ കൈമാറിക്കാണണം. പലപ്പോഴും പരസ്പരബന്ധമില്ലാത്തവ. അടിയും പിടിയും തെറിവിളിയും ഒക്കെ നിറഞ്ഞവ!

കത്തുകളെല്ലാം പിന്നെ സമാഹാരമാക്കിയപ്പോൾ ഞാനോർത്തു അവനെ. ആ ശൂന്യത അതിലുണ്ട്.

"മോളേ ഉമേ, ആ പുസ്തകങ്ങളെടുക്കൂ."

"ഏതമ്മേ?"

"ആ കത്തുകളുടെ സമാഹാരങ്ങൾ."

മകളായിരിക്കണം. അമ്മയുടെ അതേ പകർപ്പ്. രണ്ട് പുസ്തകങ്ങൾ കൊണ്ടുവന്നു.

"സ്നേഹം തന്നെ സ്നേഹത്താലെഴുതിയത്." മറ്റൊന്ന് "അഷിത

യുടെ കത്തുകൾ."

പേജുകൾ മറിച്ചുനോക്കി. വാപ്പീടെ കത്തുകൾ ഒന്നുമില്ല.

"ഇല്ല. ഉണ്ടാവില്ല. എങ്ങിനെ കിട്ടാനാ? പത്തിരുപത് വർഷങ്ങളായില്ലേ അവൻ പോയിട്ട്?! അവനെഴുതിയതൊന്നും ഞാൻ കൂടെ വെച്ചില്ല.

ദുർമ്മരണങ്ങളിലെ ആത്മാക്കൾ അങ്ങിനെ പാറി നടക്കും. ടി.ആർ, ടി.പി കിഷോർ, അയ്യപ്പൻ, വിട്കർ ലീനസ്, ജോൺ എബ്രഹാം.... അത് കാലാതിവർത്തിയാണ്. കഥയായും കവിതയായും കുറിപ്പുകളായും കത്തുകളായും അവ വേട്ടയാടിക്കൊണ്ടിരിക്കും. അല്ലെങ്കിൽ മക്കളെ നിങ്ങൾ എങ്ങിനെയാണ് ഇരുപത് വർഷങ്ങൾക്ക് മുമ്പ് മൺമറഞ്ഞു പോയ അച്ഛനെ തേടി എന്റെയടുത്ത് എത്തുക?!"

എന്നിട്ട് അവർ എന്റെ തലയിൽ കൈവെച്ച് അനുഗ്രഹിച്ചു.

"പോയി വരൂ. എല്ലാം കാലം തെളിയിക്കും."

അതിഥിയുടെ കണ്ണുകൾ നിറഞ്ഞു.

കത്തുകൾ തുറന്നു നോക്കാൻ അവർ താല്പര്യം കാണിച്ചില്ല. "വേണ്ട. എനിക്ക് പോകാൻ സമയമായി. ഇനിയും പഴയ ഓർമ്മകളൊന്നും അരുത്...." അവർ മന്ത്രിക്കുന്നതുപോലെ തോന്നി.

ഇരുപത്തി നാല്

"ഇനി നമുക്കിവിടെ അധികം ദിവസങ്ങളില്ല. ഷൂട്ടിങ് വൈന്റ അപ് ചെയ്യാറായി. കോളേജിലെ സീനുകൾ മിക്കവാറും എടുത്തുകഴിഞ്ഞു. ഇനി വളരെ കുറച്ചേയുള്ളൂ. ഇന്റർ മെഡിക്കോ യൂത്ത് ഫെസ്റ്റിവൽ വരുന്നുണ്ട്. ഗൗതമിന്റെ നാടക സീനുകൾക്ക് ആ സ്റ്റേജ് ഉപയോഗപ്പെടുത്താൻ പറ്റും. ബാനർ മാറ്റിയാൽ മതിയല്ലോ, വർഷവും."

–വിവേക് പറഞ്ഞു.

"സദസ് ന്യൂജെൻ പിള്ളേരല്ലെ! അതെങ്ങിനെ പറ്റും?"

യദുവിന്റെ സംശയം "ശരിതന്നെ" പ്രവീൺ പറഞ്ഞു. "അത് നിന്റെ മിടുക്ക് പോലെയിരിക്കും. അവരറിയാതെ ബാക്കിൽ നിന്നെടുത്താൽ മതി. ഡിസ്റ്റന്റ് ഷോട്ടാണ് നല്ലത്. സംശയം തോന്നൂല്ല. സ്റ്റേജിൽ മാത്രം ക്ലോസപ്പ് മതിയല്ലോ പിന്നെ ഫെയിസ് എക്സ്പ്രഷൻസും."

യദു ശരിയെന്ന മട്ടിൽ തലയാട്ടി.

വിവേകിന് യദുവിനെ പൂർണ്ണ വിശ്വാസമാണ്. എപ്പോഴും പറയും: "വെരി ടാലന്റ്സ് ക്യാമറാമേൻ!"

പറഞ്ഞപോലെ ക്യാമ്പസ് വളരെ സജീവമാണ്. എങ്ങും തോരണങ്ങൾ. അങ്ങോട്ടുമിങ്ങോട്ടും നെട്ടോട്ടം ഓടുന്ന അദ്ധ്യാപകരും കുട്ടികളും. ചിലർ കാറുകളിൽ വന്നിറങ്ങുന്നുണ്ട്. ജഡ്ജസായിരിക്കാം.

"ഗൗതം കേപ്പ് ധരിച്ചു നടന്നാൽ മതി. വിദ്യാർത്ഥികൾ തിരിച്ചറിയരുത്. സിഗ്നൽ കിട്ടിയാൽ മാത്രം ഷൂട്ടിങ്ങിന് തയ്യാറാവുക."

പ്രവീൺ പറഞ്ഞു.

"യദുവിനെയും കൂട്ടരെയും ഏതോ ചാനലിന്റെ മീഡിയാ റിപ്പോർട്ടേഴ്സാണെന്നേ തോന്നൂ. ഷൂട്ടിംഗിന് വലിയ തടസ്സമുണ്ടാകില്ല. പിന്നെ ഡ്രോൺ ക്യാമറയും ഉണ്ടല്ലോ. പ്രിൻസിപ്പൽ പെർമിഷൻ തന്നിട്ടുണ്ട്.

ഗ്രീൻ റൂം സീൻ മാത്രമേ ഞങ്ങളുടെ കോമ്പിനേഷൻ സീനായിട്ടുള്ളൂ. അവിടെ മെഡിക്കൽ കോളേജിലെ പഴയ ടീം തന്നെ കൂട്ടിനുണ്ട്.

അതിഥിയുടെ കന്യാസ്ത്രീ വേഷം നോട്ടപ്പുള്ളിയായി. കന്യാസ്ത്രീകൾ ഇപ്പോൾ ക്യാമ്പസുകളിൽ അപൂർവ്വമാണല്ലോ. ഇല്ല എന്നുതന്നെ പറയാം. ബാനറുകൾ കോഴിക്കോട്, ആലപ്പുഴ, കോട്ടയം, തിരുവനന്തപുരം മാത്രമേ ക്യാമറയിൽപെടുത്താവൂ എന്ന് വിവേക് പ്രത്യേകം നിർദ്ദേശം നൽകിയിട്ടുണ്ട്. ആ കാലഘട്ടത്തിൽ ഈ മെഡിക്കൽ കോളേജുകൾ മാത്രമല്ലേയുള്ളൂ.

നാല് സ്റ്റേജുകളുള്ളതുകൊണ്ട് ഏതെങ്കിലുമൊന്നിൽ നാടകം ഷൂട്ട് ചെയ്യാം. ഇവരുടെ കലാപരിപാടികൾ കഴിഞ്ഞിട്ടുമതി. അവർക്കും ബുദ്ധിമുട്ടാവില്ല. ഫണ്ടിംഗ് ചെയ്തതുകൊണ്ട് വലിയ പ്രശ്നമില്ല.

സീനുകൾ അധികമില്ലാത്തതുകൊണ്ട് ക്യാമ്പസിന്റെ നടുമുറ്റത്ത് പോയിരുന്നു. ആൽമര തണലിൽ കുറച്ച് ഇണക്കുരുവികൾ മാത്രമേയുള്ളൂ. പ്രണയത്തിന് മുന്നിൽ എന്ത് കല?!

മിഥുൻ കൈയിലൊരു മാസികയുമായി വന്നു.

നാന. പുതിയലക്കം. ഷൂട്ടിംഗ് വിശേഷണങ്ങൾ. നന്നായി കൊടുത്തിട്ടുണ്ട്. കവർ പേജിൽ എന്റെയും അതിഥിയുടെയും ഒരു കോമ്പിനേഷൻ സീനിന്റെ ചിത്രം.

പക്ഷികൾ കൂടണയുന്നില്ല
മലയാള സിനിമയുടെ പുതിയ മുഖം

കോഴിക്കോട് മെഡിക്കൽ കോളേജിലും പരിസരത്തുമായി ഷൂട്ടിങ് പുരോഗമിച്ചുകൊണ്ടിരിക്കുന്ന വിവേക് മോഹനന്റെ പുതിയ സിനിമ. *യാമ*ങ്ങളുടെ അഭൂതപൂർവ്വമായ വിജയത്തിനുശേഷം ഗൗതമും അതിഥിയും വീണ്ടും നായികാനായകന്മാരാകുന്ന, ഏപ്രിൽ സിനിമ ബാനറിൽ രമേശും ഡേവിഡും ചേർന്ന് നിർമ്മിക്കുന്ന പുതിയ സിനിമയിൽ *യാമങ്ങളു*ടെ അതേ ടെക്നിക്കൽ ടീം തന്നെയാണ് അണിനിരക്കുന്നത്.

അഞ്ചോളം സിനിമകളിൽ ചെറിയ വേഷങ്ങൾ ചെയ്ത് ശ്രദ്ധ പിടിച്ചുപറ്റിയ നടനാണ് ഗൗതം. യഥാർത്ഥ പേര് തഥാഗതൻ. ആദ്യത്തെ നായകവേഷം *യാമ*ങ്ങളിലാണ്. അതിഥിയുടെ പൂർവ്വകാല ചരിത്രവും വ്യത്യസ്തമല്ല. *യാമങ്ങൾ* തന്നെയാണ് ആദ്യത്തെ നായികാവേഷം. റിലീസിന് തയ്യാറെടുക്കുന്ന ഒരു തമിഴ് സിനിമയിലും അതിഥി നായികയാണ്. *യാമങ്ങളി*ലെ ശ്രദ്ധേയമായ അഭിനയം തന്നെയാണ് രണ്ടുപേരെയും പുതിയ സിനിമയിലേക്കും പരിഗണിക്കാൻ സംവിധായകൻ വിവേക് മോഹനനെ പ്രേരിപ്പിച്ചത്.

അതിഥിയുടെ കുടുംബം പാലക്കാടാണ്. ഇപ്പോൾ എക്കണോമിക്സും ചരിത്രവും ഐച്ഛിക വിഷയമായെടുത്ത് ഡിഗ്രിക്ക് പഠിക്കുന്നു.

ഗൗതമാകട്ടെ എഞ്ചിനീയറിങ് ബിരുദധാരിയും. ഏറ്റവും വലിയ സവിശേഷത ഇവർ രണ്ടുപേരും പോരാത്തതിന് വിവേക് മോഹനനും ഡോക്ടർമാരുടെ മക്കളാണെന്നതാണ്. സ്വാഭാവികമായും പ്ലസ്ടു കഴിഞ്ഞ് എൻട്രൻസ് എഴുതി ഡോക്ടർമാർ ആവേണ്ടവരാണ് ഇവരെല്ലാം. പക്ഷേ, വിധി വിഹിതം മാറ്റി മറിക്കാനാവില്ലല്ലൊ. ഇനി സിനിമയിൽ തുടരാനാണ് ഇവരുടെ തീരുമാനം.

യാത്രകൾ ചെയ്യാൻ ഇഷ്ടപ്പെടുന്ന ഈ സുന്ദരിക്ക് മോഡേൺ വസ്ത്രങ്ങളോടാണ് പ്രിയം. ധാരാളം വായിക്കുന്ന അതിഥി കവിതകളെഴുതാറുമുണ്ട്. തഥാഗതൻ എന്ന ഗൗതം കോഴിക്കോട്ടുകാരനാണ്. പിതാവ് ഇപ്പോൾ ജീവിച്ചിരിപ്പില്ല. പഠിച്ചതും വളർന്നതുമെല്ലാം കേരളത്തിന് പുറത്താണ്. അഭിനയത്തിൽ തന്റേതായ ഒരു ശൈലി സ്വായത്തമാക്കിയ ഈ നടൻ മലയാള സിനിമയ്ക്ക് പ്രതീക്ഷ നല്കുന്നു.

സംവിധായകനായ വിവേക് മോഹൻ പുതിയ മലയാള സിനിമയ്ക്ക് ഒരു വരദാനമാണ്. സ്വതന്ത്ര സംവിധായകനായുള്ള തന്റെ ആദ്യ സിനിമ *യാമങ്ങൾ* ഉയരങ്ങൾ കീഴടക്കിയതിന്റെ ത്രില്ലിലാണ്. വിവേക് തൃശൂർ ഇരിങ്ങാലക്കുടക്കാരനാണ്. മികച്ച സിനിമയ്ക്കുള്ള പത്മരാജൻ പുരസ്കാരം ലഭിച്ച *യാമങ്ങളിലൂ*ടെ വിവേക് മികച്ച നവാഗത സംവിധായകനുള്ള പ്രത്യേക ജൂറി പരാമർശത്തിനും അർഹനായിട്ടുണ്ട്.

കഥയും തിരക്കഥയും സംഭാഷണവും വിധുവിന്റേതാണ്. കഴിഞ്ഞ നാല് സിനിമകളിലൂടെ തന്റെ പ്രതിഭ തെളിയിച്ച വിധുവിന്റെ പുതിയ സ്ക്രിപ്റ്റിൽ സംവിധായകൻ വിവേക് സന്തോഷവാനാണ്.

*യാമ*ങ്ങളുടെ സംഗീത സംവിധായകൻ വിമൽ തന്നെയാണ് പുതിയ സിനിമയിലും പാട്ടുകൾ ഒരുക്കിയിരിക്കുന്നത്. ആറ് കോടിയോളം കാഴ്ചക്കാരുമായി ഇപ്പോഴും ഒന്നാമതത്രെ വിമലിന്റെ ആദ്യ ഗാനം.

ചുരുക്കിപ്പറഞ്ഞാൽ പുതിയ മേച്ചിൽപ്പുറങ്ങൾ തേടുന്ന മലയാള സിനിമയ്ക്ക് ഒരു സൗഹൃദ കൂട്ടായ്മയുടെ ആത്മാർത്ഥമായ സമീപനം ഈ സിനിമയുടെ നിർമ്മിതിയിൽ കാണാൻ കഴിഞ്ഞു.

ഇരുപത്തിയഞ്ച്

ഉമ്മച്ചിയോട് കാര്യം പറഞ്ഞു. ഷൂട്ടിംഗ് ഇനി അധികം നാൾ ഇവിടെയില്ല. അടുത്താഴ്ച കൊച്ചിക്ക് പോകും.

മറുപടി ഒന്നും പറഞ്ഞില്ല.

വർഷങ്ങൾ ഒരുപാടായി ഇങ്ങിനെ ഒത്തുകൂടിയിട്ട്. ഇത്രയും നാൾ കടന്നുപോയതറിഞ്ഞില്ല. ബഹളം നിലച്ച വീട് മരിച്ചവരുടെ വീടുപോലെയാണ്. ആ വിഷമം ഉണ്ടാകും.

പതിവുപോലെ ലൈബ്രറി മുറിയിലേക്ക് നീങ്ങി. അടച്ചിട്ട അലമാരകൾ തുറന്ന് ഉമ്മച്ചി വീണ്ടും കുറേ കവറുകൾ പുറത്തേക്കിട്ടു.

*യുക്തിവാദി മാസിക*യുടെ ചില ലക്കങ്ങൾ. ആദ്യകാല യുക്തിവാദി പ്രസ്ഥാനങ്ങളിൽ ആകൃഷ്ടനായിരിക്കണം വല്യുപ്പ. ഇടമുറക്, എം സി ജോസഫ്, എ ടി കോവൂർ, സഹോദരൻ അയ്യപ്പൻ, കുറ്റിപ്പുഴ കൃഷ്ണപ്പിള്ള, വി ടി ഭട്ടതിരിപ്പാട്, യു. കലാനാഥൻ അങ്ങിനെ പോകുന്നു ആദ്യനിര. പല രൂപത്തിലും ഭാവത്തിലും. പ്രസ്ഥാനം ഛിന്നഭിന്നമായപ്പോൾ വല്യുപ്പ ഖിന്നനായിരിക്കണം. 1975 വരെ *യുക്തിവാദി* മാസിക ഇറങ്ങിയിട്ടുണ്ട്. ആ കോപ്പികൾ ആ ശേഖരത്തിലുണ്ട്. വല്യുപ്പ അപ്രത്യക്ഷനായതോടെ കോപ്പികൾ മുടങ്ങിക്കാണണം. പിന്നെ വാപ്പി വീണ്ടും വരിക്കാരനായതാവാം അത്രയും ചെറുപ്രായത്തിൽ.

സക്കറിയ എന്ന പേരിട്ടെങ്കിലും മദ്രസയിലോ, മതപഠന ക്ലാസിലോ ഒരിക്കലും വാപ്പിയെ അയച്ചിട്ടില്ലെന്നുറപ്പ്. കാരണം ഇത്ര യാഥാസ്ഥിതിക പാരമ്പര്യത്തിൽ വളർന്നിട്ടും ഒരു വിപ്ലവകാരിയെപ്പോലെ അക്കാലത്ത് അങ്ങിനെയൊക്കെ ചെയ്യണമെങ്കിൽ സമ്മതിക്കണം.

“പരപ്പനങ്ങാടി യത്തീംഖാനയിൽ എന്നെ കാണാൻ വന്നപ്പോൾ ശരിക്കും ഞാൻ ഞെട്ടി” ഉമ്മച്ചി പഴയ ഓർമ്മകൾ അയവിറക്കി.

“അന്ന് വാപ്പി പൂക്കിപ്പറമ്പ് സഹകരണാശുപത്രിയിൽ മെഡിക്കൽ ഓഫീസറായിരുന്നു. ലക്ഷങ്ങൾ സ്ത്രീധനം കിട്ടുമായിരുന്ന ഒരു ഡോക്ടർ യത്തീമായ എന്നെ പ്രപ്പോസ് ചെയ്തപ്പോൾ എല്ലാവരും പറഞ്ഞു– നിന്റെ ഭാഗ്യം! അന്നെനിക്ക് പ്രായം ഇരുപത്. ഡിഗ്രിക്ക് രണ്ടാം വർഷം. ആദ്യത്തെ സംസാരത്തിൽ തന്നെ എനിക്ക് ആളെ പിടികിട്ടി. മൂപ്പർ ആളൊരു നാസ്തികനാണെന്ന്. ഞാൻ ആഗ്രഹിച്ചതും അതുതന്നെയായിരുന്നു.

അന്നത്തെ പൂക്കിപ്പറമ്പ് ഇന്നത്തെപ്പോലെയായിരുന്നില്ല. ഒരു കുടുസ്സങ്ങാടി. തിരൂരിലേക്ക് തിരിയുന്ന ജങ്ഷനിൽ ഒരു മൂന്നുമുറി കെട്ടിടത്തിലാണ് ആശുപത്രി. ഞങ്ങളന്ന് താമസം ഒരു ലൈൻ മുറിയിലായിരുന്നു. പിന്നീട് പഴയ പോസ്റ്റോഫീസ് കെട്ടിടത്തിലേക്ക് മാറി.

പുരാതന മാമൂലുകളും ദുരാചാരങ്ങളും കൊണ്ട് സാധാരണ ജനങ്ങൾ ചൂഷണം ചെയ്യപ്പെടുന്ന കാലഘട്ടം. വരേണ്യ പൗരോഹിത്യം, മന്ത്രവാദം, ശകുനംനോക്കൽ, ബാധ ഒഴിപ്പിക്കൽ, വഴിപാടുകൾ, പിഞ്ഞാണമെഴുത്ത്, മന്ത്രിച്ചൂതിയ വെള്ളം കുടിപ്പിക്കൽ, ഏലസ് കെട്ടൽ, ശവകുടീരങ്ങളിലെ ഓത്തും, നേർച്ചകളും..... ഇങ്ങിനെ എത്രയെത്ര ആചാരാനുഷ്ഠാനങ്ങൾ! തങ്ങളുപ്പാപ്പയും താനൂർ മൗലവിയും കോഴിച്ചെന ബീവിയും കൊടികുത്തി വാഴുന്ന കാലം!

അധികകാലം അവിടെ തുടർന്നില്ല. മാനേജ്മെന്റുമായി തെറ്റിപ്പിരിഞ്ഞ് സ്വന്തമായി ക്ലിനിക് തുടങ്ങി. അഴിമതി ചൂണ്ടിക്കാട്ടുന്നവരെയെല്ലാം നക്സലൈറ്റായി മുദ്ര കുത്തുന്ന കാലം. പഴയ വിചാരണ തടവും പൂർവ്വകാലവും ചികഞ്ഞെടുത്ത് അവരത് സ്ഥാപിച്ചു. പ്രതിഷേധ ജാഥകൾ. പേരെഴുതിയ ബോർഡും മറ്റും നശിപ്പിച്ചു.

എന്നിട്ടും വാപ്പി പിടിച്ചുനിന്നു, വർഷങ്ങളോളം. പിന്നീട് ബിരുദാനന്തര ബിരുദത്തിന് ചേർന്നപ്പോഴാണ് അവിടം വിട്ടത്.”

ഒരു കാര്യം ശ്രദ്ധയിൽപെട്ടു. കഥകളിൽ ഒന്നും തന്നെ ദേശം പരാമർശിക്കപ്പെടുന്നില്ല. ജീവിച്ചിരുന്ന കാലം അടയാളപ്പെടുത്തുന്നുണ്ടെങ്കിലും ദേശം ഒരു വിഷയമേ അല്ല. കുറേ വിദേശ രാജ്യങ്ങൾ ചുറ്റിക്കറങ്ങിയത് കൊണ്ടാവാം ഒരു ഇന്റർനാഷണൽ പരിസരം ചില കഥകളിൽ കണ്ടു. പ്രത്യേകിച്ചും ‘എന്റെ കഥ (നിന്റെയും),’ ‘സ്ത്രീയുടെ ഗന്ധം,’ ‘ബാലി, ഒരു രൂപവും ഓർമ്മിപ്പിക്കാത്ത മേഘക്കൂട്ടങ്ങൾ,’ ‘അളകനന്ദ പറഞ്ഞ കഥ,’ ‘ഒരു കഥയും ജീവിതവും,’ ‘എവിടെനിന്നോ പറന്നെത്തിയ പക്ഷി’ എന്നീ കഥകളിൽ.

മെഡിക്കൽ കോളേജിലെ പഠനകാലത്ത് എഴുതിയ കഥകൾ വളരെ വിരളം. ചിലപ്പോൾ പഠനഭാരമാകാം. ക്യാമ്പസ് അന്തരീക്ഷവുമായി യോജിച്ച് പോകാനുള്ള വൈമനസ്യം ആദ്യകാല കഥകളിൽ കാണാം. ആത്മഹത്യാ മുനമ്പ്, മുഖം തേടുന്ന മനുഷ്യർ, ഓരോരുത്തർക്കും ഓരോ ശവപ്പെട്ടി എന്നീ കഥകളിൽ അത് വ്യക്തമാണ്. ഇടതുപക്ഷ തീവ്രവാദ സംഘടനകളോടുള്ള ചായ്വ് പിന്നീട് വന്ന കഥകളിൽ പ്രകടമാണ്. ഉദാ

ഹരണമായി 'സ്വാതന്ത്ര്യം' എന്ന കഥ. ജയിൽവാസത്തിന് മുമ്പായിരിക്കണം ആ കഥ പ്രസിദ്ധീകരിച്ചിരിക്കുക.

"ഞാനോർത്തു. മൂന്ന് രാവുകൾക്ക് മുമ്പ് ഒരു സ്വപ്നത്തിലാണ് ആ വാക്ക് കിട്ടിയത് – സ്വാതന്ത്ര്യം. ഞാനെല്ലായിടത്തും അർത്ഥം തേടി. ഞങ്ങളുടെ ഭാഷയിലെ നിഘണ്ടുകളിലൊന്നും ആ വാക്കുണ്ടായിരുന്നില്ല. എന്റെ രാജ്യത്തിലെ കിഴവന്മാരൊന്നും തന്നെ ആ വാക്കിനെക്കുറിച്ച് കേട്ടിട്ടുപോലും ഉണ്ടായിരുന്നില്ല. കലാശാലകൾ നല്കിയ ബിരുദങ്ങളുടെ ഭാരവുമായി നടക്കുന്ന എന്റെ സുഹൃത്തുക്കൾക്കും അതൊരു പുതിയ വാക്കായിരുന്നു. ഉച്ചാരണത്തിലും അക്ഷരങ്ങളിലുമുള്ള പ്രത്യേകത കൊണ്ടാവാം. ചിന്തകൾക്കുപോലും അപ്രാപ്യമായ എത്രയോ ഗഹനമായ ഒരു ഭയങ്കര പദമാണ് സ്വാതന്ത്ര്യം എന്നെനിക്കു തോന്നി.

..... സ്വാതന്ത്ര്യമെന്ന വാക്ക് എന്തിന്റേയോ നാന്ദിയാണെന്ന് ഞാനറിഞ്ഞു."

'ചരിത്രം അദ്ദേഹത്തെ കുറ്റക്കാരനെന്ന് വിധിക്കും'– എന്ന കഥ, ജയിൽവാസത്തിലെ തിക്താനുഭവങ്ങളുടെ നേർക്കാഴ്ചയാണ്. 'മൗനം തേടുന്ന വാക്ക്' എന്ന കഥയാകട്ടെ പിന്നീടുള്ള കാലത്തിന്റെ മറുവായനയും. ആ കഥ അവസാനിക്കുന്നത് ഇങ്ങിനെ "നീ വിഷമിക്കാതിരിക്കൂ, ഇരുട്ടിൽനിന്നും വെളിച്ചത്തിലേക്കുള്ള പലായനത്തിൽ സ്വയം തിരിച്ചറിയുമ്പോഴാണ് ചരിത്രം അതിന്റെ കടമ പൂർണ്ണമായും നിറവേറ്റുന്നത് എന്നു മാത്രം നീ ഇപ്പോൾ മനസ്സിലാക്കിയാൽ മതി...."

പിന്നീട് കുറേക്കാലത്തേക്ക് കഥകളൊന്നും എഴുതിയിരിക്കാനിടയില്ല.

"അല്ല" ഉമ്മച്ചി കോളേജ് മാഗസീനിന്റെ കോപ്പി ഒരു കവറിൽ നിന്നെടുത്തു. വളരെ സുരക്ഷിതമായി വാപ്പി സൂക്ഷിച്ചുവെച്ചതായിരിക്കണം. കാലപ്പഴക്കമുണ്ട്. അടിയന്തരാവസ്ഥ പിൻവലിച്ച് ജയിൽ മോചിതനായ ശേഷമായിരിക്കണം ഇതിറങ്ങിയത്.

"ചങ്ങലക്കെട്ടുകളാൽ ബന്ധിതമായ കൈകാലുകൾ. ചോര പൊടിയുന്നുണ്ട്. കവർ പേജ് നന്നായിട്ടുണ്ട്" മനു പറഞ്ഞു. പിൻകവറിൽ ചുമരിൽപ്പതിഞ്ഞ കൈപ്പത്തി. രക്തക്കറ. സ്വാതന്ത്ര്യത്തിന്റെ മുപ്പത്തിയൊന്ന് വർഷങ്ങൾ നമുക്കെന്ത് നേടിത്തന്നു എന്ന് ചോദിക്കുന്നു. ചോദ്യങ്ങൾക്കിടയിൽ കുറേ പൂജ്യങ്ങളുമുണ്ട്.

കഠോപനിഷത്തിലെ ഒരു ശ്ലോകത്തോടെയാണ് തുടക്കം.

ആത്മാനം രഥിനം വിദ്ധി, ശരീരം രഥമേവ ച, ബുദ്ധീം തു സാരഥി വിദ്ധി, മനഃപ്രഗ്രഹമേവ ച ഇന്ദ്രിയാണീ ഹയാനാഹു– ർവ്വിഷയാംസ്തേഷുഗോചരാൻ, ആത്മേന്ദ്രിയ മനോയുക്തം, ഭോക്തേത്യാ ഹൂർമ്മനീഷിണഃ (ഈ ശരീരം രഥവും ജ്ഞാനേന്ദ്രിയങ്ങൾ കുതിരകളും മനസ്സ് കടിഞ്ഞാണും ബുദ്ധി സാരഥിയും ആത്മാവ് രഥിയുമാണ്. ആത്മാവും ബുദ്ധിയാകുന്ന സാരഥിയോടും സാരഥി മുഖേന മനസ്സാകുന്ന കടിഞ്ഞാണോടും കടിഞ്ഞാൺ വഴി ഇന്ദ്രിയങ്ങളാകുന്ന കുതിരകളോടും യോജി

ച്ചിരിക്കുമ്പോൾ അവനെ ഭോക്താവെന്ന് പറയുന്നു. അവൻ കാണുന്നു, പ്രവർത്തിക്കുന്നു, അതാത് കർമ്മങ്ങൾ ചെയ്യുന്നു)

ഇരട്ട സർപ്പങ്ങൾ കാവലിരിക്കുന്ന ഗോപുരത്തിന്റെ ചിത്രത്തിന് താഴെ ഇങ്ങിനെ കുറിച്ചിട്ടിരിക്കുന്നു:

"നിങ്ങളുടെ നാഴികമണിയുടെ മുഖം തുടച്ച് വൃത്തിയാക്കുക. അത് കാലത്തിന് വളരെ പിന്നിലാണ്. നിങ്ങളുടെ ഭാരമേറിയതും വിലപിടിച്ചതുമായ യവനികകൾ വലിച്ച് മാറ്റുക. അതിനപ്പുറത്ത് ഉഷസ്സ് പൊട്ടിവിരിയുകയാണെന്ന് നിങ്ങൾ അറിയുന്നില്ല."

തടവറയിലെ രാജാക്കന്മാർ, ജയിൽ ഡയറിക്കുറിപ്പുകൾ, സത്യാന്വേഷികളായ തീർത്ഥാടകർ... പേജുകൾ ഓരോന്നിലും തീ പാറുന്നുണ്ട്. നക്സലൈറ്റ് പ്രസ്ഥാനങ്ങളെക്കുറിച്ച് 1973 ലെ കേരള ഹൈക്കോടതി വിധിയുടെ പകർപ്പ് ഒരു പേജിലുണ്ട്.

> ശരീരത്തെ മാത്രമേ തടവിലാക്കാനാവൂ. ആശയങ്ങളെ ഇരുമ്പഴിക്ക് പിന്നിൽ തളച്ചിടാനാവില്ല. കുറ്റവാളികളെ തടവിലാക്കാം. പക്ഷേ, ആശയങ്ങൾ, അവയിൽ അന്തർഭവിച്ചിരിക്കുന്ന ശക്തിയേയും ദൗർബല്യത്തേയും അനുസരിച്ച് വളരുകയോ തളരുകയോ ചെയ്യേണ്ടതാണ്. അധികാരം പിടിച്ചെടുക്കുന്നതിനും സമ്പത്ത് വിതരണം ചെയ്യുന്നതിനും വേണ്ടിയാണ് ഇവർ പല കുറ്റകൃത്യങ്ങളും ചെയ്തത്. ഈ കേസിലെ കുറ്റകൃത്യങ്ങൾക്ക് പ്രതികളെ പ്രേരിപ്പിച്ചത് ബലം പ്രയോഗിച്ച് അധികാരം കയ്യടക്കണമെന്നും, സാമൂഹ്യ-സാമ്പത്തിക-രാഷ്ട്രീയ പരിഷ്കാരങ്ങളെന്ന് അവർ കരുതുന്നവ പരമാവധി വേഗത്തിൽ നടപ്പിലാക്കണമെന്നുള്ള ഉദ്ദേശ്യമായിരുന്നു.
>
> ഈ രാജ്യത്തെ അധഃപതനത്തിന്റെ അതിരില്ലായ്മ കണ്ടു. സിരകളിൽ അഗ്നിജ്വാലകളും കൈകളിൽ ആയോധനസാമഗ്രികളുമായി പടപ്പുറപ്പാട് നടത്തുകയും നക്സൽബാരി എന്ന നാമധേയത്തിൽ അറിയപ്പെടുകയും ചെയ്ത ഈ വിഭാഗത്തിന്റെ ആശയങ്ങളെപ്പറ്റി ചിന്തിക്കുമ്പോൾ ചില പുതിയ വസ്തുതകൾ ഈ കേസ് വെളിച്ചത്ത് കൊണ്ടുവരുന്നതായി ജസ്റ്റിസ് പി.നാരായണപ്പിള്ള പ്രസ്താവിച്ചു. അതിന്റെ പ്രവർത്തനങ്ങൾ ഇതിനകം ഇന്ത്യാചരിത്രത്തിന്റെ ഭാഗമായി തീർന്നിരിക്കുന്നു. ആ പ്രസ്ഥാനത്തിന്റെ ലക്ഷ്യം മാവോ ചിന്തകൾ പ്രചരിപ്പിക്കലാണ് അതിന്റെ ലക്ഷ്യം. രാജ്യത്തിന്റെ ഗുണത്തിനെന്ന് അവർ കരുതുന്ന കാര്യത്തിനു വേണ്ടി മാവോ മാർഗ്ഗം പ്രയോഗിക്കലുമാണ്. മഹാന്മാരുടെ ചിന്തകളും ഉപദേശങ്ങളും അവർ ജീവിച്ച രാജ്യത്തിന്റേയോ രാഷ്ട്രീയ സമൂഹത്തിന്റേയോ കുത്തകയല്ല. അവയ്ക്ക് ഭൂമിശാസ്ത്രപരമോ, രാഷ്ട്രീയമോ ആയ അതിരുകളില്ല (11 നവംബർ 1973– *കേരള ശബ്ദം* വാരിക)

അശാന്തമായ ഒരാത്മാന്വേഷണത്തിന്റെ വെളിപാടുപോലെ ആമുഖം–

ചുവടുറയ്ക്കാത്ത കൊച്ചു കുഞ്ഞുങ്ങളായിരുന്നു ഞങ്ങൾ. തപ്പിത്തടഞ്ഞ് ചുവടുറച്ചു വന്നപ്പോഴേക്കും അനന്തമായ കാലം തളംകെട്ടി കിടക്കുന്ന നാഴികമണി പലതും പഠിപ്പിച്ച് കഴിഞ്ഞിരുന്നു. ഇവിടെ ജീവിതമെന്നൊന്നില്ല. തടവേയുള്ളൂ. തടവ് കഴിഞ്ഞ് പുറത്ത് വരുമ്പോഴേക്കും എല്ലാവരും വൃദ്ധന്മാരാകുന്നു. ഇരുപതുകളിലുറങ്ങുന്ന വൃദ്ധന്മാർ. ഇരുപത്തൊന്ന് വയസ്സ് തികഞ്ഞ ഒരു ചെറുപ്പക്കാരന് സ്വപ്നം കാണാം. എന്നാൽ ഒരു വൈദ്യശാസ്ത്ര വിദ്യാർത്ഥിക്കത് പാടില്ല.

കണ്ണുള്ളവർക്ക് കാണാനും കാതുള്ളവർക്ക് കേൾക്കാനും കഴിയുമായിരുന്നിട്ടും പലരും കണ്ടില്ലെന്നും കേട്ടില്ലെന്നും നടിച്ചു. മനസ്സാകെ മരവിച്ചു. പ്രതിമകളായുള്ള രൂപാന്തരം പെട്ടെന്നായിരുന്നു.....

കാലത്തെ പിന്നോട്ട് നയിക്കുന്ന നാഴികമണിയിലെ സൂചികൾ എറിഞ്ഞു വീഴ്ത്തുക. ശവം കീറി മുറിക്കുന്ന സ്കാൽപ്പലുകളും രോഗികളുടെ നെഞ്ചിൽ പതിയുന്ന സ്റ്റെതസ്കോപ്പുകളും അസ്വസ്ഥമായിരിക്കുന്നു. എല്ലാ യുദ്ധങ്ങളും തുടങ്ങാറായി.

അർത്ഥഗർഭമായ ഒരു വെല്ലുവിളിയുടെ മുഴക്കമുണ്ട് ഈ വാക്കുകൾക്ക്. മാഗസീനിന്റെ അവസാനത്തെ താൾ ഡോ.ശ്രുതി വായിച്ച് കേൾപ്പിച്ച ആ അനുസർഗ്ഗമാണ്.

ജൂലിയസ് ഫ്യൂച്ചിക്കിന്റെ *കൊലമരത്തിൽ നിന്നുള്ള കുറിപ്പുകളും* ഹോ ചിമിന്റെ *ജയിൽ ഡയറിക്കുറിപ്പുകളും* പി കുഞ്ഞിരാമൻ നായരുടെ *സ്വാതന്ത്ര്യദിനക്കുറിപ്പുകളും* അതിനിടയിൽ കടന്നു വരുന്നുണ്ട്.

"അന്നത്തെ ക്ഷോഭിക്കുന്ന തലമുറയുടെ ഒരു പരിച്ഛേദം! എന്നിതിനെ വിശേഷിപ്പിക്കാം."

മനു പറഞ്ഞു.

"വാപ്പി ആ പ്രസ്ഥാനത്തിൽ ആകൃഷ്ടനായിരിക്കാം. പക്ഷേ, എന്തിനായിരിക്കാം ജയിൽവാസം അനുഭവിച്ചിരിക്കുക?! ഒരു വർഷത്തിലധികം കോഴ്സ് ഡിസ്കണ്ടിന്യൂ ചെയ്തതായി പലരും പറയുന്നുണ്ടല്ലോ."

അതിഥി സംശയം പ്രകടിപ്പിച്ചു.

"ഞാനും ചോദിച്ചിട്ടുണ്ട്. വാപ്പി അതിനൊരു വ്യക്തമായ മറുപടി ഒരിക്കലും തന്നിട്ടില്ല" ഉമ്മച്ചി പറഞ്ഞു. ഞാൻ കുത്തിക്കുത്തി ചോദിക്കും.

"ഒക്കെയൊരു വേഗ് മെമ്മറിയാണെന്ന് പറയും. ഒന്നും വ്യക്തമായി ഓർക്കുന്നില്ലത്രെ.

ഇതാ, ഇത് കണ്ടോ? 1983 ലെ കോളേജ് മാഗസീനിൽ വന്ന ഡയറിക്കുറിപ്പുകളാണ്."

ക്ഷണിക്കപ്പെടാത്ത അതിഥികൾ.

1974 നവംബർ 18 ന് എം ബി ബി എസ് ഇന്റർവ്യൂയോടെ കുറിപ്പുകൾ തുടങ്ങുന്നു. ഡിസംബർ 22– റാഗിംഗിന്റെ അവസാന ദിവസം അതിലുണ്ട്. 1975 ജൂൺ 25–ന് അടിയന്തരാവസ്ഥ പ്രഖ്യാപിച്ചത്. 'സ്വാതന്ത്ര്യം

തടവറയിൽ' എന്ന ഒറ്റ വാചകത്തിൽ ഒതുക്കിയിരിക്കുന്നു. പിന്നീട് ഡയറിക്കുറിപ്പുകൾ 1977 മാർച്ച് 21 നാണ് വീണ്ടും തുടങ്ങുന്നത്. അപ്പോൾ ആ കാലയളവിലാകാം ജയിൽവാസം (അതും ഹോ ചിമിന്റെ ഡയറിക്കുറിപ്പുകളായി) 1981 ൽ ക്യാമ്പസ് വിട്ടതായി കാണാം.

ഇരുപത്തിയാറ്

ഡയറിക്കുറിപ്പുകൾ:

ക്ഷണിക്കപ്പെടാത്ത അതിഥികൾ

ഡോ. പി പി സക്കറിയ

18 നവംബർ 1974

നിനക്ക് വഴി തെറ്റിപ്പോയോ?

ആകാശത്തിന് തൊട്ടുകീഴെ പിണഞ്ഞു കിടക്കുന്ന സർപ്പങ്ങൾ കാവലിരിക്കുന്നു. ഗോപുരത്തെ നോക്കി മിഴിച്ചു നില്ക്കെ മനസ്സ് മന്ത്രിച്ചു: നിനക്ക് വഴി തെറ്റിപ്പോയോ?

കോറിഡോറിൽ കുട്ടികൾ കൂട്ടംചേർന്ന് നില്ക്കുന്നു. ഇന്റർവ്യൂ എന്ന ചൂണ്ടുപലകയിലേക്കുറ്റു നോക്കി, തങ്ങളുടെ ഊഴവും കാത്ത്-

വർണ്ണപ്പകിട്ടാർന്ന ചിത്രപ്പണികൾകൊണ്ട് തുടുത്ത മുഖങ്ങൾ. എന്തൊക്കെയോ നേടിയെടുത്തെന്ന തോന്നൽ. അപരിചിതർ.

നാളെ ഇവരെന്റെ കൂട്ടുകാരാകും. ശത്രുക്കളാകും. പിന്നെ വീണ്ടും അപരിചിതരായി മാറും.

"കുട്ടീടെ പേരെന്താ?"

"സക്കറിയ"

"കുട്ടീടെ?"

"രവീന്ദ്രൻ."

"കുട്ട്യേത് കോളേജിലാ പഠിച്ചത്?"

"ഫാറൂഖ് കോളേജ്"

"അച്ഛൻല്ല്യ കൂടെ?"

മുഖത്ത് ചിരി വരുത്തി. മറുപടി പറഞ്ഞു.

"എന്തടാ ഇള്ത്ത്ണ്? ഉം. എല്ലാറ്റിനേം ശര്യാക്കിത്തരാം."

ഇവിടെ യാത്ര തുടങ്ങുന്നു. പ്രതീക്ഷകളുടെ പുൽത്തകിടിയിൽ പതറുന്ന കാൽവെപ്പുകളോടെ തീർത്ഥയാത്ര തുടങ്ങുന്നു.

22 ഡിസംബർ 1974

റാഗിങ്ങിന്റെ അവസാന ദിവസം.

"ഭീതിയുടെ നാളുകൾ ഇന്നവസാനിക്കുന്നു. നാളെ മുതൽ നാം സ്വതന്ത്രരാണ്." നാരായണൻകുട്ടി പറഞ്ഞു.

"ഹാവൂ.... എങ്ങിനെയെങ്കിലും ഇതൊന്നങ്ങ് കഴിഞ്ഞാൽ മതിയായിരുന്നു." മാലിനിയുടെ കണ്ണുകൾ നിറഞ്ഞു.

"നാളെ മുതൽ നമുക്കാരേയും പേടിക്കേണ്ട. എന്നിട്ടുവേണം ഒന്നടിച്ചു പൊളിക്കാൻ!" സുബൈറാണ്.

"സക്കറിയ എന്താ ഒന്നും മിണ്ടാത്തത്?"

"ഞാനെന്ത് മിണ്ടാൻ? വടിച്ചെടുത്ത കൃതാവ് ഒരു ദിവസം കൊണ്ടൊന്നും വളരില്ലാലോ!"

പ്രൊഫസർ അടുത്തേക്ക് വരുന്നത് കണ്ടപ്പോൾ സംസാരം നിർത്തി.

26 ജൂൺ 1975

റീഡിങ് റൂമിൽ നല്ല തിരക്ക്. പതിവില്ലാത്ത വിധം! ഹരിദാസന്റെ തോളിൽ വിരലമർത്തിയപ്പോൾ അവൻ തിരിഞ്ഞുനിന്ന് പറഞ്ഞു: "അടിയന്തരാവസ്ഥ പ്രഖ്യാപിച്ചിരിക്കുന്നു!"

"എന്തേ കാര്യം?"

"കോടതി വിധി. തിരഞ്ഞെടുപ്പ് അസാധുവാക്കി. ഇന്ദിരാഗാന്ധിയെ സ്ഥാനഭ്രഷ്ടയാക്കി."

പത്ര തലക്കെട്ടുകൾ. പ്രതിപക്ഷ നേതാക്കൾ അറസ്റ്റിൽ. വീട്ടുതടങ്കൽ. ചില പത്രങ്ങൾ മുഖപ്രസംഗ കോളം ശൂന്യമാക്കിയിട്ടിരിക്കുന്നു.

'ഇന്ത്യയ്ക്ക് നവയുഗപ്പിറവി' ഇന്ദിരാഗാന്ധിയുടെ തൊഴുതു നില്ക്കുന്ന വലിയ ചിത്രങ്ങൾ.

സ്വാതന്ത്ര്യം തടവറയിൽ.

21 മാർച്ച് 1977

"എനിക്ക് മരിക്കാൻ ഭയമൊന്നുമില്ല."

കുഞ്ഞിക്കണാരൻ പറഞ്ഞു. എഴുപത്തഞ്ച് വയസ്സുള്ള കീഴരിയൂർ സ്വദേശിയായ കുഞ്ഞിക്കണാരൻ. കാലുകളിൽ നീരുവന്ന് തളർന്നു കിടക്കുന്ന സ്വാതന്ത്ര്യപ്പോരാളി. സ്വാതന്ത്ര്യ സമരകാലത്തെക്കുറിച്ച് പറയുമ്പോൾ അയാൾ ആവേശാലുവായി. കീഴരിയൂർ ബോംബ് കേസ് നട

ക്കുമ്പോൾ അയാൾ ജയിലിലായിരുന്നു.

"ആരായാലെന്താ? നമ്മുടെയെല്ലാം വിശപ്പ് മാറ്റണം." അയാൾ പറഞ്ഞു.

ഇന്നയാൾക്ക് രാഷ്ട്രീയമില്ല. വിശപ്പ് മാറ്റുന്ന ഒരു ഭരണകൂടത്തെ സ്വപ്നം കാണുകയാണയാൾ. അപ്പോഴെല്ലാം കാലുകളിലെ വേദന മറന്നു പോയതായി തോന്നി.

ഭൂതകാലത്തിന്റെ തൊട്ടിലിൽ സ്വയം താരാട്ട് പാടിയുറങ്ങുന്ന എഴുപത്തഞ്ച് വയസ്സുള്ള ചെറുപ്പക്കാരൻ.

7 ഒക്ടോബർ 1977

പത്തോളജി ക്ലാസ്

ചോദ്യങ്ങൾ ചോദിച്ചുകൊണ്ടിരിക്കേ ഒരോരുത്തരായി എഴുന്നേറ്റു നിന്നു. ആരും ഒന്നും മിണ്ടാതായപ്പോൾ അവർ പറഞ്ഞു. ഏതോ ഒരു തമിഴ് ബ്രാഹ്മണ സ്ത്രീയുടെ മുഖച്ഛായയുള്ള, ചുവന്ന ചുണ്ടുകളുള്ള അവർ.

"നൗ ദേറീസെ ന്യൂ ഡെഫിനിഷൻ ഫോർ മോഡേൺ എജ്യൂക്കേഷൻ...."

കുറച്ചുനേരം നിർത്തി, സ്വരശുദ്ധി വരുത്തി മാഡം തുടർന്നു: "It is a process by which ideas from a professor's notebook pass into the students class notes without passing through the brain of either the professor or the student."

30 മാർച്ച് 1978

"ഒരുകാലത്ത് സമൂഹം നിങ്ങളെ ദൈവത്തെപ്പോലെ ആരാധിച്ചിരുന്നു. ഇന്ന് ആ നില മാറി. നോക്കിക്കോളൂ ഇനി വർഷങ്ങൾ കഴിയുമ്പോൾ സമൂഹത്തിലെ ഏറ്റവും നികൃഷ്ടമായ ഒരു വർഗ്ഗമായി നിങ്ങൾ തരംതാഴും. അന്ന് തെരുവീഥികളിൽ നിങ്ങൾ കല്ലേറിയപ്പെടും...."

ഗോപാലകൃഷ്ണൻ വളരെ വെറുപ്പോടെയാണ് പറഞ്ഞത്. അവന്റെ കണ്ണുകൾ രോഷംകൊണ്ട് ചുവന്നിരിക്കുന്നു. അവൻ തുടർന്നു.

"നിങ്ങളുടെ പൂർവ്വികർ തന്നെയാണ് നിങ്ങളെ നശിപ്പിക്കുന്നത്. സേവനത്തിന്റെ കാലം പോയി. ഇന്ന് ചികിത്സ ഒരു വ്യാപാരമായി മാറിയിരിക്കുന്നു. സമൂഹത്തിലെ ഒരുപക്ഷേ, ഏറ്റവുമധികം വെറുക്കപ്പെടുന്ന വർഗ്ഗം നിങ്ങളായിരിക്കണം. വർഷങ്ങൾക്കുശേഷം പുറത്തുവരുമ്പോൾ നിങ്ങളും ഈ മുഖംമൂടികൾക്കടിമയായി തീരുമോ?"

മുഖക്കുരു പടർത്തിയ കലകൾ നിറഞ്ഞ ഗോപാലകൃഷ്ണന്റെ മുഖത്ത് പല ഭാവങ്ങളും കടന്നുപോയി. ആവേശം കൊണ്ടയാളുടെ താടിയെല്ലിന്റെ താളത്തോടെയുള്ള ചലനം നിലച്ചിരുന്നില്ല.

പിന്നെയും അയാളെന്തൊക്കെയോ പറഞ്ഞുകൊണ്ടിരുന്നു. ഒന്നും

കേൾക്കാൻ കഴിഞ്ഞില്ല. ഞാൻ എന്റെ മുഖത്തേക്ക് നോക്കാൻ ശ്രമിക്കുകയായിരുന്നു, വൃഥാ....

24 ഒക്ടോബർ 1978

ടെറസിൽ വട്ടമിട്ടിരുന്നു സൊറ പറഞ്ഞു പൊട്ടിച്ചിരിക്കുന്ന കൂട്ടുകാർ. ഞാനവിടെനിന്നും ഓടിപ്പോന്നു. എനിക്ക് സഹിക്കാൻ കഴിഞ്ഞില്ല. നോക്കൂ ഇവരെത്ര ഭാഗ്യവാന്മാരാണ്!

അന്ന് വൈകുന്നേരം ഞങ്ങൾ പുറത്തിറങ്ങി. പൂഴിയിൽ മലർന്ന് കിടന്ന് അവനെന്തൊക്കെയോ പറഞ്ഞുകൊണ്ടിരുന്നു. ഏതോ ഹിന്ദി സിനിമാ നടന്റെ മുഖച്ഛായയുള്ള അവൻ, നവീൻ ചന്ദ്രൻ.

അച്ഛന്റെ സ്വപ്നങ്ങൾ വലുതാണ്! നമ്മുടെ കൈയിലൊതുങ്ങാത്തവ! അതാണെന്റെ സങ്കടം....

നവീൻ, നാളെയെനിക്ക് ഇരുപത്തിരണ്ട് തികയുന്നു. ശിശുവിന്റെ കൈയിലകപ്പെട്ട കളിപ്പാട്ടം പോലെയായിരുന്നു എനിക്ക് ജീവിതം. എങ്ങിനെ ഉപയോഗിക്കണമെന്നറിയാതെ ഞാനത് തിരിച്ചും മറിച്ചും നോക്കി. ഒടുവിൽ എല്ലാം മനസ്സിലാക്കി തുടങ്ങിയപ്പോഴേക്കും കാലമേറെ കടന്നുപോയിരുന്നു. നവീൻ നീയറിഞ്ഞിട്ടുണ്ടോ അത്? സ്നേഹത്തിന്റെ വേദന, സന്തോഷം. ഇനിയെനിക്കാ ശിശുവാകണം. കളിപ്പാട്ടത്തിനു വേണ്ടി കരയുന്ന ആ പഴയ ശിശു.

19 ഡിസംബർ 1978

മാഗസീൻ പുറത്തിറങ്ങി.

ഒരു ഭാരം ഇറക്കിവെച്ചപോലെ.

സുധീറിനെയും വിശ്വനാഥനെയും കൂട്ടി മിഠായിത്തെരുവിലെ ക്വീൻസ് റസ്റ്റാറന്റിൽ പോയി മസാലദോശ കഴിച്ചു.

13 ഏപ്രിൽ 1979

പിന്നിൽ കാലൊച്ച കേട്ടു. തിരിഞ്ഞുനോക്കിയപ്പോൾ ഓവർക്കോട്ടഴിച്ചുവെച്ച് സുധീർ ലൈറ്റിട്ടു.

"നീയെന്താ ഇരുട്ടത്തിരിക്കുന്നത്?"

അവനെന്റെ അരികത്തിരുന്ന് ചേർത്തുപിടിച്ചു. പോയവൾ പോയി. ഇനി അതൊക്കെ ഓർത്ത് കരഞ്ഞിട്ടെന്തു കാര്യം?!

10 ഡിസംബർ, 1979

അനേകം ദിവസങ്ങൾക്കുശേഷം വിരസമായൊരു ദിവസം കൂടി. മുറിയിൽ അടച്ചു പൂട്ടിയിരിക്കുന്നു. പുറത്ത് തണുത്ത കാറ്റ് ജനാലയ്ക്കരികിൽ വന്നുനിന്നു. മഴ പെയ്യാനുള്ള പുറപ്പാടാണ്.

ഫോൺബോയിയുടെ കാലൊച്ച കാതോർത്തു കിടന്നു. സിസ്റ്റർ

സോമോൾ തോമസിനെ ഇന്നെവിടെയും കണ്ടില്ല. വാർഡിലേക്ക് വരുമെന്നു പറഞ്ഞതാണ്. ഇനി റേച്ചൽ കൂടെയുള്ളത് കൊണ്ടാവുമോ? ങ്ഹാ...

ശബ്ദം കേട്ടു തിരിഞ്ഞു നോക്കിയപ്പോൾ ആരെയും കണ്ടില്ല. വാക്കുകൾ വീണ്ടും മുഴങ്ങുന്നു.

-കഥയെഴുതി നടന്നാൽ ജീവിക്കാനാവുംന്ന് തനിക്ക് തോന്ന്ണ്ണ്ടോ?! ഇല്ല. പറ്റില്ല. അതിനാണ് പഠിക്കണംന്ന് പറയുന്നത്. കഥയെഴുത്തൊക്കെ പിന്നാകാം.

അകലെ പ്ലാറ്റ്ഫോമിൽ പ്രൊഫസറുടെ അവ്യക്ത രൂപം മാത്രം. ചുണ്ടുകൾക്കിടയിൽനിന്നും വാക്കുകൾ അവിടവിടെ ചിതറി വീണുടയുന്നു. അപശബ്ദങ്ങൾ.

വയ്യ! വയ്യ! ഈ ഏകാന്തത അസഹ്യമാണ്.

മുറി തഴുതിട്ട് പുറത്തിറങ്ങി.

28 മാർച്ച് 1980

ഇന്ന് ഗൈനക്കോളജി എക്സാമായിരുന്നു.

പരീക്ഷ കഴിഞ്ഞയുടനെ മേരി ജോസഫ് മേഡം പുറത്തുതട്ടി അഭിനന്ദിച്ചു. അമ്മ സ്പർശം.

യുദ്ധം ജയിച്ച പോരാളിയെപ്പോലെ പൊട്ടിച്ചിരിക്കാൻ തോന്നി.

വർഷങ്ങളുടെ പഴക്കം നല്കിയ തുടിപ്പുനിന്ന ഹൃദയങ്ങൾ. വികാരം മരവിച്ചുപോയ മനസ്സുകൾ. എന്തൊക്കെയോ ഉരുകിയൊലിച്ചുപോയ തലച്ചോറുകൾ.

ഇനി നിനക്ക് സ്വന്തമായിട്ടുള്ളതെന്താണ്?

നോട്ട്ബുക്കിന്റെ പുറംചട്ടയിലേക്ക് നോക്കിയിരുന്നു. അനന്തതയിലേക്കുറ്റു നോക്കുന്ന യേശുക്രിസ്തു. തലയ്ക്കുചുറ്റും പ്രകാശവലയം. പതുക്കെപ്പതുക്കെ ആ മുഖം മാഞ്ഞുപോകാൻ തുടങ്ങി.

പകരം പകരം-

ഡസ്ക്കുകളിൽ കൈമുട്ടുകളൂന്നി കൈപ്പത്തികൾകൊണ്ട് മുഖം മറച്ചിരിക്കുന്ന എന്റെ സുഹൃത്തുക്കൾ.

ശരിയാണ്. ഇനി നമുക്ക് സ്വന്തമായിട്ടുള്ളതെന്താണ്?

ഈ മുഖങ്ങൾ നമ്മുടേതല്ല. ഇതാരുടേതോ ആണ്.

കൈപ്പത്തികളെടുത്താൽ, പരസ്പരം മുഖത്തുനോക്കി നമ്മൾ നെടുവീർപ്പിടും.

31 ഡിസംബർ 1980

ചെറൂപ്പ ഹെൽത്ത് സെന്റർ. രാത്രി പന്ത്രണ്ടു മണി. എല്ലാവരും ആഘോഷത്തിമർപ്പിലാണ്. പുതുവത്സരത്തെ വരവേല്ക്കാൻ.

ഈ ക്യാമ്പസ് വിടുമ്പോൾ നാമൊന്നും അറിയാതെ പോകരുത് -

രവി പറഞ്ഞു. മദ്യഗ്ലാസുകൾ കൂട്ടിമുട്ടി. ചിയേഴ്സ്! ചിലർ പുകച്ചുരുളുകളിലാണ്. മറ്റു ചിലർ പെത്തിഡിനിലും.

ഫീസ്റ്റിന്നിടയിൽ റേച്ചൽ പറഞ്ഞു: "സിസ്റ്റർ സോമോൾ ഇവിടില്ലാത്തത് നന്നായി. നിന്നെ ശരിയാക്കിയേനെ... മതി. നിർത്ത്!"

മുറിയിൽ പോയി കിടന്നതുമാത്രം ഓർമ്മയുണ്ട്.

31, മാർച്ച് 1981

ക്യാമ്പസ്സേ വിട!

ഋതുഭേദങ്ങൾക്കൊപ്പം ഇനിയും കിരീടം മോഹിച്ചെത്തുന്നവരോട്, കുരുക്ഷേത്രത്തിൽ പൊരുതി തളർന്ന ഈ പടയാളികൾ ഞങ്ങൾ:

നിങ്ങൾ വിചാരിക്കുന്ന മാതിരിയൊന്നുമല്ല. ഇവിടെ നിങ്ങൾ സ്വീകരിക്കപ്പെടുന്നതൊക്കെ തന്നെ ഒരുതരം അവജ്ഞയോടെയാണ്. നിങ്ങളുടെ മനസ്സ് മാറ്റുന്ന യന്ത്രങ്ങളുടെ ചലനങ്ങൾ എന്നോ നിലച്ചുപോയിരിക്കുന്നു. മനുഷ്യരിവിടെ പ്രതിമകളായി മാറുന്നു. എവിടെനിന്ന് തുടങ്ങിയോ അവിടെ തന്നെ നിങ്ങളെത്തിച്ചേരും. നിങ്ങളുടെ മോഹങ്ങൾക്കും സ്വപ്നങ്ങൾക്കുമപ്പുറം ഒരു ലോകം ഇവിടെ പതിയിരിപ്പുണ്ട്. ഇരട്ട സർപ്പങ്ങൾ കാവലിരിക്കുന്ന ഈ ഗോപുരത്തിന് താഴെ അതാ, അതിനുമപ്പുറം ജീവിക്കുന്ന കുറേ ശവങ്ങളുടെ ഒരു ലോകമുണ്ടിവിടെ. മനുഷ്യോല്പത്തിക്ക് മുമ്പുപോലും നിങ്ങൾക്കിത്തരമൊരു ലോകം സങ്കല്പിക്കാനാവില്ല. കാലം ഇവിടെ സ്വാതന്ത്ര്യം നഷ്ടപ്പെട്ട കൂട്ടിലെ കിളിയാണ്. ചിറക് വിടർത്താൻപോലും അതിനിവിടെ സ്ഥലമില്ല.

(1983)

ഇരുപത്തിയേഴ്

ആയിരത്തിത്തൊള്ളായിരത്തി എഴുപത്തി ആറ് ഫെബ്രുവരിയിലാണ് കായണ്ണ പൊലീസ് സ്റ്റേഷൻ ആക്രമണം. പാളിപ്പോയ ഉദ്യമം. തുടർന്ന് പലരും ഒളിവിൽ പോയി. വാപ്പിയും പിടിക്കപ്പെട്ടു കാണണം. ഇരുപത്തൊന്നു മാസത്തെ അടിയന്തരാവസ്ഥയ്ക്കുശേഷം 1977 മാർച്ച് 21 ന് തടവുപുള്ളികളെ സ്വതന്ത്രരാക്കിയിരിക്കണം. ഡയറിക്കുറിപ്പുകൾ നല്കുന്ന സൂചന അതാണ്.

മനു പറഞ്ഞു.

തുടർന്നുള്ള വർഷങ്ങളിലൊന്നും തന്നെ കഥകൾ പ്രസിദ്ധീകരിച്ചു കണ്ടിട്ടില്ല. കോളേജ് വിട്ടശേഷം കുറച്ചൊരു വിടവുണ്ട് പിന്നീട് വന്ന കഥകൾക്ക്.

'തിരിച്ചറിവ്' ആണ് ആദ്യം പിറന്ന കഥ. ഹിപ്പോക്രാറ്റസിനാൽ ചോദ്യം ചെയ്യപ്പെടുന്ന ഒരു ഡോക്ടറുടെ നിസ്സഹായാവസ്ഥയാണ് ആ കഥ. തുടർന്ന് പ്രസിദ്ധീകരിച്ചുവന്ന ഡോ. മാത്യു ഡൊമിനിക്കിന്റെ 'മരണം–സംശയാസ്പദമായ ഒരു ഡയറിക്കുറിപ്പ്,' 'സ്റ്റെതസ്കോപ്പ്,' 'നേർക്കാഴ്ചകൾ,' 'ആത്മക്ഷതങ്ങൾ,' 'ചികിത്സ,' 'പരിമിതികൾ,' 'കവചങ്ങൾ തേടി' എന്നീ കഥകളിൽ 'ചികിത്സ'യിലെ നൈതികത ചർച്ചാവിഷയമാകുന്നുണ്ട്. ഒരു സ്വയംവിമർശനമാണ് പല കഥകളും.

ചികിത്സ

–ഡോ. പി പി സക്കറിയ

ഏഴാമത്തെ കുത്തിലാണ് പിടച്ചിൽ നിന്നത്. ആദ്യത്തെ രണ്ട് കുത്തുകളും കൊണ്ടത് വയറ്റിലായിരുന്നു. പിന്നെ തടഞ്ഞതുകൊണ്ടാകാം

രണ്ടെണ്ണം തോളിലും. തലയ്ക്ക് കൊടുത്തത് വഴുതിപ്പോയി. മുടി നല്ല എണ്ണമയമായിരുന്നു. പിന്നെ കൊടുത്തു കഴുത്തിൽ. കത്തി ഊരിയപ്പോഴേക്കും ചോര കുത്തിയൊഴുകാൻ തുടങ്ങി.

എന്നിട്ടും അയാൾ മരിച്ചില്ല.

ഏഴാമത്തെ കുത്തുകൊണ്ടത് നെഞ്ചിന്റെ ഇടതു ഭാഗത്താണ്. പൂർവ്വാധികം ശക്തിയോടെ വാരിയെല്ലിന്നിടയിലൂടെ കത്തി ഊർന്നു പോയതറിഞ്ഞില്ല. പിന്നെ അയാൾ അനങ്ങിയതേയില്ല.

അയാൾ മരിച്ചെന്നുറപ്പ് വരുത്തിയ ശേഷം ഞാൻ എഴുന്നേറ്റു. പുറത്ത് രോഗികൾ ആരുമില്ലാത്തതുകൊണ്ട് കൺസൾട്ടിംഗ് റൂമിൽ നടക്കുന്നതെന്തെന്ന് ആർക്കും അറിയില്ല. ഇനി ഉണ്ടെങ്കിൽ തന്നെ വാതിൽ അടച്ചിട്ടതുകൊണ്ട് ആരും ഒന്നും അറിയില്ല.

വാഷ്ബെയ്സിനിൽ കൈകളും കത്തിയും കഴുകി വൃത്തിയാക്കി. എന്നിട്ട് പ്രിസ്ക്രിപ്ഷ്യൻ പേഡിൽ ഇങ്ങിനെ കുറിച്ചിട്ടു.

മരണത്തേക്കാൾ മികച്ച അനുഭൂതി മറ്റെന്തുണ്ട്?!

അതിനുശേഷം ഒന്നും സംഭവിച്ചിട്ടില്ലാത്തതുപോലെ വാതിൽ ചാരി പുറത്തുകടന്ന് ഞാൻ അടുത്ത രോഗിയെ വിളിച്ചു.

(1989)

വൈദ്യശാസ്ത്രം ഇന്ന് നേരിടുന്ന ദാർശനിക സമസ്യ ഈ കഥ പേറുന്നുണ്ട്. ഇവാൻ ഇല്യച്ചിന്റെ *വൈദ്യശാസ്ത്രത്തിന് അതിർ വരമ്പുകൾ* എന്ന പ്രസിദ്ധ ഗ്രന്ഥം ചർച്ച ചെയ്യപ്പെട്ടിരുന്ന കാലഘട്ടത്തിലാണ് ഈ കഥയുടെ പിറവി. മരിക്കുന്നതിനു കുറച്ച് മാസങ്ങൾക്കുമുമ്പ് പ്രസിദ്ധീകരിച്ച 'എം ബി ബി എസ് എന്ന ഡിഗ്രിയും ഏതാനും മനുഷ്യരും' എന്ന കഥ അതിന്റെ തുടർച്ചയെന്നോണം സമസ്യാപൂരണമായി അനുഭവപ്പെടുന്നു.

ഈ പ്രൊഫഷനിൽ താനൊരു വഴി തെറ്റി വന്ന കുഞ്ഞാടാണെന്ന് വാപ്പി പല ഇന്റർവ്യൂകളിലും ആവർത്തിച്ച് പ്രസ്താവിക്കുന്നുണ്ട്.

കഥയും കാലവും എന്ന ലേഖന സമാഹാരത്തിന്റെ മുന്നുരയിൽ ഇങ്ങനെ എഴുതിയിരിക്കുന്നു:

"ഒരു ഡോക്ടറാകുന്നതിനേക്കാൾ സംതൃപ്തി ഒരു ലൈബ്രേറിയൻ ആകുന്നതിലാണ്. കുറേ വായിക്കാം. രോഗികൾ ഡോക്ടറെ അസ്വസ്ഥനാക്കുന്നു. ആ അസ്വസ്ഥത പിന്നെ മടുപ്പിലേക്കും ഒരു വക കുറ്റബോധത്തിലേക്കും നയിക്കുന്നു. പുസ്തകങ്ങൾ അവിടെ സാന്ത്വനമേകുന്നു....."

ഇതൊക്കെയാണ് 'ജീജോയുടെ വിശേഷങ്ങൾ' എന്ന കഥാ സമാഹാരം ഉപസംഹരിക്കുന്നതിങ്ങിനെ: "എനിക്ക് പേടിയാവുന്നു. പുറത്ത് നല്ല നിലാവുണ്ടായിരുന്നു. മഴ ഉപേക്ഷിച്ചുപോയ മഞ്ഞ്. നല്ല കുളിര്. അവസാനത്തെ രോഗിയും കടന്നുപോയിരിക്കുന്നു. പെട്ടെന്നദ്ദേഹം കടന്നുവന്നു. ഹിപ്പോക്രാറ്റസ്! അദ്ദേഹം എന്നെ എന്താണ് വിളിച്ചതെന്നറിയില്ല. വന്നയുടനെ അദ്ദേഹം എന്റെ കവിളത്ത് ആഞ്ഞടിച്ചു. ഒരു നിമി

ഷം. പിന്നെ അദ്ദേഹം എപ്പോൾ എങ്ങോട്ട് മറഞ്ഞു എന്നൊന്നും എനിക്കറിഞ്ഞുകൂടാ...."

ഒരു സമാഹാരത്തിലും പെടുത്താതെ ഒഴിവാക്കിയ ഒരുപാട് കഥകളുണ്ട്. പിന്നെയും കുറേ കഥകൾ ഉമ്മച്ചി ഒരു ഫയലിൽ നിന്നെടുത്തിട്ടു. പല ആനുകാലികങ്ങളിലായി പ്രസിദ്ധീകരിക്കപ്പെട്ടവ.

1. ശിബിരം
2. ജീവിതം ഒരു നിഴൽ
3. അപരിചിതരുടെ ദ്വീപ്
4. ഭ്രാന്താലയം
5. വിഗ്രഹങ്ങൾ
6. ഋതുഭേദം തേടുന്ന പക്ഷി
7. ദാവൂദിന്റെ ഒരു സങ്കീർത്തനം
8. തമ്മിലറിയാത്തവർ
9. അഭിമന്യു
10. കാലം
11. ഉറുമ്പുകൾ
12. പേടി
13. ഒഴുക്കിൽ ഒരില
14. തുമ്പികൾ
15. വാലന്റൈൻസ് ഡേ
16. ആയിരത്തി രണ്ടാമത്തെ രാവ്

"എന്തുകൊണ്ടാണ് ഈ കഥകളൊന്നും പുസ്തകങ്ങളാക്കാതിരുന്നത്?! എല്ലാം വളരെ വ്യത്യസ്തമായവ."

"ആവോ!" ഉമ്മച്ചി കൈമലർത്തി.

മറ്റൊരു ഫയലിൽ നിറയെ ലേഖനങ്ങളാണ്. അവയൊന്നും സമാഹരണമാക്കിയിട്ടില്ല. സാഹിത്യ സംബന്ധമാണ് ഒട്ടു മിക്കവയും. പലതും പല പേരുകളിലായി എഴുതിയത്. അതെന്താ വാപ്പി അങ്ങിനെ ചെയ്തത്?!

"ഒരു കൗതുകത്തിന്. അല്ലാതെന്താ!"

"ചിലപ്പോൾ സാമ്പത്തികവുമാകാം" മനു തുടർന്നു: "ദാരിദ്ര്യം പുൽകിയ കൗമാരം. ഹോസ്റ്റൽ ഫീസടയ്ക്കാനും മറ്റും സ്കോളർഷിപ്പ് തികയാതെ വന്നപ്പോൾ അങ്ങിനെ ചെയ്തതാവാം."

"ഇവയെല്ലാം നമുക്ക് ഉപയോഗപ്പെടുത്തണം. പുസ്തകരൂപത്തിലാക്കണം." അതിഥി ഓരോന്നായി പുറത്തെടുത്തിട്ടു.

1. കാഴ്ചകളും ഇടപെടലുകളും
2. കഥ പറയുന്ന കർഷകൻ
3. കവിതയുടെ വർത്തമാനം
4. കഥയ്ക്ക് സംഭവിച്ചത്
5. ഫെമിനിസത്തിന്റെ ഉൾക്കാഴ്ചകൾ
6. ദുശ്ശാഠ്യക്കാരനായ പൈതൽ

7. അമരനായ ഡാലി
8. കഥകൾ നിരപരാധികളാണ്
9. സ്നേഹത്തിന്റെ പരിത്യാഗങ്ങൾ
10. കവിതകളുടെ കിരാതശോഭ
11. ഭ്രമകല്പനയുടെ പരിച്ഛേദങ്ങൾ
12. കാലത്തിന്റെ അടയാളങ്ങൾ
13. ഭാവിയിലേക്ക് തുറക്കുന്ന ജാലകങ്ങൾ
14. ഭാവുകത്വത്തിന്റെ പുതിയ അടയാളങ്ങൾ
15. സർഗ്ഗ ചേതനയുടെ സ്ത്രൈണ ഭാവങ്ങൾ
16. ഏകാന്തനായ സിംഹം
17. കവിതയിലെ ഭാവുകത്വ അപചയങ്ങൾ
18. എഴുത്തുകാരും വിപണന തന്ത്രങ്ങളും
19. വായനയും അധികാരവും
20. ഉത്തരായന സമസ്യകൾ
21. ദീപ്ത സൗന്ദര്യത്തിന്റെ പ്രവാസാനുഭവങ്ങൾ
22. ആനയും പാപ്പാനും
23. ബുർഖയ്ക്കുള്ളിലെ ഫാൻസികൾ
24. പണം, പ്രശസ്തി, ദീർഘായുസ്സ്
25. മാറുന്ന വായനാ സങ്കല്പങ്ങൾ

പിന്നെ കുറച്ച് സിനിമാ സംബന്ധമായ ലേഖനങ്ങൾ

1. വിനാശത്തിന്റെ പാഠഭേദങ്ങൾ
2. ഒത്തുതീർപ്പിലെ രാഷ്ട്രീയം
3. വേദം പുതുതിലെ സാമൂഹിക വിമർശനം
4. സർഗ്ഗാത്മകമായ പ്രതിരോധങ്ങൾ
5. കാഴ്ചയുടെ രാഷ്ട്രീയം

വൈദ്യശാസ്ത്ര സംബന്ധമായ രണ്ട് ലേഖനങ്ങളെ കണ്ടുള്ളൂ.

1. ആരോഗ്യ രംഗത്തെ പ്രതിസന്ധികൾ – അടിസ്ഥാന പ്രശ്നങ്ങളും ബഹുജന പങ്കാളിത്തവും.
2. പ്രേമത്തിന്റെ രസതന്ത്രം.

പ്രസിദ്ധീകരിക്കാത്ത ഒത്തിരി കുറിപ്പുകളും മിനിക്കഥകളും മറ്റൊരു കവറിൽ.

“കാലപ്പഴക്കം ഒരു പോരായ്മയാണ്” മിഥുൻ സംശയം പ്രകടിപ്പിച്ചു.

“വാപ്പിക്ക് നമുക്ക് നൽകാവുന്ന ആദരവ്. തീർച്ചയായും പ്രസിദ്ധീകരിക്കുക തന്നെ വേണം.” അതിഥി അവയെല്ലാം മാറ്റിവെച്ചു.

ഇരുപത്തിയെട്ട്

പ്രസ്ഥാനത്തെ കൂട്ടുകാരിൽ പലരും തള്ളിപ്പറഞ്ഞെങ്കിലും വാപ്പി മൗനിയായി തുടർന്നിരിക്കണം. കൂട്ടത്തിൽ ചിലരുടെ ആത്മഹത്യ വേദനിപ്പിച്ചിരിക്കണം.

ഞാൻ ദത്താത്രേയൻ. എം.എ എന്ന കഥയിൽ ഒരു സ്വയം വിചാരണയ്ക്ക് തയ്യാറാവുന്നുണ്ട്. ഇതാ നോക്കൂ- മിഥുൻ ആ കഥയിൽ നിന്നൊരു ഭാഗമെടുത്ത് വായിച്ചുതുടങ്ങി:

"കണ്ണടച്ചിരിക്കുമ്പോൾ നല്ല സുഖമുണ്ട്. എന്തൊക്കെയോ ഭാരങ്ങൾ ഇറക്കിവെച്ചപോലെ. പ്രത്യയശാസ്ത്രങ്ങളുടെ ഭാരം! നാലാം ലോകസിദ്ധാന്തം. ക്ലാസിക്കൽ കമ്യൂണിസം. വർഗ്ഗ രാഷ്ട്രീയം. വർഗ്ഗീയ ഫാസിസം. തൊഴിലാളിവർഗ്ഗ സർവ്വാധിപത്യം. സാംസ്കാരികാധിനിവേശം. ആഗോളവല്ക്കരണം. ഉദാരവല്ക്കരണം. വികേന്ദ്രീകൃതാസൂത്രണം. മൾട്ടി നാഷണൽ കേപ്പിറ്റലിസം.....

ആരാണിപ്പോൾ ബൂർഷ്വാ? വർഗ്ഗശത്രു? ചിന്തയും പ്രയോഗവും തമ്മിൽ ദൂരമെത്ര?

1976 അടിയന്തരാവസ്ഥയുടെ ദിനങ്ങൾ. കായണ്ണ പൊലീസ് സ്റ്റേഷൻ. സഖാക്കൾ. വെടിപൊട്ടുന്ന ശബ്ദം. രോദനം. ചുമരിൽപ്പതിഞ്ഞ ചോരപ്പാടുകൾ. പിടയുന്ന പൊലീസ്....

മെഡിക്കൽ കോളേജ് ഹോസ്റ്റലിലെ സഖാവ് ശ്രീധരന്റെ മുറി. സഖാവ് ശബ്ദം കുറച്ച് പ്രസംഗിക്കുന്നു.

കക്കയം പൊലീസ് ക്യാമ്പ്. ഉരുട്ടൽ. ഗരുഡൻതൂക്കം. സാങ്കല്പിക കസേര. കാവടിയാട്ടം. ലിംഗത്തിൽ ആണി കയറ്റൽ. ഒന്നര വർഷത്തിനുശേഷം പുറത്തിറങ്ങിയപ്പോൾ ആശുപത്രി കയറിയിറങ്ങാനേ നേരമുണ്ടായുള്ളൂ.

ഇന്ന് പരിശോധന ഇല്ലാത്തതുകൊണ്ട് ശ്രീധരൻ വീട്ടിലുണ്ടാവും.

മനോഹരമായ വീടാണവന്റേത്. പഴയ നാലുകെട്ടിന്റെ മാതൃകയിൽ. നമ്മുടെ തനത് കലകളുടെ അനുരണനനങ്ങൾ വീട്ടിലും ചുറ്റുവട്ടത്തും നിറഞ്ഞുനില്ക്കുന്നു. പുറത്തെ പൂന്തോട്ടത്തിലെ ആട്ടുകട്ടിലിൽ അവൻ പത്രം വായിച്ച് ഇരിപ്പുണ്ടായിരുന്നു.

എന്നെ അവൻ അടുത്ത് പിടിച്ചിരുത്തി. സ്റ്റീരിയോവിൽനിന്നും ഉമ്പായിയുടെ ഗസലുകൾ ഞങ്ങളെ തഴുകി– ചെറുപ്പത്തില് നമ്മൾ രണ്ടും മണ്ണുവാരി കളിച്ചതും....

ഒരു സ്വപ്നലോകത്തിലെത്തിയപോലെ തോന്നി. ഇപ്പോൾ തലവേദനയേയില്ല.

നിന്നെ കാണുമ്പോഴാണ് എനിക്കാകെ ഒരാശ്വാസം. അവൻ തുടർന്നു: പഴയ കാലമൊക്കെ ഓർത്തുപോകും.

ശത്രു നമ്മൾക്കിടയിൽത്തന്നെയുള്ളപ്പോൾ ആർക്കാണ് തലവേദന ഇല്ലാതിരിക്കുക? ഓരോ ദിനവും ഓരോ മനുഷ്യനും ഓരോ സംഭവവും നമുക്ക് അപായസൂചന നല്കുന്നു.

അതുകൊണ്ട് ദത്തൻ ഒന്നുമേ ആലോചിക്കാതിരിക്കുക. നന്നായി ഉറങ്ങുക. തലവേദന താനേ പോയ്ക്കോളും.

പിന്നെയും അവൻ തുടർന്നു: ഇന്നത്തെ കാലത്ത് ഷെനെയുടെ മാർഗ്ഗമാണ് അഭികാമ്യം. സമൂഹത്തിലെ തിന്മകൾക്കിടയിൽ സ്വയം ഒരു കള്ളന്റെ റോൾ. ഏറ്റവും നെറിയുള്ള വേഷം അതാണെന്നുറപ്പിച്ച താത്വിക നിലപാട്.

യാത്ര പറഞ്ഞ് വേഗം സ്ഥലം വിട്ടു......"

കുരുതി എന്ന കഥയിൽ ആ അവസ്ഥാന്തരം മറ്റൊരു രീതിയിലാണ് വിമർശന വിധേയമാകുന്നത്.

കുരുതി

–പി പി സക്കറിയ

വനാന്തരത്തിൽ, വഴികൾ രണ്ടായി പിരിയുന്നിടത്ത് ഞാൻ സംശയിച്ചുനിന്നു. ഇതെങ്ങോട്ട് പോകുന്നു എന്ന് ആർക്കുമറിയില്ല. തുടക്കം പോലെ തന്നെ ഒടുക്കവും. എല്ലാ അന്വേഷണങ്ങളും വൃഥാവിലാണ്. രക്ഷകൻ ഇനിയും എത്രയോ അകലെ.

എന്നിൽനിന്നും വളരെ അകലെയായിരുന്നു അവർ. വഴികളിതെത്രയും താണ്ടി പരിക്ഷീണരായി.

വേഗത്തിൽ വരൂ എന്ന് ഞാനവരോട് വിളിച്ചുപറഞ്ഞു.

എന്റെ ശബ്ദം കേട്ടിട്ടായിരിക്കുമോ, എന്തോ, അവരുടെ ചലനങ്ങളിൽ വലിയ മതിപ്പൊന്നും കണ്ടില്ല.

പൊന്തക്കാടുകൾക്കപ്പുറം ഉരുക്കു തൊപ്പികളും കാക്കിയുടുപ്പുകളും ബൂട്ടുകളുടെ കനത്ത ശബ്ദവും അകന്നു കഴിഞ്ഞിരുന്നു.

"നാം തളർന്നുകൂടാ"

'ചെ'യുടെ വാക്കുകൾ കടമെടുത്ത് ഞാനവരോട് പറഞ്ഞു.

"ഇത്തരം സമരം നമുക്ക് മനുഷ്യജാതിയിലെ ഏറ്റവും വലിയ വിപ്ലവകാരികളാവാൻ അവസരം തരുന്നു. പിന്നെ മനുഷ്യനെന്ന നിലയിൽ ബിരുദം നേടാനും....."

ചില്ലകൾക്കിടയിലൂടെ തെറിച്ചുവീഴുന്ന വെയിൽ. പരിഭ്രമം നിഴലിക്കുന്ന മുഖങ്ങൾ.... എല്ലാവർക്കും മടുത്തുവെന്നു തോന്നുന്നു. പുച്ഛത്തോടെ ശ്രദ്ധിക്കാത്ത മട്ടിൽ അവരെന്നെ നോക്കി പിറുപിറുത്തു.

പെട്ടെന്ന് അവരെന്റെ മേൽ ചാടിവീണു. വായ മൂടിക്കെട്ടി. കൈകാലുകൾ വരിഞ്ഞുകെട്ടി.

കൊച്ചു കുട്ടിയെപ്പോലെ നിസ്സഹായനായിരുന്നു ഞാൻ. കൂർത്ത കമ്പിക്കഷണങ്ങൾ കണ്ണുകളിലമർന്നപ്പോൾ, ചില്ലകൾക്കിടയിലൂടെ നിലത്തു വീണ വെളിച്ചം എനിക്കന്യമാകാൻ തുടങ്ങി.

(അങ്ങിനെയാണ് ഞാൻ മൺമറഞ്ഞ ധീര സഖാക്കളുടെ കൂട്ടത്തിൽ അറിയപ്പെടാൻ തുടങ്ങിയത്)

(1984)

"ഞാൻ ദത്താത്രേയൻ എം.എ എന്ന പേരിൽ പറയുന്ന ദത്തൻ മിക്കവാറും സുധീറിനെ ഉദ്ദേശിച്ചാവും. വാപ്പിയുടെ കൂടെ ആക്ഷനിൽ പങ്കെടുത്ത് ജയിൽവാസം അനുഭവിച്ച മെഡിക്കൽ വിദ്യാർത്ഥി. ഇപ്പോൾ എവിടെയാണെന്നറിയില്ല. ഒരിക്കൽ ഇവിടെ വന്നിരുന്നു. അന്നുരാത്രി ഒരു പാടുനേരം അവർ സംസാരിച്ചു. അധികവും രാഷ്ട്രീയ കാര്യങ്ങൾ.

ഉമ്മച്ചി ഓർമ്മയിൽ ആ മുഖം ചികഞ്ഞെടുത്തു. മുഖത്ത് നിറയെ മുഖക്കുരു കലകൾ. കട്ടി മീശ. തികഞ്ഞ ഗൗരവം.

"ഇതാ, നോക്ക്. വാപ്പിയുടെ പുസ്തകങ്ങളെക്കുറിച്ചുള്ള നിരൂപണങ്ങൾ" ഉമ്മച്ചി മറ്റൊരു ഫയൽ തുറന്നു.

1. സൗപർണ്ണികയിലെ തെളിനീര്

തെരഞ്ഞെടുത്ത കഥകൾക്കൊരാമുഖം എന്ന കഥാസമാഹാരത്തെക്കുറിച്ചുള്ള നിരൂപണം. പ്രകീർത്തിക്കപ്പെടേണ്ട ഒരു രചനാ രീതി (craft) യും സമൂർത്തമായൊരു സങ്കേതവും (Technique) ഈ കഥകളുടെ സവിശേഷതയാണ് എന്നെഴുതിയിരിക്കുന്നു.

2. നാനാർത്ഥങ്ങൾ തേടി

ഒരു രൂപവും ഓർമ്മിപ്പിക്കാത്ത മേഘക്കൂട്ടങ്ങൾ എന്ന കഥാസമാഹാരത്തെക്കുറിച്ചാണ്. ഭാഷയുടെ പരിമിതികളെ ധീരമായി ഉല്ലംഘിക്കാനുള്ള ഉൾക്കരുത്താണ് സക്കറിയയുടെ ശൈലിയെ ചിതലിക്കാത്ത ഒരു കാതൽമരം കണക്കേ വിഭിന്നമാക്കി നിർത്തുന്നത് എന്ന് കുറിച്ചിട്ടുണ്ട്.

3. കുമ്പസാരക്കൂട്ടത്തിലെ നേർവചനങ്ങൾ

ഇതൊക്കെയാണ് ജീജോയുടെ വിശേഷങ്ങൾ എന്ന കൃതിയെക്കുറിച്ച്. മൃത്യുവാഞ്ഛ അഥവാ ഡത്ത് ഒബ്സഷൻ അദ്ദേഹത്തിന്റെ മിക്ക കഥാപാത്രങ്ങളേയും നിസ്സങ്കോചം ഗാഢാശ്ലേഷത്തിലമർത്തിയിരുന്നു.

4. സംവാദ കഥകൾ

മൊത്തം കഥകളെ വിമർശന വിധേയമാക്കുന്ന ഒരു പഠനമാണത്. പരീക്ഷണ കുതുകിയായ ഒരു കഥാകൃത്താണ് സക്കറിയ. കഥ പറച്ചിലിനിടയിൽ അനേകം കഥകൾക്ക് സാദ്ധ്യത ഒരുക്കാനുള്ള ശ്രമം ഈ കഥകളിൽ കാണാം.

കഥ ആരുടേതാണ്? ഈ ചോദ്യം ആമുഖമാക്കി ഉയർത്തിയാണ് ഈ സംവാദകഥകൾ നമുക്ക് മുന്നിലെത്തുന്നത്. കഥ കഥാകൃത്തിന്റേത് മാത്രമല്ല കഥാപാത്രങ്ങളുടേതു കൂടിയാണ് എന്ന് കഥാകൃത്ത് ഉറച്ച് വിശ്വസിക്കുന്നു. ആ വിശ്വാസം സ്ഥാപിക്കുന്ന മട്ടിലാണ് കഥകളുടെയും ഘടന. കഥകളിൽ ഒളിച്ചിറങ്ങി വന്ന് കർത്താവിനെ കളിയാക്കുകയും വിചാരണ ചെയ്യുകയും ചെയ്യുന്ന കഥാപാത്രങ്ങളാണ് മിക്ക കഥകളെയും നയിക്കുന്നത്.

സ്വന്തം ദൗത്യം മറന്നുപോവുന്ന വൈദ്യലോകത്തിന്റെ അസ്തിത്വ പ്രശ്നങ്ങൾ സംവാദമേശയ്ക്ക് മുകളിലേക്ക് കീറിമുറിക്കാനിട്ടു തരുന്നു ചില കഥകൾ. ഒപ്പം വായനയുടെ നൂതനാഭിരുചിയോടുള്ള ചില വാഗ്ദാനങ്ങളും ഈ കഥകളിൽ വായിച്ചെടുക്കാം.

പഠനം ഇങ്ങിനെ ഉപസംഹരിക്കുന്നു-

ഈ കഥകൾ പരിസരം മറന്ന് ലയിച്ചും മരവിച്ചും വായിച്ചു തീർക്കാനുള്ളതല്ല. ഇന്ദ്രിയങ്ങൾ കാലത്തിനുനേരെ തുറന്നുവെച്ച് ചിന്തിച്ചും കലഹിച്ചും ഉണർന്നിരുന്ന് വായിക്കപ്പെടേണ്ടവയാണ്. ഒരു കഥാപാത്രം അഥവാ കഥാകൃത്ത് ഒരു കഥയിൽ പറയുന്നതാണ് ശരി- ഏതൊരു വികാരവും അടിസ്ഥാനപരമായി ഒരു രാഷ്ട്രീയ നിർമ്മിതിയാണ്.

5. പ്രണയം, രതി, അധികാരം

വാപ്പിയുടെ മരണശേഷം മറ്റൊരു നിരൂപകൻ നിരീക്ഷിച്ചത്:

ആരെയും കൊല്ലുവാൻ കഴിയാതെ എന്റെ ജന്മം പാഴായിപ്പോവുകയാണ് (നമ്മുടെയൊക്കെ ദുരന്തങ്ങൾ) എന്ന് ചിന്തിക്കുന്ന ഡോ.ഗോപിനാഥും, ഒരു ദിവസം നിന്നെ ഞാൻ കൊല്ലും എന്ന് ഉസ്നയോട് പറയുന്ന ഡോ.കൃഷ്ണപ്രസാദും (ഉസ്നയുടെ ആകാശങ്ങൾ) മരണത്തേക്കാൾ മികച്ച അനുഭൂതി മറ്റെന്തുണ്ട്?! എന്ന് ആത്മഗതം ചെയ്യുന്ന 'ചികിത്സ' യിലെ ഡോക്ടറും- നാം സാധാരണ കണ്ടുമുട്ടാറുള്ള ഡോക്ടർമാരുടെ മുഖമല്ല അനാവരണം ചെയ്യുന്നത്. മരണത്തോട് ആഭിമുഖ്യമുള്ളവരാണ് പല കഥാപാത്രങ്ങളും. അവർ തന്നെ ഡോക്ടർമാരും! കഥകളിൽ പല

തിലും പറയുന്ന രീതിയിൽ പതിവ് വിട്ടുള്ള സ്വരഭേദം പ്രകടമാണ്....

"ശരിയല്ലേ?" മിഥുൻ ചോദിച്ചു.

"ഉവ്വ്. എനിക്കും തോന്നാതില്ല" മനു പറഞ്ഞു.

"ങ്ഹാ, മൂപ്പരോ! കണക്കായിപ്പോയി! അങ്ങിനെ ഒരു ചിന്തയേ അടുത്തൂടെ പോയിട്ടില്ല. അതൊക്കെ കഥകളിൽ മാത്രം."

ഉമ്മച്ചി ചിരിച്ചുകൊണ്ട് പറഞ്ഞു.

"ഇനിയുമെത്രയോ അറിയാനുണ്ട്. നാം പാതി വഴിയിൽ മാത്രം...."

അതിഥിയുടെ കമന്റ്. ഒപ്പം നെടുവീർപ്പും.

ഇരുപത്തി ഒൻപത്

"**കെ** എ കൊടുങ്ങല്ലൂരിനെക്കുറിച്ച് കേട്ടിട്ടുണ്ടോ നിങ്ങൾ? പേര് കേട്ടപ്പോൾ കൗതുകം തോന്നി."

"ഇല്ല."

"അറിയാം. ഉണ്ടാവില്ല. പുതുതലമുറയ്ക്ക് അജ്ഞാതനായിരിക്കും. ഒരുപക്ഷേ, മുഹമ്മദ് അബ്ദുറഹ്മാൻ സാഹിബിനെക്കുറിച്ച് കേട്ടിരിക്കും ല്ലെ?"

"അതെ" മനു പറഞ്ഞു. "പി.ടി കുഞ്ഞഹമ്മദിന്റെ *വീരപുത്രൻ* എന്ന സിനിമ അദ്ദേഹത്തെക്കുറിച്ചായിരുന്നല്ലൊ."

ഞങ്ങളും തലകുലുക്കി. "കണ്ടിട്ടുണ്ട്."

ഉമ്മച്ചി ചിരിച്ചു. "അത് സിനിമാ വേർഷൻ. അതൊന്നുമല്ല കഥ. ചരിത്രത്തോട് നീതി പുലർത്താൻ സിനിമകൾക്കാവില്ല. ഓടണ്ടേ! ചെല വാക്കിയ പണം തിരിച്ചുപിടിക്കേണ്ടെ! കോംപ്രമൈസ് ചെയ്യാതെ പറ്റി ല്ലാലോ....

സ്വാതന്ത്ര്യ സമരകാലത്ത് മലബാറിന്റെ സിംഹഗർജ്ജനം. അദ്ദേഹം എടുത്തുവളർത്തിയ അനാഥ ബാലൻ. അബ്ദുള്ള. ആ ബാലനാണ് പിന്നീട് മലയാള സാഹിത്യത്തിലെ ഒറ്റയാനായ എഴുത്തുകാരനായി മാറിയ കെ.എ കൊടുങ്ങല്ലൂർ.

വാപ്പി അദ്ദേഹവുമായി അടുപ്പത്തിലാകുന്നത് കോഴിക്കോട് ആകാ ശവാണിയിൽ വെച്ചാണ്. പ്രീഡിഗ്രി പഠനകാലത്ത്. യുവവാണിയിൽ കഥ വായിക്കുവാൻ ചെല്ലുമായിരുന്നത്രെ. തിക്കോടിയൻ, ഖാൻകാവിൽ, മെഹ റലി... പിന്നെയും ചിലർ. പേരോർക്കുന്നില്ല. വാപ്പി പരിചയപ്പെടുത്തി തന്നി ട്ടുണ്ട്.

തന്നെക്കുറിച്ച് ലോകമെന്ത് വിചാരിക്കും എന്ന് ചിന്തിക്കാത്ത ഒരു

മനുഷ്യൻ. ആരേയും കൂസാതെ എന്നാൽ അവരിലൊരാളായി. പലപ്പോഴും അത്ഭുതം തോന്നിയിട്ടുണ്ട്. ആ പ്രകൃതമായിരിക്കണം രണ്ടുപേരെയും അടുപ്പിച്ചിരിക്കുക. അന്ന് ഒട്ടുമിക്ക പ്രസിദ്ധീകരണങ്ങളിലും അദ്ദേഹത്തിന്റെ ലേഖനങ്ങളോ കഥാ വിവർത്തനങ്ങളോ കാണാം. പല ഭാഷകളും ഭംഗിയായി കൈകാര്യം ചെയ്യും.

മിഠായിത്തെരുവിലെ രാധാ തിയേറ്ററിന് മുന്നിലെ സായ്‌വിന്റെ പിടീകമുറി. മലയാളത്തിലെ ഏതാണ്ടെല്ലാ വാരികകളും അവിടെ കാണാം. പുകഞ്ഞ് തീരുന്ന ഒരു സിഗററ്റുമായി അദ്ദേഹവും. കോതിയൊതുക്കാത്ത തലമുടി. നര വീണ താടിരോമങ്ങൾ. ഇടയ്ക്ക് അലസമായി ഷേവ് ചെയ്തും. പിന്നെ ഞങ്ങൾ ആര്യഭവനിലേക്ക് നീങ്ങും. ഒരു ചായയിലൊതുങ്ങും ആ സായാഹ്നം.

ഞങ്ങളിടയ്ക്ക് കൊളത്തറയിലെ ആ വീട്ടിൽ പോകാറുണ്ട്. മാർസ് കോട്ടേജ്. അതായത് മുഹമ്മദ് അബ്ദുറഹ്മാൻ സാഹിബ് കോട്ടേജ്. സൈനബാത്ത, ദിലീപ്, സൈബുന്നിസ. പിന്നെയാണ് പി.കെ വന്നത്. സ്വന്തം വീടുപോലെയായിരുന്നു അത്.

ആകാശവാണി വിട്ടശേഷം കുറച്ചുകാലം പത്രാധിപർ. അപ്പോഴും പതിവ് തെറ്റിച്ചില്ല. മിഠായിത്തെരുവിലെ സായ്‌വിന്റെ കട പല എഴുത്തുകാരുടെയും ഇടത്താവളമായിരുന്നു.

പെട്ടെന്നൊരു ദിവസം ആ തീ കെട്ടു. ആരോടും ഒന്നും പറയാതെ അദ്ദേഹം പോയി. അന്ന് ഞങ്ങൾ എടരിക്കോടായിരുന്നു. വാപ്പിയുടെ കണ്ണുകൾ നിറഞ്ഞത് ഓർക്കുന്നു.

രാത്രിക്ക് രാത്രി ഞങ്ങൾ ഓടിക്കിതച്ചെത്തി. അവസാനമായി ആ മുഖം ഒരുനോക്ക് കാണാൻ.

നീ പി.കെ.യെപ്പോയി കാണണം. വാപ്പീടെ ഉറ്റ സുഹൃത്താണ്. പത്രാധിപർ. കഥാകൃത്ത്. വാഗ്മി. ഇവിടെയടുത്താണ്. പണ്ട് ഞങ്ങൾ ഇടയ്ക്കിടെ അവിടെ പോകാറുണ്ട്.

ഒന്നും മറന്നുകാണില്ല. പഴയകാലം."

ഉമ്മച്ചി ഓർമ്മിപ്പിച്ചു.

.... ഓരോ ദിവസവും നമ്മുടെ അവസാനത്തെ ദിവസമായി കരുതി ജീവിക്കുക. മരണം എല്ലായ്പ്പോഴും നമ്മോടൊപ്പമുണ്ട്. പിടഞ്ഞു മരിക്കാറായ ഒരു തോന്നൽപോലെ....

അദ്ദേഹം പറഞ്ഞു.

"സക്കറിയയെ എനിക്കേറ്റവും പരിചയം എന്റെ എഡിറ്റിംഗ് മേശപ്പുറത്താണ്. അവിടെ അവൻ കഥകളായും ലേഖനങ്ങളായും പ്രത്യക്ഷപ്പെടും. അതിലൂടെ ഞങ്ങൾ ഇടയ്ക്കിടെ സംവദിക്കും. അധികമൊന്നും തിരുത്താനുണ്ടാവില്ല. അതിനുള്ള സ്വാതന്ത്ര്യം അവനെനിക്ക് അനുവദിച്ചു തന്നിരുന്നെങ്കിലും.

ചെറുപ്പകാലം തൊട്ടേ അറിയാം. കോളേജിൽ എന്റെ ജൂനിയറായിരുന്നു.

ഒരിക്കൽ ഒരു രസകരമായ സംഭവമുണ്ടായി. വാരാന്തപ്പതിപ്പിൽ പ്രസിദ്ധീകരിച്ചു വന്ന ഏതോ ഒരു കഥ കോടതിയിലെത്തി. കഥാപാത്രത്തിന്റെ പേരിനെ ചൊല്ലിയായിരുന്നു തർക്കം. അതേ പേരിലുള്ള തന്നെ അവഹേളിക്കുകയാണ് ആ കഥയെന്ന് വാദിയായ ഡോക്ടർ. യഥാർത്ഥത്തിൽ സക്കറിയ നിരപരാധിയായിരുന്നു. ജീവിച്ചിരിക്കുന്നവരോ മരിച്ചവരോ ആയ ആരുമായും ആ കഥയിലെ കഥാപാത്രങ്ങൾക്ക് സാമ്യമില്ലെന്നും, അവ തികച്ചും സാങ്കല്പികമാണെന്നും പിന്നീട് ഒരു കുറിപ്പ് കൊടുത്തതോടെ കേസ് പിൻവലിക്കപ്പെട്ടു. അതിലേറെ രസകരം ആ കഥ ആ ഡോക്ടറുടെ ജീവിതം തന്നെയായിരുന്നു!

ജീവിച്ചിരിക്കെ വേണ്ടത്ര പരിഗണന ലഭിക്കാതെ പോയ ഒരെഴുത്തുകാരനാണ് സക്കറിയ. തമിഴിലും കന്നടയിലും ചില കഥകൾ തർജ്ജമ ചെയ്യപ്പെട്ടിട്ടുണ്ട്. എങ്കിലും നമ്മുടെ നിരൂപകർ കണ്ണടച്ചു. അതിലൊന്നും അവനൊരു പരാതിയുമില്ലായിരുന്നു. കാക്കത്തൊള്ളായിരം എഴുത്തുകാരുള്ള ഈ ഭാഷയിൽ ഇടയ്ക്കെങ്കിലും വേറിട്ടൊരു ശബ്ദം കേൾപ്പിക്കാനായല്ലൊ.

കുറേക്കാലം മൗനം. ഇടയ്ക്കൊരെഴുത്ത്. അതിലെ വൈവിദ്ധ്യം. അതാണെനിക്കിഷ്ടമായത്. എപ്പോഴെങ്കിലും കയറിവരും. അധികവും ഒറ്റയ്ക്കാവും. ജാസ്മിനുമായി ഒരിക്കൽ മാത്രമേ വന്നിട്ടുള്ളൂ.

ക്യാമ്പസിലെ നഷ്ടപ്രണയത്തെക്കുറിച്ചറിയാം. ഒരിക്കൽ പറഞ്ഞിട്ടുണ്ട്. പരാജയപ്പെട്ട പ്രണയമാണ് മനോഹരം! അത് താരാട്ടുപോലെ നമ്മോടൊപ്പമുണ്ടാവും..... അത് കഥകളിലൊക്കെ പ്രതിഫലിക്കും. പക്ഷേ, സക്കറിയയുടെ ഒരു പ്രണയകഥപോലും എന്റെ ഓർമ്മയിൽ വരുന്നില്ല.

അവനൊരിക്കലും നല്ല കാമുകനായിരിക്കില്ല. അതുകൊണ്ടായിരിക്കാം.

കുറച്ചുകാലം ആത്മീയം. വിപ്ലവത്തിൽനിന്നും ആത്മീയതയിലേക്ക് വലിയ അകലമില്ലല്ലോ.

ഗുരു നിത്യചൈതന്യയതിയെ ആദ്യമായി ഇന്റർവ്യൂ ചെയ്തത് സക്കറിയ ഞങ്ങൾക്കാണ് തന്നത്. പിന്നെ ഗുരു സമാധിയായപ്പോൾ 'നിത്യവർത്തമാന....' എന്നൊരു ഓർമ്മക്കുറിപ്പും ഞാനവനെക്കൊണ്ട് എഴുതിച്ചു.

അവസാനമായി ഞങ്ങൾ കണ്ടത് കൊച്ചുബാവയുടെ മരണദിവസം. അന്നവൻ അവിടെ വന്നു. ആ കണ്ണുകൾ കലങ്ങിയിരുന്നു. അതിനടുത്ത ദിവസം കൊച്ചുബാവയെക്കുറിച്ചൊരു കുറിപ്പു തന്നു. മണൽ, ജലം, കാലം – തൊട്ടടുത്ത വാരാന്ത്യപ്പതിപ്പിൽ തന്നെ അത് പ്രസിദ്ധീകരിച്ചു വന്നു. പിന്നെ ഒരു മാസമായിക്കാണില്ല. സക്കറിയയും പോയി. അന്ന് അവനെക്കുറിച്ച് എനിക്കും എഴുതേണ്ടി വന്നു. എന്തൊരു ദുരന്തമായിരുന്നു അത്! അതെഴുതുമ്പോൾ എന്റെ കൈകൾ വിറച്ചു. കണ്ണീർതുള്ളികൾ വീണ് ആ അക്ഷരങ്ങൾ കലങ്ങി.

അസ്വാഭാവിക മരണം. അതാണെനിക്ക് പിടികിട്ടാത്തത്. ഒരു സൂച

നപോലും നല്കാതെ!

കഥകളിൽ മരണത്തെ വരിക്കുക വളരെ എളുപ്പമാണ്. ജീവിതത്തിൽ അതിന് സമാനതകൾ വളരെ വിരളം!

എഴുതാനിരിക്കുന്ന നോവലിനെക്കുറിച്ച് സക്കറിയ അന്ന് പറഞ്ഞു. ഒരെഴുത്തുകാരന്റെ ജീവിതം, അയാളുടെ കൃതികളെവെച്ച്, ആരും ഇന്നുവരെ എഴുതാത്തതിനെക്കുറിച്ച് പരാതിയും. അതിനുള്ള ഉദ്യമമാണെന്നും.

അല്ലെങ്കിലും ഓരോരുത്തരുടേയും ജീവിതത്തേക്കാൾ മഹത്തരമായ കഥ മറ്റേന്താണുള്ളത്!

പിന്നെ ഞാൻ ഓർത്തെടുക്കുകയായിരുന്നു.

എന്ത്?

പത്രക്കഥകളിലെ ആ നായികയെ... ആ കവിതകളെ.... മുടി. ജാരൻ. പ്രണയത്തെക്കുറിച്ചൊരു ഉപന്യാസം. കവിയും അഭിസാരികയും. മോഷ്ടിക്കപ്പെട്ട കവിത. കാമുകൻ. വസ്ത്രങ്ങൾ....

പഴയ ആഴ്ചപ്പതിപ്പുകളും വാരാന്തപ്പതിപ്പുകളും ഞാൻ തപ്പിയെടുത്തു. വീണ്ടും ആ കവിതകളെടുത്തു വായിച്ചു. സിസ്റ്റർ സോമോൾ തോമസിൽനിന്നും വെറും സോമോളിലേക്കുള്ള രൂപാന്തരം എന്നെ അത്ഭുതപ്പെടുത്തി.

ഒരിക്കൽപ്പോലും അവർ തമ്മിലുള്ള അടുപ്പം സക്കറിയ എന്നോട് സൂചിപ്പിച്ചിട്ടില്ല. അത്രമാത്രം നിഗൂഢമായിരുന്നു അത്!

മുപ്പത്

നാളെ ഷൂട്ടിങ്ങിന്റെ അവസാന ദിവസം. അടുത്ത ഷെഡ്യൂൾ കൊച്ചിയിലാണ്. പിന്നെ ഫ്രീയായി.

ഒരുപാട് കാര്യങ്ങൾ ചെയ്യാനുണ്ട്. വാപ്പിയുടെ ഘാതകിയെ കണ്ട് പിടിക്കണം. എന്നിട്ട് ചോദിക്കണം. എന്തിനിതു ചെയ്തുവെന്ന്?

ഏറ്റവും അത്ഭുതപ്പെടുത്തുന്നത് ആ കളഞ്ഞുകിട്ടിയ നാഥനില്ലാത്ത സ്ക്രിപ്റ്റാണ്. വാപ്പിയുടെ ജീവിതവുമായുള്ള വല്ലാത്ത സാദൃശ്യം!

ദുരൂഹതകളൊരുപാട്!

വാപ്പിയെ അടുത്ത് പരിചയമുള്ള ആരോ ആണ് ആ സ്ക്രിപ്റ്റ് എഴുതിയതെന്ന് തോന്നിപ്പോകുന്നു. ചിലപ്പോൾ യാദൃച്ഛികമാവാം. എഴുത്തുകാരൻ ഭാവനയിൽ കാണുന്നത് സംഭവിക്കുന്നതായി ചരിത്രം പറയുന്നു. അത് സത്യമായിക്കൂടെന്നില്ലല്ലൊ!

എല്ലാവരെയും ഞെട്ടിക്കുന്നതതാണ്.

മിഥുൻ പറഞ്ഞതെത്ര ശരി. നമ്മുടെ യാത്ര എവിടെയും എത്തിയിട്ടില്ല. മനുവിനാണ് സ്ക്രിപ്റ്റിന്റെ ആധികാരികതയെക്കുറിച്ചുള്ള വേവലാതി. അത്ഭുതപ്പെടുത്തുന്ന സാദൃശ്യങ്ങൾ നിമിത്തമല്ല. ഒന്നുകിൽ വാപ്പി തന്നെ എഴുതിയത്. അല്ലെങ്കിൽ വാപ്പിയുമായി അടുപ്പമുള്ള ആരോ ഒരാൾ. ഒരാളുടെ അനുഭവങ്ങൾ മറ്റൊരാൾ പകർത്തി എഴുതുമ്പോൾ ഒരുപാട് അപാകതകളുണ്ടാകും. സ്വാഭാവികത നഷ്ടപ്പെടും.

അതിഥിയും അത് ശരിവെച്ചു.

സ്ക്രിപ്റ്റിലെ കൈയക്ഷരം വാപ്പിയുടേതുപോലെ തോന്നിക്കുന്നു. അവസാനത്തെ രണ്ട് സീനുകളിലെ കൈയക്ഷരം മറ്റൊരാളുടേതല്ലെ? അതവരുടേതായിക്കൂടെ? ഒരു സ്ത്രീയുടെ കൈയക്ഷരം പോലെ തോന്നുന്നു.

"ഫ്രെഡറിക് നീഷേയുടെ കഥയറിയോ നിങ്ങൾക്ക്?" മനു ചോദിച്ചു.

തസ് സ്പോക് സരതുഷ്ട്രയുടെയും ആന്റി ക്രൈസ്റ്റിന്റെയും ദ ബർത് ഓഫ് ട്രാജഡിയുടെയും രചയിതാവ്. ഭ്രാന്താശുപത്രിയിൽ കഴിയവേ നീഷേയുടെ സംരക്ഷണം അമ്മയുടെ മരണശേഷം സഹോദരി എലിസബത്ത് ഏറ്റെടുത്തു. നീഷെയുടെ മരണാനന്തരം എലിസബത്ത് അദ്ദേഹത്തിന്റെ അപ്രകാശിത കൃതികളുടെയും കൈയെഴുത്ത് പ്രതികളുടെയും അവകാശം നേടിയെടുത്തു. 1888 ൽ എഴുതപ്പെട്ട *Ecce Homo (How one becomes what one is)* എന്ന ആത്മകഥാപരമായ ഗ്രന്ഥത്തിന്റെ പ്രസിദ്ധീകരണം 1908 വരെ തടഞ്ഞുവെച്ചു. പിന്നീട് എഡിറ്റ് ചെയ്തു പ്രസിദ്ധീകരിച്ച സമാഹൃത കൃതികളിൽ എലിസബത്തിന്റെ പക്ഷപാതപരമായ കാഴ്ചപ്പാടുകൾ കൂട്ടിക്കലർത്തുകയും തിരുത്തലുകൾ നടത്തിയതായും അവരുടെ മരണശേഷം കണ്ടുപിടിക്കപ്പെട്ടു. നീഷേയുടെ മുപ്പതോളം കത്തുകൾ കളവായി നിർമ്മിച്ചത്രെ!!

സ്വന്തം മരണം മുൻകൂട്ടി കണ്ടെഴുതുന്ന എഴുത്തുകാർ ലോക സാഹിത്യത്തിലുണ്ട്. പക്ഷേ, അതുപോലെ തന്നെ സംഭവിക്കും എന്നുവെച്ചാൽ.... വിശ്വസിക്കാനാവുന്നില്ല!

ഒക്കെ നമ്മുടെ തോന്നൽ മാത്രമാണ്. അസംഭാവ്യം!

വാപ്പിയുടെ കൂടെ പഠിച്ച അടുത്ത സുഹൃത്തുക്കളിൽനിന്നും മാത്രമേ രഹസ്യങ്ങളുടെ ചുരുളഴിയൂ. പലരും പലയിടത്താണ്. ചിലർ വിദേശത്തും. നാല്പത് വർഷങ്ങളോളമായില്ലേ. പ്രയാസമാവും. ഈ വരുന്ന ഗെറ്റ് ടുഗതറിന് പോയി അവരെ കണ്ടുപിടിച്ച് സംസാരിക്കണം. എന്തെങ്കിലും വിവരങ്ങൾ കിട്ടാതിരിക്കില്ല.

ഐ എം എ കോൺഫ്രൻസും ഗെറ്റ് ടുഗതറും അടുത്തടുത്ത ദിവസങ്ങളിലാണ്. ഷൂട്ടിംഗ് കഴിഞ്ഞാൽ അവരെ കണ്ടുമുട്ടാനാവും. തീർച്ച.

സംഗമത്തിന് ഇവരൊക്കെ വരുമെന്ന് ഉറപ്പുണ്ടോ? ഉമ്മച്ചി ചോദിച്ചു.

ഫോൺബുക്കിന്റെ താളുകൾ മറിച്ച് ഒരു നമ്പർ തന്നു. കാനഡയിലെ കാൽഗരിയിലുള്ള ഡോ. റേച്ചലിന്റെ.

ഇവർ വന്നാൽ കുറേ കാര്യങ്ങൾ അറിയാനാവും. ഇപ്പോൾ സമയം ഒമ്പതര രാത്രി. അവിടെ രാവിലെ ഒമ്പതായിക്കാണും. വാട്ട്സ്ആപ് വീഡിയോ കോൾ നോക്കിയാലോ?

അതിഥി മൊബൈലിൽ ശ്രമിച്ചു നോക്കി. പ്രതികരണമില്ല. പരിചയമില്ലാത്ത നമ്പർ ആയതുകൊണ്ടാവാം. ഉമ്മച്ചീടെ മൊബൈലിൽ മെസേജ് ഇടാം.

"സ്വയം പരിചയപ്പെടുത്തിക്കൊണ്ട് ഗൗതമിടൂ" ഉമ്മച്ചി പറഞ്ഞു. "സക്കറിയയുടെ മകൻ തഥാഗതൻ ആണെന്ന്."

വീണ്ടും വിളിച്ചപ്പോൾ സ്ക്രീനിൽ മുഖം തെളിഞ്ഞു.

"ഹായ്! ഇറ്റീസെ സർപ്രൈസ്!"

"ഗുഡ്മോണിംഗ് മേഡം."

"ഗുഡ്മോണിംഗ്. എന്തുപറ്റി ഗൗതം? പെട്ടെന്ന്! പ്രതീക്ഷിച്ചതേയില്ല. ജാസ്മിനെവിടെ?"

ഉമ്മച്ചിയെ ചേർത്തുനിർത്തി.

"ഹായ് റേച്ചൽ. പിന്നെന്താ അവിടെ വിശേഷം?"

"സുഖം തന്നെ. എന്തേ വിളിച്ചത്?"

"കുറേക്കാലമായല്ലോ....." വെറുതെ ഒന്ന് കാണണമെന്ന് തോന്നി.

"ഞാൻ അടുത്താഴ്ച അവിടെ വര്ണ്ണ്ട്. ഞങ്ങടെ ബേച്ചിന്റെ ഗെറ്റ്ടുഗതറിന്. തീർച്ചയായും നമുക്ക് കാണാം. ഷുവർ."

"കുട്ടികൾ?"

"അവർ യൂനിവേഴ്സിറ്റിയിലാണ്. ഇവിടിപ്പം ഒമ്പത് മണിയായി. ഞാനും ഹോസ്പിറ്റലിലേക്ക് പോകാനൊരുങ്ങുകയാണ്. ഓ.കെ നമുക്കവിടെ വന്നിട്ടുകാണാം."

"ഒ.കെ മാം...."

"ബൈ ഗൗതം. ഞാൻ വന്നിട്ട് തീർച്ചയായും കാണാം."

ഫോൺ കട്ടുചെയ്തു. ഹോസ്പിറ്റലിൽ പോകാനുള്ള തിരക്കിലായിരിക്കും.

"ഡോ. റേച്ചലിന് എല്ലാം അറിയാം. തീർച്ച. അവൾ പറഞ്ഞുതരാതിരിക്കില്ല.

അവരത്രയ്ക്ക് കൂട്ടാണ്." ഉമ്മച്ചി ആരോടെന്നില്ലാതെ പറഞ്ഞു.

വാപ്പി ഇത് മാറ്റി വെച്ചതാണ്. തുറന്നു നോക്കിയേ.... ഉമ്മച്ചി അലമാരയിലെ വലിപ്പിൽനിന്നും മറ്റൊരു ഫയലെടുത്തിട്ടു.

കുറച്ച് ഓർമ്മക്കുറിപ്പുകളാണ്. പിന്നെ പ്രസിദ്ധ എഴുത്തുകാരൻ എൻ പ്രഭാകരനെ ഇന്റർവ്യൂ ചെയ്തതിന്റെ ഒരു പേപ്പർ കട്ടിംഗ്. *സരോവരം* മാസികയിൽ. കൂട്ടത്തിൽ ഒരു ലേഖനം കണ്ണിലുടക്കി. ബാലചന്ദ്രൻ ചുള്ളിക്കാടിന്റെ അപ്രകാശിത കവിത– പി പി സക്കറിയ. അദ്ദേഹത്തിന്റെ ഫോട്ടോയും കവിതയും ലേഖനത്തിന്റെ തുടക്കത്തിലുണ്ട്.

അത്ഭുതം! മനു സ്ക്രിപ്റ്റിലെ ബാലചന്ദ്രൻ ചുള്ളിക്കാടിന്റെ സാന്നിധ്യം ചൂണ്ടിക്കാട്ടി. എന്തൊരു കോ–ഇൻസിഡൻസ്! വിശ്വസിക്കാനാവുന്നില്ല!

മുപ്പത്തി ഒന്ന്

"ഡേയ്, നമ്മുടെ ഭാഗ്യം! തേടിയ വള്ളി കാലിൽ ചുറ്റി!"

വിധു പറയുന്നത് മനസ്സിലാകാതെ ഞങ്ങളന്യോന്യം നോക്കി.

"ഇന്ന് ഇന്റർ മെഡിക്കൽ യൂത്ത് ഫെസ്റ്റിവൽ അവസാനിക്കുകയാണ്. ചീഫ് ഗസ്റ്റ് ആരാന്നറിയ്യോ? ബാലചന്ദ്രൻ ചുള്ളിക്കാട്!"

പ്രവീൺ തുള്ളിച്ചാടുകയാണ്. വിവേകും സന്തോഷവാനാണ്. സ്ക്രിപ്റ്റിലെ ആ സീൻ ഒഴിവാക്കാൻ വെച്ചിരുന്നതാണ്. ചെലവ് ഓർത്ത്. ഇതൊരു നല്ല കിട്ടലാണല്ലൊ! എന്ന മുഖഭാവം. തികച്ചും അപ്രതീക്ഷിതം.

വിശ്വസിക്കാനാവുന്നില്ല. എന്തൊക്കെ യാദൃച്ഛികതകളാണ്!

"ഇതറിഞ്ഞയുടനെ വിവേക് ഇന്നലെ രാത്രി തന്നെ അദ്ദേഹവുമായി സംസാരിച്ചിരുന്നു." പ്രവീൺ തുടർന്നു:

"1970 കളിലെ ആ ദിനങ്ങൾ അദ്ദേഹവും ഓർത്തെടുത്തു. പണ്ട് ഈ ക്യാമ്പസിൽ ഇടയ്ക്കിടെ വരാറുണ്ടായിരുന്നത്രെ. ഏതോ ഒരു സക്കറിയയെ കാണാൻ! അയാളിപ്പോൾ ജീവിച്ചിരിപ്പില്ലത്രെ...."

അതിഥി ഇടയ്ക്ക് കയറി ചോദിച്ചു: "അതാരാന്നറിയ്യോ? ഗൗതമിന്റെ ഡാഡി!"

വിവേകും പ്രവീണും വിധുവും ഞെട്ടലോടെ ഞങ്ങളെ നോക്കി.

"ഇതാ, ഇത് നോക്ക്." അവൾ മൊബൈലിലെ ഫയലിൽനിന്നും ആ ഓർമ്മക്കുറിപ്പുകളെടുത്തു കാണിച്ചു. പിന്നെ ചില കത്തുകളും.

വിവേക് അവിശ്വസനീയതയോടെ തോളിൽ കൈ അമർത്തി ചേർത്തുപിടിച്ചു.

"ഗൗതം.... എന്നിട്ട് നീയെന്നോട് ഇതുവരെ ഒന്നും പറഞ്ഞതേയില്ലല്ലോ?!"

"അതിനവൻ അറിഞ്ഞിട്ടു വേണ്ടേ?" അതിഥി തുടർന്നു: "കഴിഞ്ഞ കുറേ ദിവസങ്ങളായി ഞങ്ങളിവന്റെ ഡാഡിയെ അറിയാൻ ശ്രമിക്കുകയായിരുന്നു. ഹീ വോസെ ഗ്രെയിറ്റ് റൈറ്റർ! ചെറുപ്പത്തിലേ മരിച്ചുപോയതുകൊണ്ട് ഇവനിതൊന്നും അറിഞ്ഞില്ല. അറിയാൻ ശ്രമിച്ചതുമില്ല."

ശബ്ദം കുറച്ച് വിധുവിനോടായി: "ആ സ്ക്രിപ്റ്റിലെ ഡോ. സലീമും ഡാഡിയുമായി നല്ല സാദൃശ്യമുണ്ട്. ഹീ വോസെ നക്സലൈറ്റ് ഡൂറിംഗ് സ്റ്റഡീസ്! പിന്നെ കൊല്ലപ്പെട്ടത് തിരുവസ്ത്രം ഉപേക്ഷിച്ച ഒരു കന്യാസ്ത്രീയാലാണ്! അവരിപ്പോഴും ഒളിവിലാണ്!

വിധു തലയ്ക്ക് കൈകൊടുത്ത് കസേരയിലിരുന്നു.

"അപ്പോൾ ആ സ്ക്രിപ്റ്റ്?!"

"ഉവ്വ്. അവരെ പരിചയമുള്ള ആരോ എഴുതിയതായിരിക്കണം. അല്ലെങ്കിൽ ഡാഡി തന്നെ!"

മറുപടിയൊന്നും പറഞ്ഞില്ല. അതിഥിയെ ഞെട്ടലോടെ കേട്ടിരുന്നു.

"ഒരാൾ തന്റെ ജീവിതകഥ സ്ക്രിപ്റ്റായി എഴുതുന്നു. അത് തന്റെ കാമുകിക്ക് വായിക്കുവാൻ കൊടുക്കുന്നു. അല്ലെങ്കിൽ അയച്ചുകൊടുക്കുന്നു. പിന്നീടവർ കണ്ടുമുട്ടുമ്പോൾ അബദ്ധത്തിൽ മരണം സംഭവിക്കുന്നു. ഒരെഴുത്തുകാരി കൂടിയായ അവർ അവസാനത്തെ രണ്ട് സീൻ അതിനോട് എഴുതിച്ചേർക്കുന്നു.... വിവേക് ശ്രദ്ധിച്ചോ ആ സ്ക്രിപ്റ്റിലെ അവസാനത്തെ സീനുകളിലെ കൈയക്ഷരം? അവ വ്യത്യാസമില്ലേ?!"

വിവേക് ചിരിച്ചു. "അതിഥീടെ ഒരു സിനിമാക്കഥ!!"

"എന്താ അങ്ങിനെ സംഭവിച്ചുകൂടാ എന്നുണ്ടോ? എന്റെ ബലമായ സംശയം...." അതിഥി വിടുന്ന മട്ടില്ല.

"അല്ലെങ്കിലെങ്ങിനാ നാഥനില്ലാത്ത ഒരു സ്ക്രിപ്റ്റ്. ഒരു നഴ്സിംഗ് സൂപ്രണ്ടിന്റെയടുത്തെത്തുക? അവർ പറയുന്നുണ്ടല്ലോ അതേല്പിച്ച ലേഡി ഡോക്ടർ ഒളിവിൽ പോയെന്ന്. ഒരു കൊലക്കേസ് പ്രതിയായിരുന്നെന്നും! അവരല്ലെ വിധുവിന്റെ അമ്മയുടെ ചേച്ചിയെ ഇതേല്പിച്ചത്?!"

ഞാനവളുടെ വായ പൊത്തിപ്പിടിച്ചു.

"ഇല്ലെടാ. ഇവിടെ നമ്മൾ നാലാളല്ലാതെ മറ്റാരുമില്ലാലോ." പ്രവീൺ അപ്പോൾ പുറത്തു പോയിരുന്നു. മറ്റുള്ളവർക്കെന്തോ നിർദ്ദേശം കൊടുക്കാൻ.

"എങ്കിൽ പേടിക്കേണ്ടല്ലോ" വിധു പറഞ്ഞു. "നമുക്ക് ധൈര്യപൂർവ്വം പറയാമല്ലോ മൂലകഥ ഗൗതമിന്റെ വാപ്പിയുടെതാണെന്ന്."

"ഒക്കെ തോന്നലുകൾ മാത്രമാണ്. അങ്ങിനെയാവാം എന്നേ പറയാനൊക്കൂ. അല്ലാതെയുമിരിക്കാം" വിവേക് പറഞ്ഞു.

"ഒ.കെ, യൂ മൂവ് ഗയ്സ്....

റെയിൽവേ സ്റ്റേഷനിലെ സീൻ എടുക്കണം. മെയ്ക്കപ്പ് മേൻ റെഡിയാണ്. കോസ്റ്റ്യൂം ഡിസൈനറും. അതിഥിയെയും കൂട്ടരേയും മെയ്ക്കോ

വർ ചെയ്യേണ്ടതുണ്ട്. സമയമെടുക്കും. കോമ്പിനേഷൻ സീനല്ലെ. ഗെറ്റ് റെഡി."

ഷൂട്ടിങ് കഴിഞ്ഞപ്പോൾ ഉച്ചയായി.

മൂന്നാമത്തെ പ്ലാറ്റ്ഫോമായതുകൊണ്ട് വലിയ തിരക്കില്ല. സിസ്റ്റർ റേച്ചൽ യാത്രയാവുന്ന ദൃശ്യം. ട്രെയിൻ ചലിക്കുന്നതും അപ്രത്യക്ഷമാവുന്നതും യദു ഷൂട്ട് ചെയ്തു. പെട്ടെന്ന് മടങ്ങി.

"ഉച്ചയ്ക്കുശേഷം ബാലേട്ടനുമായുള്ള ഷൂട്ടിംഗ് ഫിക്സ് ചെയ്തിട്ടുണ്ട്. നമുക്ക് കുറച്ചുനേരത്തെ പോകണം. ആ സീൻ ഒരുവട്ടംകൂടി അദ്ദേഹത്തിന് വിവരിച്ച് കൊടുക്കണം."

വിവേക് പറഞ്ഞു: "ദുഃഖവെള്ളിയാഴ്ചയാണ് ചെല്ലേണ്ടത്. അത് *പതിനെട്ട് കവിതകൾ* എന്ന സമാഹാരത്തിൽനിന്നും പകർത്തിയിട്ടുണ്ട്. ഗൗതം.... വാപ്പി എഴുതിയ ആ ഓർമ്മക്കുറിപ്പുകൾ എടുക്കണം. അദ്ദേഹത്തെ ഞെട്ടിക്കണം."

"സ്വന്തം അച്ഛനായി അഭിനയിക്കുന്ന മകൻ!"

അതിഥി കളിയാക്കി.

ഒരുപക്ഷേ, ലോക സിനിമയുടെ ചരിത്രത്തിലാദ്യമായിട്ടാവും!!

സെറ്റിലെത്തിയപ്പോൾ സ്വയം പരിചയപ്പെടുത്തി.

"ഓർക്ക്ണ് വാപ്പിയെ. ആ ഓർമ്മക്കുറിപ്പും വായിച്ചതോർക്കുന്നു. ആദ്യം വിശ്വാസമായില്ല. നാല്പത്തി രണ്ട് വർഷങ്ങൾക്ക് മുമ്പത്തെ ഓർമ്മകളല്ലെ.

തഥാഗതൻ. ബുദ്ധന്റെ അപരനാമം.

അവിരാമമായൊരു യാത്രയായിരുന്നു തഥാഗതന്റേത്. ആ വിശുദ്ധ സ്ഥലങ്ങളൊക്കെ കണ്ടിട്ടുണ്ടോ നിങ്ങൾ?"

അദ്ദേഹം ചോദിച്ചു.

"ഉവ്വ്. ലുംബിനി, ഗയ, സാരാനാഥ്, കുശീനഗർ, പാടലീപുത്ര, രാജ്ഗീർ, വൈശാലി, ശ്രാവസ്തി, നളന്ദ.... എല്ലായിടത്തും കറങ്ങിയിട്ടുണ്ട്. *യാമങ്ങൾ* ഒരു റോഡ് മൂവിയായിരുന്നല്ലോ. അതിന്റെ ലൊക്കേഷൻ ഹണ്ടിംഗിനായി....."

"ദൈവമാകാനല്ല. മനുഷ്യനോടൊപ്പം നില്ക്കാനാണ് ഗൗതമനാഗ്രഹിച്ചത്. വീട് വിട്ടിറങ്ങിപ്പോയ അവധൂതൻ."

മെയ്ക്കപ്പ്മാന്റെ കരവിരുത്. അദ്ദേഹം പെട്ടെന്നുതന്നെ എഴുപതുകളിലെ ബാലനായി! മുഷിഞ്ഞ ഷർട്ടും മുണ്ടും....

ക്യാമ്പസിന്റെ നടുമുറ്റത്തെ മരത്തണലിൽ ഞങ്ങളിരുന്നു. ആനച്ചെവി കോളറും ബെൽബോട്ടവും പാവാടയും ബ്ലൗസും ലുങ്കിയും ധരിച്ച കുട്ടികൾ! വിവേക് നിർദ്ദേശങ്ങൾ തന്നു.

ഗൗതം ശരിക്കും പഴയ സക്കറിയ തന്നെ! അദ്ദേഹം പഴയ ഓർമ്മകൾ ചികഞ്ഞെടുത്തു– "അന്ന് ഒരു കന്യാസ്ത്രീ ഉണ്ടായിരുന്നു അവന്റെ

കൂടെ. കവിത എഴുതാറുള്ള.... പിന്നെ സുധീർ, ശ്രീധരൻ, അസീസ്, ഹാഷിം, ശാരദ, റംല, പാർവ്വതി, റേച്ചൽ..... ഒരു തീപ്പൊരി വീണ ക്യാമ്പസാ ഇത്! അടിയന്തരാവസ്ഥയെത്തുടർന്ന്. നിങ്ങൾക്കറിയാമോ എന്നറിയില്ല. ഇപ്പോഴത്തെ പിള്ളേരെ നോക്കൂ. ക്യാമ്പസിനെന്തൊരു മാറ്റാ?!"

സീൻ 19

എല്ലാവരും റെഡിയല്ലേ? പ്രവീൺ ചോദിച്ചു.

ക്ലാപ്പടിച്ചു.

സ്റ്റാർട്ട് ക്യാമറ– വിവേകിന്റ ശബ്ദം.

ബാലചന്ദ്രൻ കവിത ചൊല്ലിത്തുടങ്ങി. ദുഃഖവെള്ളിയാഴ്ച മറിയമേ....

ചൊല്ലിക്കഴിഞ്ഞപ്പോൾ കുട്ടികളുമായി കുശലാന്വേഷണം. കട്ട്.

വിവേക് അടുത്തുവന്നു.

ബാലേട്ടാ മറ്റേ സീനുംകൂടി ഇപ്പോൾ തന്നെ തീർത്തേക്കാം....

എല്ലാവരും പിൻഭാഗത്ത് മോർച്ചറിക്കും ഫോറൻസിക് ഡിപ്പാർട്ടുമെന്റിനുമിടയിലുള്ള വരാന്തയിലേക്ക് നീങ്ങി. ക്യാമ്പസിൽ ആ ഭാഗം മാത്രമേ പഴയപോലെയുള്ളൂ.

സീൻ 18

ഒരുവശത്തുനിന്നും ഗൗതമും കൂട്ടുകാരും ബാലേട്ടനും കടന്നുവരുന്നു. അലങ്കോലപ്പെട്ട വേഷം. ചീകാത്ത തലമുടി. എതിരെ വരുന്ന സിസ്റ്റർക്ക് നേരെ കൈകൂപ്പുന്നു. അതിഥി സംശയത്തോടെ ബാലേട്ടനെ തുറിച്ചുനോക്കുന്നു.

ഗൗതം: "ഹരിനാമ കീർത്തനവും കിളിപ്പാട്ടും ഏതാഴ്ചപ്പതിപ്പിലാണ് പ്രസിദ്ധീകരിച്ചത്? എന്റെ ഖരാക്ഷരങ്ങളെ കവിതയാക്കാനെനിക്കാവുന്നില്ല. അതാണെന്റെ പരിമിതി. അതിനെ എനിക്ക് മറി കടക്കേണ്ടതുണ്ട്...."

അതിഥി ആരാധനയോടെ തെല്ലത്ഭുതത്തോടെ പറയണം. "ബാലചന്ദ്രൻ ചുള്ളിക്കാട്!!"

ഗൗതം : ഇത് സിസ്റ്റർ റേച്ചൽ ഞാൻ പറഞ്ഞിരുന്നില്ലേ....

ബാലേട്ടൻ : ഉവ്വ്. ചില കവിതകൾ വായിച്ചിട്ടുണ്ട്. ജീവിതത്തോട് ഇത്ര സീരിയസ്സാകേണ്ടതുണ്ടോ?

അതിഥി : കവിതയെനിക്ക് ഒരു ചിന്തയാണ്. അവബോധമാണ്. ദൈവവും മനുഷ്യനുമായുള്ള അഭിമുഖം.

ഗൗതം : ഒരു കന്യാസ്ത്രീക്ക് അതിലപ്പുറം ചിന്തിക്കാനാവില്ല.

കൂട്ടുകാർ ചിരിക്കുന്നു.

ബാലേട്ടൻ
അതിഥിയോടായി : ശിരോവസ്ത്രം ശിരസ്സിനൊരു ഭാരമാകരുത്.
ഗൗതം : ങ്ഹാ. പിന്നെയ് ഇന്ന് സന്ധ്യയ്ക്ക് നമുക്കൊന്ന് കൂടിയാലോ? ബാലന്റെ കവിത കേൾക്കാം....

അതിഥി
(താല്പര്യത്തോടെ): എവിടെ?
ഗൗതം : ക്യാമ്പസിലെ ആൽമരച്ചുവട്ടിൽ. തികച്ചും അനൗപചാരികം.

അതിഥിയും കൂട്ടരും തലകുലുക്കി യാത്ര പറഞ്ഞ് പിരിയുന്നു.

കട്ട്

ഷൂട്ടിംഗ് കഴിഞ്ഞപ്പോൾ ബാലേട്ടൻ ഞങ്ങൾ രണ്ടുപേരെയും ചേർത്തുപിടിച്ചു.

"അത്ഭുതം തോന്നുന്നു. ശരിക്കും തനിയാവർത്തനം! ആ പഴയ കാലത്തിന്റെ!

സ്ക്രിപ്റ്റ് ആരുടേതാണ്?"

വിധു ഇടയിൽക്കയറി പറഞ്ഞു: "ഡോ.സക്കറിയയുടെ ഒരു കഥയെ ആസ്പദമാക്കി എഴുതിയതാണ്....."

"സക്കറിയയുടെ മരണം വായിച്ചതോർമ്മയുണ്ട്, പത്രങ്ങളിൽ. കോളേജ് വിട്ടശേഷം പിന്നെ ഞങ്ങൾ കണ്ടിട്ടില്ല."

"ആ സ്ത്രീയെക്കുറിച്ച് പിന്നെ വല്ല വിവരവുമുണ്ടോ?"

ഇല്ല എന്ന് തലയാട്ടി.

"ഇത്രയേയുള്ളൂ മക്കളേ. ആത്മഹത്യയ്ക്കും കൊലയ്ക്കുമിടയിലൂടെ ആർത്തനാദം പോലെയീ ജീവിതം!"

മെയ്ക്കപ്പ് ക്ലീൻ ചെയ്ത് അദ്ദേഹം യാത്ര പറഞ്ഞു.

വിദ്യാർത്ഥികൾ കാത്തുനില്ക്കുന്നുണ്ടായിരുന്നു. സമാപനത്തിന് ഇനി മണിക്കൂറുകൾ മാത്രം.

ഇതേതു കഥ?

അതിഥി വിധുവിന് നേരെ നീങ്ങി. "നീയൊരു കഥയെക്കുറിച്ച് പറഞ്ഞല്ലോ?!"

"പുസ്തകങ്ങൾ ഷെൽഫിൽ ഭംഗിക്ക് വെക്കാനുള്ളതല്ലേ. വായിക്കാനും കൂടിയുള്ളതാണ്" വിധു പറഞ്ഞു.

"നീയന്ന് സെറ്റിൽ മറന്നുവെച്ചുപോയ പുസ്തകമുണ്ടല്ലോ ഡോ. സക്കറിയയുടെ 'ഇതൊക്കെയാണ് ജീജോയുടെ വിശേഷങ്ങൾ.' ഞാനത് വെറുതെ മറിച്ചു നോക്കിയതാണ്. ചില കഥകൾ എന്നെ വല്ലാതെ ഹോണ്ട് ചെയ്തു. പിന്നെ ശ്രദ്ധയോടെ വായിച്ചുതുടങ്ങി. ഓതർ ഗൗതമിന്റെ വാപ്പിയാണെന്നറിഞ്ഞില്ല. സത്യം."

"അതിലൊരു കഥയുണ്ട് – 'പാലുണ്ണി.' 1990 ലോ മറ്റോ എഴുതിയതാണ്. കഥ മാസികയിൽ. ഒരു ഐ എം എ കോൺഫറൻസിനെ ബന്ധ

പ്പെടുത്തിയാണ് ആ കഥ.

ഇന്ന് രാവിലെ നിങ്ങൾ പറഞ്ഞപ്പോഴാണ് അതെന്റെ മനസ്സിലുടക്കിയത്. ഇന്ന് ബാലേട്ടന്റെ മുന്നിൽ പെട്ടെന്ന് തട്ടിവിട്ടെന്നേയുള്ളൂ."

വിവേക് വിധുവിനെ നോക്കി നമിച്ചു എന്നാംഗ്യം കാട്ടിയത് എല്ലാവരെയും രസിപ്പിച്ചു.

"പോയി ആ കഥ വായിക്ക്....

പാലുണ്ണി."

മുപ്പത്തിരണ്ട്

"വിധു പറഞ്ഞതിലും സത്യമില്ലാതില്ല." മനു പറഞ്ഞു. "വാപ്പി ചിലപ്പോൾ ആ കഥ വികസിപ്പിച്ചെടുത്ത് ഒരു സ്ക്രിപ്റ്റ് ആക്കിയതാണെങ്കിലോ?"

'പാലുണ്ണി'യിലും 'റേച്ചലു'ണ്ട്. കഥ നടക്കുന്നതാകട്ടെ ഐ.എം.എ സ്റ്റേറ്റ് കോൺഫറൻസ് പരിസരത്തും. രണ്ടും ചേർത്ത് വായിക്കാം.

അപ്പോൾ പിന്നെ സ്ക്രിപ്റ്റിന്റെ ഉടമസ്ഥാവകാശത്തെ ചൊല്ലി തർക്കം വേണ്ട. വാപ്പി തന്നെ!!"

"ഏയ് വാപ്പിയങ്ങിനെ സ്ക്രിപ്റ്റ് എഴുതിയതായി അറിവില്ല" ഉമ്മച്ചി സൂചിപ്പിച്ചു. "അതിനൊക്കെ കുറച്ച് സാവകാശം വേണ്ടെ? ക്ഷമ വേണ്ടെ? അതൊന്നും ഇവന്റെ വാപ്പിക്കില്ല. ആകപ്പാടെ ജഗപൊക! എഴുത്തുമുറിയിൽ അങ്ങിനെ അടങ്ങിയിരിക്കുന്നത് ഒരിക്കലും കണ്ടിട്ടില്ല. ഒരടക്കവും ഒതുക്കവുമൊക്കെ വേണ്ടെ? ഇതൊക്കെ പറഞ്ഞ് ഞങ്ങൾ തല്ലുകൂടും.

കല്യാണം കഴിഞ്ഞയുടനെ ആരോടും പറയാതെ കൊച്ചിക്ക് വണ്ടി കയറി. ബോൾഗാട്ടി പാലസിലെ ഹണിമൂൺ കോട്ടേജിൽ നാലഞ്ചുദിവസം. കായലിലേക്ക് തള്ളി നില്ക്കുന്ന ബാൽക്കണിയിൽ കസേരയിട്ട് കാറ്റേറ്റ് ഇരിക്കും."

"ഓ, അതാവും. 'പാലുണ്ണി'യിൽ ബോൾഗാട്ടിയിലെ ഹണിമൂൺ കോട്ടേജ് പ്രത്യക്ഷപ്പെട്ടത്.

സ്ക്രിപ്റ്റിലും!" അതിഥിക്കത്ഭുതം.

"പ്രാക്ടീസിൽ എവിടെയും ഉറച്ച് നിന്നിട്ടില്ല." ഉമ്മച്ചി തുടർന്നു. "കുറച്ച് കഴിയുമ്പോഴേക്കും പുള്ളിക്ക് മടുക്കും. ആദ്യം പൂക്കിപ്പറമ്പ് സഹകരണാശുപത്രി. പിന്നെ എടരിക്കോട്. അവിടെനിന്നും രാമനാട്ടുകര. മംഗലാപുരത്തെ പുത്തൂർ. പിന്നെ പൊങ്ങിയത് റിയാദിൽ. അവിടെ തന്നെ

നാലോളം ആശുപത്രികളിൽ. നാട്ടിൽ മടങ്ങിയെത്തി. ചെറുവണ്ണൂരിൽ. വീണ്ടും വിദേശത്തേക്ക്. ജിദ്ദയിൽ. അവിടെയും രണ്ടാശുപത്രികളിൽ. പിന്നെ അബുദാബി. ഇവിടെ തുടരുന്നതിനിടയിലാണ്...."

"അതുകൊണ്ടാണ് ഗൗതമിനെ ഊട്ടിയിലെ റസിഡൻഷ്യൽ സ്കൂളിലാക്കിയത്. പഠിത്തം മുടങ്ങേണ്ട എന്ന് കരുതി."

"ശരിക്കും ഒരു നാടോടി തന്നെ!"

അതിഥി പറഞ്ഞു.

"ഫിലിം മേളകൾ. നാടക തിയേറ്ററുകൾ. വീട്ടിലെ ഹോം തിയേറ്ററിലെ ബിഗ് സ്ക്രീനിൽ തെളിയുന്ന ലോകോത്തര സിനിമകൾ. അത് കണ്ടാണ് ഇവൻ വളർന്നത്.

കാറുകൾ എപ്പോഴും മാറ്റിക്കൊണ്ടിരിക്കുക വാപ്പിക്കൊരു വിനോദമായിരുന്നു. ഇതാ നോക്ക്..." ഫോട്ടോകൾ ചൂണ്ടി. "ആദ്യം അംബാസിഡർ, പിന്നെ ഫിയറ്റ്, മാരുതി. വിദേശത്തായിരുന്നപ്പോൾ മെർസിഡൻസ് ബെൻസ്, ടയോട്ട, ലേൻസർ, ഹോണ്ട, പീഷോട്ട്, കാഡിലാക്ക്, ക്രൗൺ വിക്ടോറിയ, ഫോർഡ് ടോറസ്, ബി.എം.ഡബ്ല്യൂ..... അങ്ങിനെ പോണു. അവയോടിച്ച് നാടുനീളെ കറങ്ങും. ഒരു ലഹരിപോലെ യാത്രകൾ.

ഓരോ രാജ്യവും ഒരനുഭൂതിയാണെന്നാ പറയാറ്. വഴിയെ റൂട്ട്മേപ്പുകൾ നോക്കി കറങ്ങും. പലപ്പോഴും ഞങ്ങൾ തമ്മിൽ തല്ലുകൂടും. നടന്നു നടന്ന് മടുത്തിട്ട്.

എഴുത്തുപോലെ യാത്രകളും സർഗ്ഗാത്മകമാണ് എന്ന് ഇടയ്ക്കിടെ പറയും. അമ്പത്തിയാറ് രാഷ്ട്രങ്ങൾ. ഒരിക്കൽ ചെക്ക് റിപ്പബ്ലിക്കിലെ പ്രാഗിൽ ഓൾഡ് ടൗണിയിലെ ഹോട്ടൽ സെഞ്ചറിയിലാണ് ഞങ്ങൾക്ക് മുറി കിട്ടിയത്. റൂം നമ്പർ പന്ത്രണ്ട്. ഞാൻ ഇന്നും ഓർക്കുന്നു. പെട്ടെന്ന് ഇവന്റെ വാപ്പി വികാരാധീനനായി. തൊട്ടടുത്ത മുറിയിലാണ് ഫ്രാൻസ് കാഫ്ക തന്റെ ഔദ്യോഗിക ജീവിതത്തിലെ പന്ത്രണ്ട് വർഷങ്ങൾ കഴിച്ചുകൂട്ടിയത്. ഒരു ഇൻഷുറൻസ് കമ്പനിയിൽ ജോലി ചെയ്തിരുന്ന കാലത്ത്. ഇന്ന് ആ മുറി സ്വകാര്യ കാഫ്ക മ്യൂസിയമാണ്. ഒരെഴുത്തുകാരനാണെന്ന് പറഞ്ഞ് പരിചയപ്പെടുത്തിയപ്പോൾ അവർ പതിമൂന്നാം മുറി തുറന്ന് കാണിച്ചു തന്നു.

വാപ്പിയിലെ എഴുത്തുകാരന്റെ മനസ്സ് ഞാനറിഞ്ഞത് യഥാർത്ഥത്തിൽ അന്നാണ്. മെറ്റാമോർഫോസിസും, കാസിലും, ട്രയലും എല്ലാം പിറന്ന ആ മുറി കണ്ട സന്തോഷം. ആ ദിവസം ഒരുപക്ഷേ, വാപ്പി ഉറങ്ങിക്കാണില്ല. പിറ്റേന്ന്..... മാത്രമല്ല എല്ലാ ദിവസവും കാഴ്ചകൾ കാണാനിറങ്ങുമ്പോൾ ആ മുറിക്ക് മുന്നിൽ ഒരു നിമിഷം ധ്യാനനിമഗ്നനായി നിൽക്കുന്നത് കണ്ടിട്ടുണ്ട്.

പിന്നെ ഒരോർമ്മ റഷ്യയിലെ സെന്റ് പീറ്റേഴ്സ് ബർഗ്ഗിലെ ഡോസ്റ്റോയ് വിസ്കി മ്യൂസിയം കാണാൻ പോയതാണ്. കാരമസോവ് സഹോദരന്മാർ പിറന്ന സ്ഥലം. അദ്ദേഹത്തിന്റെ വലിയൊരു പ്രതിമയുണ്ടവിടെ. വാപ്പി ഇടയ്ക്കിടെ അവിടേക്ക് പോകും, വൈകുന്നേരങ്ങളിൽ.

ഡോസ്റ്റോയ് വിസ്കി അവസാന നാളുകൾ ചെലവഴിച്ചത് അവിടെയാണ്.

മറ്റൊരോർമ്മ ബർലിനിൽ ചോസീസ് സ്ട്രീറ്റിലെ ഡൊറോത്തീൻ സെമിത്തേരിയിലെ ബർതോൾഡ് ബ്രെഹ്തിന്റെ ശവകുടീരമാണ്. ബ്രെഹ്ത് ഒരുകാലത്ത് ഇടതുപക്ഷ തീവ്രവാദികളുടെ പ്രിയപ്പെട്ട എഴുത്തുകാരനായിരുന്നല്ലോ. അതാകാം മാനസികമായ ആ അടുപ്പം.

ഈ എഴുത്തുകാർ അങ്ങിനെയാണ്. അവരെ സ്വാധീനിച്ചിട്ടുള്ള എഴുത്തുകാരായിരിക്കും അവരുടെ ദൈവങ്ങൾ. അവരെ അവർ എപ്പോഴും മനസ്സാ തൊഴുതുകൊണ്ടിരിക്കും......

എഴുതിത്തുടങ്ങിയപ്പോൾ ആദ്യമായി ചെറുകാടിനെ കണ്ട കഥ പറയും. ഒരിക്കൽ ബസ് സ്റ്റോപ്പിൽ മുറുക്കിത്തുപ്പി തോളിലൊരു സഞ്ചിയും തൂക്കി. അദ്ദേഹം ബസ് കയറുന്നതുവരെ നോക്കി നിന്നത്രെ. പിന്നീടൊരു ചെറുകഥാ ക്യാമ്പിൽ വെച്ച് നേരിട്ടുവന്ന് അഭിനന്ദിച്ചത്രെ. അന്നത്തെ പ്രസിദ്ധനായൊരു എഴുത്തുകാരനായിരുന്നു അദ്ദേഹം. *ജീവിതപ്പാത. ദേവലോകം, മമ്മൂട്ടിയുടെ ആദ്യത്തെ സിനിമാ പ്രവേശം. എം.ടി വാസുദേവൻ നായരുടെ സംവിധാനം.* പുറത്തിറങ്ങാതെ പോയ സിനിമ."

"കേട്ടിട്ടുണ്ട്." മനു പറഞ്ഞു.

"പിന്നീട് വർഷങ്ങൾക്കുശേഷം ഹൗസ് സർജൻസിയുടെ നാളുകളിൽ അദ്ദേഹത്തിന്റെ മകൻ മോഹനനെ കാണാൻ മയ്യഴിപ്പുഴയുടെ തീരങ്ങളിലൂടെ കൂട്ടുകാരോടൊപ്പം കറങ്ങിയത്. ഭാര്യ ഗീത ടീച്ചറെ കണ്ടത്. കൊച്ചുമകൾ ആതിരയെ എടുത്തു നടന്നത്...

ഇതാ, ഇത് നോക്ക്. ആ കേമ്പിനെക്കുറിച്ചുള്ള ഓർമ്മകൾ."

1975 ഏപ്രിൽ 25, വെള്ളിയാഴ്ച.

കോഴിക്കോടുനിന്നും ഏതാനും മൈൽ അകലെ ഗ്രാമീണ ചൈതന്യത്തിന്റെ ശാന്തസുന്ദരമായ അന്തരീക്ഷത്തിൽ മുക്കത്തെ കുന്നിൻപുറത്തെ ഹൈസ്കൂളിലെ ചെറുകഥാ ക്യാമ്പ്. മറാഠിയിലെ സുപ്രസിദ്ധ തൊഴിലാളി വർഗ്ഗ സാഹിത്യകാരനായ അണ്ണാ ബാബു സാഠേയുടെ നാമധേയമായിരുന്നു ക്യാമ്പ് നഗറിന്.

മൂന്ന് ദിനങ്ങൾ പോയതറിഞ്ഞില്ല. എൻ.വി കൃഷ്ണവാര്യർ, ചെറുകാട്, എസ്.കെ പൊറ്റെക്കാട്, എം.ടി വാസുദേവൻ നായർ, എൻ.പി മുഹമ്മദ്, പുനത്തിൽ കുഞ്ഞബ്ദുള്ള, പി.വത്സല, പി.ഗോവിന്ദപ്പിള്ള, എം. ആർ ചന്ദ്രശേഖരൻ നായർ, എം.എസ്. ദേവദാസ്, തായാട്ട് ശേഖരൻ, എസ്.കെ വസന്തൻ, പി.എ മുഹമ്മദ് കോയ, മുണ്ടൂർ കൃഷ്ണൻകുട്ടി, ബി.രാജീവൻ, ഹരിദാസ് വേർക്കോട്.... അങ്ങിനെ പോകുന്നു നിര. വ്യത്യസ്തമായ സാഹിത്യ വിചാരങ്ങൾ, സജീവമായ ചർച്ചകൾ. രാവും പകലും.

ഒരു ബിന്ദുവിലേക്ക് ബാഹ്യപ്രപഞ്ചത്തെ കേന്ദ്രീകരിക്കുന്നതിലാണ് കഥയുടെ വിജയം. അനുഭവങ്ങളെ ഹൃദയത്തിലിട്ട് മഥിച്ച് കഥകൾക്കായി ഉപയുക്തമാക്കുക.

ഉപദേശങ്ങൾ കാതുകളിൽ മുഴങ്ങുന്നു.

ഒരു ഡോക്ടറെന്ന നിലയിൽ സമൂഹത്തോടുള്ള കടപ്പാട് മറക്കരുത്. അതുവേണം. എങ്കിലും എഴുതണം. അത് കൈവിടരുത്.

ഉമ്മച്ചി പുറത്തെടുത്തിട്ട കടലാസ്കൂട്ടങ്ങൾക്കിടയിൽ രണ്ട് ഇൻലൻഡ്, മാഗസീനുകൾ കൗതുകമുണർത്തി. *ഗീതം,* കൊടുങ്ങല്ലൂരിൽ നിന്ന് എൻ.ടി ബാലചന്ദ്രൻ അണിയിച്ചൊരുക്കിയത്. വാപ്പിയുടെ കഥകളുണ്ട്. 'ഉറുമ്പുകൾ,' 'പേടി.' മറ്റൊന്ന് *സുലേഖ.* മാഹിയിൽനിന്ന് സി.എച്ച് ഗംഗാധരൻ ഒരുക്കിയത്. 1978 ഡിസംബർ ലക്കത്തിൽ വാപ്പിയുടെ ഒരു ഇൻലൻഡ് നോവൽ കണ്ടു- *അവരവരുടെ വഴികൾ.*

മുപ്പത്തിമൂന്ന്

"ഒരുപക്ഷേ, മലയാള സാഹിത്യത്തിലെ ആദ്യത്തെ ഇൻലന്റ് നോവൽ!"

മനു പൊട്ടിച്ചിരിച്ചു. ഓരോന്ന് വായിക്കുന്തോറും അവൻ വല്ലാതെ എക്സൈറ്റഡ് ആവുന്നുണ്ട്. കുറേക്കാലം പത്രമാസികകളുടെ ഡസ്കിലിരുന്നതല്ലെ. അതുകൊണ്ടാവും. അത് മടുത്തിട്ടാണവൻ സിനിമയിലേക്ക് വന്നത്. എല്ലാവരുടെയും ജീവിതം തുടങ്ങുന്നത് അസിസ്റ്റന്റ് ഡയറക്ടറായിട്ടാണല്ലോ.

അവൻ തന്നെയാണ് ഒരു ഡിറ്റക്ടീവിനെപ്പോലെ വിധുവിന്റേതല്ല സ്ക്രിപ്റ്റ് എന്ന് തുടക്കത്തിലേ പറഞ്ഞത്. ഓരോ എഴുത്തുകാരന്റേയും ലവല് അവന് നന്നായിട്ടറിയാം.

ഒരു വാരാന്തപ്പതിപ്പെടുത്ത് അവൻ നിവർത്തി. 1988 നവംബർ 27 ലേതാണ്. നിത്യക്ക് സ്നേഹപൂർവ്വം – ഡോ. പി. പി സക്കറിയ. ഗുരു നിത്യചൈതന്യയതിയെ ഇന്റർവ്യൂ ചെയ്തതാണ്. ഊട്ടിയിലെ ഫേൺഹിൽ ഗുരുകുലത്തിൽവെച്ച് വീണ്ടുമൊരു ലേഖനം– ജീവിതവും പകൽക്കിനാക്കളും. ഒരു ആസ്ട്രേലിയൻ കവി എഡ്ലാവോക്കറുടെ ഡയറിക്കുറിപ്പുകളെക്കുറിച്ചാണ്. ആ ഗ്രന്ഥം മുഴുവൻ യതിയെക്കുറിച്ചുള്ള ഓർമ്മകളാണ്. വീണ്ടും മറ്റൊരു ഫീച്ചർ – നിത്യവർത്തമാന......

"ആകെ യതിമയമാണല്ലൊ" മനു അത്ഭുതപ്പെട്ടു.

ബുക്ക് റാക്കിലെ ഒരു ലൈൻ മുഴുവൻ നിത്യചൈതൃയതിയുടെ ഗ്രന്ഥങ്ങൾ. ഇംഗ്ലീഷിലും മലയാളത്തിലുമായി.

"ഒരുകാലത്ത് യതിയുടെ ആശ്രമത്തിൽ ഇടയ്ക്കിടെ പോകും. ചിലപ്പോൾ ഒറ്റയ്ക്ക്. ചിലപ്പോൾ ഞങ്ങളേയും കൂട്ടും. സർഗ്ഗാത്മകത എല്ലാ നിലയ്ക്കും നിറഞ്ഞുനിന്ന ഒരാശ്രമമായിരുന്നു അത്. അലമാരയിൽ

നിറയെ പുസ്തകങ്ങൾ. സംഗീത സദസ്സുകൾ. പെയിന്റിംഗുകൾ. നിത്യ കോട്ടക്കൽ വഴി വന്നാൽ ഇടയ്ക്കിടെ വീട്ടിൽ തങ്ങാറുണ്ട്" ഉമ്മച്ചി വാചാലയായി.

"നിത്യ ഗുരുവോ വഴികാട്ടിയോ അല്ല. നല്ല ഒരു സുഹൃത്തായിരുന്നു വാപ്പിക്ക്. ഏത് നിലയ്ക്കും നിത്യയെ കാണാൻ പറ്റുമായിരുന്നു. അച്ഛനായും അപ്പൂപ്പനായും ഗുരുവായും സുഹൃത്തായും. ആര് ഏത് വിധത്തിൽ ബന്ധം സ്ഥാപിച്ചെടുക്കുന്നുവോ അതിനനുസരിച്ച് നിത്യ പെരുമാറും. നിത്യയോടടുക്കുമ്പോൾ നമുക്ക് ആ മഹത്വം മനസ്സിലാവും. യഥാർത്ഥത്തിൽ അദ്ദേഹം നമ്മുടെ മനസ്സിനുള്ളിൽ തന്നെയാണ് എന്ന്....

1991 ഡിസംബർ മാസം. തീയതി വ്യക്തമായി ഓർക്കുന്നില്ല.

പെട്ടെന്നൊരു ദിവസം നിത്യ മംഗലാപുരത്തെ ഞങ്ങളുടെ ഫ്ളാറ്റിലേക്ക് കയറി വന്നു. കൂടെ ജ്യോതിയും പ്രിൻസുമുണ്ട്. പ്രഭാത ഭക്ഷണം കഴിച്ച് വിശ്രമിക്കവേ ഒരാഗ്രഹം. കൊല്ലൂർ മൂകാംബികയിൽ പോകണം. തൊഴണം.

ഞങ്ങൾ യാത്രയായി.

സന്ധ്യ മയങ്ങി കൊല്ലൂരിലെത്തുമ്പോൾ. ദർശനം കഴിഞ്ഞ് ഹോട്ടൽ സൗപർണ്ണികയിൽ തങ്ങി. പുലർച്ചെ സൗപർണ്ണികയിൽ മുങ്ങിക്കുളിച്ച് കുടജാദ്രിക്ക് നീങ്ങി. വനാന്തരങ്ങളിലൂടെയുള്ള ആ നടത്തം നിത്യയെ പരവശനാക്കി. അട്ടകളും വന്യമൃഗങ്ങളും. വഴി നീളെ പ്രിൻസ് എം.ടിയുടെ *വാനപ്രസ്ഥ*ത്തിലെ വരികൾ ഓർമ്മയിൽ നിന്നെടുത്തു. വനത്തിനുള്ളിൽ കോതമംഗലത്തുകാരൻ തോമാച്ചന്റെ തട്ടുകട. നിത്യയെ അവിടെ വിശ്രമിക്കാനനുവദിച്ച് ഞങ്ങൾ യാത്രയായി. ചിത്രമൂല. സമസ്തപീഠം. തിരിച്ചു വരുമ്പോൾ അടിവാരത്തിൽ ഒരു തപാൽപെട്ടി കണ്ടു. നിത്യ തന്റെ മേൽവിലാസമെഴുതി ഒരു കത്ത് അതിലിട്ടു.

വീണ്ടും മൂകാംബിക ദർശനം കഴിഞ്ഞ് വഴിവക്കിൽ കണ്ട ഒരു ബുക്ക്ഷാപ്പിൽ കയറി. നിത്യ പുസ്തകങ്ങൾ തിരയുന്നതിനിടയിൽ ഞങ്ങൾ കടയുടമസ്ഥനോട് കുശലത്തിലേർപ്പെട്ടു. ഗുരു നിത്യ ചൈതന്യയതിയുടെ ഉപനിഷത്ത്- ഗീതാ വ്യാഖ്യാനങ്ങളാണ് ഏറ്റവുമധികം ചെലവഴിക്കപ്പെടുന്നതെന്ന് അയാൾ പറഞ്ഞു. ആളെ കണ്ടിട്ടുണ്ടോ എന്നാരാഞ്ഞപ്പോൾ അതിയായ ആഗ്രഹമുണ്ടെന്ന മറുപടി. എന്നാൽ അദ്ദേഹമാണിദ്ദേഹം എന്ന് ഞങ്ങൾ യതിയെ ചൂണ്ടിക്കാണിച്ചപ്പോൾ അയാൾ ഞെട്ടലോടെ, അവിശ്വസനീയതോടെ പുസ്തകച്ചട്ടിയിലെ ഫോട്ടോ നോക്കി യതിയുടെ കാൽക്കൽ സാഷ്ടാംഗം പ്രണാമം നടത്തി. യതി അയാളെ എഴുന്നേൽപ്പിച്ച് മാറോട് ചേർത്തുപിടിച്ച് അനുഗ്രഹിച്ചു.

നിത്യ സമാധിയായ അതേ വർഷമാണ് വാപ്പിയും പോയത്."

ഉമ്മച്ചി നെടുവീർപ്പിട്ടു.

മുപ്പത്തിനാല്

ഉയർന്ന കുന്നുകളും താഴ്വരകളും കടന്ന് വർക്കലയിലെത്തിയപ്പോൾ ഉച്ചതിരിഞ്ഞു. ശിവഗിരി മഠം കണ്ടുപിടിക്കാൻ ബുദ്ധിമുട്ടുണ്ടായില്ല. ശ്രീനാരായണ ഗുരുവിന്റെ കുന്നിൻ മുകളിലുള്ള ശവകുടീരം. ആശ്രമത്തിൽ സ്വാമി തന്മയയെ കണ്ടു. ആഗമനോദ്ദേശ്യം ബോധിപ്പിച്ചു. ഊട്ടി ഫേൺഹില്ലിലെ ആ പഴയ ഡോ. തമ്പാൻ താൻ തന്നെയാണെന്ന് അദ്ദേഹം ചിരിച്ചുകൊണ്ട് പറഞ്ഞു.

ഡോ.സക്കറിയ... ഓർക്കുന്നു. ഒരവധൂതനെപ്പോലെ ഇടയ്ക്കിടെ വന്നുപോകുമായിരുന്നു അവൻ.

നിത്യയുമായുള്ള ബന്ധം. കത്തിടപാടുകൾ. സ്നേഹ സംവാദങ്ങൾ. ഗുരുകുലത്തിലെ ഉറക്കമില്ലാത്ത രാത്രികൾ. ജ്യോതി, ബേബി, പ്രിൻസ്, ങ്ഹാ.... പിന്നെ ശ്രീകുമാർ കോഴിക്കോട് മെഡിക്കൽ കോളേജിൽ പ്രഭാഷണം നടത്താൻ പോയ നിത്യയോടൊപ്പം ഇറങ്ങിപ്പോന്ന ശ്രീകുമാർ ഇപ്പോൾ ഗുരുദേവൻ മാസികയുടെ പത്രാധിപർ. നമ്പർ തരാം. സ്വാമി പറഞ്ഞു. ഒന്ന് ബന്ധപ്പെട്ട് നോക്കൂ. എന്തെങ്കിലും വിവരങ്ങൾ കിട്ടാതിരിക്കില്ല. അവർ തമ്മിൽ അത്രമാത്രം അടുപ്പത്തിലായിരുന്നു.

സമയക്കുറവുമൂലം അധികമൊന്നും സംസാരിക്കാനായില്ല. സ്വാമി തന്മയ തന്റെ പതിവ് കർമ്മങ്ങളിലേക്ക് കടന്നു.

ഫോൺ ചെയ്തപ്പോൾ ശ്രീകുമാർ പെട്ടെന്നുതന്നെ വാപ്പിയെ ഓർമ്മിച്ചെടുത്തു. ഓഫീസിലേക്ക് വരാൻ പറഞ്ഞു.

ആലുവ ടാസ് റോഡിൽ അദ്വൈതാശ്രമത്തിന് സമീപം ഗുരുദേവൻ മാസികയുടെ ഓഫീസ്. കയറിച്ചെന്നപ്പോൾ ചിരിച്ചുകൊണ്ട് അദ്ദേഹം അഭിവാദ്യം ചെയ്തു.

ഡോ.സക്കറിയ മെഡിക്കൽ കോളേജ് വിട്ട ശേഷമാണ് ഞാനവിടെ ചെല്ലുന്നത്. എനിക്കെന്തോ ആ അന്തരീക്ഷവുമായി പൊരുത്തപ്പെടാനാ

യില്ല. ഗുരു നിത്യ പ്രഭാഷണത്തിനായി വന്നപ്പോൾ ഞാനദ്ദേഹത്തോടൊപ്പം കോളേജ് വിട്ടു. ഫേൺഹില്ലിലെ ഗുരുകുലത്തിൽ രണ്ടുവർഷക്കാലം തങ്ങി. ഗുരു എന്നെ വീണ്ടും ക്യാമ്പസിലേക്ക് തിരിച്ചുവിട്ടു. തുടർന്ന് പഠിക്കാൻ എനിക്കാവില്ലായിരുന്നു. ഞാൻ തുറന്നുപറഞ്ഞു. പിന്നെ ഗുരുകുലത്തിൽ കൂടി.

ഫോട്ടോ നോക്കി അദ്ദേഹം പറഞ്ഞു– സക്കറിയ എങ്ങിനെയാ കോഴ്സ് പൂർത്തിയാക്കിയതെന്നോർക്കുമ്പോൾ അത്ഭുതം തോന്നുന്നു. ഞങ്ങളാദ്യം കാണുന്നത് ഫേൺഹില്ലിലെ ഗുരുകുലത്തിൽ വെച്ചാണ്. പിന്നെ ഇടയ്ക്കിടെ നിത്യയെക്കുറിച്ച് ചില ലേഖനങ്ങൾ. എഡ്ഡാവോക്കറുടെ ഡയറിക്കുറിപ്പുകളിലെ നിത്യ വിസ്മയക്കാഴ്ചകൾ.

പിന്നെ ഓർക്കുന്നു. നിനക്കന്ന് ഒന്നോ രണ്ടോ വയസ്സേ കാണുള്ളൂ. വീട് എന്ന പേരുപോലെ ഒരാശ്രമം. മനോഹരമായ പൂന്തോട്ടം. ഇത് റസാഖ് എടുത്തതാണ്. അദ്ദേഹം ചുമരിലേക്ക് വിരൽ ചൂണ്ടി. നിത്യയുടെ ഒത്തിരി ഫോട്ടോകൾ അവന്റേതായുണ്ട്. നിഴലും വെളിച്ചവും ഇടകലർന്ന. ഇപ്പോൾ സക്കറിയയെപ്പോലെ അവനും നമ്മുടെ കൂടെയില്ല.

ആശ്രമത്തിൽ ഇടയ്ക്കിടെ കയറി വരും. മിക്കവാറും ഒറ്റയ്ക്ക്. ചിലപ്പോൾ ജാസ്മിൻത്തായും കൂടെയുണ്ടാവും.

അത് തന്നെയല്ലെ ഉമ്മാടെ പേര്?

അതെയെന്ന് തലയാട്ടി.

നിന്നെ നിത്യയ്ക്ക് വലിയ ഇഷ്ടമായിരുന്നു. തഥാഗതൻ എന്ന പേര് പ്രത്യേകിച്ചും.

ഇടയ്ക്കുള്ള വിദേശവാസവും മറ്റുമായി ആ ബന്ധം മുറിഞ്ഞു. കുറേക്കാലത്തേക്ക് ഇങ്ങോട്ട് കണ്ടില്ല. പിന്നെ ഞാനും ആശ്രമം വിട്ടു. നിത്യ സമാധിയായപ്പോൾ ഞാനും വിദേശത്തായിരുന്നു. പ്രിൻസും.

കുറച്ച് മാസങ്ങൾ കഴിഞ്ഞാണ് സക്കറിയയും പോയതറിഞ്ഞത്. പത്രവാർത്തകളിലൂടെ. കഥകൾ മെനയാൻ നമ്മുടെ പത്രങ്ങൾ മിടുക്കന്മാരാണല്ലോ!

ഇല്ലായ്മയാണെൻ മാനം. മറഞ്ഞിരിക്കുന്നതിലത്രെ സ്വാതന്ത്ര്യം– റൂമി.

സക്കറിയ എനിക്ക് നല്കിയ കഥാസമാഹാരങ്ങളിലൊന്നിൽ കുറിച്ചിട്ടത് ഓർമ്മ വരുന്നു.

മുപ്പത്തി അഞ്ച്

സെറ്റിന് പൂർണ്ണത കൈവരാതെ വിവേക് ഷൂട്ടിങ് ആരംഭിക്കില്ല. ഉറപ്പ്. അതാവുംവരെ കാത്തിരിക്കാൻ വിവേക് തയ്യാറാവും. ഇന്നലെ ഷൂട്ടിംഗ് മുടങ്ങാനുള്ള കാരണമതാണ്. സമയവും സാമ്പത്തികവുമൊന്നും ആ നിശ്ചയദാർഢ്യത്തിന് മുന്നിൽ ഒന്നുമല്ല.

ഒരു സംവിധായകന്റെ രചനകളെ അപഗ്രഥിക്കുമ്പോൾ ഗൗരവപൂർവ്വം പരിഗണിക്കേണ്ടുന്ന പല കാര്യങ്ങളുണ്ട്. പ്രധാനമായും രണ്ട് മേഖലകൾ. ഒന്ന് ഫ്രെയിമിനുള്ളിലെ വസ്തുക്കൾ. രണ്ടാമതായി ദൃശ്യസംയോജനത്തിലൂടെ ഉണ്ടാകുന്ന വസ്തുക്കൾ. അവ നിലനിർത്തുന്ന ടോൺ.

ആദ്യ സിനിമയിൽത്തന്നെ അത് അനുഭവവേദ്യമായതാണ്. അതിഥിയുമായും മനുവുമായും മിഥുനുമായും അത് പങ്കുവെക്കുകയും ചെയ്തു. ഒരു ഫിലിം ഇൻസ്റ്റിറ്റ്യൂട്ടിൽ പഠിച്ചിറങ്ങിയ പോലെയായിരുന്നു ആദ്യ സിനിമാനുഭവം.

"നീ ഫെല്ലിനിയുടെ *എട്ടര* കണ്ടിട്ടില്ലേ?"

മനു ചോദിച്ചു.

"സർഗ്ഗാത്മകമായ പ്രതിസന്ധി നേരിടുന്ന സിനിമാക്കാരനായ ഫെല്ലിനി തന്നെയാണ് അതിലെ നായകൻ. മാസ്ട്രോയനിയുടെ നടന വൈഭവം അതിൽ കാണാം. ഒരു സിനിമാക്കാരന്റെ സ്മൃതികളും വിഭ്രാന്തികളും മനോഹരമായി അവതരിപ്പിക്കുന്നുണ്ട് ആ സിനിമയിൽ.

ഒരു ഫുട്ബോൾ കളിക്കാരന്റെ ബൂട്ടിലെ പന്തുപോലെയാണ് സംവിധായകന് നടൻ. മനസ്സിലാകാഞ്ഞിട്ടല്ല. ചിലപ്പോൾ തോന്നാറുണ്ട് ശില്പിയുടെ കൈയിലെ കളിമണ്ണ്. പല രൂപങ്ങളായും മെരുക്കിയെടുക്കാവുന്ന.....

അങ്ങിനെ വരുമ്പോൾ ഗൊദാർദിനെ നമുക്ക് ഒഴിവാക്കാൻ പറ്റോ? സിനിമയുടെ ഭാഷയെ തന്നെ വിശകലനം ചെയ്യുന്ന രീതിയാണദ്ദേഹത്തിന്റേത്. ഗൊദാർദ് പറയുന്നത് നിത്യജീവിതത്തിലെ ദൃശ്യങ്ങളിലൂടെയും ശബ്ദങ്ങളിലൂടെയും ഒരു ഭാഷ നമ്മെ നിയന്ത്രിക്കുന്നുണ്ടെന്നാണ്. മൂലധനം, നിർമ്മാണം, വിതരണം..... അങ്ങിനെയങ്ങിനെ എന്തെല്ലാമാണ് അദ്ദേഹത്തിന്റെ സിനിമകളിൽ ചർച്ച ചെയ്യപ്പെടാത്തത്?! അതൊരു കൂട്ടായ്മയുടെ സൃഷ്ടിയാണെന്നുതന്നെ അദ്ദേഹം സമ്മതിക്കുന്നു. തിരക്കഥയുടെ അടിസ്ഥാനത്തിൽ ദൃശ്യങ്ങൾ കൂട്ടിച്ചേർക്കുന്നതിനോട് ഗൊദാർദ് ഒട്ടും തന്നെ യോജിക്കുന്നില്ല."

അതിഥിയും വിട്ടുകൊടുക്കുന്ന മട്ടില്ല.

"പക്ഷേ, തിരക്കഥയെ നമുക്ക് വിലകുറച്ച് കാണാനാവില്ല. പറ്റോ?"

ഞാനവരോട് ചോദിച്ചു.

"ഒരു നല്ല തിരക്കഥ ഉപയോഗിച്ച് ഒരു നല്ല സംവിധായകന് മാസ്റ്റർപീസ് ഉണ്ടാക്കാം. അതേ തിരക്കഥ ഉപയോഗിച്ച് ഒരു ശരാശരി സംവിധായകന് തരക്കേടില്ലാത്ത സിനിമയുണ്ടാക്കാം. എന്നാൽ ഒരു ചീത്ത തിരക്കഥ ഉപയോഗിച്ച് നല്ല സംവിധായകനുപോലും ഒരു നല്ല സിനിമ നിർമ്മിക്കാൻ പറ്റില്ല.

കുറസോവയുടെ റാഷമോൺ ഓർമ്മ വരുന്നു. ഓർമ്മകൾ, സംഭവങ്ങൾ, ആഖ്യാനങ്ങൾ, മാനസിക വ്യാപാരങ്ങൾ.... പലർ പറയുന്ന കഥയിലൂടെ ഉരുത്തിരിഞ്ഞ് വരുന്നു. ഇങ്ങിനെ സിനിമയുടെ ചരിത്രത്തിൽ കഥാഖ്യാനത്തിന്റേതായ ഒരു പുതിയ രീതി റാഷമോണിൽ കണ്ടു. കഥയ്ക്കുള്ളിൽ മറ്റൊരു കഥ നിർമ്മിച്ച് അതിനുള്ളിലൂടെ മറ്റനേകം കഥകളിലേക്ക് കടന്നുപോകുന്ന സിനിമ. ഇത്ര വർഷങ്ങൾ കഴിഞ്ഞിട്ടും ഒരു വല്ലാത്ത സൗന്ദര്യാനുഭവമാണ് റാഷമോൺ.

സംതിംഗ് ലൈക് ഏൻ ഓട്ടോ ബയോഗ്രഫിയിൽ കുറസോവ പറയുന്നില്ലേ– സിനിമയുടെ സൗന്ദര്യം എന്ന് വിളിക്കാവുന്ന എന്തോ ഒന്നുണ്ട്. അത് സിനിമയിലൂടെ മാത്രമേ ആവിഷ്കരിക്കാനാവൂ. സിനിമയ്ക്ക് പ്രേക്ഷകർ വേണമെന്നുണ്ടെങ്കിൽ സിനിമയിൽ അതുണ്ടാവുകയും വേണം."

"ശരിയാണ്" മനു സമ്മതിച്ചു. "വായനയേക്കാളേറെ നമ്മെ മഥിക്കുന്ന ഒന്നാണ് കാഴ്ച. അതും ദൃശ്യ വിന്യാസങ്ങൾ. പ്രത്യേകിച്ചും സിനിമ. അതിനോട് നാം നീതി പുലർത്തേണ്ടതുണ്ട്."

ചർച്ചകൾ കാട് കയറുകയാണ്. വിരാമമിട്ടുകൊണ്ട് വിധു അങ്ങോട്ട് കയറി വന്നു.

"ഇന്നലെ നിങ്ങൾ പോയിട്ടെന്തായി?"

ഗുരുകുലത്തിൽ ഇപ്പോൾ പഴയ അന്തേവാസികളാരുമില്ല. അതുകൊണ്ട് ഫേൺഹില്ലിൽ പോയില്ല. വർക്കല ഗുരുകുലത്തിൽ സ്വാമി തന്മയയെ കണ്ടു. വാപ്പിയെ ഓർമ്മയുണ്ട്. പിന്നെ ആലുവായ്ക്ക് പോയി ഗുരുദേവൻ മാസിക പത്രാധിപരെയും കണ്ടു. വാപ്പിയുടെ പഴയൊരു

സുഹൃത്ത് – ശ്രീകുമാർ.

"വല്ല സൂചനയും?"

"ഏയ് ഇല്ല. അവർക്കൊന്നുമറിയില്ല. പത്രവാർത്തകൾ വായിച്ചുകേട്ട അറിവേയുള്ളൂ."

"അപ്പോൾ ആൾ എവിടെയോ കാണാമറയത്തുണ്ട്." വിധു തുടർന്നു: പറ്റും! പറ്റും! എന്നിട്ടു വേണം നമുക്ക് അവസാന സീൻ ഷൂട്ട് ചെയ്യാൻ!

ഇവിടത്തെ കാര്യങ്ങൾ ശരിയാക്കാൻ രണ്ടുദിവസം പിടിക്കും. സെറ്റിന് പെർഫെക്ഷൻ പോരാന്ന് വിവേക്. ഇരുപത് വർഷങ്ങൾക്ക് മുമ്പത്തെ ഐ.എം.എ കോൺഫറൻസ് സീനല്ലെ. ഡോ.ആഷിഖിനും വലിയ ഐഡിയയില്ല. കുറച്ച് സീനിയേഴ്സുമായി ഡിസ്ക്കസ് ചെയ്ത് നാളെ അറിയിക്കാമെന്നേറ്റിട്ടുണ്ട്.

"ഞങ്ങൾ നാളെ മൂന്നാറിലേക്ക് പോവ്വാ. വാപ്പിയുടെ ബാച്ചിന്റെ ഗെറ്റ് ടുഗതർ. പഴയ ഫ്രൻസിനെ കാണാൻ."

"അത് നന്നായി" വിധു പറഞ്ഞു. "എന്തെങ്കിലും ക്ലൂ കിട്ടാതിരിക്കില്ല. ഷുവർ...."

മുപ്പത്തിയാറ്

തെക്കിന്റെ കാശ്മീർ! വിക്കി പീഡിയയിലെ വിശേഷണം രസമുണ്ട്.

മൂന്നാറിലെത്തുമ്പോൾ ഉച്ച തിരിഞ്ഞ് മൂന്ന് മണിയായിക്കാണും. മുതിരപ്പുഴയും നല്ലതണ്ണി പുഴയും കുണ്ടളപ്പുഴയുടെയും സംഗമ സ്ഥലം. മഞ്ഞിൽ കുളിച്ച് നില്ക്കുന്ന തേയിലത്തോട്ടങ്ങൾ. വെറുതെയല്ല സായ്പ്പുമാർ പണ്ട് ഇവിടെ ബംഗ്ലാവുകൾ സ്ഥാപിച്ചത്! കുറച്ചുകൂടി പോയാൽ മാട്ടുപ്പെട്ടിയിലെത്താം. നല്ല തണുത്ത കാറ്റ്.

ആയുർ കൗണ്ടി ഹോട്ടലിൽ ചെക്കിൻ ചെയ്യുമ്പോൾ റിസപ്ഷനിലെ ചൂണ്ടുപലക ശ്രദ്ധിച്ചു. സംഗമം ഇരുപത്തിയാറ്. പതിനെട്ടാം ബാച്ച് കോഴിക്കോട് മെഡിക്കൽ കോളേജ്. മീറ്റിങ് അഞ്ച് മണി.

കുറച്ചുപേർ അന്യോന്യം ആലിംഗനം ചെയ്ത് അവിടെ കൂട്ടമായുണ്ട്. എല്ലാവരും അറുപത് കഴിഞ്ഞവരാണ്. വാപ്പിയുടെ കൂട്ടുകാരായിരിക്കണം.

"മീറ്റിംഗിന് മുമ്പായി നമുക്കാരെയെങ്കിലും കാണണം" അതിഥി പറഞ്ഞു. അവൾ മൊബൈലിൽ പേരുകൾ ഓർത്തെടുത്തു.

"ഡോ. ഹിഷാം, ഡോ. റേച്ചൽ. പിന്നെ ഡോ. സുധീർ." ഉമ്മച്ചി തന്ന ലിസ്റ്റാണ്. "ഞാനറിഞ്ഞ വാപ്പിയെ എന്നേക്കാളേറെ അറിയുക ഇവരിൽ ആരെങ്കിലുമായിരിക്കും. ഘാതകിയെക്കുറിച്ച് എന്തെങ്കിലും സൂചനകൾ ഇവരിൽനിന്നും കിട്ടാതിരിക്കില്ല. തീർച്ച."

"ചിലപ്പോൾ കൂട്ടത്തിൽ അവർ തന്നെ വേഷം മാറി വന്നെങ്കിലോ?!" അതിഥിക്ക് സംശയമില്ലാതില്ല.

"നടീനടന്മാരെക്കാളേറെ നിങ്ങൾക്ക് ചേരുന്ന വേഷം ഇതായിരിക്കും, ഡിറ്റക്ടീവുകളുടെ...." വിവേക് കളിയാക്കി.

"ഞാൻ വരണോ?" വിധു ചോദിച്ചു. "പഴയ ശ്രീനിവാസന്റെ പ്രീഡിഗ്രി ഡിറ്റക്ടീവിന്റെ റോളായാലും മതി. ബിടെക്കുകാരായി നിങ്ങ

ളുണ്ടല്ലോ."

എല്ലാവരും ചിരിച്ചുകൊണ്ടാണ് യാത്രയാക്കിയത്.

"നാളെ ഉച്ചയ്ക്കുമുമ്പ് ഇവിടെ എത്തിക്കോണം...."

ടൂറിസ്റ്റ് സീസണായതുകൊണ്ട് മുറികൾ ഒഴിവില്ല. പോരാത്തതിന് ഈ കൂടിച്ചേരൽ സംഗമവും. നല്ല തിരക്കുണ്ട്.

മൂന്നുപേരുടെയും റൂം നമ്പർ തിരക്കി ഡോ. ഹിഷാം മാത്രമെ എത്തീട്ടുള്ളൂ.

അദ്ദേഹത്തിന്റെ മുറി നമ്മുടെ അതേ ബിൽഡിംഗിലാണ്. മൂന്നാമത്തെ ഡോർ.

മുറിയിൽ സാധനങ്ങൾ വെച്ച് അങ്ങോട്ട് നീങ്ങി. "ഇത് ഉമ്മച്ചി പറഞ്ഞ ആ ട്രാൻസ്ജെന്റർ ഡോക്ടറല്ലെ. എനിക്ക് കാണാൻ കൊതിയായി." അതിഥി മുമ്പെ നടന്നു.

മുറിയിലേക്ക് കയറി. ചിരിക്കുന്ന മുഖം. ജരാനരകൾ. പ്രായത്തിന്റെ ഗൗരവം ഒട്ടും തന്നെയില്ല. ഒറ്റയ്ക്കാണ്.

പരിചയപ്പെടുത്തിയപ്പോൾ അത്ഭുതം.

"പ്രീഡിഗ്രി കാലത്ത് ഞങ്ങളത്ര അടുപ്പമില്ല. ഞാൻ ഹസീന. മറ്റൊരു ഡിവിഷനിൽ. സക്കറിയ ഹിന്ദിയായിരുന്നു ഭാഷയായെടുത്തത്. ഞാൻ മലയാളവും. പിന്നെ വല്ലാത്തൊരവസ്ഥയിലായിരുന്നു ഞാൻ. എന്റെ ശരീരം – അതായിരുന്നു എന്റെ ഏറ്റവും വലിയ പ്രശ്നം. ഹോസ്റ്റലിലും ക്ലാസിലും മാസംതോറും നാലഞ്ച് ദിവസം കൂട്ടുകാരികൾ വേവലാതിപ്പെടുന്നത് കാണുമ്പോൾ ഞാൻ അസ്വസ്ഥയാവും. എനിക്കെന്തേ അങ്ങിനെയൊന്നും തോന്നാത്തത് എന്നോർത്ത്. പലപ്പോഴും അവരുടെ ശരീരവുമായി താരതമ്യം ചെയ്യും. പിന്നെ വിഷമമാവും. ഉറക്കമില്ലാത്ത രാത്രികൾ. ഒരുതരം അപകർഷതാബോധം.

ഒക്കെ സക്കറിയ പറഞ്ഞുകാണും, ല്ലെ?"

ഇല്ലയെന്ന് തലയാട്ടി. "ഉമ്മച്ചി പറഞ്ഞിരുന്നു. ആ അറിവേയുള്ളൂ."

"ജാസ്മിന് സുഖമല്ലെ? ആദ്യമൊക്കെ ഇടയ്ക്കിടെ ഞങ്ങൾ കണ്ടിരുന്നു. പിന്നെ ട്രാൻസ്ഫറും തിരക്കുമൊക്കെയായി സന്ദർശനങ്ങൾ വിരളമായി.

മെഡിക്കൽ കോളേജിലെ ഇന്റർവ്യൂ ദിവസമാണ് എല്ലാം തകിടം മറിഞ്ഞത്. ഭയപ്പെട്ടിരുന്നത് സംഭവിച്ചു. ആർത്തവമില്ലാത്തതും മുലകൾ ചെറുതായി വരുന്നതും ഉമ്മയാണവരോട് പറഞ്ഞത്. മേൽച്ചുണ്ടിലെ ഇളം രോമങ്ങൾ അവർ കണ്ടുപിടിച്ചു. പിന്നെ വിശദമായ പരിശോധനകൾ. കൗൺസിലിംഗ്. വളരെ നല്ല മെഡിക്കൽ ടീമായിരുന്നു. ഒട്ടും അതിശയോക്തി ഇല്ലാതെ സ്വാഭാവികമായ ഒരു ശരീരമാറ്റമായേ അവരതിനെ കണ്ടുള്ളൂ.

ആദ്യമൊരു ഷോക്കായെങ്കിലും ഉപ്പാക്കും ഉമ്മയ്ക്കും പെട്ടെന്നു തന്നെ ഉൾക്കൊള്ളാൻ കഴിഞ്ഞു. ഹോർമോൺ ചികിത്സ. ശസ്ത്രക്രിയകൾ. ശരീരത്തിന്റെ പ്രതികരണം ദ്രുതഗതിയിലായി.

അങ്ങിനെ ഹിഷാമായി ഞാൻ ഒന്നാം ബ്ലോക്ക് ഹോസ്റ്റലിലെത്തുമ്പോൾ ആദ്യം പരിചയപ്പെട്ടത് സക്കറിയയെയായിരുന്നു. പിന്നെ മരണം വരെ ആ ബന്ധം നിലനിന്നു. ഒരു ട്രാൻസ്ജെൻഡറിനെ സംബന്ധിച്ചിടത്തോളം അത്തരമൊരവസ്ഥയിൽ സഹമുറിയന്റെ സമീപനവും സഹകരണവും വളരെ പ്രാധാന്യമുള്ളതാണ്. സക്കറിയയിൽ ഞാൻ നല്ലൊരു കൂട്ടുകാരനെ കണ്ടു. ചികിത്സയുടെ ഭാഗമായി ഇടയ്ക്കിടെ ലീവും മറ്റുമായി ഞാനും സക്കറിയയും ഒന്നിച്ചാണ് കോഴ്സ് പൂർത്തിയാക്കിയത്."

"വാപ്പിയുടെ മരണത്തെക്കുറിച്ച് വല്ലതും അറിയുമോ?"

"അങ്ങിനെ ഒരു വഴിവിട്ട ബന്ധം ആരുമായും ഉണ്ടായതായി അറിയില്ല. ഇല്ല എന്ന് തന്നെയാണ് എന്റെ വിശ്വാസം. അതാണ് ഞങ്ങളെ അത്ഭുതപ്പെടുത്തുന്നത്. ആൺ സുഹൃത്ത് പെൺസുഹൃത്ത് എന്നൊരു വേർതിരിവ് തന്നെ ഇല്ലാതിരുന്ന കാലഘട്ടമാണത്. മറിച്ചൊന്നും ചിന്തിക്കാൻ വയ്യ. എന്നെയും സുധീറിനെയും പോലെ തന്നെയായിരുന്നു റേച്ചലും സിസ്റ്റർ സോമോൾ തോമസും സക്കറിയായ്ക്ക്.

സിസ്റ്റർ സോമോൾ ഇന്റേൺഷിപ്പ് ചെയ്യുന്ന സമയത്ത് ഹൗസ് സർജൻ ക്വാർട്ടേഴ്സിലെ അവരുടെ മുറി സക്കറിയ ഇടയ്ക്കിടെ സന്ദർശിക്കാറുണ്ടെന്ന് സുഹൃത്തുക്കൾ പറയാറുണ്ട്. ആരും അത്ര കാര്യമാക്കാറില്ല. ബഹുമാനിക്കപ്പെടേണ്ട ഒരു കന്യാസ്ത്രീയെക്കുറിച്ച് നാം മറുത്തൊന്നും ചിന്തിച്ചുകൂടല്ലോ. എല്ലാവർക്കും ഇഷ്ടമായിരുന്നു അവരെ. സാഹിത്യ താല്പര്യത്തിന്റെ പേരിൽ രണ്ടുപേരും കുറച്ചധികം അടുത്തിരിക്കാം. അതിൽ അസ്വാഭാവികമായി ഒന്നും കാണേണ്ടതില്ല.

സിസ്റ്റർ സോമോളോടൊത്ത് ഞാനും സക്കറിയയും പലപ്പോഴും പുറത്ത് ടൗണിലേക്കൊക്കെ പോകാറുണ്ട്. അവർ മഠത്തിൽ പോയി വരുമ്പോൾ ഉണ്ണിയപ്പവും കുഴലപ്പവും അച്ചപ്പവും കൊണ്ടുത്തരും. അവരൊന്നിച്ച് നടക്കുന്നത് കാണുമ്പോൾ ചിലരൊക്കെ അർത്ഥം വെച്ച് മൂളും. ഹോസ്റ്റൽ മുറിയിൽ സക്കറിയ ആലോചനയിൽ മുഴുകിയിരിക്കുമ്പോൾ ഞാനും കളിയാക്കിയിട്ടുണ്ട്.

പക്ഷേ, ഇങ്ങിനെയൊക്കെ സംഭവിച്ചു എന്നോർക്കുമ്പോൾ വിശ്വസിക്കാൻ പ്രയാസമുണ്ട്. എന്തോ ഒരു പൊരുത്തക്കേട്! എവിടെയാണ് പിഴച്ചതെന്നറിയില്ല. ആർക്കാണ് പിഴച്ചതെന്നറിയില്ല.

സക്കറിയ പലപ്പോഴും അവന്റേതായ ഒരു ലോകത്തായിരുന്നു. എനിക്ക് വേണ്ടതും അങ്ങിനെ ഒരാളെയായിരുന്നു. ശരീരത്തോട് എപ്പോഴും യുദ്ധം ചെയ്തുകൊണ്ടിരുന്ന അവസ്ഥയിലായിരുന്നല്ലോ ഞാൻ. സ്വയം സൃഷ്ടിച്ചെടുത്ത ഏകാന്തതയുടെ തടവറയിലേക്ക് എടുത്തെറിയപ്പെടാതെ എന്നെ രക്ഷിച്ചത് സക്കറിയയായിരിക്കണം.

സിസ്റ്റർ നല്ല വായനക്കാരിയായിരുന്നു. ഇടയ്ക്കിടെ സക്കറിയ സെൻട്രൽ ലൈബ്രേറിയിൽ നിന്ന് അവർക്ക് പുസ്തകങ്ങളെടുത്ത് കൊടുക്കും. കവിതകളെഴുതും. അതൊക്കെ പിരിയോഡിക്കൽസിന് അയച്ചിരുന്നത് സക്കറിയയാണ്.

ജയിൽവാസക്കാലത്ത് ഞാൻ വീട്ടിലായിരുന്നു. ഹോർമോൺ ചികിത്സയും മറ്റുമായി. അടിയന്തരാവസ്ഥ. പൊലീസ് ക്യാമ്പസിൽ കയറി ഞങ്ങളുടെ മുറി അരിച്ചുപെറുക്കി പരിശോധിച്ചെന്നറിഞ്ഞു. ജയിലിൽ നിന്ന് തിരിച്ചുവന്ന കാലത്ത് താങ്ങും തണലുമായി നിന്നത് സിസ്റ്റർ സോമോൾ തന്നെയായിരിക്കണം. വഴി തെറ്റിയ കുഞ്ഞാട് തിരിച്ചെത്തിയിരിക്കുന്നു എന്ന് പറഞ്ഞ് സക്കറിയയെ അവർ കളിയാക്കിയതോർമ്മ വരുന്നു.

ഞാനൊരു ഇസ്ലാം മത വിശ്വാസിയാണെങ്കിലും അതിന്റെ പേരിൽ ഒരിക്കലും സക്കറിയയുമായി ഇടഞ്ഞിട്ടില്ല. ഒന്നിലും വിശ്വാസമില്ലാത്തവരായി ഞങ്ങളുടെ ബാച്ചിൽ കുറച്ച് പേരുണ്ടായിരുന്നു.

എം. ഡിക്ക് ചേർന്നപ്പോഴും സക്കറിയ തന്നെ കൂട്ട്. ഒരിക്കൽ ഞങ്ങൾ ബോംബെയിൽ ഒരു കോൺഫ്രൻസിന് പോയി. ഞങ്ങൾ അഞ്ചാറ് പേരുണ്ടായിരുന്നു. കോഴിക്കോടുനിന്നും മംഗലാപുരം. പിന്നെ അവിടെനിന്നും മീറജ് വഴി ബോംബെയിലേക്ക്. ട്രെയിനിലായിരുന്നു യാത്ര. അന്ന് ഇവിടെനിന്നും വിമാനങ്ങളൊന്നുമില്ലല്ലോ. മീറജിൽനിന്നും വണ്ടി മാറിക്കയറണം. ഞങ്ങൾ താമസിച്ചത് ജെ.ജെ മെഡിക്കൽ കോളേജിലെ പി.ജി ഹോസ്റ്റലിലായിരുന്നു. കാശുകൊടുക്കേണ്ട. 1845 ലോ മറ്റോ നിർമ്മിച്ച ഇന്ത്യയിലെ ഏറ്റവും പഴക്കം ചെന്ന മെഡിക്കൽ കോളേജിലൊന്നാണത്. കോൺഫ്രൻസിന്നിടയിൽ സക്കറിയക്കൊരു വാശി. കാമാതിപുരത്തെ വേശ്യാത്തെരുവ് കാണണം. ഞങ്ങളൊരു സന്ധ്യയ്ക്ക് അങ്ങോട്ട് നീങ്ങി. അവിടത്തെ ചുറ്റുവട്ടങ്ങളൊക്കെ ഭയാനകമായിരുന്നു. അറപ്പുളവാക്കുന്നതായിരുന്നു. ഞങ്ങളവിടെനിന്നും പെട്ടെന്നുതന്നെ പിൻവാങ്ങി. അതാണ് പിന്നീട് 'കാമാതിപുരത്തെ സീത' എന്ന കഥയായി പിറന്നത്.

കഥയെഴുത്തിൽ അവൻ എവിടെയൊക്കെയോ എത്തുമെന്ന് തോന്നി. പക്ഷേ, മടി. എഴുതിയവ വളരെ കുറവല്ലേ? അപ്പോളൊന്നും സിസ്റ്റർ സോമോൾ ഒരിക്കൽപ്പോലും ഞങ്ങളുടെ സംഭാഷണങ്ങളിൽ കടന്നുവന്നിട്ടില്ല. സത്യം! കൂട്ടുകാരിൽ പലരും പല വഴിക്ക് പോയപോലെ സിസ്റ്റർ സോമോളും അപ്രത്യക്ഷമായിക്കാണും എന്നാണ് ഞാൻ കരുതിയത്.

അവന്റെ പുസ്തകങ്ങളൊക്കെ എന്റെ പക്കലുണ്ട്. അതിനേക്കാളേറെ അവനെഴുതിയിട്ടുണ്ട്. പലപ്പോഴും പലപേരുകളിൽ. ഒന്നും പുസ്തകമാക്കാൻ താല്പര്യമുണ്ടായിരുന്നിരിക്കില്ല. ഒരു പ്രത്യേക നേചർ.

ഐ.എം.എ-യിൽ അത്ര സജീവമായിരുന്നോ എന്ന് എനിക്കറിയില്ല. ഞാനും ട്രാൻസ്ഫറും മറ്റുമായി പലപല ഹെൽത്ത് സെന്ററുകളിലും ഡിസ്ട്രിക്ട് ഹോസ്പിറ്റലിലുമായിരുന്നു. ഇടയ്ക്ക് സ്റ്റേറ്റ് കോൺഫ്രൻസിന് കാണും. അവസാനകാലത്ത് കോഴിക്കോടുവെച്ച് നടന്ന സ്റ്റേറ്റ് കോൺഫ്രൻസിൽ അവൻ ഓർഗനൈസിംഗ് കമ്മിറ്റിയിലുണ്ടായിരുന്നു. അപ്പോൾ സ്റ്റേറ്റ് എക്സിക്യൂട്ടീവ് മെമ്പറായിരിക്കണം. ഒഫീഷ്യൽ ലറ്റർപാഡിൽ സക്കറിയയുടെ പേര് കണ്ടതോർക്കുന്നു. അന്ന്

ഞങ്ങൾ ഫോണിൽ സംസാരിച്ചു. വരാൻ പറ്റില്ലെന്ന് ഞാനറിയിച്ചു."

അതിഥി എന്നെ നോക്കി. അവൾ എല്ലാം പരസ്പരം ബന്ധിപ്പിച്ചു നോക്കുകയാവും. സ്ക്രിപ്റ്റിലെ ഐ.എം.എ പശ്ചാത്തലം.

"പിന്നീട് ഞാനറിയുന്നത് സക്കറിയുടെ മരണവാർത്തയാണ്. എനിക്ക് വിശ്വസിക്കാനായില്ല. പത്രങ്ങളിൽ വന്ന കഥകൾ. ഫോട്ടോകൾ. എല്ലാം പരിചിതം. എന്നിട്ടും ഞാനറിയാതെ പോയല്ലോ എന്ന വേവലാതി മാത്രം!

ചില മനുഷ്യരങ്ങിനെയാണ്! ഗുഹാമുഖം പോലെ! ഉള്ളിലുള്ളതെന്തെന്ന് നാമറിയില്ല.

വീട്ടിലെ നമ്പറിൽ ജാസ്മിനുമായി ബന്ധപ്പെടാൻ ശ്രമിച്ചു. ഫോൺ റിംഗ് ചെയ്യുകയല്ലാതെ ആരും എടുത്തില്ല. എല്ലാവരും ഷോക്കിലാകണം. ഊഹിക്കാവുന്നതേയുള്ളൂ."

ഡോ.ഹിഷാമിന്റെ കണ്ണുകൾ നിറഞ്ഞു. പുരുഷനായിക്കഴിഞ്ഞിട്ടും തന്റെ സ്ത്രീ സഹജമായ വികാര പ്രകടനങ്ങളിലേക്ക് അദ്ദേഹം മടങ്ങിപ്പോകുന്നപോലെ തോന്നി.

സമയം പോയതറിഞ്ഞില്ല.

"വാ, നമുക്കിന്ന് എല്ലാവരേയും ഞെട്ടിക്കണം! ആരും പ്രതീക്ഷിക്കില്ല. ഇന്നത്തെ സ്റ്റാർ ഓഫ് ദ സംഗമം തഥാഗതനായിരിക്കും! ഞങ്ങളുടെ പഴയ സക്കറിയായുടെ മകൻ!

വാ പോകാം. പ്രോഗ്രാം തുടങ്ങാറായി."

മുപ്പത്തിയേഴ്

കോൺഫ്രൻസ് ഹാൾ നിറഞ്ഞു കവിഞ്ഞിരിക്കുന്നു. ഡോ.ഹിഷാമിനെ പലരും ചേർത്തു പിടിച്ച് വിശേഷങ്ങൾ അന്വേഷിക്കുന്നു. ചിലർ വളരെ കാലത്തിനുശേഷം കണ്ടതിലുള്ള സന്തോഷം പങ്കുവെക്കുന്നു. ഞങ്ങൾ തെല്ല് മാറിനിന്നു.

പ്രായം എല്ലാവരിലും ഒരു ഗൗരവഭാവം വരുത്തിയിട്ടുണ്ട്. സ്ത്രീകളെല്ലാം ഒരേ നിറത്തിലുള്ള സാരിയിലാണ്. ഭൂരിപക്ഷവും ഡൈ ഇട്ടിട്ടുണ്ട്.

തീം കളർ നീലയാണെന്ന് തോന്നുന്നു. ഈ കൂട്ടത്തിൽ ഡോ.റേച്ചലിനെ കണ്ടുപിടിക്കുന്നതെങ്ങിനെ? പലരും ശ്രദ്ധിക്കുന്നുണ്ട്.

കൂട്ടത്തിൽ ഉയരം കൂടിയ ഒരു ഡോക്ടർ ഞങ്ങളുടെയടുത്തേക്ക് വന്നു.

"നിങ്ങളെ നല്ല മുഖപരിചയം തോന്നുന്നല്ലൊ."

"യാമങ്ങൾ" അതിഥി ചുണ്ടുകളനക്കിയതേയുള്ളൂ.

അദ്ദേഹം പെട്ടെന്നുതന്നെ പ്രതികരിച്ചു– "ഞാൻ കണ്ടിട്ടുണ്ട്. എ. റോഡ് മൂവി. യെസ്. അതൊരു നല്ല സിനിമയായിരുന്നു. പുതിയ സംരംഭങ്ങൾ വല്ലതും? അതിനാണോ ഇവിടെ?"

ഞങ്ങൾ അതെയെന്ന് തലയാട്ടി. "കോഴിക്കോട് മെഡിക്കൽ കോളേജിൽ ഷൂട്ടിംഗ് കഴിഞ്ഞതേയുള്ളൂ."

"ങ്ഹാ.... എവിടെയോ വായിച്ചതോർക്കുന്നു."

"സാറിന്റെ പേര്?"

"ഡോ.കൃഷ്ണകുമാർ. ഒഫ്താൽമോളജിസ്റ്റ്. തൃശൂരിൽ."

"ഓർക്കുന്നു. കമ്യൂണിക്കേറ്ററിന്റെ പത്രാധിപർ. ഡോ.സുധീറും, ഡോ.റേച്ചലും എത്തിയോ?"

അതിഥി ചോദ്യം പൂർത്തിയാക്കും മുമ്പെ, ഹലോ ബാബു! എന്ന് വിളിച്ച് ഒരു ലേഡി ഡോക്ടർ ഞങ്ങൾക്കരികിലേക്ക് ഓടിവന്നു. ഞങ്ങളെ കണ്ടയുടനെ പെട്ടെന്നവർ ഞെട്ടിയപോലെ തോന്നി.

"തഥാഗതൻ?"

അവരെന്നെ ചേർത്തുപിടിച്ചു. "ഡോ. റേച്ചൽ!!"

"ബാബു, ഇതാരാണെന്നറിയ്യോ?"

"ഞങ്ങൾ പരിചയപ്പെട്ടു. *യാമങ്ങളി*ലെ നായികാനായകന്മാർ!"

അപ്പോഴേക്കും ഡോ. ഹിഷാം അവിടെയെത്തി. ഒരു കള്ളച്ചിരിയോടെ.

"ഒന്ന് മുഖത്തേക്ക് സൂക്ഷിച്ചു നോക്കിയേ. ആരുടെയെങ്കിലും കട്ടുണ്ടോ?"

മനസ്സിലാവാത്ത മട്ടിൽ ഡോ. കൃഷ്ണകുമാർ പരുങ്ങി.

"നമ്മുടെ സക്കറിയയുടെ മകൻ!"

ഡോ. റേച്ചൽ എന്റെ നെറ്റിയിൽ ഉമ്മവെച്ചു.

വല്ലാത്ത വികാരഭരിതമായ രംഗങ്ങളാണ് പിന്നെ അവിടെ അരങ്ങേറിയത്. അവർ മൂവരും ഞങ്ങളെ സ്റ്റേജിലാക്കനയിച്ചു.

ആരോ പ്രസംഗിച്ചു തുടങ്ങിയത് നിർത്തി. അവർ ഞങ്ങളെ സദസ്സിന് പരിചയപ്പെടുത്തി. പിന്നെ ഹർഷാരവമായിരുന്നു.

ഇതൊരിക്കലും പ്രതീക്ഷിച്ചതല്ല. കണ്ണുകൾ നിറഞ്ഞുവോ? അതിഥിയുടെ കലങ്ങിയ കണ്ണുകൾ വിതുമ്പലുകൾ.

കലാപരിപാടികൾ. കോഴ്സ് ഡിന്നർ, ഡോ.റേച്ചൽ ഞങ്ങളോടൊപ്പം പുറത്തേക്ക് വന്നു. മിന്നാമിനുങ്ങുകൾ പോലെ വഴിയോരം നിറയെ ലൈറ്റുകൾ.

"നിങ്ങളെ കണ്ടപ്പോൾ എനിക്ക് ആ പഴയ ക്യാമ്പസ് ജീവിതം ഓർമ്മ വരുന്നു." ഡോ. റേച്ചൽ പറഞ്ഞു.

"ഞാനുവും സക്കുവും സന്ധ്യയായാൽ ഇതുപോലെ നടക്കും. ഇന്ന് നിങ്ങൾ വിശേഷിപ്പിക്കുന്ന ചങ്ക്സ് ഇല്ലെ? അതുപോലെ തന്നെയായിരുന്നു ഞങ്ങളും.

ലൈബ്രറിയിലെ ക്യൂബിക്കിളിൽ കമ്പൈൻഡ് സ്റ്റഡി. ഇടയ്ക്കിടെ സിനിമയ്ക്ക് പോകൽ. പെട്ടെന്നാവും എല്ലാ തീരുമാനങ്ങളും. ഇടയ്ക്ക് ടൗണിലേക്ക് ബസ് കയറി ബീച്ചിലൂടെ നടക്കും. പിന്നെ ഡിന്നർ കഴിച്ച് ഹോസ്റ്റൽ ഗേറ്റിൽ എന്നെവിട്ട് അവൻ പോകും."

ചെറിയൊരു കയറ്റം കയറി മുകളിലെത്തിയപ്പോൾ ഡോ. റേച്ചൽ കിതച്ചു. തണുത്ത കാറ്റ്.

"വാ നമുക്ക് റോക്ക് റസ്റ്റാറന്റിൽ പോയിരിക്കാം."

പാറക്കൂട്ടങ്ങൾക്ക് മുകളിൽ ഒരു കൊച്ചു കൂടാരം ഭീമാകാരമായ ഒരു വൃക്ഷച്ചുവട്ടിൽ. ഞങ്ങളവിടെ ഇരുന്നു.

"ഞാനൊന്ന് ചോദിച്ചോട്ടെ" അതിഥിയാണ് തുടക്കമിട്ടത്.

"ഡോ. സക്കറിയയുടെ കഥകളിൽ പലതിലും റേച്ചൽ മേഡം ഒരു

കഥാപാത്രമായി വരുന്നുണ്ട്. ഉദാഹരണമായി മെഡിക്കൽ കോളേജിൽ പഠിക്കുന്ന കാലത്ത് എഴുതിയ 'കവചങ്ങൾ തേടി,' 'തമ്മിലറിയാത്തവർ,' 'തുമ്പികൾ' തുടങ്ങി പിന്നീടെഴുതിയ 'വാലന്റൈൻസ് ഡേ,' 'പാലുണ്ണി,' 'വംശാവലി,' 'കഥയില്ലായ്മകൾ' ഏറ്റവും അവസാനമെഴുതിയ 'ബാലി' യിൽ വരെ റേച്ചൽ പ്രത്യക്ഷപ്പെടുന്നുണ്ട്. അതെന്തു കൊണ്ടാണ്?"

ഡോ. റേച്ചലിന്റെ ചിരി തണുത്ത കാറ്റിൽ തട്ടി മുഴങ്ങി. "അതെന്തു കൊണ്ടാണ് എന്നൊക്കെ ചോദിച്ചാൽ ഞാൻ കുഴങ്ങിപ്പോകും. ഇഷ്ടം എന്ന വാക്കിന് പല അർത്ഥതലങ്ങളുമുണ്ടല്ലോ. ഞാനവന് എല്ലാ സ്വാത ന്ത്ര്യവും കൊടുത്തിരുന്നു.

ചിലപ്പോൾ സക്കറിയ പറയും. ഞാനവന് അമ്മയെപ്പോലെയാ ണെന്ന്. എന്നിട്ടെന്റെ മടിയിൽ തലവെച്ച് കിടക്കും. മറ്റ് ചിലപ്പോൾ ചേച്ചി യെപ്പോലെയാണെന്ന്. ചില നേരങ്ങളിൽ ഞാനവന് അനിയത്തിയാണ ത്രെ. എന്നെ ചെവിക്ക് പിടിച്ചും നുള്ളിയും വേദനിപ്പിക്കും. ചിലപ്പോൾ കാമുകിയെപ്പോലെ എന്നെ ചുമരിനോട് ചേർത്തി നിർത്തി ചുണ്ടുകളിൽ അമർത്തി ചുംബിക്കും. ഒരു പുതപ്പിനുള്ളിൽ ചേർന്നുകിടക്കും. ചിലപ്പോൾ ഞാനവന് ഭാര്യയാണ്. എന്നിട്ട് പിറുപിറുക്കും..... നമ്മുടെ ഒരാഗ്രഹവും ബാക്കിയാവരുത്. ആദ്യന്തികമായി ഞങ്ങൾ സുഹൃത്തുക്കൾ മാത്രമാ ണ്. ഒരിക്കലും പ്രണയം ഞങ്ങൾക്കിടയിൽ കടന്നു വന്നിട്ടില്ല."

തെല്ല് അത്ഭുതത്തോടെ ഞാനും അതിഥിയും ആ കഥ കേട്ടിരുന്നു. കാറ്റത്താടുന്ന മരച്ചില്ലകളുടെ ചൂളംവിളി. ചീവിടുകളുടെ ശബ്ദകോലാ ഹലം.

"അങ്ങിനെ എല്ലാ കഥാപാത്രങ്ങൾക്കും ചേരുന്ന പേരായി റേച്ചൽ അവന് തോന്നിയിരിക്കാം. അതാവും. കഥകൾ വായിക്കുമ്പോൾ പല പ്പോഴും എനിക്കും തോന്നാറുണ്ട് ഞാനാണ് അതെന്ന്."

"ഓരോ വായനക്കാരനേയും അങ്ങിനെ തോന്നിപ്പിക്കലാണ് ഒരെഴു ത്തുകാരന്റെ ഏറ്റവും വലിയ വിജയം, അല്ലെ?"

അതിഥി ഞങ്ങളെ നോക്കി.

"സക്കറിയയെ സംബന്ധിച്ചിടത്തോളം പ്ലേറ്റോണിക് ലൗ അഥവാ അനശ്വരമായ പ്രേമം എന്നൊന്നില്ല. കഥകളിൽ നിങ്ങൾ ശ്രദ്ധിച്ചില്ലെ?

പ്രണയം ഒരു വലിയ നുണയാണ്- 'തിരഞ്ഞെടുത്ത കഥകൾക്കൊ രാമുഖം' എന്ന കഥയിലെ നായകൻ പറയുന്നില്ലെ? പ്രണയമോ, അയാൾ പൊട്ടിച്ചിരിച്ചു. അതൊരു വലിയ തമാശയല്ലെ? നമ്മുടെയൊക്കെ ദുരന്ത ങ്ങളിലെ നായകനും അത് ആവർത്തിക്കുന്നുണ്ട്. 'ദാമ്പത്യം' എന്ന കഥ യിൽ ഇങ്ങിനെ പറയുന്നുണ്ട്: പ്രണയവും ദാമ്പത്യവും ചിലപ്പോഴൊക്കെ അങ്ങിനെയാണ്. ഒന്നും ഇണങ്ങാതെ കിടക്കും. ചില നേരങ്ങളിൽ വല്ലാതെ തൊട്ടുരുമ്മി വികൃതിത്തരങ്ങളിൽ അങ്ങ് രമിക്കും..... 'ബാലി' യിലെ നായിക ചോദിക്കുന്നില്ലെ? നിങ്ങളെന്നെയാണോ അതോ എന്റെ ശരീരത്തെയാണോ പ്രണയിച്ചതെന്ന്....."

"ഞങ്ങൾ അത്രയ്ക്കങ്ങ് ഡീപ്പായി കഥകളിലൂടെ കടന്നുപോയിട്ടി

ല്ല. മലയാളം അത്ര ഫ്ളുവന്റല്ല." ഞാൻ പറഞ്ഞു.

"ഇവന്റെ മലയാളം കഷ്ടിയാ. ഓക്സ്ഫോഡ് പ്രൊഡക്ടല്ലെ! ഞാനാ വായിച്ചു കൊടുക്കാറ്." അതിഥി കളിയാക്കി.

"അറിയാം." ഡോ. റേച്ചൽ തലകുലുക്കി.

"അപ്പോൾ പഠിക്കുന്ന കാലത്ത് അമ്പിളിയുമായുള്ള പ്രണയബന്ധമോ? ഒരു പഴയ കോളേജ് മാഗസീനിലെ ഡയറിക്കുറിപ്പുകളിൽ വായിച്ചതോർക്കുന്നു."

"ഉവ്വോ? ശരിയാ. ഞാനന്ന് അവനെ കളിയാക്കി. എനിക്കത്ഭുതമായിരുന്നു. അവനതിന് കഴിയുമോ എന്നോർത്ത്.

'ടൊറോന്റോ' എന്ന കഥയിൽ അത് സൂചിപ്പിക്കുന്നുണ്ട്.

അതെ. അതിലെ വിമല ഞാനാണ്. അവൾ സുജാതയോട് പറയുന്നുണ്ടല്ലോ– കേട്ടോ സുജേ, എനിക്കിവനെ ഒട്ടും വിശ്വാസമില്ല. ഇവന് ആരെയെങ്കിലും പ്രേമിക്കാൻ പറ്റുമോന്ന് ഒരു സംശയം. ഇന്നും മറക്കാനാവുന്നില്ല ആ വരികൾ. സക്കറിയ അത് മനസ്സിലാക്കിയിരുന്നു എന്നു വേണം കരുതാൻ."

"മാഡം എല്ലാ വർഷവും ഇവിടെ വരാറുണ്ടോ?"

"ഈ മാഡം വിളി നിർത്ത്. ആന്റി എന്ന് വിളിച്ചാൽ മതി. അങ്ങിനെയൊന്നുമില്ല. ഇടയ്ക്ക് ഗെറ്റ് ടുഗതറിന് വരും. ചിലപ്പോൾ ഫാമിലി വിസിറ്റ്. ഒരിക്കൽ കൊച്ചിയിൽ ഐ.എം.എ കോൺഫ്രൻസിന് വന്നിട്ടുണ്ട്. 1989–ലാണെന്ന് തോന്നുന്നു. സയന്റിഫിക് സെഷനിൽ ഒരു പേപ്പർ അവതരിപ്പിക്കാൻ. ഐ കെയിം എലോൺ."

"എന്നിട്ട്?"

"അന്ന് സക്കറിയയാണ് എനിക്ക് റൂം ബുക്ക് ചെയ്തത്. ഹീ വോസ് ഓൾസൊ എ ഡെലിഗേറ്റ്. ബോൾഗാട്ടി പാലസിൽ വീ വേർ ടുഗതർ ഇൻ എ ഹണിമൂൺ കോട്ടേജ്."

ഡോ.റേച്ചൽ ഞങ്ങളുടെ മുഖത്ത് നോക്കാതെയാണ് പറഞ്ഞത്. കുറ്റബോധം കൊണ്ടായിരിക്കാം. എന്നിട്ടവർ നെടുവീർപ്പിട്ടു.

അതിഥി എന്നെ നോക്കി.

"ആന്റി 'പാലുണ്ണി' കഥ വായിച്ചിട്ടുണ്ടോ?"

"ഉവ്വ്. അത് സക്കറിയ എനിക്കയച്ചു തന്നിരുന്നു. ഇങ്ങിനെയൊരു കമന്റോടെ– നിന്നെ ഞാൻ പേരു സഹിതം പകർത്തിയെഴുതുന്നു.....

ഒടുവിൽ അതേ സ്ഥലത്ത്! അതേ സന്ദർഭത്തിൽ ഐ.എം.എ കോൺഫ്രൻസിൽ!

എനിക്ക് വിശ്വസിക്കാനാവുന്നില്ല."

അവരുടെ കണ്ണുകൾ നിറഞ്ഞു. ടൗവ്വൽ കൊണ്ട് കണ്ണീരൊപ്പി. അവർ തുടർന്നു: "അന്നെന്റെ സ്യൂട്ട്കേസിൽ സ്റ്റെതസ്കോപ്പുണ്ടായിരുന്നു. അതെടുത്ത് എന്റെ കഴുത്തിൽ ചുറ്റി സക്കറിയ പറഞ്ഞു – 'നിന്നെ ഞാൻ കൊല്ലാൻ പോണു.' എന്നിട്ടവൻ മുറുക്കി. എനിക്ക് വേദനിച്ചു.

പിന്നീടത് അറംപറ്റിയ പോലെയായി."

"അതേ സംഭവം മറ്റൊരു കഥയിലും പ്രത്യക്ഷപ്പെടുന്നുണ്ട്. 'നമ്മുടെയൊക്കെ ദുരന്തങ്ങളി'ൽ" അതിഥി സൂചിപ്പിച്ചു.

"ഉവ്വ്. ആ വരികൾ ഞാൻ മറന്നിട്ടില്ല."

"..... ചുംബിച്ചുറക്കിയ ശേഷം സ്റ്റെതസ്കോപ്പിന്റെ ട്യൂബ് ഞാനവളുടെ കഴുത്തിലൂടെ വലിച്ചു പിടിച്ചു. പതുക്കെ... പതുക്കെ...."

"പിന്നെ 'ആത്മക്ഷതങ്ങളി'ൽ ജനകീയ ഡോക്ടറെ വധിക്കാനും അതേ മെത്തേഡ് തന്നെയാണ് ഉപയോഗിക്കുന്നത്!"

"വാപ്പി എപ്പോഴെങ്കിലും സ്ക്രിപ്റ്റ് എഴുതാൻ ശ്രമിച്ചിട്ടുണ്ടോ?"

ഡോ. റേച്ചൽ ഞെട്ടിയപോലെ തോന്നി.

"ഒരിക്കൽ ഞാൻ സക്കറിയയോട് പറഞ്ഞിരുന്നു - നീയൊരു സ്ക്രിപ്റ്റ് എഴുത്. നമുക്കത് സിനിമയാക്കാം.

വെറുതെ തമാശയ്ക്ക്.

അപ്പോളവൻ പറഞ്ഞു: 'ങ്ഹാ പിന്നെ! അതെനിക്ക് പറ്റിയ പണിയല്ല.'

എന്തേ ചോദിച്ചത്?"

"ഒരു സ്ക്രിപ്റ്റ് കണ്ടുകിട്ടിയിട്ടുണ്ട്" അതിഥി പറഞ്ഞു. ഞാനവളെ തടഞ്ഞു.

"ആന്റി വാക്കു തരണം. ആരോടും പറയില്ലാന്ന്."

"അതെന്താ?!"

"അതാണ് ഞങ്ങളിപ്പോൾ ചെയ്യുന്ന സിനിമ. നാല് ഷൂട്ടിംഗ് ഷെഡ്യൂളുകൾ കഴിഞ്ഞു. ഇനി അവസാനത്തേതാണ്."

ഡോ. റേച്ചലിന്റെ കണ്ണുകൾ വിടർന്നു.

അതിഥി മൊബൈലിലെ സ്കാൻ കോപ്പി കാണിച്ചു. സ്ക്രീൻ വലുതാക്കി. അവർ കുതൂഹലതയോടെ പേജുകൾ മറിച്ചു.

"അതെ. ഇത് സക്കറിയയുടെ കൈയക്ഷരമാണ്." അവർ പറഞ്ഞു.

അതിഥി മൊബൈൽ തിരിച്ചുവാങ്ങി. പേജുകൾ അതിവേഗം മറിച്ച് അവസാനത്തെ രണ്ട് സീനുകളെടുത്തു.

"ആന്റി, നോക്ക്. ഈ സീനുകൾ മറ്റൊരു കൈയക്ഷരത്തിലല്ലേ?"

അവർ അവിശ്വസനീയതയോടെ അതിലൂടെ കണ്ണോടിച്ചു. സാകൂതം വായിച്ചു തുടങ്ങി.

"അതേല്ലോ! നല്ല പരിചയമുള്ളതുപോലെ തോന്നുന്നു."

"ആരുടെ?!"

"പറയാനാവുന്നില്ല. ഞാനൊന്ന് ഓർമ്മകളിൽ തപ്പി നോക്കട്ടെ. നല്ല പരിചയമുള്ള കൈയക്ഷരമാണ്!"

ഞാനും അതിഥിയും അന്യോന്യം നോക്കി.

"ഒരു സ്ത്രീയുടേതുപോലെ തോന്നുന്നില്ലേ?" അതിഥി സംശയം പ്രകടിപ്പിച്ചു.

"പോലെയല്ല. ആണ്!" ഡോ. റേച്ചൽ തറപ്പിച്ച് പറഞ്ഞു. "എനിക്കിതൊന്ന് മുഴുവനായി വായിക്കണം."

ഞാൻ അതിഥിയെ നോക്കി. വേണ്ട എന്നർത്ഥത്തിൽ.

"ആന്റി, ഇത് സ്ട്രിക്റ്റ്‌ലി കോൺഫിഡൻഷ്യലാണ്. ഫിലിം റിലീസാവാതെ ഞങ്ങൾക്കിത് പുറത്തു വിടാനാവില്ല. ആർക്കും കൈമാറാനാവില്ല."

"അതിന് ഞാൻ" എന്തോ പറഞ്ഞുകൊണ്ട് വന്നത് ഡോ. റേച്ചൽ നിർത്തി.

വിഷയം മാറ്റാനായി ഞങ്ങൾ വാപ്പിയുടെ ഓർമ്മകളെടുത്തിട്ടു.

ഡോ. റേച്ചൽ എല്ലാം മറന്ന് വാചാലയായി.

മുപ്പത്തിയെട്ട്

"മൂന്നാം വർഷമായപ്പോൾ ഞാനും സക്കറിയയും വീണ്ടും ഒരുമിച്ചു. ഞാൻ അതിനിടയ്ക്ക് ഒരു ആക്സിഡന്റിൽപെട്ടു. തുടയെല്ല് പൊട്ടി. കുറച്ചുകാലം ആശുപത്രിയിൽ കിടന്നു. പിന്നെ വീട്ടിൽ വിശ്രമം. പരീക്ഷ എഴുതാൻ പറ്റിയില്ല. അങ്ങിനെ ഒരു വർഷവും നഷ്ടപ്പെട്ടു. അപ്പോഴേക്കും അവൻ ജയിൽവാസം കഴിഞ്ഞെത്തിയിരുന്നു. വീണ്ടും ഞങ്ങൾ ഒരുമിച്ചു.

എഴുത്തിൽ സജീവമായ നാളുകൾ.

അതിനിടെ എന്റെ അമ്മച്ചിയെ അവിടെ അഡ്മിറ്റ് ചെയ്തു. ന്യൂമോണിയയായി പേ വാർഡിൽ. സക്കറിയ നിത്യ സന്ദർശകനായിരുന്നു. മിക്കവാറും എന്റെ കൂടെ. അവനെഴുതിയ കഥകളും പുസ്തകങ്ങളും. കഥകളിലെ റേച്ചലിന്റെ സാന്നിദ്ധ്യം അമ്മച്ചിയെ അസ്വസ്ഥയാക്കിയിരിക്കണം. ഒരു ദിവസം രാത്രി പപ്പയുടെ മുന്നിൽവെച്ച് എന്നെ കുറേ ശാസിച്ചു. താൻ ജീവിച്ചിരിക്കെ ഇത് സമ്മതിക്കില്ലെന്നും ഇപ്പോൾ തന്നെ നിർത്തിക്കോളണമെന്നും പറഞ്ഞു. ഞാൻ പൊട്ടിച്ചിരിച്ചതേയുള്ളൂ. സക്കറിയ മുസ്ലീമാണെന്ന് അമ്മച്ചി അറിഞ്ഞു കാണണം. അതുവരെ കത്തോലിക്കനായേ കരുതിയുള്ളൂ.

ഞാനത് സക്കുവിനോട് പറഞ്ഞു. അവൻ പൊട്ടിച്ചിരിച്ചുകൊണ്ട് ചോദിച്ചു: 'ഞാനോ?! നിന്നെ പ്രേമിക്കാനോ? കണക്കായിപ്പോയി!!'

പിറ്റേദിവസം തന്നെ അവൻ അമ്മച്ചീടടുത്തു പോയി വാക്ക് കൊടുത്തത്രെ. അങ്ങിനത്തെ അബദ്ധമൊന്നും കാണിക്കില്ലെന്ന്! പിന്നെപ്പിന്നെ അമ്മച്ചിക്കവനെ ജീവനായിരുന്നു."

"അപ്പോൾ സിസ്റ്റർ സോമോൾ തോമസ്?"

"ഞങ്ങൾക്കൊപ്പമായിരുന്നെങ്കിലും പിന്നീട് സീനിയറായി. അവൾക്കെന്നും സക്കറിയയോടൊരു സോഫ്റ്റ് കോർണറുണ്ടായിരുന്നു. ഇട

യ്ക്കിടെ ഉപദേശിക്കും. എനിക്കാണേൽ ആ വർഗ്ഗത്തെ കാണുന്നതു തന്നെ ചതുർത്ഥിയാണ്. പിന്നെ എഴുത്തുകാരായതുകൊണ്ട് ഒരേ വേവ് ലംഗ്ത് ഉള്ളവരായിരിക്കുമല്ലോ. അതായിരിക്കാം അവർ തമ്മിൽ അടുത്തത്. അതിലപ്പുറവും ഒന്നും ഞങ്ങൾക്ക് തോന്നിയിട്ടില്ല.

ഹൗസ് സർജൻസി പിരിയേഡിൽ സോഷ്യൽ ഏന്റ് പ്രിവന്റീവ് മെഡിസിൻ ചെറൂപ്പ ഹെൽത്ത് സെന്ററിലായിരുന്നു. മൂന്ന് മാസങ്ങൾ അടിച്ചുപൊളി. ഞങ്ങൾ ആണും പെണ്ണുമായി പതിനഞ്ചോളം പേരുണ്ടാവും. വെവ്വേറെ മുറികളിലായിരുന്നു താമസമെങ്കിലും മെസ്സ് ഹാളിൽ നട്ടപ്പാതിര വരെ ഇരുന്ന് ലാത്തിയടിക്കും. ഒരിക്കൽ മന്ത്‌ലി ഫീസ്റ്റിൽ സക്കറിയ നാടൻ കള്ളുകുടിച്ച് എന്തൊക്കെയോ പുലമ്പിയതോർമ്മ വരുന്നു. ഏറിയകൂറും സിസ്റ്റർ സോമോളിനെക്കുറിച്ച്. പിന്നീട് സക്കറിയ കൊല്ലപ്പെട്ടപ്പോൾ ഞാനതെല്ലാം ചേർത്ത് വായിക്കാൻ ശ്രമിച്ചു.

അവൻ ഛർദ്ദിച്ചവശനായി മുറിയിൽ പോയി കിടന്നപ്പോൾ ഞാനാണവന്റെ ഷൂസും മറ്റും അഴിച്ച് നേരെയാക്കി കിടത്തിയത്."

"ടൊറോന്റോ എന്ന കഥയിൽ അത് വായിച്ചതോർമ്മ വരുന്നു."

"സിസ്റ്റർ സോമോൾ പി.ജി ചെയ്യുന്ന കാലത്തും ഹൗസ് സർജൻസി ക്വാർട്ടേഴ്സിൽ തന്നെയായിരുന്നു താമസം. അതുകൊണ്ടവർക്ക് ഇടപഴകാൻ അവസരങ്ങളനവധി. ചത്ത് പണിയെടുക്ക്ണ കാലമാണത്. ജോലിത്തിരക്കുമൂലം ആരും മറ്റുള്ളവരുടെ കാര്യത്തിൽ ഇടപെടാറില്ല. അതിനൊട്ട് സമയവുമില്ല.

പിന്നെ വർഷങ്ങൾ കഴിഞ്ഞാണ് ഞാനറിഞ്ഞത്.

അവൾ ടെക്സാസിലുണ്ടെന്ന്. തിരുവസ്ത്രം ഉപേക്ഷിച്ച് വിവാഹിതയായെന്നും. രവി രാഘവൻ ഒരു ഷോപ്പിംഗ് മാളിൽവെച്ച് അവളെ കണ്ടുവത്രെ. എനിക്കത്ഭുതമായി. രവി ഞങ്ങളുടെ ബാച്ച്മേറ്റാണ്. വിശ്വാസം വന്നില്ല. ഫോൺ നമ്പർ ചോദിച്ചിട്ട് കൊടുത്തില്ലാത്രെ. അന്ന് ഞാനും ഒരു ശ്രമം നടത്തി. അവിടെ ചേക്കേറിയ ഇന്ത്യൻ ഡോക്ടർമാരുടെ ലിസ്റ്റിലൊന്നും ആ പേര് കണ്ടില്ല. ശേഷം ഞാനും അവിടം വിട്ടല്ലോ. ഈ.സി. എഫ് എം.ജി. ക്ലിയർ ചെയ്യാൻ കഴിഞ്ഞിട്ടുണ്ടാവില്ല അവൾക്ക്. അതുകൊണ്ടവിടെ ഡോക്ടറായി പ്രാക്ടീസ് ചെയ്യാനും കഴിയില്ല. എല്ലാം കൂടെ ഡിപ്രസ്ഡ് ആയിക്കാണും.

പിന്നെ പത്രവാർത്തകളിൽ നിന്നാണ് എല്ലാം അറിഞ്ഞത്. ഒരു ഞെട്ടലോടെ. തുടർന്നുള്ള സംഭവ വികാസങ്ങളാണ് വിശ്വസിക്കാനാവാത്തത്! പിടി കൊടുക്കാതെ ഒളിച്ചോടുക! പിന്നെ കീഴടങ്ങി പരോളിലിറങ്ങി മുങ്ങുക! ഞാനറിയുന്ന സോമോളിന് അതിനൊന്നുമാവില്ല. തീർച്ച."

"ഇനി അമേരിക്കയിലെങ്ങാനുമുണ്ടോ?"

"ഏയ് സാദ്ധ്യത കുറവാണ്. അവിടത്തെ നിയമ വ്യവസ്ഥയ്ക്കുള്ളിൽ നിന്നുകൊണ്ട് അതത്ര എളുപ്പമല്ല. പിന്നെ കുടുംബവും കൈയൊഴിഞ്ഞല്ലോ. ഒരു മകളുണ്ടെന്നെവിടെയോ വായിച്ചതോർക്കുന്നു. എല്ലാവരും അവജ്ഞതയോടെ നോക്കിക്കാണുമ്പോൾ അതിനെ മറികടന്നു

ജീവിതത്തെ നേരിട്ട ഭർത്താവിനെയും മകളെയും കുറിച്ചോർത്തു നോക്കൂ..... സഹതാപം. അതത്ര നല്ല വികാരമല്ല.

പിന്നെ അമേരിക്കൻ പാസ്പോർട്ടുള്ളതുകൊണ്ട് ലോകത്തെവിടെയും ടൂറിസ്റ്റ് വിസ കിട്ടാനെളുപ്പമാണ്. അത് ചിലപ്പോൾ ദുരുപയോഗം ചെയ്ത് എവിടെയെങ്കിലും ഒളിവിൽ കഴിയുന്നുണ്ടാകും.

മനഃപൂർവ്വമല്ലാത്ത നരഹത്യ. കേസിന്റെ ആനുകൂല്യം കേട്ടപ്പോൾ ചിരി വന്നു. ചിലപ്പോൾ ശരിയായിരിക്കാം."

"അപ്പോൾ സ്റ്റെതസ്കോപ്പ് കഴുത്തിൽ മുറുക്കിയത്?"

സ്റ്റെതസ്കോപ്പ് കൊണ്ടു നടക്കുന്നത് ഞങ്ങളുടെ ഒരു ശീലമാണ്. പലപ്പോഴും ബന്ധുമിത്രാദികളെയോ മറ്റോ പരിശോധിക്കാനുണ്ടാവും. അതിലൊരു അപാകതയുമില്ല.

"പക്ഷേ, കൊല്ലാനുപയോഗിക്കുമ്പോൾ അതൊരു ആയുധമാവുകയല്ലേ?!"

"ഈ എഴുത്തുകാരങ്ങിനെയാണ്. പേനകൊണ്ട് ആളെ കുത്തിക്കൊല്ലും. എന്നാൽ കത്തി കൊടുത്തു നോക്കൂ. അവരെഴുതി സ്നേഹിക്കും. ഇനിയവർ ഡോക്ടർമാർ കൂടിയായാലോ... പിന്നെ പറയുകയും വേണ്ട.

പണ്ടേതോ പത്രക്കോളത്തിൽ ഒരു കവിയുമായി സക്കറിയ വാഗ്വാദത്തിലേർപ്പെട്ടപ്പോൾ അയാൾ പരിഹസിച്ചത് ശസ്ത്രക്രിയാ ഉപകരണങ്ങൾ കൊലപാതകത്തിനുപയോഗിക്കുന്നവരാണ് ഡോക്ടർമാർ എന്നാണ്. നിൽക്കക്കള്ളിയില്ലാതായപ്പോൾ പാവം പറഞ്ഞതാവണം. ഇത്തരം അദ്ധ്യാപകരിൽ നിന്ന് വേണമല്ലോ നമ്മുടെ വിദ്യാർത്ഥികൾ സംസ്കാരം പഠിക്കാൻ എന്നോർക്കുമ്പോൾ സഹതാപം തോന്നുന്നു എന്ന് സക്കറിയ മറുപടിയും കൊടുത്തു."

"ഫോറൻസിക് പ്രൊഫസർ ഡോ. ജയകൃഷ്ണൻ ഒരിക്കലത് സൂചിപ്പിച്ചു. ഓട്ടോപ്സി റിപ്പോർട്ടിൽ കഴുത്തിൽ സ്റ്റെതസ്കോപ്പ് കൊണ്ട് മുറുക്കിയ പാടുണ്ടെന്ന് വ്യക്തമായി കുറിച്ചിട്ടുണ്ടത്രെ."

ഏതായാലും അതുകൊണ്ടൊക്കെത്തന്നെയാവും മനഃപൂർവ്വമല്ലാത്ത നരഹത്യയായി കേസ് കൺക്ലൂഡ് ചെയ്തത്. വാദപ്രതിവാദങ്ങൾക്ക് ഇടം കൊടുക്കാതെ മൗനംകൊണ്ട് നേരിട്ടു അവൾ. അതാകാം ശിക്ഷയിളവും ലഭിച്ചതും. പരോളിൽ മുങ്ങിയതും...."

കുറച്ചുനേരം ഞങ്ങളന്യോന്യം നോക്കിയിരുന്നു. ഡോ. റേച്ചലിന് മറ്റൊന്നും പറയാനില്ലെന്ന് തോന്നി.

"വാപ്പി മദ്യം പതിവായി ഉപയോഗിക്കാറുണ്ടായിരുന്നോ?

കഥകളിലൊക്കെ മദ്യക്കുപ്പികൾ നിരന്നിരിക്കുന്നത് കാണാം. കഥാപാത്രങ്ങൾ പലരും മദ്യപാനികളും. എന്നാൽ വാപ്പി വല്ലതും നുണഞ്ഞിരുന്നോ?! എനിക്കൊരിക്കലും അങ്ങിനെ അനുഭവപ്പെട്ടിട്ടില്ല. ഉമ്മച്ചി പറഞ്ഞതോർമ്മ വരുന്നു."

"ഏയ്!" ഡോ. റേച്ചൽ പെട്ടെന്ന് പ്രതികരിച്ചു. "ഒരിക്കലുമില്ല. ഐ. എം. എ കോൺഫ്രൻസിലും പുള്ളി ഒരു പെഗ്ഗുപോലും പൂർത്തിയാക്കി

യിട്ടില്ല. ഞാനായിരിക്കണം അധികം കുടിച്ചിരിക്കുക. വിദേശത്തായതു കൊണ്ട് ഇതൊരു ശീലമായി. ഞാൻ നിർത്തിയിടത്ത് നീ തുടങ്ങി എന്ന് സക്കറിയ കളിയാക്കും."

"ആ സ്ക്രിപ്റ്റിൽ ഒരു സീൻ മുഴുവൻ മദ്യം കൈയിലേന്തിയാണ്. മരണസീനിലും, റേച്ചലുമായുള്ള പിടിവലിയിൽ തല ചുമരിനോട് ഇടിക്കുന്ന സീനിലും മദ്യഗ്ലാസ് കൈയിലുണ്ട്. പിന്നീട് വന്ന വാപ്പിയുടെ ഫോറൻസിക് റിപ്പോർട്ടിലും...."

"എന്ത്?!" ഡോക്ടർ റേച്ചൽ ആശ്ചര്യപ്പെട്ടു.

"നിങ്ങളെന്താ ഈ പറയുന്നത്?! എനിക്ക് വിശ്വസിക്കാനാവുന്നില്ല. എന്നിട്ട് അതേപോലെ സംഭവിച്ചുവെന്നോ?!

എനിക്കിത് മുഴുവൻ വായിക്കണം." അവർ അതിഥിയിൽനിന്നും ഫോൺ തട്ടിപ്പറിച്ചു, കൊച്ചുകുട്ടിയെപ്പോലെ.

"ഇന്നെനിക്ക് ഉറക്കമില്ല. വായിച്ചിട്ടു തരാം."

അതിഥി പേടിച്ചുകാണണം. നിസ്സഹായതോടെ എന്നെ നോക്കി.

"ഡോൺട് വറി. ഐ വോണ്ട് ഡിസ്ക്ലോസ് ഇറ്റ്. താൻ ഇന്ന് എന്റെ കൂടെ കിടന്നോ. സൺറൈസ് സൂട്ടാണ്. സൂര്യോദയം കണ്ടുണരാം."

പിന്നെ ഒരു കള്ളച്ചിരിയോടെ ഡോ.റേച്ചൽ തുടർന്നു: "പാപ്പരാസികളുടെ നാടാണ്. ഗോസിപ്പുകളെ സൂക്ഷിച്ചോ. സിനിമാ വാരികകൾക്ക് വിഭവങ്ങൾ വിളമ്പാൻ അവസരം കൊടുക്കല്ലേ!"

അതിഥിയോടൊപ്പം അവർ മുറിയിലേക്ക് പോയി. വാതിലടച്ചു.

മുപ്പത്തി ഒൻപത്

"എനിക്ക് വിശ്വസിക്കാനാവുന്നില്ല! എന്തൊരു കോ-ഇൻസിഡൻസ്! സ്വന്തം മരണം പ്രവചിക്കാനാവുക! മുൻകൂട്ടി എഴുതിവെക്കുക!!"

പുലർച്ചെ നാലുമണിയായിക്കാണണം. വായിച്ചു തീർത്തപ്പോൾ ഡോ.റേച്ചൽ വിറയലോടെ പിറുപിറുത്തു.

അവരെന്റെ അരികിൽ വന്നിരുന്നു. കൂടെ അതിഥിയും. സ്യൂട്ടിലെ സോഫാ കം ബെഡ്ഡിലായിരുന്നു ഞാൻ കിടന്നത്. മുറിയിൽ കിടന്നപ്പോൾ ഉറക്കം വന്നില്ല. എന്തൊക്കെയോ രഹസ്യങ്ങളുടെ ചുരുളഴിയാൻ പോകുന്നു എന്ന തോന്നൽ. സ്യൂട്ടിന്റെ വാതിൽക്കൽ മുട്ടിയപ്പോൾ ഡോ. റേച്ചൽ സന്തോഷത്തോടെ എതിരേറ്റു.

"ഞാൻ നിന്നെ കാത്തിരിക്കുകയായിരുന്നു. നീ വരുമെന്നുറപ്പായിരുന്നു. സക്കറിയ തന്നെ...."

അവരെന്നെ ചേർത്തുപിടിച്ചു

"നിങ്ങൾ മാർക്ക് ട്വൈനിനെ വായിച്ചിട്ടുണ്ടോ? അമേരിക്കൻ എഴുത്തുകാരൻ. കുട്ടികളുടെ പ്രിയങ്കരനായ ടോം സോയറുടെയും ഹക്കിൾബെറി ഫെന്നിന്റെയും രചയിതാവ്. മരണം പ്രവചിച്ച അതേ ദിവസം തന്നെ ഹൃദയസ്തംഭനം മൂലം. കാലംപോലെ പ്രവഹിക്കുന്ന മിസ്സിസിപ്പി നദിയിലൂടെയുള്ള ഹക്കിന്റെയും ജിമ്മിയുടെയും യാത്ര ജീവിതത്തിന്റെ അർത്ഥം തേടിയായിരുന്നു. ഹക്കിൾബെറി ഫെന്നിന്റെ അവസാനരംഗം ഓർമ്മവരുന്നു:

'നിന്റെ അച്ഛൻ ഇനിയൊരിക്കലും തിരിച്ചുവരില്ല- ജിം പറഞ്ഞു. നിർബന്ധിച്ചപ്പോൾ അവൻ മനസ്സില്ലാ മനസ്സോടെ പറഞ്ഞു. പുഴയിലൂടെ ഒലിച്ചുവന്ന ഒരു വീട് നിനക്കോർമ്മയില്ലേ ഹക്ക്? അതിലൊരാൾ മരിച്ചു

കിടന്നില്ലേ? അത്, അത് നിന്റെ അച്ഛനായിരുന്നു!'

ടാബ്ലോയ്ഡ് ജേർണലിസത്തിന്റെ പിതാവ് വില്യം തോമസ് സ്റ്റെഡ് പ്രവചിച്ച് ഇരുപത് വർഷങ്ങൾക്കുശേഷം ടൈറ്റാനിക് കപ്പൽ ദുരന്തത്തിൽ മരണമടഞ്ഞു. പ്രസിദ്ധ സംഗീതജ്ഞരായ ജാക്കി വിത്സൺ, ജിം മോറിസൺ, ബോബ് മർലി അങ്ങിനെ പോകുന്നു മരണം പ്രവചിച്ചവരുടെ നീണ്ട നിര. എബ്രഹാം ലിങ്കൺ കൊല്ലപ്പെടുമെന്ന് മുമ്പേ പ്രവചിച്ചിരുന്നതായി എവിടെ വായിച്ചതോർക്കുന്നു.

ഞങ്ങൾ അത്ഭുതത്തോടെ ആ കഥകൾ കേട്ടിരുന്നു.

"ആ സ്ക്രിപ്റ്റിലെ അവസാനത്തെ സീനുകൾ?

സംശയമില്ല. സോമോൾ തോമസിന്റേതുതന്നെ ആ കൈയക്ഷരം!!

അതവൾ എഴുതിച്ചേർത്തതാണ്. കേസ് തിരിച്ചുവിടാൻ. ഒരുപക്ഷേ, കേസിന്റെ ഗതി തന്നെ മാറ്റാൻ. എഴുത്തുകാരിയും കൂടിയാണല്ലോ."

"എങ്കിലതവിടെ ഉപേക്ഷിച്ചു പോകാമായിരുന്നല്ലോ?!"

"മനസ്സിലായില്ല." ഡോ. റേച്ചൽ അതിഥിയെ നോക്കി. "നിങ്ങൾക്കപ്പോൾ ഈ സ്ക്രിപ്റ്റ് എവിടെനിന്ന് കിട്ടി?"

"അതുമൊരു കഥയാണ്" അതിഥി പറഞ്ഞു തുടങ്ങി: "മൂവിയുടെ സ്ക്രിപ്റ്റ് റൈറ്റർ വിധുവിന്റെ അമ്മച്ചിയുടെ ചേച്ചി ദേവകി ടീച്ചർ ഒരു മലയാളം അദ്ധ്യാപികയായിരുന്നു. എറണാകുളത്ത് അവിടെ അവരുടെ വീട്ടിന്നരികത്ത് താമസമാക്കിയ ഒരു റിട്ടയേർഡ് നഴ്സിംഗ് സൂപ്രണ്ടാണത്രെ ഈ സ്ക്രിപ്റ്റ് അവർക്ക് കൈമാറിയത് എലിസബത്തെന്നോ പേരുള്ള...."

"എലിസബത്ത്!"

"ഉവ്വ്. ഓർക്കുണ്ണ്ട്. അന്നവൾ നാലാം വാർഡിലെ സ്റ്റാഫ് നഴ്സായിരുന്നു. അവർ രണ്ടുപേരും നല്ല കൂട്ടായിരുന്നു. കുർബ്ബാനയ്ക്കും മറ്റും അവരൊന്നിച്ചാ പോകാറ്. ചങ്ങനാശ്ശേരിക്കാരി. സോമോൾ തിരുവല്ല. വടക്കൻ നിരണം. അവർ ആ ബന്ധം തുടർന്നിരിക്കണം."

"എലിസബത്ത് ദേവകി ടീച്ചർക്ക് സ്ക്രിപ്റ്റ് കൊടുത്തു പറഞ്ഞത്രെ. ഇത് തന്നത് ഒരു കൊലക്കേസ് പ്രതിയാണെന്നും പിന്നീടവർ ഒളിവിൽ പോയെന്നും. ഇരുപത് വർഷങ്ങൾക്ക് മുമ്പത്തെ കഥയല്ലെ. ഇത് അവരുടെ പക്കൽ കുറേക്കാലം കിടന്നു. ഈയിടെയാണ് വിധുവിന് കിട്ടിയത്.

രണ്ടുപേരും മൂന്നാല് വർഷങ്ങൾക്ക് മുമ്പ് മരണമടഞ്ഞു."

"എന്തൊരത്ഭുതം! അവസാനം വാപ്പി എഴുതിയത് മകന്റെ കൈയിൽ തന്നെ വന്നുചേർന്നു. ഇതാണ് വിധി ലിഖിതം!

സ്ക്രിപ്റ്റിൽ എഴുതിയതൊക്കെ ക്യാമ്പസിലെ ഞങ്ങളുടെ അനുഭവങ്ങൾ തന്നെ. സത്യം. പലപ്പോഴും പകർത്തിയെഴുതിയ പോലുണ്ട്. ഞങ്ങൾ രണ്ടുപേരും ചെലവിട്ട നിമിഷങ്ങളാണ് സ്ക്രിപ്റ്റിലെ ഐ.എം.എ കോൺഫ്രൻസ് പശ്ചാത്തലം. അത് നിങ്ങൾ 'പാലുണ്ണി'യിലും വായിച്ചതാണല്ലോ."

"അപ്പോൾ സോമോൾ തോമസ്?"

"അവൾക്കെന്റെ പേര് ചാർത്തിയെന്നേയുള്ളൂ. എം.ബി.ബി.എസ് കോഴ്സിന്റെ തുടക്കത്തിൽ ഒരത്ഭുതമായിരുന്നു അവൾ ഞങ്ങൾക്ക്. സഭയ്ക്കകത്ത് വേറിട്ടൊരു വ്യക്തിത്വം. കാഴ്ചപ്പാടുകളും പെരുമാറ്റവും ജനറൽ നോളേജും സാഹിത്യരചനകളും അതേസമയം പ്രായത്തിൽ കവിഞ്ഞ പക്വതയുംകൊണ്ട് കന്യാസ്ത്രീ എന്ന നിലയിൽ ഞങ്ങളെ വിസ്മയിപ്പിച്ചു അവൾ. സക്കറിയയോട് ഒരു പ്രത്യേക ഇഷ്ടം അവൾക്കുണ്ടെന്ന് പലപ്പോഴും എനിക്ക് തോന്നിയിരുന്നു. അമ്പിളിയുടെ മരണശേഷം അത് പാരമ്യത്തിലെത്തി.

ഒരിക്കൽ സക്കറിയയുടെ ബർത്ത്ഡേയ്ക്ക് അവളൊരു ടീ ഷർട്ട് സമ്മാനമായി കൊടുത്തതോർക്കുന്നു. അതിൽ നെഞ്ചിന്റെ ഇടതുഭാഗത്തായി ഇങ്ങിനെ ഒരു പ്രിന്റ് കണ്ടതോർക്കുന്നു. - ഹീ ഈസ് കമിംഗ് ഫ്രം ദ ലാന്റ് ഓഫ് ഗോഡ്സ്..... അന്നവനെ ഞങ്ങളൊക്കെ ദൈവപുത്രൻ എന്ന് വിളിച്ച് കളിയാക്കി."

"അത് 'കഥയില്ലായ്മകൾ' എന്ന കഥയിൽ വായിച്ചതോർക്കുന്നു. അതിലെ നായിക റേച്ചൽ എന്ന ലേഡി ഡോക്ടർ കഥയവസാനം ഒരു ബൈക്ക് ആക്സിഡന്റിൽ മരിക്കുകയാണ്."

അതിഥി ഓർത്തെടുത്തു.

"ഉവ്വോ? അപ്പോൾ സോമോൾ തോമസ് സക്കറിയയെ വേട്ടയാടിക്കൊണ്ടിരിക്കണം. അതാവും കഥയിൽ അവളങ്ങിനെ പ്രത്യക്ഷപ്പെട്ടിരിക്കുക...."

"പറയാൻ മടിച്ചതെന്തോ പറഞ്ഞു പൂർത്തിയാക്കും മുമ്പെയാണ് ആ കഥാപാത്രം മരിക്കുന്നത്.

ഉത്തരം കിട്ടാത്ത ഒരനിശ്ചിതത്വം ആ ബന്ധത്തിലുണ്ടായിരിക്കാം. അതങ്ങിനെ ചിത്രീകരിച്ചതാവാം.

'ബാലി' എന്ന കഥയിൽ ഡോ. രോഹിണി എന്ന കഥാപാത്രത്തിനും അതേ മുഖച്ഛായയാണ്. നീയെന്നെ പറ്റിച്ചു. ചതിച്ചു. എന്നൊക്കെ നായക കഥാപാത്രത്തോട് കലഹിക്കുന്നുണ്ട്."

ഞാൻ സൂചിപ്പിച്ചു.

"കുറ്റബോധം എപ്പോഴും എഴുത്തുകാരെ വേട്ടയാടിക്കൊണ്ടിരിക്കും. അതാവാം."

"പിന്നെന്താ പറഞ്ഞത്? മുഖച്ഛായയോ?" ഡോ. റേച്ചൽ പൊട്ടിച്ചിരിച്ചു. "ശരീരഛായ എന്ന് പറയൂ. സക്കറിയ പണ്ടെപ്പോഴും എന്നോട് പറയും - നിന്റെ ശരീരം പൂക്കൾ നിറച്ച ഫ്ളവർ വേസ് പോലെയാണെന്ന്."

"ഉവ്വ്. 'കഥയില്ലായ്മകളി'ലെ റേച്ചലിനെക്കുറിച്ച് പറയുന്നതും അങ്ങിനെ തന്നെ!"

"ബാലിയിൽ ഞങ്ങളുടെ ബാച്ചിന്റെ സംഗമത്തിന് ഞാനും പോയിരുന്നു. ഇളയ മകളെയും കൂട്ടി. സക്കറിയ അന്ന് ഒറ്റയ്ക്കാണ് വന്നത്.

കഥാസന്ദർഭം അതാണ്.

അതിലെ ഡോ.രോഹിണിയെക്കുറിച്ചും ഒരിക്കലും ഉടയാത്ത ശരീരം. നിമ്നോന്നതങ്ങൾ പഴയപോലെ തന്നെ എന്നൊക്കെ മനോഗതം ചെയ്യുന്നുണ്ട്.

അന്ന് കട്ടായ ബീച്ചിൽ വെച്ച് വി ഹേഡ് എ നൈസ് ഹഗ് ആന്റ് കിസ്. പിന്നെ പറഞ്ഞ പലതും ശരിയാണ്. എന്റെ മുലയൊന്നുപോയി. ഗർഭപാത്രവും പോയി. അതൊക്കെ ഞാനന്ന് സക്കറിയയോട് പറഞ്ഞിരുന്നു."

"സോമോളിലേക്ക് റേച്ചൽ ആന്റിയുടെ പരകായ പ്രവേശം!!"

"ചിലപ്പോൾ സ്ക്രിപ്റ്റിന്റെ അവസാന ഭാഗത്ത് എഴുതിയതൊക്കെ ശരിയായിരിക്കാം. അവരുടെ സ്വകാര്യ നിമിഷങ്ങൾ നമുക്കറിഞ്ഞുകൂടല്ലോ. ചതിക്കപ്പെട്ടു എന്ന തോന്നൽ അവളിൽ വളർന്നിട്ടുണ്ടാകും. അത് സക്കറിയ മനസ്സിലാക്കിക്കാണും. അതുകൊണ്ടാവും അവസാന സീനുകൾ സക്കറിയ അങ്ങിനെ കുറിച്ചത്."

"എല്ലാം കൂടെ അറം പറ്റിയപോലെ!!"

"പണ്ട് അവരൊന്നിച്ച് ഇടയ്ക്കിടെ വെള്ളിമാടുകുന്നിലെ നിർമ്മലാ ഭവനിൽ പോകാറുണ്ടായിരുന്നു. സിസ്റ്റർ അൽഫോൺസ ആയിരുന്നു അന്ന് മദർ സുപ്പീരിയർ. അറുപതോളം വയസ്സ് കാണും. ഞാനുമൊരിക്കൽ സക്കറിയയോടൊപ്പം അവിടെ പോയിട്ടുണ്ട്. അന്ന് സോമോൾ വിഷണ്ണയായി അവിടെ തന്നെ നിന്നു. എന്തോ ഒരു പിരിമുറുക്കം അവളനുഭവിക്കുന്നുണ്ടെന്ന് തോന്നി. ചിലപ്പോൾ തിരുവസ്ത്രം തിരിച്ചേല്പിക്കുന്നതുമായി ബന്ധപ്പെട്ടാകാം.

ഹൗസ് സർജൻസി കഴിഞ്ഞപ്പോൾ എല്ലാവരും പക്ഷിക്കൂട്ടം ചിതറിയപോലെ പറന്നകന്നു. പലരും പല ഭാഗത്തും ചേക്കേറി. ഞാൻ കരുവന്നൂർക്ക് പോന്നു. കുറച്ചുകാലം സഹകരണ ആശുപത്രിയിൽ ആർ. എം.ഒ. പിന്നെ വിവാഹം. ആരുമായും ഒരു ബന്ധവുമില്ലാതായി. ദേശാടന പക്ഷികൾ കൂട്ടുകൂടാറില്ലല്ലോ.....

പഴയ നിയമത്തിൽ ഒരു കഥ പറയുന്നില്ലേ– എഫെസുസിലെ ഏഴ് നിദ്രാലുകളെക്കുറിച്ച്. അതുപോലെയാണ് ഡോക്ടർമാർ. അല്ലെങ്കിൽ റിപ്വാൻ വിങ്കിളിനെപ്പോലെ. മെഡിക്കൽ കോളേജ് വിട്ട് പ്രാക്ടീസ് തുടങ്ങിക്കഴിഞ്ഞാൽ പിന്നെയാരും ഒന്നും അറിയില്ല. പിന്നെ വർഷങ്ങൾ കഴിഞ്ഞ് ഉറക്കമുണർന്ന് ഒന്നും സംഭവിക്കാത്തതുപോലെ ചോദിക്കും: നൂറ്റാണ്ടുകൾ പലതും കൊഴിഞ്ഞുപോയിട്ടും ഞങ്ങളറിഞ്ഞില്ലല്ലോ എന്ന്."

"അവർ തമ്മിൽ പിന്നെ എപ്പോഴെങ്കിലും കണ്ടുമുട്ടിയതായി അറിയുമോ?"

"ഇല്ല എന്നല്ലേ സ്ക്രിപ്റ്റിൽനിന്നും മനസ്സിലാക്കേണ്ടത്?! മെഡിക്കൽ കോളേജ് വിട്ടശേഷം പിന്നെ ആദ്യത്തെ കൂടിക്കാഴ്ച അതായിരിക്കണം. യാദൃച്ഛികമായിരിക്കണം എല്ലാം. എഴുതി പൂർത്തിയാക്കിയ

സ്ക്രിപ്റ്റ് - പക്ഷികൾ കൂടണയുന്നില്ല- സോമോളെ കാണിച്ച് അഭിപ്രായം തേടാനായിരിക്കാം കൈയിൽ കരുതിയത്. അതിങ്ങിനെയൊക്കെ ആയിത്തീരുമെന്നാരു കണ്ടു!!

മറ്റൊരു സാദ്ധ്യത വായിച്ച സീനുകൾ അവളിൽ സ്വാധീനം ചെലുത്തിയിരിക്കാം. അബോധ മനസ്സിൽ നമ്മളിലോരോരുത്തരിലും ഒരു തെമ്മാടി ഒളിച്ചിരിപ്പുണ്ട്. സമയവും സന്ദർഭവും കിട്ടുമ്പോൾ അത് പുറത്തുവരും. അഷിതയുടെ കഥയിലെ ഒരു കഥാപാത്രം പറയുന്നില്ലേ?

സരമാഗുവിന്റെ *ദ ഗോസ്പൽ എക്കോഡിംഗ് റ്റു ജീസസ് ക്രൈസ്റ്റ്* എന്ന കൃതിയിലും അതിന് സമാനമായ വിശേഷണമുണ്ട്. ദൈവത്തിൽപോലും ഒരു പിശാച് ഒളിഞ്ഞിരിപ്പുണ്ടെന്ന്.

സ്ക്രിപ്റ്റ് ഏതായാലും കത്തിച്ച് കളയാൻ തോന്നാത്തത് ഭാഗ്യം! അതെവിടെയും ഉപേക്ഷിക്കാനും തോന്നിയില്ലാലോ! നിൽക്കക്കള്ളിയില്ലാതെ കൂട്ടുകാരി എലിസബത്തിനെ ഏല്പിച്ചു കടന്നുകാണും. അതൊരു തൊണ്ടിമുതലാണല്ലോ.

ഒക്കെ അനുമാനങ്ങൾ മാത്രം."

"സോമോൾ തോമസിന്റെ ഫോട്ടോ വല്ലതുമുണ്ടോ?"

ഡോ.റേച്ചൽ മൊബൈലിലെ ഗാലറിയിൽ നിന്ന് ഒരു ഗ്രൂപ്പ് ഫോട്ടോ കാണിച്ചുതന്നു. "എം.ബി.ബി.എസ് രണ്ടാംവർഷം എടുത്തതാണ്. അന്നവർ കന്യാസ്ത്രീയാണ്.

പിന്നീട് ഇറങ്ങിയ ബാച്ച് അഡ്രസ് ബുക്കിൽ അവളെക്കുറിച്ചൊന്നുമില്ല. കൊടുത്തിട്ടുണ്ടാവില്ല. പിന്നീട് ആരുമായും ഒരു ബന്ധവുമില്ലെന്നർത്ഥം.

സത്യം പറഞ്ഞാൽ ആർക്കും ഒന്നും അറിയില്ല. അതിനുശേഷം പത്രവാർത്തകളിലൂടെയാണ് സോമോളെക്കുറിച്ച് ഞങ്ങളിൽ പലരും അറിയുന്നത്!

ഇനി ആരോടു ചോദിച്ചാലും അവളെപ്പറ്റി നല്ലതേ പറയാനുണ്ടാവൂ. ആ ഒരു ഇമേജാണ് എല്ലാവരുടെയും മനസ്സിൽ."

"പിന്നെ എന്തുപറ്റി?"

"അതാണ് ആർക്കും അറിഞ്ഞുകൂടാത്തത്.

കാലവും ജീവിതവും ഇത്രമേൽ ഒരു കള്ളക്കഥയാണെന്ന് ആരും അറിയാതെ പോയി!

രാവിലെ ഞാൻ പോട്ടയ്ക്കു പോകും. റിട്രീറ്റ് സെന്ററിൽ ധ്യാനത്തിന്. നാലഞ്ച് ദിവസം അവിടെയായിരിക്കും. ഇവിടെ വരുമ്പോഴൊക്കെ അതൊരു പതിവാ. പിന്നെ വീട്ടിൽ വരാം. ജാസ്മിനെ കാണാതെ പോവില്ല. നിറയെ തുമ്പികളുള്ള ആ വീട്ടിൽ ഉറങ്ങാതെ എന്റെ വരവ് പൂർത്തിയാവില്ല.

സുധീർ വന്നിട്ടുണ്ട്. വാപ്പിയുടെ കൂടെ അടിയന്തരാവസ്ഥയിൽ ജയിലിൽ കിടന്ന..... പുള്ളിയെക്കൂടി കണ്ടിട്ടേ പോകാവൂ. ചിലത് അറിയാതിരിക്കില്ല. അത്രയ്ക്കടുപ്പമായിരുന്നു അവർ.

സക്കറിയയെ ഓർക്കുമ്പോൾ എന്റെ മനസ്സിൽ ഓടിയെത്തുന്നത് ജോൺ ബനിയന്റെ 'പരദേശി മോക്ഷയാത്ര'യാണ്."

ഒന്നും മനസ്സിലാവാതെ ഞങ്ങൾ ഡോ.റേച്ചലിനെ നോക്കി.

സ്വജീവിതത്തിൽ അനുഭവിച്ച പ്രത്യേക അനുഭവങ്ങളുടെ പശ്ചാത്തലത്തിൽ രചിച്ചിട്ടുള്ള ഒരു ദൃഷ്ടാന്ത കഥയാണ് 'പരദേശി മോക്ഷയാത്ര'.

ക്രിസ്ത്യാനി, സുവിശേഷകൻ, വിശ്വാസി, ചഞ്ചല ഹൃദയൻ, നിരാശാ രാക്ഷസൻ– എന്നീ പ്രതിരൂപാത്മക കഥാപാത്രങ്ങൾ. ക്രിസ്ത്യാനിയുടെ സാഹസിക യാത്ര ആദ്യമായി അവനെ നാശപട്ടണത്തിൽ നിന്നും നിരാശ്രയക്കുഴി വഴി ക്രൂശിങ്കൽ എത്തിക്കുന്നു. തുടർന്ന് മരണ നിഴലിൽ താഴ്‌വര, മായചന്ത, സംശയക്കോട്ട എന്നിവിടങ്ങളിലൂടെയും ക്രിസ്തീയ ജീവിതത്തിലെ മറ്റ് വിവിധ നിർണ്ണായക അനുഭവങ്ങൾക്ക് സദൃശമായ സ്ഥലങ്ങളിലൂടെയും യാത്ര ചെയ്ത് ഒടുവിൽ നിലയില്ലാതൊഴുകുന്ന വീതിയേറിയ ഒരു നദിയെ കുറുകെ കടന്ന് പ്രശോഭിതമായ മോക്ഷ പട്ടണത്തിൽ അഥവാ സ്വർഗ്ഗത്തിൽ എത്തിച്ചേരുന്നു.

നാൽപത്

"പേ പിടിച്ചൊരീ ലോകത്തിൽ നിന്നിതാ
പേടിയോടെ പിൻവാങ്ങുകയാണ് ഞാൻ
സർവ്വതും വെന്തെരിക്കുന്ന കാട്ടുതീ
സംഹരിക്കുന്നു സ്വപ്നങ്ങൾ കൂടിയും.....

കവി മുല്ലനേഴി പണ്ട് പാടിയതാണ്. മുല്ലനേഴിയെ അറിയുമോ നിങ്ങൾക്ക്?" താടി തടവി കുറച്ച് ഗൗരവത്തോടെ ഡോ.സുധീർ ചോദിച്ചു. പ്രായംവരുത്തിയ ജരാനരകൾ പ്രകടമാണാ മുഖത്ത്. പെരുമാറ്റത്തിലും.

"ഉവ്വ്. ചില സിനിമകളിലും അഭിനയിച്ചിട്ടുണ്ടല്ലോ."

"അതെ, നിങ്ങൾ ന്യൂജൻകാർക്ക് ഇവരൊക്കെ അപരിചിതരായിരിക്കും. സിനിമയിൽ പ്രത്യക്ഷപ്പെട്ടതുകൊണ്ട് നിങ്ങൾ സിനിമക്കാർ അറിഞ്ഞു.

സക്കറിയ നേരത്തെ പോയത് നന്നായി. വളരെ ആസുരമായ ഈ കാലത്തിൽ അവൻ ജീവിക്കാതിരുന്നത് നന്നായി. മരണം പല രൂപത്തിലും വരും. ചിലപ്പോൾ അനായാസം. മറ്റ് ചിലപ്പോൾ ആത്മഹത്യ. അല്ലെങ്കിൽ കൊലപാതകം. അതത്ര കാര്യമാക്കേണ്ടതില്ല. പ്രത്യേകിച്ചും കൊലപാതകി അടുത്ത സുഹൃത്ത് കൂടിയാവുമ്പോൾ...."

എങ്ങിനെ തുടങ്ങണമെന്നറിയാതെ ഞങ്ങൾ അദ്ദേഹത്തിന്റെ മുഖത്തേക്ക് നോക്കി.

"പ്രതികരിക്കാതിരിക്കുമ്പോൾ നാം ഷണ്ഡന്മാരാകുന്നു. സാംസ്കാരികമായ ഷണ്ഡത്വം ഒരു സമൂഹത്തിന് അല്ലെങ്കിൽ ജനതയ്ക്ക് വലിയ ഭാരമാണ്! നിങ്ങൾ പത്രങ്ങളും വാർത്തകളും മറ്റും കാണുന്നില്ലേ? മിണ്ടാതിരുന്നാൽ നിങ്ങളത് കാലത്തോട് ചെയ്യുന്ന ചതിയായിരിക്കും.

1976 ൽ ഞങ്ങളും അതേ ചെയ്തുള്ളൂ."

“ഞങ്ങളുടെ പുതിയ സിനിമ അത് പ്രമേയമാക്കുന്നുണ്ട്.”

“ങ്ഹേ, നിങ്ങൾക്കതൊക്കെ ദഹിക്ക്യോ?!”

“ഞങ്ങളുടെ പഴയ സിനിമ *യാമങ്ങളിലും* രാഷ്ട്രീയമുണ്ട്.”

“ഉവ്വ്. അതെനിക്കിഷ്ടമായി. ഒരു സ്പാർക്ക്. തീപ്പൊരി. തഥാഗതന്റെ പെർഫോമൻസ് എനിക്കിഷ്ടമായി. ഇന്ത്യയെ കണ്ടെത്തൽ! ആരാ ഇതിന്റെയൊക്കെ സംവിധായകൻ?”

“വിവേക് മോഹൻ. കോഴിക്കോട്ടെ ഒരു ഡോക്ടറുടെ മകനാണ്– ഓർക്കുന്നു. ഐ.എം.എ വാട്ട്സ് ആപ് ഗ്രൂപ്പിൽ അദ്ദേഹം ടീസറും ട്രെയിലറും മറ്റും ഇട്ടിരുന്നു. ഇറ്റ് ഡൺ വെൽ അല്ലെ?”

“വീണ്ടും ഞങ്ങൾ ഡോക്ടർമാരുടെ മക്കൾ ഒന്നിക്കുകയാണ്.”

“അതിഥി?”

“അതെ, ഡാഡി ഡെർമറ്റോളജിസ്റ്റാണ്. ദുബായിൽ.” “കേൾക്കാൻ രസമുണ്ട്.” അദ്ദേഹം പൊട്ടിച്ചിരിച്ചു. “ഡോക്ടർമാരുടെ മക്കൾ ഡോക്ടർമാരല്ലാതാവുന്ന കാലം വരുമെന്ന് ആരും എവിടെയും എഴുതിക്കണ്ടില്ല!! ഹഹഹ!

ഞങ്ങൾ ബോഡിമേറ്റ്സൊക്കെ ആയിരുന്നെങ്കിലും സക്കറിയയിലെ എഴുത്തുകാരനെ ഞാൻ ശ്രദ്ധിക്കാൻ തുടങ്ങിയത് റാഗിങ്ങിനെക്കുറിച്ച് അവനെഴുതിയ ‘അവസാനത്തെ സായാഹ്നം’ എന്ന കഥയോടെയാണ്. അത് പിന്നീട് സീനിയേഴ്സിന്റെ അപ്രീതിക്കിടവരുത്തി. അത് പ്രശ്നമായി. ക്യാമ്പസിൽ നടക്കുന്നതൊന്നും പുറത്ത് വിടരുതെന്ന താക്കീത്. അതൊന്നും വകവെക്കാതെ സക്കറിയയുടെ മറ്റൊരു കഥകൂടി വന്നു– ‘ആത്മഹത്യാ മുനമ്പ്.’ അക്കാലത്തെ ക്യാമ്പസിനെ തടവറയാക്കി ചിത്രീകരിച്ച മനോഹരമായ കഥയായിരുന്നു അത്. പിന്നെ ‘സ്വാതന്ത്ര്യം.’ അടിയന്തരാവസ്ഥയെക്കുറിച്ചുള്ള മറ്റൊരു കഥ.

ആക്ഷന്റെ ഭാഗമാകാൻ പിന്നെ അധിക കാലം വേണ്ടിവന്നില്ല. 1976 ലായിരുന്നു കായണ്ണ പോലീസ് സ്റ്റേഷൻ ആക്രമണം. 1977 മാർച്ചിൽ അടിയന്തരാവസ്ഥ പിൻവലിച്ചു.

ആ കഥകളൊക്കെ നിങ്ങൾക്കറിയാമായിരിക്കും. ആ കാലം ഞങ്ങളെ പലതും പഠിപ്പിച്ചു. സ്വാതന്ത്ര്യത്തിന് തന്നെ എന്തെന്ത് വ്യാഖ്യാനങ്ങൾ!

ജയിൽവാസം കഴിഞ്ഞ് ക്യാമ്പസിലേക്ക് തിരിച്ചുവന്നപ്പോൾ കൂട്ടുകാരിൽ പലരും മുമ്പേ പോയിരുന്നു. പഠിച്ചത് വീണ്ടും ആവർത്തിക്കേണ്ട അവസ്ഥ. ഒറ്റപ്പെടലായിരുന്നു ഏറ്റവും ഭീകരം! സിസ്റ്റർ സോമോൾ തോമസായിരുന്നു ആകെ അഭയം. മനുഷ്യരന്യോന്യം തിരിച്ചറിയുക എന്നൊക്കെ പറയില്ലെ.... അതുപോലെ.

എഴുത്തുകാരായതുകൊണ്ട് സ്വാഭാവികമായും അവരടുത്തു കാണും. ഒരു കച്ചിത്തുമ്പ്.

പിന്നീട് സക്കറിയ മാഗസീൻ എഡിറ്ററായി. ഞാൻ സെക്രട്ടറിയും. സിസ്റ്റർ സോമോൾ തന്നെയാണതിന് പിന്നിലും. കോളേജ് ഫണ്ടൊന്നും

അത്ര പര്യാപ്തമല്ല. ഞങ്ങൾ പരസ്യത്തിനായി ഇറങ്ങും. മിഠായിത്തെരുവ്, മാവൂർ റോഡ്, കല്ലായ് റോഡ്. പിന്നെ തലശ്ശേരി. വൈകിട്ട് ക്വീൻസ് റസ്റ്റാറന്റിൽ നിന്ന് മസാലദോശയും ചായയും.

അടിയന്തരാവസ്ഥയുടെ ബാക്കിപത്രമായിരുന്നു ആ മാഗസീൻ. അന്നത്തെ മെഡിക്കൽ കോളേജ് ക്യാമ്പസിന്റെ ബ്ലൂപ്രിന്റ്. ഭരണകൂട ഭീകരതക്കെതിരെ ചരിത്രത്തിൽ ഇന്നോളം നടന്നിട്ടുള്ള വിദ്യാർത്ഥി മുന്നേറ്റം അതിൽ ചർച്ച ചെയ്യപ്പെടുന്നുണ്ട്. അന്നത്തെ ഇന്ത്യൻ ജയിലറകളുടെ ഒരു നേർക്കാഴ്ച ഞാനതിൽ ഡയറിക്കുറിപ്പുകളിലൂടെ വിവരിക്കുന്നുണ്ട്."

"വായിച്ചതോർക്കുന്നു. അത് സാറായിരുന്നോ? മറ്റെന്തോ നിക്ക് നെയ്മാണല്ലോ അതിൽ കണ്ടത്...." അതിഥിക്കത്ഭുതം.

"അതെ."

"അപ്പോഴും ഞങ്ങൾക്ക് താങ്ങും തണലുമായി നിന്നത് സിസ്റ്റർ സോമമോൾ തന്നെ. ചിലപ്പോൾ അമ്പിളിയുടെ മരണമായിരിക്കാം അവരെ കൂടുതൽ അടുപ്പിച്ചിരിക്കുക. മനുഷ്യബന്ധങ്ങളെ ഏതളവുകോലിലാണ് നമുക്ക് നിർവ്വചിക്കാനാവുക?! പ്രത്യേകിച്ച് സ്ത്രീ പുരുഷ ബന്ധങ്ങളെ. സൗഹൃദവും പ്രണയവും കെട്ടുപിണയുമ്പോൾ ശരീരം അവിടെ വെറുമൊരു നോക്കുകുത്തിയായി മാറുന്നു. കാമനകളെ അതിജീവിക്കുക അത്ര എളുപ്പമല്ല.

സെക്സ് എന്നത് ഒരു പ്ലഷർ ആണ്. രതിയിൽ അതിശാന്തമായ ഊർജ്ജ പ്രസരണമാണുള്ളത്. ശരീരമെന്നത് പാപങ്ങളുടെ കലവറയൊന്നുമല്ല. ജൈവികമായ കാമനകൾ പങ്കുവെക്കുന്നതിൽ തെറ്റില്ല. ചാരിത്ര്യത്തെ കാല്പനികവൽക്കരിക്കുന്നതാണ് തെറ്റ്."

"അങ്ങിനെ പറയാൻ കാരണം?"

"അല്ല. ഞാനാ പഴയ പത്രക്കഥകൾ ഓർത്തെടുക്കുകയായിരുന്നു. ഇരുപതോളം വർഷങ്ങൾക്ക് മുമ്പത്തെ. എത്ര ദിവസമാണവർ ആഘോഷിച്ചത്?! കഴുവേറികൾ... ഒരു സ്ത്രീ ഒരു പുരുഷനെ കൊന്നാൽ അത് വലിയ വാർത്തയായി. നേരെ മറിച്ചാണെങ്കിൽ സ്വാഭാവികം! മലയാളിയുടെ കപട സദാചാരബോധം മറനീക്കി വരുന്നതപ്പോഴാണ്. ചിലവന്മാർ എന്റെയടുത്തും വന്നിരുന്നു. സക്കറിയയുടെയും സോമമോളുടെയും പഴയ ക്യാമ്പസ് ജീവിതമറിയാൻ.... ഞാനവരെ ആട്ടിയോടിച്ചു.

ഇല്ലാക്കഥകൾ മെനഞ്ഞെടുക്കാൻ നമ്മൾ മലയാളികളെ കഴിഞ്ഞേ മറ്റാരും ഉള്ളൂ. അന്ന് ടി.വി ചാനലുകളിലെ സീരിയലുകൾക്ക് അത് കഥയാകാതെ പോയത് അത്ഭുതം!"

"ഞങ്ങൾ അത് സിനിമയാക്കുന്നുണ്ട്. വാപ്പിയുടെ കഥകളെ അടിസ്ഥാനപ്പെടുത്തി. പൂർത്തിയാക്കാതെ പോയ സ്ക്രിപ്റ്റ് വെച്ച്. നാല് ഷെഡ്യൂളുകൾ കഴിഞ്ഞു. ഇനി അവസാനത്തെ ഷെഡ്യൂളുകളാണ്."

"ഡയറക്ടർ?"

"വിവേക് മോഹൻ തന്നെ. ക്യാമ്പസിലെയും കക്കയം പോലീസ്

ക്യാമ്പിലെയും സീനുകൾ കഴിഞ്ഞു. ഇനി കുറച്ച് സീനുകൾ കൂടിയെ ബാക്കിയുള്ളൂ."

"സക്കറിയ എഴുതിയതാണെങ്കിൽ അത് സത്യമാവും. അതിലപ്പുറം എനിക്കൊന്നും പറയാനില്ല.

അന്ന് ഞങ്ങൾ മിണ്ടാതിരുന്നുവെങ്കിൽ അത് കാലത്തോട് ചെയ്യുന്ന അനീതിയാവും. യഥാർത്ഥത്തിൽ മൗനമാണ് ഏറ്റവും വലിയ ക്രിമിനൽ കുറ്റം. ഭാവിയിൽ നിങ്ങൾ നേരിടാൻ പോകുന്നത് അതിനേക്കാൾ ഭയങ്കരമായ അവസ്ഥയാണ്. സ്വയം അഭയാർത്ഥികളാകുന്ന അവസ്ഥ. ക്യാമ്പസുകൾ പ്രതീക്ഷയുണർത്തുന്നു."

"ഞങ്ങളും പ്രതിഷേധിച്ചിരുന്നു."

"ഉവ്വ്. പത്രങ്ങളിൽ വായിച്ചു. ഗുഡ്. സക്കറിയയുടെ മകനല്ലെ!"

"തഥാഗതൻ തന്നെയാണ് ഡോ.സക്കറിയയായി വരുന്നത്. ഡോ. സോമോൾ തോമസായി ഞാനും." അതിഥി തെല്ലഭിമാനത്തോടെ പറഞ്ഞു.

"വ! ഒരുപക്ഷേ, ലോക സിനിമാ ചരിത്രത്തിലാദ്യം! മകൻ പിതാവിന്റെ റോളിൽ! ഓൾ ദി ബെസ്റ്റ്.

അപ്പോൾ ക്ലൈമാക്സ്?"

"ചെയ്യാനിരിക്കുന്നതേയുള്ളൂ."

"അത് നിങ്ങളുടെ ഭാവനയ്ക്കനുസരിച്ചാകാം. ബയോപിക് ഫിലിമൊന്നുമല്ലല്ലോ."

"ഉം." ഞങ്ങൾ തലയാട്ടി.

അദ്ദേഹം താടി തടവി തുടർന്നു: "ഫോറൻസിക് റിപ്പോർട്ടാണ് രസകരം. മുറി അരിച്ചുപെറുക്കിയിട്ടും സോമോൾ തോമസിന്റേതായി ഒന്നും ലഭിച്ചില്ലത്രെ. ടീം നിരാശരായി. ഇന്നത്തെപ്പോലെ സി.സി ടി.വിയുമില്ലാത്ത കാലം. ആകെ ആശ്രയം റിസപ്ഷനിസ്റ്റുകളുടെ മൊഴി. അവൾ പോയത് കണ്ടവരാരുമില്ല. ഹണിമൂൺ റിസോർട്ട് സ്വല്പം അകലെയല്ലെ. വരുന്നതും പോകുന്നതും ആരും അറിയില്ല."

"പിന്നെ അവരാണെന്നതിന് തെളിവ്?!"

"ഹോട്ടൽ റൂം ബുക്ക് ചെയ്തതിലെ മേൽവിലാസം. പാസ്പോർട്ട് കോപ്പിയിലെ വിവരങ്ങൾ ഐ.എം.എ കൈമാറിക്കാണും. പ്രതി രക്ഷപ്പെട്ടതറിഞ്ഞ് എല്ലാ എയർപോർട്ടുകളിലും റെയിൽവേ സ്റ്റേഷനുകളിലും ലുക്ക്ഔട്ട് നോട്ടീസ്. കിട്ടിയ അഡ്രസ്സുകളിൽ ബന്ധപ്പെട്ടപ്പോൾ ബന്ധുക്കളും കൈമലർത്തി കാണും. കുടുംബങ്ങളൊക്കെ തള്ളിപ്പറഞ്ഞു. ആർക്കും ഒരു വിവരവുമില്ല.

ഞാനന്ന് ജാസ്മിനെ സന്ദർശിച്ചിരുന്നു. അവളന്ന് ഷോക്കിൽനിന്നും റിക്കവർ ചെയ്തു വരുന്നതേയുള്ളൂ. കേസ് തുടർന്നുകൊണ്ടുപോകാൻ താല്പര്യമില്ലെന്നും അതാരാണെന്നറിഞ്ഞതുകൊണ്ട് എന്തുകാര്യം എന്നും ചോദിച്ചു.

കുറച്ചു കാലത്തേക്ക് എല്ലാവരേയും വിഡ്ഢികളാക്കാൻ സോമോ

ളിന് കഴിഞ്ഞു. മുൾമുനയിൽ നിർത്തുക എന്നൊക്കെ പറയില്ലെ. അതു പോലെ. പിന്നെ ഞെട്ടിച്ചുകൊണ്ട് ഒരു നാൾ എറണാകുളം സെൻട്രൽ പോലീസ് സ്റ്റേഷനിൽ സ്വമേധയാ കുറ്റമേറ്റ് പറയുന്നു."

"എന്നിട്ട്?"

"ഓട്ടോപ്സി റിപ്പോർട്ടിലെ കഴുത്തിലെ പാട് സ്റ്റെതസ്കോപ്പുകൊണ്ട് മുറുക്കിയതാണെന്ന് ഏറ്റു പറഞ്ഞു. ഒന്നും മനഃപൂർവ്വമായിരുന്നില്ലെന്നും. ഒരു കൈയബദ്ധം. മദ്യ ലഹരിയിലായിരുന്നെന്നും സമ്മതിച്ചു. ചോദ്യം ചെയ്യലിൽ പ്രതിയുടെ സഹകരണം ഒട്ടും ആശാവഹമായിരുന്നില്ലെന്ന് പത്ര റിപ്പോർട്ടുകൾ."

"അപ്പോൾ മോട്ടീവ്?"

"ആ ചോദ്യത്തിന് ഉത്തരം പറയാതെ സോമോൾ ഒഴിഞ്ഞുമാറിയത്രെ!"

അവിശ്വസനീയതയോടെ ഞങ്ങളന്യോന്യം നോക്കി. അതിഥി അത് അപ്പടി വിശ്വസിക്കാൻ കൂട്ടാക്കിയില്ല.

"അപ്പോൾ ഒരു മോട്ടീവുമില്ലാതെ കൊലപാതകമുണ്ടാകുമോ?"

"എന്തോ എനിക്കും അത് വിശ്വാസമായില്ല." ഡോ.സുധീർ തുടർന്നു. "എല്ലാം പ്രീ പ്ലാൻഡായിരിക്കാമെന്ന് എന്റെ തോന്നൽ. ഒരു തയ്യാറെടുപ്പിന്റെ ഭാഗഭാക്കായിരിക്കില്ലെ എല്ലാം? തുടർന്നുള്ള ചോദ്യം ചെയ്യലിലെ മൗനം അതാവാനേ തരമുള്ളൂ.

രക്ഷപ്പെടാൻ പഴുതുകൾ അടഞ്ഞപ്പോൾ കീഴടങ്ങിയതാവാം. ഇരു കൂട്ടരുടെയും കുടുംബങ്ങളുടെ നിസ്സഹകരണം കേസ് തുടർന്നുകൊണ്ടു പോകാൻ തടസ്സമായി. കുറ്റപത്രം പെട്ടെന്നുതന്നെ തയ്യാറാക്കി പോലീസ് കേസ് ക്ലോസ് ചെയ്തു- മനഃപൂർവ്വമല്ലാത്ത നരഹത്യ.

ദുർബ്ബലമായ തെളിവുകളുടെ അടിസ്ഥാനത്തിൽ ശിക്ഷയിളവും ലഭിച്ചു. ഇതൊക്കെ തന്നെ പരോൾ കിട്ടാനും സഹായകമായി.

എല്ലാ കണക്കുകൂട്ടലുകളും തെറ്റിച്ച് പരോളിലിറങ്ങിയ ആൾ അപ്രത്യക്ഷയായി! ഇന്നുവരെ കണ്ടെത്താനായില്ല.

പിടികിട്ടാപ്പുള്ളി!!"

"അപ്പോൾ എല്ലാം മനഃപൂർവ്വം തന്നെയായിരിക്കണം. സാറിന്റെ നിഗമനം തെറ്റിയിട്ടില്ല."

"അതെ. അതാണ് ഞാൻ മുമ്പെ പറഞ്ഞത്."

"അപ്പോൾ മോട്ടീവും സാറിന് ഊഹിക്കാമല്ലൊ" അതിഥി ചോദിച്ചു.

താടി തടവി അദ്ദേഹം ചിരിച്ചു. "ഞാനൊരു മനോരോഗ വിദഗ്ദ്ധനൊന്നുമല്ല. എങ്കിലും എന്റെ നിഗമനം- അവരത്രമേൽ സ്നേഹിച്ചിരിക്കാമെന്നാണ്!

സക്കറിയ ജീവിതത്തിൽ ഒരൊറ്റ വൈദ്യശാസ്ത്ര ലേഖനമേ എഴുതിയിട്ടുള്ളൂ എന്നാണെന്റോർമ്മ- പ്രേമത്തിന്റെ രസതന്ത്രം! അപ്പോൾ പ്രണയം അത്രമേൽ അവനെ ആവേശിച്ചിരിക്കണം. പക്ഷേ, കഥകളിൽ അതൊരു കൊടുക്കൽ - വാങ്ങൽ തലത്തിലാണ് കാണുന്നത്. ആ നിരീ

ക്ഷണത്തിന് ഒരു ന്യായീകരണവും നല്കുന്നുണ്ട്. കഥയുടെ ഉടമസ്ഥാവകാശം കഥാപാത്രങ്ങൾക്ക് മാത്രമാണ്!

ഒരു അച്ഛനെക്കുറിച്ച് മകനോട് പറയാൻ പാടില്ലെന്നറിയാഞ്ഞിട്ടല്ല. എന്റെ സുഹൃത്തുക്കളിൽ ഇന്നോളമുള്ളവരിൽ ഇത്ര ശുദ്ധ മനസ്കരെ ഞാനെന്റെ ജീവിതത്തിൽ കണ്ടിട്ടില്ല. ഒരേ വേവ് ലംഗ്ത്. മെയ്ഡ് ഫോർ ഈച്ചദർ എന്നൊക്കെ പറയാറില്ലേ? അതുപോലെ. അവർക്കിടയിലെ കെമിസ്ട്രി– അത് നാം തിരിച്ചറിയാതെ പോയതാണ് അപകടം.

പത്രക്കാർക്കും മറ്റും സംഭവിച്ചത് അതാണ്."

"പഠിച്ചിരുന്ന കാലത്ത് അങ്ങിനെയൊന്നും തോന്നിയില്ലേ?"

"ഇല്ലാതില്ല. ഈ പ്രണയമെന്ന് പറയുന്നത് ഒരുതരം സ്പാർക്കാണ്. ചിലപ്പോൾ മെഡിക്കൽ കോളേജിലെ ഇന്റർവ്യൂ ദിവസം തന്നെ അത് സംഭവിച്ചുകാണും. എസ് എന്ന അക്ഷരത്തിലുള്ളവരായതുകൊണ്ട് ഓഫീസിൽ പണമടയ്ക്കാൻ ഞങ്ങൾ ഒരുമിച്ചായിരുന്നു. 360 രൂപ. അഡ്മിഷൻ ഫീ. ഇടയ്ക്കിടെ അവരുടെ കണ്ണുകൾ ഇടയുന്നത് ഞാൻ ശ്രദ്ധിച്ചു. ചിലപ്പോളങ്ങിനെ തോന്നിയതുമായിരിക്കാം. ഈ എഴുത്തുകാരും കലാകാരന്മാരും അന്യോന്യം പെട്ടെന്നു തന്നെ തിരിച്ചറിയും. പിന്നെ ക്ലാസ് തുടങ്ങിയപ്പോൾ അനാട്ടമി പോസ്റ്റിംഗിൽ കഡാവറിന്റെ വലത്തെ കൈ ഡിസക്ട് ചെയ്യുന്ന കൂട്ടത്തിൽ ഞങ്ങൾ വീണ്ടും ഒത്തുകൂടി. നാലാമത്തേയാൾ റേച്ചൽ ആയിരുന്നു. ഇന്നലെ പരിചയപ്പെട്ടില്ലേ?"

"ഉവ്വ്. വാപ്പിയുടെ ക്ലോസ് ഫ്രന്റ്...."

"അതെ അടുത്ത സുഹൃത്ത്. പക്ഷേ, അവരുടെ ഇടപഴകൽ സിസ്റ്റർ സോമോളിൽ അസ്വാരസ്യമുണർത്തുന്നതായി എനിക്ക് പലപ്പോഴും തോന്നിയിട്ടുണ്ട്. ദേവലോകത്തുനിന്ന് വരുന്നവരായതുകൊണ്ട് അവരെപ്പറ്റി അങ്ങിനെ ചിന്തിക്കാനേ പാടില്ലാലോ! ഞങ്ങൾ നാലുപേരും നല്ല കൂട്ടായിരുന്നു. ഇടയ്ക്കിടെ വൈകുന്നേരങ്ങളിൽ മാനാഞ്ചിറ പാർക്കിലെ കഫേയിൽ ഫാലൂദ കഴിക്കാൻ പോകും. പിന്നെ ബീച്ചിലൂടെ കറക്കം. ആ സമയത്താണ് അരവിന്ദന്റെ *ഉത്തരായനം* എന്ന സിനിമ ഇറങ്ങിയത്. ഞങ്ങൾ മൂന്നുപേരും കാണാൻ പോയി. സോമോൾ വന്നില്ല. മഠത്തിൽ നിന്നുള്ള ശാസന ഭയന്നാകാം. സാഹിത്യവും സിനിമയും രാഷ്ട്രീയവുമെല്ലാം ചർച്ച ചെയ്യും. ആൺ പെൺ വ്യത്യാസം ഞങ്ങൾക്കിടയിൽ ഉണ്ടായിട്ടില്ല. സോമോളുടെ തിരുവസ്ത്രംപോലും ഞങ്ങൾക്കിടയിൽ വിഘ്നമായിട്ടില്ല.

പിന്നെയാണ് എല്ലാം തകിടം മറിഞ്ഞത്. അടിയന്തരാവസ്ഥ. ഒളിവു ജീവിതം. പാളിപ്പോയ ആക്ഷൻ ജയിൽവാസം കഴിഞ്ഞ് തിരിച്ചെത്തിയപ്പോൾ കൂട്ടുകാരിൽ പലരും ഞങ്ങൾക്ക് മുമ്പെ കടന്നു. സിസ്റ്റർ സോമോൾ തോമസും. ആക്സിഡന്റും മറ്റുമായി വിശ്രമമൊക്കെ കഴിഞ്ഞ് റേച്ചൽ വീണ്ടും ഞങ്ങളോടൊപ്പം.

പഴയ സക്കറിയയായിരുന്നില്ല അപ്പോൾ. ഹീ വോസ് ടോട്ടലി ഫ്രസ്റ്റേയിട്ടഡ്.... വീണ്ടും സിസ്റ്റർ സോമോളിന്റെ സാമീപ്യമാണ് അവനെ തിരി

ച്ചുകൊണ്ടുവന്നത്. കോളേജ് യൂനിയൻ, മാഗസീൻ, നാടക പ്രവർത്തനം..... അങ്ങിനെയങ്ങിനെ. അതിന്നിടയിലൊരു ദുരന്ത പ്രണയ കഥയും.

പിന്നെയാകാം അവരടുത്തത്. അവനൊരു രക്ഷകനെയായിരുന്നു വേണ്ടത്. അതവളിൽ കണ്ടു. അതിൽ വലിയ അപാകതയൊന്നും കണ്ടതുമില്ല. പിന്നെ മനുഷ്യമനസ്സുകളെ ചൂഴ്ന്നു നോക്കാൻ നമുക്കൊന്നുമാവില്ലാലോ! റേച്ചലുമായി സക്കറിയ വല്ലാതെ ഇടപഴകുന്നത് സോമോൾ ഇഷ്ടപ്പെടുന്നില്ലെന്ന് പലപ്പോഴും തോന്നിയിട്ടുണ്ട്. അത്രമാത്രം.

കോഴ്സ് കഴിഞ്ഞ് പലരും പല വഴിക്കായി. ഒരിക്കൽ പൂക്കിപ്പറമ്പിൽ സക്കറിയയെ കാണാൻ പോയിരുന്നു. ജാസ്മിനും അവനും മാത്രം. നീയന്ന് ജനിച്ചിട്ടില്ല. സംസാരത്തിന്നിടയിൽ സോമോളെക്കുറിച്ച് ഒരു വിവരവുമില്ലെന്ന് പറഞ്ഞു. പിന്നെയൊരിക്കൽ ഐ.എം.എ കോൺഫ്രൻസിൽ റേച്ചലിനെയും അവനെയും ഒന്നിച്ച് കണ്ടു. ഞാനന്ന് തന്നെ മടങ്ങി.

സോമോൾ പിന്നെയൊരിക്കൽപോലും ഞങ്ങളുടെ സംസാരത്തിൽ കടന്നു വന്നിട്ടില്ല."

"പിന്നെ ആ മരണം?"

"നമുക്കൊക്കെ അറിയാതെ പോയ എന്തോ ഒന്ന് അതിനിടയിലുണ്ട്. ചേക്കാറാനൊരു ചില്ല എന്ന പോലെയാണ് ഞങ്ങൾ ഡോക്ടർമാരുടെ സ്ഥിതി. ഒരു സ്ഥലത്ത് പ്രാക്ടീസ് പച്ചപിടിച്ച് കഴിഞ്ഞാൽ അവിടെ ഒരു കൂടുകൂട്ടും. ആ കൂട് വിട്ടുപോകാൻ മനസ്സനുവദിക്കുകയുമില്ല. ചിലർ കൂട് വിട്ട് പറന്നുപോകും. ഇരിക്കപ്പൊറുതിയില്ലാതെ.

സക്കറിയ ഒരു ദേശാടനക്കിളിയായിരുന്നു. അതുകൊണ്ടധികമൊന്നും ആർക്കും അറിയില്ല. പിന്നെ കോരപ്പുഴയിൽ ആ കൂട് കൂട്ടിയത് ജാസ്മിന്റെ മിടുക്ക്. വീടിന്റെ പേര് കൂട് എന്ന് തന്നെയല്ലെ?"

"അതെ."

"അവനെഴുതി ആരൊക്കെയോ ആയിത്തീരുമെന്ന് തോന്നി. വാക്കുകൾക്ക് ജൈവികമായ ഒരു സത്യസന്ധതയുണ്ട്. അത് സർഗ്ഗാത്മകമായാലും വിലയിരുത്തലായാലും. സക്കറിയായ്ക്ക് എഴുതാതിരിക്കാനാവുമായിരുന്നില്ല. പക്ഷേ, മടി. മിനി മാഗസീനുകളിലും മറ്റുമായിരുന്നു അധികവും എഴുതിയത്. മുഖ്യധാരാ പ്രസിദ്ധീകരണങ്ങളിൽ വളരെ അപൂർവ്വം മാത്രം. പുസ്തകത്തിൽ ഉൾപ്പെടുത്താത്ത ഒരുപാട് രചനകൾ അവിടെയുണ്ടാകും. എഴുത്തുകാരുടെ കോക്കസിലും പെടാതെ പോയി. അവസാനം മരണാനന്തരമല്ലെ സാഹിത്യ അക്കാദമിപോലും അവനെ അംഗീകരിച്ചത്! ഞാൻ പറഞ്ഞുവന്നത് ഒരു ഉൾവലിയൽ ആ ജീവിതത്തിലുടനീളം ഉണ്ടായിരുന്നു. അതുകൊണ്ട് ഒന്നും നാം അറിയാതെ പോയി."

"അത്രമേൽ അവർ സ്നേഹിച്ചിരുന്നെങ്കിൽ ഡോക്ടർ സോമോൾ പിന്നീട് ആത്മഹത്യ ചെയ്യുമായിരുന്നില്ലെ? വാപ്പിയുടെ മരണത്തെത്തുടർന്ന്....."

"അവൾ ജീവിച്ചിരിപ്പുണ്ട് എന്നതിന് നിങ്ങളുടെ പക്കൽ എന്ത് തെളിവാണുള്ളത്?

കൊലപാതകവും ആത്മഹത്യയും അന്യോന്യം കെട്ടുപിണഞ്ഞു കിടക്കുന്നു. സെൽഫ് ഡയറക്ടഡ് എഗ്രഷൻ എന്ന ഭാഷ്യവുമുണ്ടല്ലോ ആത്മഹത്യയ്ക്ക്. രണ്ടും ഒരു തരത്തിൽ കൊലപാതകം തന്നെ! മരണത്തേക്കാൾ കഠിന തടവുശിക്ഷ ജീവിച്ചിരിക്കലാണെന്ന് അവൾക്കറിയാം.

അല്ലെങ്കിൽ എല്ലാം കണ്ടുകൊണ്ട്, അറിഞ്ഞുകൊണ്ട് കാണാമറയത്ത് അവരുണ്ടാകും....

മരണം = ജീവിതം എന്നൊരു ലേഖനമുണ്ട് സക്കറിയയുടെ. പണ്ടെഴുതിയതാണ്. മരണത്തിലൂടെ സക്കറിയ ജീവിതത്തെ അടയാളപ്പെടുത്തുകയാണിപ്പോൾ. അല്ലെങ്കിൽ വർഷങ്ങൾ ഇരുപത് കഴിഞ്ഞിട്ടും നിങ്ങൾ അതറിയാൻ ശ്രമിക്കില്ലല്ലോ! ഒരു സിനിമയിലൂടെ പുനരവതരിക്കില്ലല്ലോ!!

സക്കറിയയുടെ കഥയറിയ്യോ, നിങ്ങൾക്ക്?

സക്കറിയ *ബൈബിളിലും ഖുർആനിലു*മുണ്ട്. ലൂക്കായുടെ സുവിശേഷത്തിൽ വിശുദ്ധ പൗലോസിന്റെ പിതാവായി. എലിസബത്തിന്റെ ഭർത്താവായി. ജറുസലേമിലെ രണ്ടാം ക്ഷേത്രത്തിലേക്ക് ദൈവത്താൽ നിയോഗിക്കപ്പെട്ടവൻ. മറിയത്തിന്റെ രക്ഷകനായി. ഖുർആനിൽ സക്കറിയ പ്രവാചകനാണ്. യഹ്യയുടെ പിതാവ്. തൊണ്ണൂറ്റി രണ്ട് വയസ്സു വരെ ജീവിച്ചത്രെ. രണ്ടും ഒരാൾ തന്നെ. സിറിയയിലെ ആലപ്പോവിലെ വിശുദ്ധ ദേവാലയത്തിൽ ആ ശവകുടീരം ഇന്നും തീർത്ഥാടന കേന്ദ്രമാണ്. പണ്ട് അവിടം സന്ദർശിച്ച കഥ സക്കറിയ എന്നോട് പറഞ്ഞിരുന്നു. അഞ്ചാറ് വർഷങ്ങൾക്ക് മുമ്പത്തെ സിറിയൻ സിവിൽ യുദ്ധത്തിൽ അത് തകർക്കപ്പെട്ടു.

അതുകൊണ്ട് സക്കറിയായ്ക്ക് മരണമില്ല എന്നുമാത്രം നിങ്ങളിപ്പോൾ മനസ്സിലാക്കിയാൽ മതി! എന്നും എല്ലാവരുടെയും മനസ്സിൽ അവനുണ്ടാകും. ഈ ഭൂമി ഉള്ളിടത്തോളം കാലം....."

നാല്പത്തി ഒന്ന്

Sometimes reality is too complex. Stories give it form
- Godard

ഒരു ചോദ്യത്തിനും ഉത്തരങ്ങൾ പൂർണ്ണമാവുന്നില്ല. അന്വേഷണം പാതിവഴിക്ക് നിന്നപോലെ. ആ ഉത്തരങ്ങൾ പൂർണ്ണ സംതൃപ്തി നൽകുന്നില്ല എന്നതല്ലെ ശരി?

എല്ലാം നിഗമനങ്ങൾ മാത്രമാണ്.

ചോദിക്കാത്ത ചോദ്യങ്ങൾക്ക് ഉത്തരം ലഭിക്കുന്നതാവണം ഏതൊരു അന്വേഷണവും. വൃഥാവിലാകുന്ന യത്നങ്ങൾ മഹാ ദുരന്തമാണ്.

"ഗൗതം മാറിയിരിക്കൂ. ഞാനോടിക്കാം." കൊച്ചിയിലേക്ക് തിരിക്കവേ അതിഥി പറഞ്ഞു.

"വേണ്ട. റോഡത്ര നല്ലതല്ല. ഡ്രൈവിംഗ് ദുഷ്കരമാവും."

"ഇന്ന് രാവിലെ ഡോ.സുധീർ പറഞ്ഞത് ശ്രദ്ധിച്ചോ?"

അതിഥി തുടർന്നു: "മരണവും ജരാനരകളും മനുഷ്യന് ഒഴിവാക്കാനാവാത്തിടത്തോളം കാലം നാം അസ്വസ്ഥരാകുന്നതിലർത്ഥമില്ല. അതിനെ നമുക്ക് വിധിയെന്ന് ഓമനപ്പേരിട്ട് വിളിക്കാം. അതിന് മുന്നിൽ നമുക്കൊരിക്കലും ബാർഗെയിൻ ചെയ്യാനാവില്ല."

"ശരിയാണ്. ഒരാൾ ജീവിച്ചിരുന്നുവെന്നതിന് തെളിവാണ് മരണം. അത് നാം തർക്ക വിഷയമാക്കേണ്ടതില്ല."

വിധു പറഞ്ഞു: "മരണത്തിൽ നിന്നാണ് ഒരു എഴുത്തുകാരന്റെ ജീവിതം തുടങ്ങുന്നത്."

വിധുവും വിവേകും ഞങ്ങളെ കാത്തിരിക്കയായിരുന്നു. സെറ്റ് ഏതാണ്ട് റെഡിയാണ്. മറ്റന്നാൾ ഐ.എം.എ കോൺഫ്രൻസും ആരം

ഭിക്കും. സീനുകൾ വീണ്ടും റിഹേഴ്സൽ ചെയ്യേണ്ടതുണ്ട്.

ഡോ. റേച്ചലും ഡോ. സുധീറും നല്കിയ വിവരങ്ങൾ ഞങ്ങളവരോട് പങ്കിട്ടു. വിശ്വസിക്കാൻ ആരും തയ്യാറല്ല.

“ക്ലൈമാക്സ് മാറ്റം വരുത്തേണ്ടി വരും. ആ സ്ക്രിപ്റ്റിൽ കാണുന്നതൊന്നുമല്ല ശരി. ഞങ്ങൾ അന്നേ സംശയം പ്രകടിപ്പിച്ചില്ലേ. അവസാനത്തെ രണ്ട് സീനുകളിലെ കൈയക്ഷരം. അവരുടേതു തന്നെ. ഡോ. സോമോൾ തോമസിന്റെ.”

അതിഥി തുടർന്നു: “ചിലപ്പോൾ അവർക്ക് തോന്നിയതാകാം. അല്ലെങ്കിൽ.”

“ഒരല്ലെങ്കിലുമില്ല. കേസ് തിരിച്ചു വിടാനുമാകാം” വിധു പറഞ്ഞു.

“എനിക്ക് വിശ്വാസമാവാത്തത് ആ പ്രവചനമാണ്. മരണം മുൻകൂട്ടി കണ്ടുള്ള ആ എഴുത്ത്....”

വിവേക് തുടർന്നു: “നാളെ നമ്മുടെ സെറ്റിൽ ഉദ്ഘാടനത്തിന്റെ റിഹേഴ്സലുണ്ട്. ഞാനൊരാളെ പരിചയപ്പെടുത്തി തരാം. ഒരു ഡോ. മാത്യു ഡൊമനിക്. ഇവിടത്തുകാരനാണ്. എന്റെ അച്ഛനാണ് അഡ്രസ് തന്നത്. കണ്ടിട്ട് കുറച്ച് പ്രായമൊക്കെ തോന്നിക്കുന്നുണ്ട്. ചിലപ്പോൾ നിനക്ക് ഗുണം ചെയ്യും.”

“അതെന്താ?”

“1999 ലെ സ്റ്റേറ്റ് കോൺഫ്രൻസാണ് ചിത്രീകരിക്കേണ്ടതെന്ന് പറഞ്ഞപ്പോൾ അദ്ദേഹം ചോദിച്ചു അതിനെന്താ പ്രത്യേകതയെന്ന്? കഥാസന്ദർഭം അതാണെന്ന് മാത്രം പറഞ്ഞു. ക്ലൈമാക്സ് ഷെഡ്യൂൾ അതാണ് എന്നൊന്നും പൊട്ടിച്ചേക്കല്ലെ!! ആ കോൺഫ്രൻസിൽ ഡെലിഗേറ്റായി പങ്കെടുത്തിട്ടുണ്ടത്രെ.

നമ്മളൊരുക്കിയ സെറ്റ് മുഴുവൻ അദ്ദേഹത്തിന്റെ മാർഗ്ഗനിർദ്ദേശങ്ങൾക്കനുസരിച്ചാണ്. ഇരുപത് വർഷങ്ങൾക്ക് മുമ്പുള്ളതല്ലെ. സ്റ്റേജിലിരിക്കുന്നവർക്കും ഭാരവാഹികൾക്കും കോട്ടും സൂട്ടും നിർബന്ധമാണത്രെ. അത് അന്നത്തെ പ്രോട്ടോകോൾ ആയിരുന്നത്രെ. ഡെലിഗേറ്റ്സിന് വസ്ത്രം പ്രശ്നമില്ല. എങ്കിലും സാരിയാണ് ഉചിതം.”

“ഡോ. മാത്യു ഡൊമനിക് – “സംശയാസ്പദമായ ഒരു ഡയറിക്കുറിപ്പ്. വാപ്പിയുടെ കഥ ഓർക്ക്ണ് ണ്ടോ നീ?” അതിഥി ചോദിച്ചു.

“ഉം. അപ്പോൾ പരിചയമുണ്ടാവാൻ സാദ്ധ്യതയുണ്ട്.”

യാത്രാക്ഷീണം. ഒന്നു മയങ്ങണം.

മയക്കമുണർന്നപ്പോൾ എല്ലാവരും സെറ്റിലേക്ക് പോകാൻ റെഡിയായിരിക്കുകയാണ്. ഡോ. മാത്യു നാല് മണിക്കെത്തും. വൈകിട്ട് വീട്ടിൽ പ്രാക്ടീസില്ല. കുറച്ച് സുഹൃത്തുക്കളെയും കൂട്ടാമെന്നേറ്റിട്ടുണ്ട്. ഷൂട്ടിംഗിന് മുമ്പായി ഒരു റിഹേഴ്സൽ. ഇല്ലെങ്കിൽ റീ ടെയ്ക്ക് ഒരുപാട് വേണ്ടി വരും.

ശരിയാണ്. സെറ്റിനാകെ പഴമയുടെ മണം. ആർട്ട് ഡയറക്ടർ ശരിക്കും പണിയെടുത്തിട്ടുണ്ട്. ഈ വിധത്തിലാക്കാൻ.

ഡോ. മാത്യുവും സുഹൃത്തുക്കളും കൃത്യസമയത്തുതന്നെ എത്തി.

വിവേക് പരിചയപ്പെടുത്തി. "*യാമങ്ങൾ* കണ്ടിട്ടുണ്ട്. ആ നിലവാരത്തിൽ നിന്ന് ഇനി താഴോട്ട് പോകരുത്. ഇറ്റ് വോസ് റിയലി എ ബ്രെയ്ക്ക്. ബോത്ത് ഓഫ് യുവർ പെർഫോമൻസ് എക്സലന്റ്....."

അദ്ദേഹം പുറത്ത് തട്ടി അഭിനന്ദിച്ചു.

വിവേക് സീനുകൾ വിവരിച്ചു. സ്ക്രിപ്റ്റിലെ സീനുകൾ അതേപടി. ഉദ്ഘാടനവും സമാപന ദിവസത്തെ പരിപാടികളും അതേ സ്റ്റേജിൽ തന്നെ. ഐ.എം.എ സ്റ്റേറ്റ് സെക്രട്ടറിയുടെ റോൾ വളരെ അനായാസം ഡോ. മാത്യു ഡൊമനിക് അഭിനയിച്ചു കാണിച്ചപ്പോൾ അത്ഭുതം തോന്നി. കൂടെയുള്ളവരും മോശമല്ല.

"ഹീ ഈസ് വെരി ഏപ്റ്റ് ടു ദാറ്റ് കാരക്ടർ. നമ്മുടെ ആർട്ടിസ്റ്റുകൾ അവരുടെ ഒപ്പം നിന്നാൽ മതി. മെയ്ക്കപ്പും അധികം വേണ്ടിവരില്ല."

പ്രവീണിന്റെ അഭിപ്രായത്തോട് വിവേകും മറ്റുള്ളവരും യോജിച്ചു. "ശരിയാണ് മുൻകാല പരിചയം കാണും."

"മാത്യു സാർ ഒരു സിനിമാ നടനെപ്പോലിരിക്കുന്നു. എന്തൊരു ഗാംഭീര്യം ആ ചലനങ്ങൾക്ക്!"

റിഹേഴ്സൽ കഴിഞ്ഞപ്പോൾ ഡോ. മാത്യു ഞങ്ങളുടെ അടുത്തേക്ക് വന്നു. കൂടെ വന്നവരെല്ലാം സ്ഥലം വിട്ടു.

"ഉവ്വ്. ഞാനെല്ലാം ഓർക്കുന്നു. 1999 ലെ ആ കോൺഫ്രൻസിൽ ഞാനും ഒരു ഡെലിഗേറ്റായിരുന്നു. അന്ന് കൊല്ലപ്പെട്ട ഡോ. സക്കറിയ എന്റെ സ്നേഹിതനാണ്. ഞങ്ങൾ ഒരേ കാലയളവിൽ കോഴിക്കോട് ക്യാമ്പസിലുണ്ടായിരുന്നു. ആ ഇൻസിഡന്റാണോ നിങ്ങളുടെ കഥ? വല്ലാത്ത സാദൃശ്യം തോന്നുന്നു. സമാപന സമ്മേളനത്തിന്റെ സീൻ വിവരിച്ചു തന്നപ്പോൾത്തന്നെ എനിക്ക് സംശയമുണ്ടായിരുന്നു. ആരാണ് കഥയും സംഭാഷണവും?"

"വിധു. ഡോ.സക്കറിയയുടെ ഒരു കഥയെ അടിസ്ഥാനപ്പെടുത്തി എഴുതിയതാണ്."

എന്നെ ചൂണ്ടി വിവേക് തുടർന്നു: "ഈ തഥാഗതൻ എന്ന ഗൗതം അദ്ദേഹത്തിന്റെ മകനാണ്. ഡോ. സക്കറിയയുടെ റോൾ ചെയ്യുന്ന–"

"Wow!!" ഡോ.മാത്യു വിശ്വാസം വരാത്ത മട്ടിൽ എന്നെ നോക്കി. ഹോ! എന്തൊരു കോ–ഇൻസിഡൻസ്!"

"സക്കറിയയുടെ പൂർവ്വകാലം അറിയുമായിരിക്കുമല്ലോ അല്ലേ?"

"1977 ൽ ജയിൽവാസം കഴിഞ്ഞ് അവർ ക്യാമ്പസിൽ തിരിച്ചെത്തിയ വർഷമാണ് ഞങ്ങളവിടെ ജൂനിയേഴ്സായി എത്തുന്നത്. ആ കാലഘട്ടം മനോഹരമായ ഓർമ്മകളാണ് തന്നത്. അല്ലെങ്കിൽ ഓർമ്മകളേക്കാൾ മികച്ച മറ്റെന്ത് ലഹരിയാണുള്ളത്?!

ക്യാമ്പസ് അതുവരെ കണ്ടിട്ടില്ലാത്ത സാംസ്കാരിക പ്രവർത്തനങ്ങളാണ് അവർ നടത്തിയത്. ചൊൽക്കാഴ്ച. നാടകങ്ങൾ, ചിത്രപ്രദർശ

നങ്ങൾ, കുഞ്ഞുണ്ണിമാഷ്, കടമ്മനിട്ട, ബാലചന്ദ്രൻ ചുള്ളിക്കാട്, യു ജയചന്ദ്രൻ, ചിന്താ രവി, കുഞ്ഞപ്പ പട്ടാനൂർ. ക്യാമ്പസ് തിയേറ്റർ. ജി ശങ്കരപ്പിള്ളയുടെയും കാവാലത്തിന്റെയും മധു മാസ്റ്ററുടെയും ജോൺ എബ്രഹാമിന്റെയും നാടകങ്ങൾ. അവരുടെ പിൻഗാമികളാകാൻ കഴിഞ്ഞത് ഞങ്ങളുടെ ഭാഗ്യം. അതിനുശേഷം ഞാൻ ഇപ്പോഴാണഭിനയിക്കുന്നത്.

തെരുവ് നാടകങ്ങൾ. ഹരോൾഡ് പിന്ററിന്റെ കാർട്ടൂൺ ഡ്രാമകൾ. അപ്പോളിനറുടെ സർ റിയലിസ്റ്റിക് നാടകങ്ങൾ. ലോക സിനിമയിലെ ക്ലാസ് സാന്നിദ്ധ്യം ഫിലിം മേളകളായി. ക്യാമ്പസിന്റെ സാംസ്കാരിക ചരിത്രത്തിലെ ഒരു സവിശേഷ അദ്ധ്യായമാണ് ആ കാലഘട്ടം. അവയ്ക്കുള്ളിൽ ഒളിച്ചുവെച്ച രാഷ്ട്രീയാഗ്നി പ്രതിഷേധ ജ്വാലകളായി പിന്നീട് കുറച്ചുകാലും ക്യാമ്പസിൽ ഇരമ്പി. ഡോക്ടർമാരുടെ ജനകീയ വിചാരണകളും മറ്റും അന്നത്തെ സാമൂഹ്യ-രാഷ്ട്രീയാവിഷ്കാരത്തിന്റെ പ്രതിഫലനങ്ങളാണ്.

ക്യാമ്പസ് വിട്ട ശേഷം പിന്നീട് അധികമൊന്നും കേട്ടിട്ടില്ല. കഥകൾപോലെ തന്നെ അസാധാരണവും അജ്ഞാതവുമായിരുന്നു ആ ജീവിതം. അതിനിടയ്ക്കാണ് സംക്രമണത്തിൽ ആ കഥ വായിച്ചത്. ഡോ. മാത്യു ഡൊമനിക്കിന്റെ മരണം. 'സംശയാസ്പദമായ ഒരു ഡയറിക്കുറിപ്പ്.' ഒരു കുറ്റബോധം എപ്പോഴും അവനെ അലട്ടിയിരുന്നു എന്ന് ആ കഥയിൽ വായിക്കാം.

പിന്നീട് ഞാൻ കാണുന്നത് മഞ്ചേരി ഐ.എം.എ കോൺഫ്രൻസിലാണ്. അന്നവൻ പൂക്കിപ്പറമ്പിലായിരുന്നു പ്രാക്ടീസ് ചെയ്തത്. സെക്രട്ടറിയൊക്കെയായിരുന്നെങ്കിലും സംഘടനാ പ്രവർത്തനങ്ങളിൽ അത്ര തല്പരനായിരുന്നില്ല.

വീണ്ടും കണ്ടുമുട്ടിയത് 1999- ലെ കോൺഫ്രൻസിൽവെച്ച്. അതവസാനത്തെ കൂടിക്കാഴ്ചയാവുമെന്ന് ഒരിക്കലും കരുതിയില്ല. കൂടെ ലേഡി ഡോക്ടറും. ഡോ.സോമോൾ എന്ന് പരിചയപ്പെടുത്തി. ക്യാമ്പസിലെ ആ പഴയ സോമോൾ തോമസ് എന്ന കന്യാസ്ത്രീയാണതെന്ന് തിരിച്ചറിഞ്ഞതേയില്ല."

"ആ ദിവസങ്ങൾ ഒന്ന് വിശദീകരിക്കാമോ?"

"ആദ്യത്തെ രണ്ടുനാൾ അവരെ ഇടയ്ക്കിടെ അവിടവിടെ കണ്ടു. കുറച്ചു സമയം പഴയ കാര്യങ്ങൾ പറഞ്ഞിരുന്നു. അവർ ടെക്സാസിൽ നിന്നാണ് വരുന്നതെന്ന് മനസ്സിലായി.

ബാങ്കറ്റ് കഴിഞ്ഞ രാത്രിയിലാണ് സംഭവങ്ങൾ നടന്നിരിക്കുക. പിറ്റേന്ന് സമാപന സമ്മേളനം പതിവുപോലെ നടക്കവേ പതിനൊന്ന് മണിയോടെ പോലീസ് എത്തി. നിങ്ങളുടെ ഒരു ഡെലിഗേറ്റ് ഹോട്ടൽ മുറിയിൽ മരിച്ചു കിടക്കുന്നുവെന്നും കൊലയാളി രക്ഷപ്പെട്ടുവെന്നും അറിയിച്ചു. ആരും സമ്മേളന നഗരി വിട്ടുപോകരുതെന്നും ഫംഗ്ഷൻ നിർത്തിവെക്കണമെന്നും നിർദ്ദേശിച്ചു. ഭാരവാഹികൾ ഉടനെ മൈക്കിലൂടെ എനൗൺസ് ചെയ്യുകയും ചെയ്തു.

പിന്നീടാണ് നാടകീയ സംഭവങ്ങൾ നടന്നത്.

മരിച്ചത് ഡോ. സക്കറിയയാണെന്ന് മുറിയിൽ വീണുകിടന്ന ബാഡ്ജിൽ നിന്നും മനസ്സിലായെന്നും കൂടെ താമസിച്ചിരുന്ന ലേഡി ഡോക്ടറെ കാണാനില്ലെന്നും കിംവദന്തി പരന്നു.

പോലീസ് ഇൻക്വസ്റ്റിൽ അവരെക്കുറിച്ച് വിവരങ്ങളൊന്നും ലഭിച്ചില്ല. ഹണിമൂൺ കോട്ടേജ് ബുക്ക് ചെയ്തിരിക്കുന്നത് അവരുടെ പേരിലാണെന്നുമാത്രം. അതത്ര വലിയ തെളിവല്ലല്ലോ. അതാർക്കുമാവാം. ഇന്നത്തെപോലെ ഐ.ഡി കാർഡൊന്നും കാണിക്കേണ്ട.

പിന്നെ എനൗൺസ് കേട്ടു. സക്കറിയയെ പരിചയമുള്ളവർ ആരെങ്കിലും സദസ്സിലുണ്ടെങ്കിൽ റിപ്പോർട്ട് ചെയ്യാൻ. ബോഡി തിരിച്ചറിയാൻ.

ഞാനവരുടെ കൂടെ പോയി. അതവനാകരുതെയെന്ന് മനസ്സാ പ്രാർത്ഥിച്ചു. യഥാർത്ഥത്തിൽ ഞാൻ തളർന്നുപോയി. ആ കിടപ്പ് കണ്ടപ്പോൾ. നമുക്ക് നമ്മുടെ കണ്ണുകളെ വിശ്വസിക്കാൻ കഴിയാത്ത പോലെ എന്നൊക്കെ പറയാറില്ലെ!

ഭാരവാഹികളും കൂടെയുണ്ടായിരുന്നു. അവരാണെന്നെ താങ്ങി നിർത്തിയത്. ചോദ്യം ചെയ്യൽ കുറച്ചുസമയം നീണ്ടുനിന്നു. കോൺഫ്രൻസിൽ കൂടെ ഉണ്ടായിരുന്നവരെല്ലാം നിരീക്ഷണത്തിലാണെന്ന് പറഞ്ഞപ്പോൾ ഞാൻ ഡോ. സോമോൾ തോമസിനെക്കുറിച്ച് പറയാൻ നിർബന്ധിതനായി.

അപ്പോഴേക്കും അവൾ സ്ഥലം വിട്ടു കഴിഞ്ഞല്ലോ. പുലർച്ചെ ബാഗുകൾ തൂക്കി ഒരു സ്ത്രീ പോകുന്നത് കണ്ടു എന്ന് ബോട്ട് ഡ്രൈവറുടെ മൊഴി.

ഭാരവാഹികൾ തിരിച്ചുപോയി മീറ്റിംഗ് വൈന്റപ്പ് ചെയ്തു. അതിനിടയിൽ തുടർന്ന് നടത്താൻ നിർവ്വാഹമില്ലായിരുന്നു. അത്രമാത്രം ഒരു വല്ലാത്ത സ്വിറ്റേഷൻ! ചരിത്രത്തിലാദ്യമായിട്ടാവാം അങ്ങിനെയൊന്ന് ഫെയ്സ് ചെയ്യുന്നത്!

ജാസ്മിനെ വീട്ടിലേക്ക് വിളിച്ചറിയിച്ചത് അവരാണ്. കോൺഫ്രൻസ് വൈന്റപ്പ് ചെയ്തെങ്കിലും ഓർഗനൈസിംഗ് കമ്മിറ്റി മെമ്പേഴ്സിന് സ്ഥലം വിടാൻ അനുവാദമുണ്ടായിരുന്നില്ല. ചോദ്യം ചെയ്യൽ തുടർന്നു. എല്ലാം കഴിഞ്ഞപ്പോൾ രാത്രി വളരെ വൈകി.

പിന്നെ എനിക്കറിയാവുന്നത് പത്ര ഭാഷ്യം മാത്രമാണ്. നമ്മുടെ പത്രങ്ങളല്ലെ! പോലീസ് പറഞ്ഞതിലപ്പുറം അവരെഴുതി. ആരും അറിയാത്ത ഒരുപാട് കഥകൾ!!"

"അപ്പോൾ നാളത്തെ സീൻസ്?"

"അത് ഇന്ന് റിഹേഴ്സൽ ചെയ്തപോലെ തന്നെ നടക്കട്ടെ. അന്നത്തെ സംഭവങ്ങൾ ഞാൻ വിവരിച്ചുവെന്നേയുള്ളൂ."

"സ്ക്രിപ്റ്റിൽ നമുക്ക് ചെറിയൊരു മാറ്റം വരുത്തിയാലോ?" വിവേക് ചോദിച്ചു. "സാർ ഇന്ന് പറഞ്ഞ സീൻസും കൂടി ചേർക്കാം."

വിധു പിന്താങ്ങി. "ശരിയാണ്."

"ആ റോൾ ഡൊമനിക് സാർ തന്നെ തുടർന്നും ചെയ്താൽ മതി. അനുഭവിച്ചറിഞ്ഞതിനേക്കാൾ വലുതല്ലല്ലോ അഭിനയം......"

അദ്ദേഹം മറുപടിയൊന്നും പറഞ്ഞില്ല.

"അപ്പോൾ ക്ലൈമാക്സ്?"

"ഡോ. റേച്ചലിനെ പോലീസ് കൊണ്ടുപോകുന്നു. അവരുടെ ഓർമ്മകളാണ് സിനിമയുടെ മൊത്തം ഫ്ളാഷ് ബാക്ക് സീൻസ്."

"അതൊരു പഴയ സ്റ്റൈൽ അല്ലെ? ഒന്ന് മാറി ചിന്തിച്ചുകൂടെ? പിന്നെ യഥാർത്ഥത്തിൽ നടന്നത് അങ്ങിനെയൊന്നുമല്ലല്ലോ!"

"സിനിമ അവിടെ തീരുന്നില്ല. അതുകൊണ്ടാണ് സ്ക്രിപ്റ്റ് മാറ്റിയെഴുതണമെന്ന് പറഞ്ഞത്...."

വിവേക് വിടുന്ന മട്ടില്ല.

"രണ്ടാഴ്ചയോളം കഴിഞ്ഞാണ് ഡോ. സോമോൾ പൊലീസ് സ്റ്റേഷനിൽ കുറ്റമേറ്റ് പറഞ്ഞ് കീഴടങ്ങുന്നത്. എന്തിന് എന്നുമാത്രം അവൾ പറഞ്ഞില്ല. ചോദ്യങ്ങളിൽ നിന്ന് ഒഴിഞ്ഞുമാറി. തിരിച്ചറിയാനായി എന്നെ സ്റ്റേഷനിലേക്ക് വിളിപ്പിച്ചിരുന്നു. ഒരു ബ്ലാങ്ക് ഫെയ്സ്. ഒരു വികാര പ്രകടനവുമില്ലാത്ത മുഖഭാവം!

എന്നെ അറിയാമോ എന്ന ഇൻസ്പെക്ടറുടെ ചോദ്യത്തിന് അതെയെന്ന് തലയാട്ടി.

എന്തിന്? എന്ന എന്റെ ചോദ്യത്തിന് മറുപടിയില്ല. ആ കണ്ണുകൾ കലങ്ങിയിരുന്നു.

മനഃപൂർവ്വമല്ലാത്ത നരഹത്യ!

പിന്നീട് പരോളിലിറങ്ങി അപ്രത്യക്ഷമായപ്പോൾ വീണ്ടും എന്നെ സ്റ്റേഷനിലേക്ക് വിളിപ്പിച്ചു. എന്തെങ്കിലും തുമ്പ് കിട്ടാനാവും. കുറച്ചുകാലം മുമ്പ് ഒരു സ്ത്രീയുടെ അനാഥശവം ഡോ. സോമോളിന്റേതാണെന്ന് സംശയിച്ച് എന്നെ വിളിപ്പിച്ചു. ഏയ്, അതവരൊന്നുമായിരുന്നില്ല.

എവിടെയെങ്കിലും ഉണ്ടാവും! ആർക്കും ഒന്നും അറിയില്ല. ഒന്നും.

അന്ന് രണ്ടുപേരുടെയും പെരുമാറ്റത്തിൽ അസ്വാഭാവികമായി ഞാനൊന്നും കണ്ടില്ല. ദീർഘകാലം കാണാതിരുന്ന സുഹൃത്തുക്കൾ വീണ്ടും കണ്ടുമുട്ടുമ്പോഴുണ്ടാകുന്ന അതിവൈകാരികമായ ചേഷ്ടകളോ ഭാവങ്ങളോ കണ്ടതായും ഓർക്കുന്നില്ല.

സാക്ഷി വിസ്താരത്തിലും ഞാൻ അതുതന്നെ ഏറ്റു പറഞ്ഞു."

കുറച്ച് നേരത്തേക്ക് വല്ലാത്ത നിശ്ശബ്ദത പരന്നു സെറ്റിൽ.

സെറ്റിൽനിന്നും മടങ്ങുമ്പോൾ വിധു പറഞ്ഞു: "അൽത്തൂസറിന്റെ ദ ഫ്യൂച്ചർ ലാസ്റ്റ് ഫോർ എവർ എന്ന ഓർമ്മക്കുറിപ്പുകളിൽ ഇതിന് സമാനമായ ഒരു രംഗം വായിച്ചതോർമ്മ വരുന്നു."

"അൽത്തൂസർ?!" മനു സംശയം പ്രകടിപ്പിച്ചു.

"അതേ, ഇരുപതാം നൂറ്റാണ്ടിലെ ആ പ്രസിദ്ധ ഫ്രഞ്ച് മാർക്സിസ്റ്റ് സൈദ്ധാന്തികൻ തന്നെ!"

"ഞാനവളുടെ കഴുത്തിൽ തഴുകുകയും തലോടുകയും പതിവാ

യിരുന്നു. അന്നും ഞാനതേ ചെയ്തുള്ളൂ. എന്നാലവൾക്ക് ശ്വാസം മുട്ടിയെന്ന് ഞാനറിഞ്ഞു. പക്ഷേ, എങ്ങിനെ? ഞാനെഴുന്നേറ്റുനിന്ന് ഉറക്കെ വിളിച്ചുകൂവി: ഞാൻ ഹെലനെ ശ്വാസം മുട്ടിച്ചുകൊന്നു. തീക്ഷ്ണവും മുൻകൂട്ടി കാണാൻ കഴിയാതിരുന്നതുമായ ആശയക്കുഴപ്പത്തിലായിരുന്നു ഞാൻ.''

1980 ലാണ് ആ സംഭവം. കൊലപാതകത്തെത്തുടർന്ന് വിചാരണ നേരിട്ട അൽത്തൂസർ മനോരോഗിയായി കുറ്റം ചാർത്തപ്പെട്ട് മനോരോഗാശുപത്രിയിലായി.

ഹെലൻ അദ്ദേഹത്തിന്റെ ഭാര്യയായിരുന്നു!

നാല്പത്തി രണ്ട്

ഒരു മരണം ജീവിതം പോലെ എന്തൊരു സങ്കീർണ്ണം!

മരണം = ജീവിതം

വാപ്പിയുടെ ഒരു പഠനത്തിന്റെ തലക്കെട്ട് നോക്കൂ. ഇരുപതാം വയസ്സിലെഴുതിയതാണ്.

ആനന്ദിന്റെ *മരണ സർട്ടിഫിക്കറ്റ്* എന്ന നോവലിനെക്കുറിച്ച്. അതിലൊരിടത്ത് പറയുന്നുണ്ട്: "മരണം ഒരവസാനമല്ലെന്നും അതിനും ജീവിതംപോലെ നിലനിൽപ്പുണ്ടെന്നും. എന്നിൽ മരണം ജീവിച്ചുകൊണ്ടിരിക്കുന്നു..."

"അതാണിപ്പോൾ സംഭവിച്ചു കൊണ്ടിരിക്കുന്നത്" മനു പറഞ്ഞു. ഞാൻ എന്ന കഥാപാത്രം. തന്നെ വെറും സാങ്കല്പിക സൃഷ്ടി മാത്രമാണെന്ന് അതിലെ നായകന് തോന്നുന്നു. യഥാർത്ഥത്തിൽ സ്വയം ഭ്രഷ്ടനായ ഒരാളായിരുന്നു വാപ്പി എന്നുവരെ എനിക്ക് തോന്നിപ്പോകുന്നു.

അതെ. തോന്നൽ! ഓരോരുത്തരും ഓരോ തോന്നൽ തന്നെയാണ്. വിശ്വസിക്കാൻ പറ്റാത്ത വിധം ഒരു തോന്നൽ.

ആ തോന്നലിൽ നിന്നുണ്ടാകുന്ന കഥകളല്ലെ ജീവിതം?!

മരണം കുറിക്കുന്ന ഉന്മാദിയുടെ എഴുത്തുകളാണ് വാപ്പിയുടെ മിക്ക കഥകളും. എനിക്ക് പോകാൻ സമയമായി എന്ന് പറഞ്ഞു തുടങ്ങുന്ന കഥകൾ.....

ആദ്യമായി എഴുതിയ കഥ തുടങ്ങി- ആ ചിത്രവും പൂർത്തിയായി. അതിൽ മരണം വെടിയുണ്ടകളായി. ജാലിയൻ വാലാബാഗിലെ രക്തസാക്ഷിത്വമായി പ്രത്യക്ഷപ്പെടുന്നു. ആത്മഹത്യാ മുനമ്പിൽ മരണം ആത്മഹത്യാ രൂപത്തിലാണ്. അവസാന വരികൾ ശ്രദ്ധിക്കൂ- "മന്വന്തരങ്ങളുടെ കാലൊച്ചകളോർത്ത് കാലത്തിന്റെ തീരത്ത് ഞങ്ങൾ തപസ്സി

രുന്നു...." 'നമ്മുടെയൊക്കെ ദുരന്തങ്ങൾ' എന്ന കഥയിൽ മരണം കൊല പാതകത്തിന്റെ രൂപത്തിലാണ്. "ആരെയും കൊല്ലുവാൻ കഴിയാതെ എന്റെ ഈ ജന്മം പാഴായിപ്പോവുകയാണ്. ഇനി ഞാൻ ജീവിച്ചിരുന്നി ട്ടെന്തു കാര്യം?!" എന്നു പറഞ്ഞാണ് കഥ അവസാനിക്കുന്നത്. *കഥയി ല്ലായ്മകൾ* എന്ന കഥയിലാകട്ടെ അത് അപകട മരണമായിട്ടാണ് – ആക്സിഡന്റ് രജിസ്റ്ററിലും ഡെത്ത് രജിസ്റ്ററിലും പേര് ചേർക്കുമ്പോൾ വിരലുകൾ വിറച്ചു. ഡോ. റേച്ചൽ. വയസ്സ് 24. ഹെഡ് ഇഞ്ചുറി. ബൈ റോഡ് ട്രാഫിക് ആക്സിന്റ്.... *'ഉസ്നയുടെ ആകാശങ്ങൾ'* എന്ന കഥ അവസാനിക്കുന്നതിങ്ങിനെ – "ഏതായാലും മരണം ഒരു നിയോഗമാ ണ്. അതിനെ മറി കടക്കുവാൻ ആർക്കുമാവില്ല....." 'സ്ത്രീയുടെ ഗന്ധം' എന്ന കഥയിലും ജസീക്ക ക്രിസ്റ്റോഫറിന്റെ മനോഗതം ഇതിന് സമാന മാണ്– "ആരോ തന്നെ എപ്പോഴും പിന്തുടരുന്നുണ്ടെന്ന തോന്നൽ കല ശലാണ്. ഇനി അയാൾക്ക് വഴങ്ങിക്കൊടുക്കുകയല്ലാതെ നിവൃത്തിയില്ല. മരണം ഒരനിവാര്യതയാണ്..." *ദത്താത്രേയൻ. എം.എ* എന്ന കഥ തുട ങ്ങുന്നതിങ്ങിനെ– "ഇപ്പോൾ ഞാൻ മരിച്ചു കിടക്കുകയാണ്. കണ്ണുകൾ അടഞ്ഞിരിക്കുന്നു. മൂക്കിൽ പഞ്ഞി തിരുകിയിട്ടുണ്ട്. താടിയെല്ല് തലയോട് ചേർത്ത് റിബ്ബൺകൊണ്ട് കെട്ടിയിരിക്കയാണ്...." 'നചികേതസ്' എന്ന കഥയിൽ ഒരിടത്ത് പറയുന്നുണ്ട്. "നചികേതസ്സേ, നീയിനി മരണ ത്തെപ്പറ്റി ഒന്നും ചോദിക്കരുത്. എല്ലാ കർമ്മങ്ങളും വൃഥാവിലാണ് വൃഥാ വിലാണ്....." 'തെരഞ്ഞെടുത്ത കഥകൾക്കൊരാമുഖ'ത്തിൽ നോക്കൂ – "ഞാൻ മരിച്ചിട്ടില്ല. അങ്ങിനെ വിശ്വസിക്കുവാൻ തന്നെയാണിഷ്ടം. മര ണശേഷം ഓരോ മനുഷ്യന്റെയും ആഗ്രഹമതാണ്. പക്ഷേ, എന്ത് ചെയ്യാൻ! സംഭവിക്കേണ്ടത് സംഭവിച്ചു കഴിഞ്ഞല്ലോ. ഇനി പറഞ്ഞിട്ടെന്ത് കാര്യം?!"

'ഒരു കഥയുടെ കഥ'യിൽ ഇങ്ങിനെയൊരു രംഗമുണ്ട്– "അതെ. ഇതുപോലിരിക്കും എന്ന് പറഞ്ഞ് ഞാൻ കത്തിയൂരി അയാളുടെ നെഞ്ചിൽ ആഞ്ഞാഞ്ഞു കുത്തി. പിടച്ചിൽ നിന്നപ്പോൾ ഞാനാ മുഖത്ത് കാർക്കിച്ചു തുപ്പി....." 'കാമാതിപുരത്തെ സീത' എന്ന കഥ അവസാനി ക്കുന്നതിങ്ങിനെ– "അത് ആത്മഹത്യയായിരുന്നുവെന്നോ കൊലപാത കമായിരുന്നെന്നോ അതോ സ്വാഭാവിക മരണമായിരുന്നെന്നോ തെളി യിച്ചു പറയാൻ അയാൾ കൂട്ടാക്കിയില്ല.... അല്ലെങ്കിലും ഇവിടെ ജനന ത്തിനും മരണത്തിനും ജീവിതത്തിനു തന്നെയും ഒരു തെളിവുമില്ല. എല്ലാം ഒരു ചോദ്യചിഹ്നം പോലെ അല്ലെങ്കിൽ ആശ്ചര്യചിഹ്നം പോലെ....."

അതെ. അങ്ങിനെ തന്നെ സംഭവിച്ചു.

ഒരു കടങ്കഥ പോലെ.

പറയാതെ പോയ ഒരു കഥപോലെ.

പറയാതിരിക്കുന്നതിന്റെ കലയാണ് ജീവിതം എന്ന് സാക്ഷ്യപ്പെടുത്തിയ ഒരെഴുത്തുകാരൻ.

നമ്മളറിയാതെ പോകുന്ന ജീവിതങ്ങളൊക്കെ നമുക്ക് കെട്ടുകഥകളാണ്. അത് വിശ്വസിക്കാൻ നമുക്ക് പ്രയാസം തോന്നും.

രണ്ടുപേരുടെ ശരികളാണ് പ്രണയം. അത് പലതരം പ്രതികരണങ്ങളാണ് പലരിലും ഉണ്ടാക്കുക. മഹത്തായ പ്രണയം പ്രതിഫലം ഇച്ഛിക്കാത്ത സ്വയം സമർപ്പണം തന്നെയാണ്.

ഡോ. സോമോൾ തോമസ് ജീവിച്ചിരിപ്പുണ്ടോ ഇല്ലയോ എന്നത് പ്രശ്നമാക്കേണ്ടതില്ല.

അത് നമുക്ക് വിധുവിന് വിടാം. അവനെഴുത്തുകാരനാണല്ലോ. അവന്റെ ഭാവനയ്ക്കനുസരിച്ച് ആ കഥാപാത്രത്തെ സ്വതന്ത്രമായി വിടാം....

"ഗ്രീക്ക് പുരാണത്തിലെ സ്ഫിങ്ക്സിന്റെയും ഈഡിപ്പസിന്റെയും കഥയറിയോ നിങ്ങൾക്ക്-?"

വിധു ചോദിച്ചു.

സ്ത്രീയുടെ മുഖവും സർപ്പത്തിന്റെ വാലും സിംഹത്തിന്റെ ഉടലും കഴുകന്റെ ചിറകുകളോടും കൂടിയ ഒരു ഭയങ്കര ജന്തുവായിരുന്നു സ്ഫിങ്ക്സ്. യഥാർത്ഥത്തിൽ ഒരു കാലഘട്ടത്തിലെ പഞ്ചാംഗത്തിന്റെ മുദ്ര. അതേ സമയം ഗ്രീക്ക് ഭാഷയിൽ മറ്റൊരർത്ഥം കൂടിയുണ്ട്. തന്റെ ആലിംഗനത്തിലൂടെ ഇരയുടെ മരണംവരെ കഴുത്തിൽ കടിച്ചുപിടിച്ച് രസിക്കുന്ന പെൺ സിംഹത്തിന്റെ അഹങ്കാരം അഥവാ ധാർഷ്ട്യം.

സ്ഫിങ്ക്സ് തിബ്സിലെ ജനങ്ങളോട് ഒരു കടങ്കഥ പറയുകയും ശരിയായ ഉത്തരം പറയാത്തവരെ കൊല്ലുകയും ചെയ്തിരുന്നു. ഈഡിപ്പസ് കടങ്കഥയുടെ ഉത്തരം പറഞ്ഞപ്പോൾ സ്ഫിങ്ക്സ് ഹീലിയം പർവ്വതത്തിന്റെ കൊടുമുടിയിൽ കയറി താഴേക്ക് ചാടി ആത്മഹത്യ ചെയ്തു. തുടർന്ന് രാജ്യഭാരവും കുലാചാരപ്രകാരം സ്വന്തം അമ്മയേയും വേൾക്കേണ്ടി വന്ന ഈഡിപ്പസ് താൻ പിതൃഘാതകനും കൂടിയാണെന്ന് തിരിച്ചറിയുന്നു. ഈഡിപ്പസിന്റെ അന്ത്യത്തെക്കുറിച്ച് പല കഥകളുമുണ്ട്. അതിലൊന്നിനുപോലും സ്ഥിരീകരണമില്ല. പ്രതികാര ദേവതകൾ ഈഡിപ്പസിനെ ക്രൂരമായി പീഡിപ്പിച്ചു കൊന്നു.

ഏറ്റവും രസകരം സ്ഫിങ്ക്സിന്റെ കടങ്കഥയ്ക്കുള്ള ഈഡിപ്പസിന്റെ ഉത്തരമാണ്.

മനുഷ്യൻ!

പ്രഭാതത്തിൽ അഥവാ ഇളംപ്രായത്തിൽ നാലുകാലിൽ നടക്കുകയും മദ്ധ്യാഹ്നത്തിൽ അഥവാ ജീവിത മദ്ധ്യത്തിൽ രണ്ടുകാലിൽ നടക്കുകയും പ്രദോഷത്തിൽ അഥവാ ജീവിത സായാഹ്നത്തിൽ വടിയും കുത്തി മൂന്നുകാലിൽ നടക്കുകയും ചെയ്യുന്ന ഒരേ സ്വരമുള്ള ജീവി മനു

ഷ്യൻ മാത്രമാണ്.

അത്രയേയുള്ളൂ നാം മനുഷ്യർ!!

സ്ഫിങ്ക്സ് ചോദിക്കുന്ന കടങ്കഥ ഇതാണ്. ഒരേ സ്വരമുള്ളതും പ്രഭാതത്തിൽ നാല് കാലിൽ നടക്കുന്നതും മദ്ധ്യാഹ്നത്തിൽ രണ്ട് കാലിൽ നടക്കുന്നതും പ്രദോഷത്തിൽ മൂന്നുകാലിൽ നടക്കുന്നതും ഏറ്റവും കൂടുതൽ കാലുകളുള്ളപ്പോൾ ഏറ്റവും ദുർബ്ബലനും ഏറ്റവും കുറച്ച് കാലുകളുള്ളപ്പോൾ ഏറ്റവും ശക്തനുമായ ജീവി ഏതാണ്?

മനുഷ്യന് മറ്റെന്ത് ആമുഖമാണ് വേണ്ടത്?!

www.ingramcontent.com/pod-product-compliance
Lightning Source LLC
LaVergne TN
LVHW090307051026
849518LV00005B/1692
* 9 7 8 8 1 1 9 1 3 1 4 6 4 *